AF758591

ഗ്രീൻ ബുക്സ്

മലയാളത്തിന്റെ സുവർണ്ണകഥകൾ

ഇ. ഹരികുമാർ

(1943–2020)

1943 ജൂലൈ 13ന് പൊന്നാനിയിൽ ജനനം. അച്ഛൻ മഹാകവി ഇടശ്ശേരി ഗോവിന്ദൻ നായർ. അമ്മ ഇടക്കണ്ടി ജാനകി അമ്മ. കൽക്കത്തയിൽ വച്ച് ബി.എ. പാസ്സായി. കൽക്കത്ത, ദില്ലി, ബോംബെ എന്നീ നഗരങ്ങളിൽ ജോലിയെടുത്തു. 15 കഥാസമാഹാരങ്ങളും 9 നോവലുകളും ഒരു അനുഭവക്കുറിപ്പും പ്രസിദ്ധപ്പെടുത്തിയിട്ടുണ്ട്. 1998 മുതൽ 2004 വരെ കേരള സാഹിത്യ അക്കാദമി അംഗമായിരുന്നു.

പുരസ്കാരങ്ങൾ: കേരള സാഹിത്യ അക്കാദമി പുരസ്കാരം, പത്മരാജൻ പുരസ്കാരം, നാലപ്പാടൻ പുരസ്കാരം, കഥാപീഠം പുരസ്കാരം, കേരള സ്റ്റേറ്റ് ചലച്ചിത്ര അക്കാദമി അവാർഡ്

കൃതികൾ: ഉറങ്ങുന്ന സർപ്പങ്ങൾ + ശാപശില, ആസക്തിയുടെ അഗ്നിനാളങ്ങൾ, ഒരു കുടുംബപുരാണം, എഞ്ചിൻഡ്രൈവറെ സ്നേഹിച്ച പെൺകുട്ടി, അയനങ്ങൾ, തടാകതീരത്ത്, കൊച്ചമ്പ്രാട്ടി, പ്രണയത്തിനൊരു സോഫ്റ്റ്‌വെയർ, അറിയാത്തലങ്ങളിലേക്ക്, കൂടുതൽ അറിയാൻ (നോവൽ), കൂറകൾ, വൃഷഭത്തിന്റെ കണ്ണ്, കുങ്കുമം വിതറിയ വഴികൾ. ദിനോസറിന്റെ കുട്ടി. കാനഡയിൽ നിന്നൊരു രാജകുമാരി, ശ്രീപാർവതിയുടെ പാദം, സൂക്ഷിച്ചുവച്ച മയിൽപ്പീലി, പച്ചപ്പയ്യിനെ പിടിക്കാൻ, ദൂരെ ഒരു നഗരത്തിൽ, കറുത്ത തമ്പ്രാട്ടി, അനിതയുടെ വീട്, ഇളവെയിലിന്റെ സാന്ത്വനം (തിരഞ്ഞെടുത്ത കഥകൾ 1966–1996), നഗരവാസിയായ ഒരു കുട്ടി, എന്റെ സ്ത്രീകൾ (തിരഞ്ഞെടുത്ത സ്ത്രീപക്ഷ കഥകൾ), വെള്ളിത്തിരയിലെന്നപോലെ, കൂടുതൽ അറിയാൻ... (കഥകൾ), നീ എവിടെയാണെങ്കിലും, ഈ ഓർമ്മകൾ മരിക്കാതിരിക്കട്ടെ (ഓർമ്മകൾ, അനുഭവക്കുറിപ്പുകൾ, ലേഖനങ്ങൾ)
2020 മാർച്ച് 24ന് അന്തരിച്ചു.

മലയാളത്തിന്റെ സുവർണ്ണകഥകൾ

ഇ. ഹരികുമാർ

ഗ്രീൻബുക്സ്

green books private limited
gb building, civil lane road, ayyanthole,
thrissur- 680 003, kerala, ph: +91 487-2381066, 2381039
website: www.greenbooksindia.com
e-mail: info@greenbooksindia.com

branches:
thrissur 0487-2422515
thiruvananthapuram 0471-2335301
calicut 0495 4854662

malayalam
malayalathinte suvarnakathakal
story
by
e. harikumar

published july 2023

cover design : s. mahendra

printed in india
repro india ltd

isbn : 978-81-963780-6-6

₹ 360.00
GBPL/1301/2023

മുഖക്കുറി

ഗ്രീൻ ബുക്സിന്റെ സുവർണ്ണകഥകൾ ശ്രേണിയിലെ 20-ാമത്തെ പുസ്തകമാണ് ഇത്. ഇ. ഹരികുമാറിന്റെ കഥകൾ മലയാളി വായനക്കാരുടെ മനസ്സിൽ മായാത്ത പ്രതിഫലനങ്ങൾ ഉണ്ടാക്കിയിട്ടുള്ള സമാനതകളില്ലാത്ത രചനകളാണ്. സ്വന്തം ജീവിതാനുഭവങ്ങളിലൂടെ ഉരുത്തിരിഞ്ഞുവരുന്ന കഥാമുഹൂർത്തങ്ങളിലൂടെ നമ്മളും കടന്നുപോയിട്ടുണ്ട്. ജീവിതത്തിലെ സന്ദിഗ്ധ മുഹൂർത്തങ്ങളിൽ സാഹചര്യങ്ങളുടെ ഒഴുക്കിനെതിരെ പോരാടാൻ ശക്തിയില്ലാതെ നിസ്സഹായരായി നിസ്സംഗതയോടെ ജീവിതത്തെ സ്വീകരിക്കുന്ന മനുഷ്യർ.

ഒന്നിനൊന്ന് മെച്ചപ്പെട്ട 177 കഥകളിൽനിന്നും 20 എണ്ണം തിരഞ്ഞെടുക്കുക എന്ന പ്രയത്നത്തെ ലഘൂകരിച്ചത് പ്രശസ്ത എഴുത്തുകാരനും ഹരികുമാറിന്റെ അടുത്ത സുഹൃത്തുമായ ശ്രീ. അഷ്ടമൂർത്തിയുടെ ഉത്സാഹമാണ്. അദ്ദേഹത്തോടൊപ്പം ഹരികുമാറിന്റെ സഹോദരന്മാരായ ഇ. മാധവനും ഇ. ദിവാകരനും ഗ്രീൻ ബുക്സിൽ ഞങ്ങളോടൊപ്പം ഒരു ദിവസം ഒത്തുചേർന്നപ്പോൾ ഈയൊരു ഉദ്യമം ഒരു ആസ്വാദ്യകരമായ സാഹിത്യസംവാദമായി മാറി. ഏറ്റവും മികച്ചതും പ്രാതിനിധ്യസ്വഭാവമുള്ളതുമായ 20 കഥകളാണ് ഇതിൽ ഉൾപ്പെടുത്തിയിട്ടുള്ളത്. ഹരികുമാറിന്റെ വിപുലമായ മറ്റു രചനകളിലേക്കുള്ള ഒരു വാതായനം തുറക്കുക എന്ന ദൗത്യമാണ് ഇതിലൂടെ ഞങ്ങൾ നിർവ്വഹിക്കുന്നത്.

ഈ സംരംഭം സാർത്ഥകമാക്കുവാൻ എല്ലാവിധ സഹകരണങ്ങളും നൽകിയ ശ്രീമതി ലളിതാ ഹരികുമാറിനേയും മകൻ അജയിനേയും നന്ദിപൂർവ്വം സ്മരിക്കുന്നു.

എഡിറ്റർ

ഉള്ളടക്കം

ആമുഖം

ഹരിയേട്ടൻ താഴ്ന്ന സ്വരത്തിൽ പറയുകയാണ്, 'ഞാനൊരു കഥേടെ പ്ലോട്ടാണ് ഇപ്പൊ ആലോചിക്കണത് - പ്രേതത്തെപ്പറ്റി.' ഇടവപ്പാതി രാത്രിയിൽ, ഓലമേഞ്ഞ വീടിന്റെ തട്ടിൻപുറത്ത് നിലത്ത് കിൽറ്റുകളിലും വിരികളിലും ഞങ്ങൾ സഹോദരന്മാർ ഉറങ്ങാൻ കിടക്കുകയാണ്. കൂരിരുട്ട്. പുറത്ത് പേമാരി. പ്രേതമെന്ന വാക്കുതന്നെ എന്നിൽ അങ്കലാപ്പുണ്ടാക്കി. ഇടിമിന്നൽപ്പിണരുകൾ വിട്ടത്തിനും മേൽപ്പുരയ്ക്കുമിടയിലെ വിടവിലൂടെ അകത്തേക്ക് തെറിച്ചെത്തുമ്പോൾ ഏഴുവയസ്സുകാരനായ ഞാൻ പേടിച്ച് ഹരിയേട്ടന്റെ അടുത്തേക്ക് നീങ്ങിക്കിടന്നു. ഭീതിയിൽ നിന്ന് ആശ്വാസം തേടി മൂപ്പരുടെ മുഖത്തേക്ക് നോക്കി. മിന്നലിന്റെ വെളിച്ചത്തിൽ, തല വഴി മൂടിപ്പുതച്ച് മുഖം മാത്രം പുറത്ത് കാണിച്ചുള്ള ആ കിടപ്പ്, ആശ്വാസദായകമായിരുന്നില്ല. കഥാകൃത്ത് ഞങ്ങളെ പേടിപ്പെടുത്തുകയോ അതോ പ്രേതലോകത്ത് സുഹൃത്തുക്കളുള്ള ഏട്ടനിരിക്കേ യാതൊന്നും ഭയക്കേണ്ടതില്ല എന്ന സമാശ്വാസം പകരുകയോ ചെയ്തതെന്ന് ഉറപ്പില്ല.

തട്ടിൻപുറത്തിന്റെ എതിർക്കോണിൽ ഇളക്കമില്ലാതെ, പൊടിപിടിച്ച പഴയ ഒരു വീപ്പ എനിക്കപ്പോൾ ഓർമ്മ വന്നു. അവിടെ ചുറ്റിത്തിരിയുന്ന കടുങ്ങുണ്ണി എന്ന പ്രേതത്തേയും. എന്തായാലും കഥയുടെ പ്ലോട്ട് കേൾക്കാൻ ഞങ്ങളെല്ലാവരും കാത് കൂർപ്പിച്ചു കിടന്നു. ഒന്നു രണ്ട് ദിവസങ്ങൾക്കകം എഴുതിത്തീർത്ത കഥ ചങ്ങാതിമാരെല്ലാം ചേർന്ന് ഒരുക്കിയിരുന്ന കയ്യെഴുത്ത് മാസികയുടെ താളുകളിൽ വടിവാർന്ന അക്ഷരങ്ങളിൽ പ്രത്യക്ഷപ്പെട്ടു. പത്മിനിയേടത്തി (വിഖ്യാത ചിത്രകാരി ടി.കെ. പത്മിനി) ഇന്ത്യൻ ഇങ്കിൽ വരച്ച ഒരു ഇല്ലസ്ട്രേഷനും ഉണ്ടായിരുന്നു എന്നാണ് ഓർമ്മ. ഹരിയേട്ടന് അന്ന് പ്രായം പതിമ്മൂന്നോ പതിന്നാലോ ആയിരിക്കണം. തുടർന്ന് ഹൈസ്കൂളിൽ നടത്തിയ കഥാമത്സരത്തിൽ 'ഒരു

സായാഹ്നത്തിൽ' എന്ന കഥയ്ക്ക് (1959) ഒന്നാം സമ്മാനം കിട്ടുകയും ചെയ്തു. മൂന്ന് വർഷം പിന്നിട്ടപ്പോഴേക്കും തന്റെ പത്തൊമ്പതാം വയസ്സിൽ, 'മഴയുള്ള രാത്രിയിൽ' എന്ന ചെറുകഥ മനോരമ ആഴ്ചപ്പതിപ്പിൽ വെളിച്ചം കണ്ടു. സാഹിത്യ ജീവിതത്തിൽ നേരത്തേ ആരംഭിച്ച ആ യാത്ര അദ്ദേഹത്തിന് തനതായ ആസ്വാദകവൃന്ദത്തെ നേടിക്കൊടുത്തു.

തനത് എന്ന വാക്കുതന്നെ പ്രയോഗിക്കട്ടെ, കാരണം ആ ആസ്വാദകവൃന്ദം കഥാകാരനൊപ്പം സഞ്ചരിക്കുന്നവരും അയാൾക്കൊപ്പം ചിരിക്കുന്നവരും കരയുന്നവരുമായിരുന്നു. അവർ ഒരിക്കലും തങ്ങളുടെ കഥാകൃത്തിനെ ഉപേക്ഷിച്ചില്ല. എഴുത്തുകാരനായ തന്റെ അച്ഛൻ തന്നെയായിരുന്നു എഴുത്തിന്റെ മൂല്യദർശനത്തിൽ ഹരികുമാറിനെ ധ്രുവതാര പോലെ നയിച്ചത്. അദ്ദേഹം അതിനാൽ സ്വയം വിശ്വസിക്കാത്തതായ യാതൊന്നും എഴുതിയില്ല; ജീവിതവും എഴുത്തും രണ്ട് കളങ്ങളിലേക്കായി തിരിച്ചില്ല. സർവ്വോപരി വായനക്കാരനെ കൂടുതൽ നന്മയുള്ളവനാക്കാൻ തന്റെ എഴുത്ത് സഹായിക്കണം എന്ന് ഗാഢമായി ആഗ്രഹിക്കുകയും ചെയ്തു. ഹരികുമാറിന്റെ കൃതികൾ കാലാനുക്രമമായി പഠിച്ചാൽ നമുക്ക് ബോധ്യമാകും, ജീവിതത്തിന്റെ വിവിധ ദശകളിൽ എഴുത്തുകാരൻ കടന്നുപോയ അനുഭവങ്ങളുടെ ചൂളയിൽ പാകപ്പെടാത്ത ഒന്നും അവിടെ ഇല്ലെന്ന്. മനുഷ്യനിലുള്ള വിശ്വാസത്തെ തീർത്തും റദ്ദാക്കുന്ന ഒന്നും ആ കഥാലോകത്തിലില്ല. എഴുത്തുകാരനാകുന്നതിൽ കവിയായിരുന്ന അച്ഛന്റെ (ഇടശ്ശേരി) സ്വാധീനവും അമ്മയുടെ (ഇ. ജാനകി അമ്മ) പ്രേരണയും ഹരികുമാറിന്റെ വാക്കുകളിൽത്തന്നെ ഇവിടെ രേഖപ്പെടുത്തുന്നത് ഉചിതമായിരിക്കുമെന്ന് തോന്നുന്നു.

'ഞാനറിയാതെത്തന്നെ അച്ഛന്റെ കവിതയിലെ കഥാപാത്രങ്ങൾക്കു സമാനമായ കഥാപാത്രങ്ങൾ എന്റെ കഥകളിലും വന്നിട്ടുണ്ട്. 'ഇസ്ലാമിലെ വന്മല' എന്ന കവിതയിൽ ബാപ്പയുടെ അടി സഹിക്കാൻ വയ്യാതായപ്പോഴും പേരു പറയാതെ തന്റെ സ്നേഹിതന്റെ മാനം കാത്ത അലവി എന്ന ബാലൻ തന്നെയല്ലേ എന്റെ 'കങ്ഫൂ ഫൈറ്ററും' 'നെല്ലുകുത്തുകാരി പാറു'വിലെ തീം, അതായത് യന്ത്രവൽക്കരണം സ്ത്രീകളെ തളർത്തുന്നത്, എന്റെ ഒന്നിലധികം കഥകളിൽ വന്നിട്ടുണ്ട്, 'ഒരു ദിവസത്തിന്റെ മരണം', 'അമ്മേ, അവർ നമ്മടെ ആകാശം കട്ടെടുത്തു' എന്നീ കഥകളിൽ. 'മുള്ളൻ

ചീര'യാണോ 'പ്രാകൃതനായ ഒരു തോട്ടക്കാരൻ' എന്ന കഥയ്ക്ക് പ്രചോദനം?

ഞാൻ കഥകളെഴുതാൻ കാരണം വായിച്ച കവിതകളുടെ സ്വാധീനമാണെന്ന് പറയാം. അച്ഛനിൽ നിന്നല്ല അമ്മയിൽ നിന്നാണ് കഥയെഴുതാനുള്ള കഴിവും പ്രേരണയും ലഭിച്ചത്. അമ്മയുടെ കവിത-കഥയെഴുത്ത് വിവാഹത്തിനുശേഷം പൊടുന്നനെ നിൽക്കുകയാണുണ്ടായത്. അമ്മ നിർത്തിയേടത്തു നിന്ന് ഞാൻ തുടങ്ങണമെന്നുണ്ടായിരുന്നു അമ്മയ്ക്ക്. കഥകളെഴുതിയിരുന്നെങ്കിലും അമ്മയുടെ ആദ്യപ്രേമം കവിതയോടായിരുന്നു, പിന്നെ കവിയോടും!'

ജീവിതാനുഭവങ്ങൾക്കൊപ്പമാണ് ആ കഥാലോകം വളർന്നതും രൂപപ്പെട്ടതും. ബാല്യകൗമാരങ്ങളിലെ നിഷ്കളങ്കസ്വച്ഛമായ അനുഭവങ്ങൾ ആദ്യകാല രചനകളെ സ്വാധീനിച്ചിട്ടുണ്ട്. ക്രമേണ പ്രമേയങ്ങൾ യുവത്വത്തിന്റെ തീക്ഷ്ണ കാമനകളിലേക്കും ഒപ്പംതന്നെ നാഗരികസംസ്കാരം ഉയർത്തുന്ന സമസ്യകളോടുള്ള മാനവിക നിലപാടിലേക്കും വളരുകയായിരുന്നു.

അക്കാലത്ത് മഹാനഗരങ്ങളുടെ മാത്രം പ്രത്യേകതയായിരുന്ന 'ഫ്ളാറ്റ്'കളിലെ ജീവിതം ആദ്യമായി മലയാളിക്ക് കഥകളിലൂടെ പരിചയപ്പെടുത്തിയത് ഹരികുമാറായിരിക്കും. വിവാഹശേഷം വന്ന കഥകളിൽ ഭാര്യയും മകനും അവരുടെ ചിന്തകളും ആർദ്രമായ സാന്നിദ്ധ്യമാണ്. വളരെ പെട്ടെന്നുതന്നെ ആ കഥാലോകം കുടുംബത്തിനു പുറത്ത് സമൂഹത്തിലേക്കും അതിലെ ഉച്ചനീചത്വമാർന്ന സാമ്പത്തികബന്ധങ്ങളിലേക്കും സംക്രമിച്ചു.

ജീവിതം മുന്നിൽ നീണ്ടുകിടന്ന പ്രായത്തിൽ ബോംബെയിലെ വിദേശ കമ്പനിയിൽ നിന്ന് രാജിവെച്ച് സ്വന്തമായി ആരംഭിച്ച, വലിയ സ്കോപ്പുണ്ടായിരുന്ന, ബിസിനസ്സിൽ അപ്രതീക്ഷിതമായി സംഭവിച്ച തിരിച്ചടിയും തുടർന്ന് വളരെ ചെറിയ തോതിൽ പല ബിസിനസ്സുകളും നടത്തി ജീവിക്കേണ്ടി വന്ന ചുറ്റുപാടുകളും ഈ കഥാകാരനെ ജീവിതത്തിന്റെ പരുപരുത്ത പ്രതലങ്ങളിലൂടെ സഞ്ചരിക്കാൻ നിർബന്ധിതനാക്കി. ജീവിതത്തിൽ ആകെ കയ്പ് നിറഞ്ഞ ആ കാലഘട്ടത്തിൽ രാഷ്ട്രീയവും സാമൂഹ്യവുമായി പ്രസക്തിയുള്ള ചിന്തകളാണ് കഥകളുടെ പ്രമേയത്തെ നിർണ്ണയിച്ചിരുന്നത്. തൊഴിലെടുത്ത് കുടുംബം പോറ്റുന്ന സ്ത്രീകൾ നേരിടുന്ന ചൂഷണങ്ങൾ, അവരനുഭവിക്കുന്ന നിസ്സഹായതയും

ഏകാന്തതയും, അവരുടെ കുട്ടികൾ അനുഭവിക്കുന്ന ഇല്ലായ്മകൾ എല്ലാം പകർത്തുമ്പോൾ അവയിലൂടെ ആഹ്വാനങ്ങളോ പ്രഖ്യാപനങ്ങളോ നടത്താൻ ഹരികുമാർ ശ്രമിച്ചില്ല. സ്വന്തം കുടുംബാംഗങ്ങൾപോലും ജീവിക്കാനുള്ള നെട്ടോട്ടത്തിൽ തനിക്കൊപ്പം കഷ്ടപ്പാടനുഭവിക്കുന്നതിൽ വ്യസനിക്കുന്ന മനുഷ്യനെ പല കഥകളിലും കാണാം.

സാമ്പത്തികമായി രണ്ടറ്റവും കൂട്ടിമുട്ടിക്കാൻ പാടുപെടുന്ന ആ വർഷങ്ങളിലാണ് പക്ഷേ, നർമ്മബോധത്തോടെ ഗാർഹസ്ഥ്യത്തിന്റെ സൗന്ദര്യവും പ്രശ്നങ്ങളും കഥകളിലവതരിപ്പിക്കാൻ ഹരികുമാറിന് കഴിഞ്ഞത്. സമൂഹത്തോടൊപ്പം ചിരിച്ചില്ലെങ്കിൽ താൻ വിങ്ങിപ്പൊട്ടിപ്പോകും എന്നൊരു ഘട്ടത്തിലാണെന്ന് തോന്നുന്നു 'കുടുംബപുരാണം' എന്ന നർമ്മം തുളുമ്പുന്ന നോവൽ അദ്ദേഹം രചിച്ചത്. സാമൂഹ്യമാനങ്ങളും ചരിത്രപശ്ചാത്തലവും കഥകളിൽ വന്നപ്പോൾ പറയാനുള്ള കാര്യങ്ങൾക്ക് നോവലിന്റെ ഘടന ആവശ്യമാണെന്ന് തിരിച്ചറിഞ്ഞ് ഹരികുമാർ നോവലിലൂടെ ജീവിതാഖ്യാനങ്ങൾ നടത്തിത്തുടങ്ങി. ഇതോടെയാണ് 177 ചെറുകഥകൾക്കൊപ്പം ഒമ്പത് നോവലുകളും ഏതാനും തിരക്കഥകളും ഒരു നാടകവും അനവധി ലേഖനങ്ങളും ചേർന്ന് ഹരികുമാറിന്റെ സാഹിത്യ സംഭാവനയ്ക്ക് ഈട്ടം കൂടിയത്.

എന്തായിരിക്കാം ഹരികുമാറിന്റെ ചെറുകഥകളേയും നോവലുകളേയും അരനൂറ്റാണ്ടിലേറെയായി ആസ്വാദക ഹൃദയങ്ങളിൽ ഉറപ്പിച്ചു നിർത്തുന്ന ആണിവേര്? അത്, ജീവിതത്തോട് പുലർത്തുന്ന സത്യസന്ധതയാണെന്ന് തോന്നുന്നു. മനുഷ്യബന്ധങ്ങൾക്ക് വലിയ പ്രാധാന്യം ആ കഥകളിൽ കാണാം. മനുഷ്യസ്നേഹവും കാരുണ്യവും ആ സാമ്രാജ്യത്തിലെ നിയമമാണ്. '.......... ഇവിടെക്കുഴിച്ചാൽ വെള്ളം കിട്ടും എന്നു പറയുന്നവരെ കാണുക തന്നെ ചെയ്തിട്ടുണ്ട്. എന്നാൽ ഇവിടെ കുഴിച്ചാൽ കണ്ണുനീർത്തുള്ളി കിട്ടും എന്നു പറഞ്ഞുതന്ന കവികുലാചാര്യനാണ് ഇടശ്ശേരി.' (ഇടശ്ശേരിയുടെ ജ്യോതിഷവും മന്ത്രവാദവും- അക്കിത്തം) ആ കവിയുടെ മകൻ എഴുതിയതിലും സ്ഥിതി വ്യത്യസ്തമായില്ല. കഥയിൽ പെട്ടെന്നൊരു ഘട്ടത്തിൽ വായനക്കാരനെ നിരുദ്ധകണ്ഠനാക്കുന്ന ഹരികുമാറിന്റെ ആഖ്യാനപാടവം ഒരു ട്രേഡ്മാർക്ക് പോലെയാണ്. വൈവിദ്ധ്യമാർന്ന കഥാപാത്രങ്ങളെ അവതരിപ്പിച്ചുകൊണ്ട് മനുഷ്യ

മനസ്സിന്റെ അതിലോലതയാർന്ന പ്രതലങ്ങളിലൂടെ ഹരികുമാർ വായനക്കാരനെ കൊണ്ടുപോകുന്നു. ആർദ്രവികാരങ്ങളുടെ ഒരു കാലിഡോസ്കോപ്പ് ആണ് അദ്ദേഹം കൊണ്ടു നടക്കുന്നത്.; അതിലൂടെ സ്നേഹത്തിന്റെ, വാത്സല്യത്തിന്റെ, ദയാവായ്പിന്റെ ചേതോഹരങ്ങളായ പാറ്റേണുകൾ വായനക്കാരൻ കാണുന്നു.

എഴുത്തിൽ സത്യസന്ധതപുലർത്തുമ്പോൾ ജീവിതത്തിൽ യാതൊന്നിനേയും കഥാകൃത്ത് വേലിക്ക് പുറത്ത് നിർത്തുന്നില്ല. ലൈംഗികതയെ വിശേഷിച്ചും. സർഗ്ഗാത്മകമായി മലയാളത്തിൽ ലൈംഗികതയെ കൈകാര്യം ചെയ്ത ഒരുപക്ഷേ ആദ്യത്തെ എഴുത്തുകാരൻ എന്ന് നിരൂപകർ ഈ എഴുത്തുകാരനെ വിലയിരുത്താൻ സാദ്ധ്യതയുണ്ട്. മനുഷ്യന്റെ അടിസ്ഥാനചോദനയെ ആദരവോടും അനുതാപത്തോടും കൂടിയാണ് ഹരികുമാർ കൈകാര്യം ചെയ്യുന്നത്. സ്നേഹരഹിതമായ ഇണചേരൽ ദമ്പതികൾക്കിടയിൽപ്പോലും ന്യായീകരിക്കാൻ ഈ എഴുത്തുകാരൻ തയ്യാറല്ല. അതേസമയം, മനുഷ്യസ്നേഹത്തിന്റെ അദമ്യമായ ആവിഷ്കാരമാകുമ്പോൾ സർഗ്ഗാത്മകമാകുന്ന ലൈംഗികത ഹരികുമാറിന്റെ സൗന്ദര്യദർശനത്തിന്റെ അടിസ്ഥാനപ്രമാണവുമാണ്.

ഭാഷയിൽ പ്രദർശിപ്പിച്ചിരുന്ന ലാളിത്യം ഹരികുമാറിന്റെ സാഹിത്യദർശനവുമായി ചേർന്നതായിരുന്നു; ആഖ്യാനരീതി വായനയ്ക്ക് തടസ്സമാകരുത്. വളച്ചുകെട്ടില്ലാത്ത ആ ആഖ്യാനം അനുവാചകഹൃദയങ്ങളിലേക്ക് യാതൊരു തടസ്സവുമില്ലാതെ ഒഴുകി. ആധുനികതയുടെ ജീൻ എഴുത്തിൽ സ്വീകരിച്ചപ്പോഴും പലരും ചെയ്തപോലെ അതിന്റെ പേരിൽ ദുർഗ്രഹതയെ വരിക്കാൻ അദ്ദേഹം തുനിഞ്ഞില്ല. ജീവിതത്തെ ഗൗരവമായി കാണുമ്പോൾത്തന്നെ വളരെ സൂക്ഷ്മമായ നർമ്മത്തിന്റെ ചരട് ഹരികുമാർ സൂക്ഷിച്ചിരുന്നു. അത് ആഖ്യാനത്തിന് മാനുഷികമായ ഒരു തലം നൽകിയിട്ടുണ്ടെന്ന് കാണാം. തന്റെ കൃതികൾ എല്ലായ്പ്പോഴും വായനക്കാർക്ക് ലഭ്യമാകണമെന്ന ആഗ്രഹം മൂലം, വെബ്സൈറ്റ് എന്ന സാങ്കേതികമാദ്ധ്യമം ആരംഭിച്ച കാലത്തുതന്നെ, തന്റെ മാത്രമല്ല, സ്വപിതാവിന്റേയും വെബ്സൈറ്റുകൾ ജിയോസിറ്റിയിൽ രൂപകൽപന ചെയ്ത് ഹരികുമാർ ചരിത്രം സൃഷ്ടിച്ചു. തുടർന്ന് ഡിജിറ്റൽ രംഗത്തു വന്ന മാറ്റങ്ങൾക്കനുസൃതമായി രണ്ട് വെബ്സൈറ്റുകളും മെച്ചപ്പെടുത്തുന്നതിൽ അദ്ദേഹം

ദത്തശ്രദ്ധനായിരുന്നു (https://www.edasseri.org യും https://www.e-harikumar.com ഉം).

തന്റെ എഴുത്ത് പലപ്പോഴും ഉപരിതലസ്പർശിയായ ആസ്വാദനത്തിന് വിധേയമാകുന്നതിൽ ഹരികുമാർ വ്യസനിച്ചിരുന്നു. നിരൂപകദൃഷ്ടികൾ പലപ്പോഴും തന്റെ കൃതികളെ വകഞ്ഞുമാറിപ്പോകുന്നത് അദ്ദേഹം ദുഃഖത്തോടെ കണ്ടു. തന്റെ കാലശേഷമായിരിക്കും ആ കൃതികൾ കൂടുതൽ പഠനവിധേയമാകുക എന്ന് അദ്ദേഹം വിശ്വസിച്ചു. 2020 മാർച്ച് 24ന് വേണ്ടപോലെ അംഗീകരിക്കപ്പെട്ടില്ല എന്ന വേവലോടെ യാത്രയായ ഈ എഴുത്തുകാരനെ ഗ്രീൻ ബുക്സ് ഇങ്ങനെയൊരു സമാഹാരമിറക്കി ആസ്വാദകഹൃദയത്തിലേക്ക് പുനരാനയിക്കുന്നത് ആ ആത്മാവിന് ലഭിക്കുന്ന നീതിയാണ്. ഈ സന്ദർഭത്തിൽ ഹരികുമാറിന്റെ സാഹിത്യജീവിതത്തിൽ എന്നും തുണയായി നിന്ന പത്നി ലളിത ഹരികുമാറിന് പ്രത്യേകം നന്ദി പറയേണ്ടതുണ്ട്.

ഗ്രീൻബുക്സിന്റെ സന്മനസ്സിന് നന്ദി. ഈ സമാഹാരം സഹൃദയരുടെ സവിശേഷശ്രദ്ധക്ക് പാത്രമാകട്ടെ എന്ന് ആശംസിക്കുന്നു.

ഇ. മാധവൻ

അവതാരിക

തോറ്റവരുടെ ലോകം

അഷ്ടമൂർത്തി

ആയിരത്തിത്തൊള്ളായിരത്തി അറുപതുകളുടെ രണ്ടാം പാദവും എഴുപതുകളുടെ ആദ്യപാദവും മലയാള ചെറുകഥ അതുവരെ കാണാത്ത ആവിഷ്കരണശൈലി കൊണ്ടും പ്രമേയങ്ങൾ കൊണ്ടും പുതിയ വഴികളിലൂടെ സഞ്ചരിക്കുകയായിരുന്നു. 'ശ്രീചക്രം' (കാക്കനാടൻ), 'ജോർജ് ആറാമന്റെ കോടതി' (എം.പി. നാരായണപിള്ള), 'മൂന്നു യുദ്ധങ്ങൾ' (ഒ. വി. വിജയൻ), 'യേശുപുരം പബ്ലിക് ലൈബ്രറിയെപ്പറ്റി ഒരു പരാതി' (സക്കറിയ), 'രാധ രാധ മാത്രം' (എം. മുകുന്ദൻ), 'കൃഷ്ണഗന്ധകജ്വാലകൾ' (കെ. പി. നിർമ്മൽകുമാർ) എന്നിങ്ങനെയുള്ള രചനകളിലൂടെ മലയാളകഥ ഒരു കുതിച്ചുചാട്ടം നടത്തുകയായിരുന്നു. ആധുനികത എന്നു പേരിട്ടു വിളിച്ച ഈ പ്രസ്ഥാനത്തിന്റെ കടിഞ്ഞാൺ കേരളത്തിനു പുറത്തു താമസിച്ച് എഴുതുന്ന കുറച്ചു ചെറുപ്പക്കാരുടെ കയ്യിലായിരുന്നു എന്ന പ്രത്യേകതയുമുണ്ടായിരുന്നു. പ്രത്യേകിച്ചും അവരിൽ ഭൂരിപക്ഷവും ദൽഹിയിൽ താമസിക്കുന്നവരായിരുന്നു.

ഈ കാലഘട്ടത്തിൽ, ദൽഹിയിലും കൽക്കത്തയിലും തുടർന്ന് ബോംബെയിലും ഇരുന്ന് മറ്റൊരു ചെറുപ്പക്കാരൻ കഥകളെഴുതുന്നുണ്ടായിരുന്നു. അറുപതുകളുടെ ആദ്യം മുതൽ അദ്ദേഹം ഈ രംഗത്ത് സജീവമായിരുന്നു. അദ്ദേഹത്തിന്റെ 'ഉണക്കമരങ്ങൾ' (1965), 'കൂറകൾ' (1966), 'പ്രാകൃതനായ തോട്ടക്കാരൻ' (1972) എന്നിങ്ങനെയുള്ള കഥകൾ പരക്കെ ശ്രദ്ധിക്കപ്പെട്ടിരുന്നു. അസ്തിത്വവാദമോ ആധുനികതയോ ഒന്നും അദ്ദേഹത്തെ സ്വാധീനിച്ചില്ല.

ഇപ്പറഞ്ഞ കഥകളിലുണ്ടായിരുന്ന അല്പമാത്രമായ കാല്പനികത പോലും അദ്ദേഹത്തിന്റെ പിന്നീടുള്ള കഥകളിൽ നിന്ന് അപ്രത്യക്ഷമായി. ജീവിതത്തെ നേർക്കുനേർ അഭിമുഖീകരിക്കുന്നതായിരുന്നു ആ കഥകൾ. ചുറ്റുമുള്ള ജീവിതത്തിന്റെ ദൈന്യതയും മനുഷ്യരുടെ നിസ്സഹായതയും നിലവിളികളും അദ്ദേഹത്തിന്റെ കഥകളുടെ നിത്യവിഷയമായി. ആ കഥാകാരന്റെ പേര് ഇ. ഹരികുമാർ എന്നായിരുന്നു.

മലയാളകഥയിൽ ആധുനികതയുടെ കൊടുങ്കാറ്റു വീശിയടിക്കുന്ന അക്കാലത്ത് അതിൽപ്പെടാതെ ലളിതവും സുതാര്യവുമായ ഭാഷ കൊണ്ട് കഥയെ മുന്നോട്ടു കൊണ്ടുപോവാൻ കുറച്ചൊന്നുമല്ല ധൈര്യം ആവശ്യമായിരുന്നത്. ചാഞ്ചല്യലേശമെന്യേ തന്റെ വഴിയിലൂടെ നീങ്ങിയ ഹരികുമാറിന്റെ കഥകൾ ഇന്നും കാലാതിവർത്തിയായി നിൽക്കുന്നത് അതിലെ സത്യസന്ധതയും ആത്മാർത്ഥതയും കൊണ്ടാണ്. സ്വയം വഞ്ചിച്ചുകൊണ്ട് ഒരു വാക്കുപോലും എഴുതാത്ത എഴുത്തുകാരന്, അടിപതറാതെ എത്രകാലം വേണമെങ്കിലും നിൽക്കാൻ കഴിയും എന്നതിന് ഏറ്റവും വലിയ ഉദാഹരണമാണ് ഇ. ഹരികുമാർ.

മനുഷ്യന്റെ വേദന എത്രകാലം നിലനിൽക്കുന്നുവോ അത്രയും കാലം ഹരികുമാറിന്റെ കഥകൾക്കും പ്രസക്തിയുണ്ടാവും. ''എഴുത്തിന്റെ കാര്യത്തിൽ വളരെയൊന്നും അദ്ധ്വാനിക്കുന്ന പതിവ് എനിക്കില്ല. എനിക്കറിയാവുന്ന സംഭവങ്ങളേ ഞാനെഴുതാറുള്ളൂ. എഴുതാൻ വേണ്ടി മാത്രം സംഭവങ്ങളുടെ പിറകേ പോവാറില്ല'' എന്ന് അദ്ദേഹം ഒരഭിമുഖത്തിൽ പറയുന്നുണ്ട്. ഒരു നിത്യസഞ്ചാരിയായിരുന്നില്ല ഹരികുമാർ. പക്ഷേ അദ്ദേഹം തന്റെ പരിമിതമായ ഇടത്തിലിരുന്നുകൊണ്ട് ലോകം സൂക്ഷ്മമായി വീക്ഷിച്ചു. ചുറ്റുമുള്ള പരിസരങ്ങളിലേക്ക് കണ്ണും കാതും തുറന്നുവെച്ചാൽ എഴുതാൻ കിട്ടുന്ന വിഷയങ്ങൾക്ക് ഒരിക്കലും പഞ്ഞമുണ്ടാവില്ല എന്ന് ഹരികുമാർ വിശ്വസിച്ചു.

ഹരികുമാറിന്റെ മറ്റൊരു പ്രസ്താവനയുമുണ്ട്: ''ഒരുപക്ഷേ എഴുത്തുകാരികളിൽ മാധവിക്കുട്ടി ഒഴിച്ച് മറ്റുള്ളവരേക്കാൾ സ്ത്രീപക്ഷകഥകൾ രചിച്ചിട്ടുള്ളത് പുരുഷനായ ഞാനാണെന്നു തോന്നുന്നു.'' 'എന്റെ സ്ത്രീകൾ' എന്ന പുസ്തകത്തിനുള്ള ആമുഖത്തിലാണ് ഹരികുമാർ ഇങ്ങനെ

അവകാശപ്പെടുന്നത്. ഒരെഴുത്തുകാരനു സ്വയം തന്റെ കഥകളുടെ പ്രത്യേകതകളെപ്പറ്റി പറയേണ്ടിവരുന്ന ഗതികേട് നമ്മുടെ നിരൂപകശ്രേഷ്ഠരുടെ മൗനത്തിലേക്കാണ് വിരൽ ചൂണ്ടുന്നത്. ആധുനികപ്രസ്ഥാനത്തിലെ കഥാകളെപ്പറ്റി നൂറു നാവുകൾ കൊണ്ട് വിശകലനം ചെയ്ത അവർ ഹരികുമാർ എന്ന ഒരെഴുത്തുകാരൻ ഇവിടെയുണ്ടെന്നു തന്നെ ഭാവിച്ചില്ല. അത് ഒരുപക്ഷേ മനപ്പൂർവ്വമാവണമെന്നുമില്ല. വഴങ്ങാത്ത സങ്കീർണ്ണതകൾ ഹരികുമാറിന്റെ കഥകളിൽ ഇല്ലാത്തതാവാം ഒരുപക്ഷേ അവരെ അതിലേക്ക് ആകർഷിക്കാതിരുന്നത്.

ഹരികുമാറിന്റെ 177 കഥകളിൽനിന്ന് 20 എണ്ണം തിരഞ്ഞെടുക്കുക ക്ഷിപ്രസാദ്ധ്യമായിരുന്നില്ല. ഓരോ കഥയും ഒന്നിനൊന്നു വ്യത്യസ്തമോ മികച്ചതോ ആയതുകൊണ്ട് അത് വളരെ ദുഷ്കരമായി അനുഭവപ്പെട്ടു. ജീവിതം പോലെത്തന്നെ അത് വിശാലമായ മേച്ചിൽപ്പറമ്പുകളിൽ പരന്നും പടർന്നും പന്തലിച്ചും കിടന്നിരുന്നു. ഒരു വിരലു മടക്കവേ മറ്റ് ഒമ്പതെണ്ണം ഊഴം കാത്തു നിൽക്കുന്നതു കാണുമ്പോൾ അനുഭവപ്പെടുന്നതുപോലെ ഒരു സങ്കടം ഞങ്ങളെ ചൂഴ്ന്നു നിന്നിരുന്നു. കണ്ണടച്ചിരുന്ന് കയ്യെത്തിച്ച് ഇരുപതെണ്ണം തിരഞ്ഞെടുക്കുന്നത് അവിവേകമായതുകൊണ്ട് അളന്നും തൂക്കിയും വളരെ പണിപ്പെട്ടാണ് ഈ കഥകൾ എടുത്തുവെച്ചത്. മലയാളത്തിന്റെ സുവർണ്ണ കഥകളിൽപ്പെടാൻ അർഹതയുള്ള നൂറിലധികം കഥകളെ പുറത്തുനിർത്തിക്കൊണ്ടാണ് ഈ സാഹസത്തിനു മുതിർന്നത് എന്ന് പറഞ്ഞുവെയ്ക്കാനാണ് ഇത്രയും എഴുതിയത്.

ഇ. ഹരികുമാറിന്റെ കഥകളെ രണ്ടു വാക്കിൽ നിർവചിക്കാൻ ആരെങ്കിലും ആവശ്യപ്പെട്ടാൽ 'തോറ്റവരുടെ ലോകം' എന്ന രണ്ടു വാക്കുകളായിരിക്കും ഞാൻ തിരഞ്ഞെടുക്കുക. തിരഞ്ഞെടുക്കപ്പെട്ട ഈ ഇരുപതു കഥകൾക്കും അതു തന്നെയാവും പ്രധാനവിശേഷണമായി ചേർക്കാനുണ്ടാവുക. 'ഒരു ദിവസത്തിന്റെ മരണ'ത്തിലെ കൗസല്യയും 'ഉന്നെ കാണാത കണ്ണും' എന്ന കഥയിലെ യെല്ലമ്മയും 'ഒരു വിശ്വാസി'യിലെ രാഘവനും ഭാരതിയും 'കറുത്ത തമ്പ്രാട്ടി'യിലെ ലക്ഷ്മിയും 'ദൂരെ ഒരു നഗരത്തിലെ അച്ഛനും' 'പച്ചപ്പയ്യിനെ പിടിക്കാൻ' എന്ന കഥയിലെ ബിന്ദുവും 'ബസ്സ് തെറ്റാതിരിക്കാൻ' എന്ന കഥയിലെ

ആശയും 'സുബർക്കത്തിന്റെ ശില്പി'യിലെ സലിമും സൂര്യകാന്തിപ്പൂക്കളിലെ ദാസനും എല്ലാം പരാജയം തിന്നു ജീവിക്കുന്നവരാണ്.

ഇത് ഒരു സാമാന്യപ്രസ്താവന മാത്രമാണ്. ഉദാഹ രണത്തിന് 'ഒരു ദിവസത്തിന്റെ മരണം' എന്ന കഥയ്ക്ക് ഒന്നിലധികം മാനങ്ങളുണ്ട്. 1979-ൽ എഴുതപ്പെട്ട ഈ കഥ ഒരുപക്ഷേ യന്ത്രവൽക്കരണം ഇന്ത്യൻ ജീവിതത്തിലുണ്ടാ ക്കുന്ന മാറ്റം വിഷയമായി മലയാളത്തിൽ വരുന്ന ആദ്യത്തെ കഥയാവാം. ഈ ഇരുപതിൽപ്പെടാതെ പോയ 'അമ്മേ, അവർ നമ്മുടെ ആകാശം കട്ടെടുത്തു' എന്ന കഥ ഇവിടെ ഓർമ്മിക്കേണ്ടതുണ്ട്. യന്ത്രവൽക്കരണം മാത്രമല്ല, നഗര വൽക്കരണവും നമ്മുടെ സാമൂഹ്യ-സാംസ്കാരിക-സാമ്പ ത്തികമൂല്യങ്ങളിൽ വരുത്തുന്ന വിള്ളലുകൾ ഒരു നടുക്ക ത്തോടെ നമ്മൾ ഈ കഥയിൽ വായിക്കുന്നുണ്ട്. നഗര വൽക്കരണം കൊണ്ട് തൊഴിൽ നഷ്ടപ്പെടുന്ന വീട്ടുവേല ക്കാരികളുടെ കാഴ്ചപ്പാടിലൂടെയാണ് ഈ കഥ ചുരുൾ നിവരുന്നത്.

ഹരികുമാറിന്റെ അനുതാപം ഒരുപക്ഷേ ഏറ്റവും കൂടു തൽ ഏറ്റുവാങ്ങിയിട്ടുള്ളത് വീട്ടുവേലക്കാരികളാണെന്നു കാണാം. യെല്ലമ്മയും ('ഉറൈന്നെ കാണാത കണ്ണും') മാതുവും ('അമ്മേ, അവർ നമ്മുടെ ആകാശം കട്ടെടുത്തു') രാധയും ('അലക്കുയന്ത്രം') ഒക്കെ ആ ശ്രേണിയിൽപ്പെട്ട വരാണ്. മുമ്പു പറഞ്ഞതുപോലെ പരാജിതരുടെ ഘോഷ യാത്രയിൽ മുമ്പിൽ നടക്കുന്നവരാണവർ.

പരാജിതർ അവർ മാത്രമല്ല. പരാജയപ്പെടുന്ന ഒരു വിൽപനക്കാരൻ ഹരികുമാറിന്റെ പല കഥകളിലും ആവർ ത്തിക്കപ്പെടുന്ന സാന്നിദ്ധ്യമാണ്. 'ദിനോസറിന്റെ കുട്ടി' യിലും 'ഒരു കടം കൂടി'യിലും വിജയിക്കാൻ കഴിയാത്ത വിൽപനക്കാരനെ നമുക്കു കണ്ടുമുട്ടാം. നിലനിൽപ്പിനാ യുള്ള അവരുടെ പിടച്ചിലുകൾ നമ്മളെ വല്ലാതെ നീറ്റു ന്നുണ്ട്. 'ഒരു വിശ്വാസി'യിലാണ് അത്തരമൊരു കഥാ പാത്രത്തിന്റെ ദൈന്യം ഏറ്റവും കൂടുതൽ വിങ്ങിനിൽക്കു ന്നത്. എല്ലാ വിൽപനയിലും വഞ്ചനയുടെ അംശമുണ്ടെ ങ്കിൽ ഈ കഥയിലെ മോഹൻ പിള്ളയും ഒരു വിൽപന ക്കാരനാണ്. അയാൾ ആത്മാർത്ഥതയില്ലാത്ത ആശകളാണ് വിൽക്കുന്നതെന്നു മാത്രം. ജീവിതം 'ഒരു വെരിറ്റബ്ൾ സ്ട്രഗ്ൾ' ആണെന്ന് അയാൾ പറയുന്നുണ്ട്. അതിൽ അവരെല്ലാം

പരാജയപ്പെടുകയാണെങ്കിലും ഒരു വിശ്വാസിയുടെ അന്ത്യം ശുഭാപ്തിവിശ്വാസം നിറഞ്ഞതായതുകൊണ്ട് നമുക്ക് ആശ്വാസം തരുന്നുണ്ട്: ‘‘രാത്രി ഉറങ്ങാൻ കിടക്കുമ്പോൾ ഞാൻ വീണ്ടും എന്നിലേക്കു തിരിച്ചുവരുന്നു. എല്ലാം ആദ്യം മുതൽ തുടങ്ങണമെന്നാലോചിച്ചപ്പോൾ വിഷമം തോന്നി. പക്ഷേ ഈ നൂലാമാലകളിൽനിന്ന് ഊരി പുറത്തു കടക്കാൻ പറ്റുമെന്ന് എനിയ്ക്കുറപ്പുണ്ടായിരുന്നു. പിന്നെ ഉറക്കം വന്ന് കണ്ണുകളടഞ്ഞപ്പോൾ ഒരു പുതിയ ഓർമ്മ കാലത്തിന്റെ ഈർപ്പം നിറഞ്ഞ വഴികളിൽ പൂപ്പൽ പിടി ക്കാൻ വിട്ടുകൊണ്ട്, മനുഷ്യനിൽ ഒരിക്കലും നശിക്കാത്ത വിശ്വാസവും മുറുകെപ്പിടിച്ചുകൊണ്ട് ഏകനായി നടന്ന കലുന്ന ഒരു മനുഷ്യനെ ഞാൻ കണ്ടു. പിന്നെ അത്ഭുത മെന്നു പറയട്ടെ, മനസ്സ് യാതൊരു പകയ്ക്കും വിദ്വേഷ ത്തിനും ഇടകൊടുക്കാതെ ശാന്തമാവുന്നത് ഞാനറിഞ്ഞു.’’

വീട്ടുവേലക്കാരികളോടും വിൽപനക്കാരോടും മാത്ര മല്ല, ഹരികുമാറിന്റെ കഥകൾ സമൂഹത്തിലെ നിന്ദിതരോടും ദരിദ്രരോടും അനുഭാവം പുലർത്തുന്നവയാണ്. ‘സുബർക്ക ത്തിലെ ശില്പി’യിലെ സലീമിന് ആദ്യരാത്രിയിൽ നേരിടേ ണ്ടിവരുന്ന തിരിച്ചടി, ‘കറുത്ത തമ്പ്രാട്ടി’യിലെ ലക്ഷ്മിക്ക് ത്യജിക്കേണ്ടിവന്ന സ്വന്തം കുടുംബജീവിതം, ‘ഒരു ദിവ സത്തിന്റെ മരണ’ത്തിലെ കൗസല്യയ്ക്ക് നഷ്ടപ്പെടുന്ന ചാരിത്ര്യം എന്നിങ്ങനെ അത് വിവിധരൂപങ്ങൾ കൈക്കൊ ള്ളുന്നു. ഈ അനുതാപം അവരിലും ഒതുങ്ങിനിൽക്കു ന്നില്ല. കാരണം മറ്റു പലതുമാവാം. ‘ബസ്സ് തെറ്റാതിരിക്കാൻ’ എന്ന കഥയിലെ ആശയ്ക്ക് അത് ഭർത്താവിന്റെ വീട്ടിലെ തിക്താനുഭവങ്ങളാണെങ്കിൽ ‘പച്ചപ്പയ്യിനെ പിടിക്കാൻ’ എന്ന കഥയിലെ ബിന്ദുവിന് അത് സ്വന്തം കുടുംബത്തിൽ നിന്നു തന്നെ കിട്ടുന്ന അവഗണനയാണ്. ബിന്ദുവിന്റെ ദൈന്യതയ്ക്ക് സാമ്പത്തികമായ മാനങ്ങളും കൂടിയു ണ്ടെന്നു മാത്രം. ബിന്ദുവിന്റെ അഞ്ചു വയസ്സുകാരി അനി യത്തി ശാലിനി വിവാഹച്ചടങ്ങുകൾക്കിടെ ചേച്ചിയുടെ കഷ്ടപ്പാടു തീർക്കാൻ വേണ്ടി ഐശ്വര്യം കൊണ്ടുവരുന്ന പച്ചപ്പയ്യിനെ പിടിക്കാൻ പോവുന്നത് വിങ്ങലോടെയല്ലാതെ നമുക്കു വായിച്ചുതീർക്കാനാവില്ല. ‘സൂര്യകാന്തിപ്പൂക്കളി’ലെ ദാസന് സ്വന്തം ജീവിതം പോലും ശരിക്കു കരുപ്പിടിപ്പി ക്കാനാവാതെ പോവുന്നത് സാമ്പത്തികമായ ഈ പരാ ധീനത കൊണ്ടുതന്നെ.

നഗരവൽക്കരണംകൊണ്ട് നന്മകൾ നഷ്ടപ്പെടുന്നത് സാമാന്യം എല്ലാവരെയും ബാധിക്കുന്നതാവണമെന്നില്ല. അതിനെപ്പറ്റി അധികമാരും ചിന്തിക്കാനുമിടയില്ലാത്തതാണ്. പക്ഷേ മനസ്സിൽ കവിതയും ആർദ്രതയുമുള്ളവർക്ക് അതു വലിയൊരു വിങ്ങലാവും. 'ശ്രീപാർവ്വതിയുടെ പാദ'ത്തിലെ മാധവിയെ അതു വല്ലാതെ ഉലയ്ക്കുന്നുണ്ട്. 'ദൂരെ ഒരു നഗരത്തിൽ' എന്ന കഥയിൽ നഗരവൽക്കരണമല്ല പ്രശ്നം. ഹരികുമാറിന്റെ മറ്റുള്ള കഥകളിൽനിന്നൊക്കെ ഭിന്നമായി അതിൽ നമ്മൾ കാണുന്നത് ബ്യൂറോക്രസിയോടുള്ള പരിഹാസം കോരിച്ചൊരിയുന്ന ഹരികുമാറിനെയാണ്. ആ സ്വരമാവട്ടെ, ഹരികുമാറിന് പൊതുവെ അന്യമായതുമാണ്.

ഫാന്റസിയും പൊതുവെ ഹരികുമാറിന്റെ കഥകളിൽ അപൂർവ്വമാണ്. 'ജംറയിലെ ചെകുത്താനി'ൽ അത് നമ്മളെ കുറച്ച് അസ്വസ്ഥരാക്കുന്നതാണെങ്കിൽ 'ഇരുട്ടിന്റെ വല' യിൽ അതു നമുക്ക് ആശ്വാസമരുളുകയാണ്. വൃദ്ധരായ ആ ജ്യേഷ്ഠാനുജത്തിമാരോടൊപ്പം നമ്മളെയും രമ്യയുടെ വരവ് പ്രതീക്ഷാനിർഭരമാക്കുന്നുണ്ട്.

വൈവിധ്യം ഒരു മാനദണ്ഡമായി തിരഞ്ഞെടുത്ത ഈ ഇരുപതു കഥകളിൽ കുറച്ചെങ്കിലും സാജാത്യമുള്ള മൂന്നു കഥകളുണ്ട്: 'ഒരു കങ്ഫ്യൂ ഫൈറ്റർ', 'ഡോ. ഗുറാമിയുടെ ആശുപത്രി', 'ദിനോസറിന്റെ കുട്ടി' എന്നിവയാണ് അവ. മൂന്നും പ്രശസ്തമായ കഥകളാണ്. സ്കൂൾ വിദ്യാർത്ഥിയായ മകൻ കഥാപാത്രമാവുന്നു എന്നതാണ് ഇതു മൂന്നിനേയും കൂട്ടിയിണക്കുന്ന ഘടകം. 'ഒരു കങ്ഫ്യൂ ഫൈറ്ററി'ലെ രാജു തന്റെ മാറിമാറി വരുന്ന കളിമ്പങ്ങളെല്ലാം വിട്ട് പെട്ടെന്ന് കൂട്ടുകാരന്റെ ദാരിദ്ര്യത്തിൽ അനുതാപമോലുന്നതും 'ഡോ. ഗുറാമിയുടെ ആശുപത്രി'യിലെ വിജു കഥാവസാനത്തിൽ ''അച്ഛാ, നമുക്ക് ഈ വീടു വിൽക്കേണ്ട'' എന്നു പറയുന്നതും പുതിയ ചില തിരിച്ചറിവുകളിൽ എത്തിച്ചേരുന്നതുകൊണ്ടാണ്. 'ദിനോസറിന്റെ കുട്ടി'യിലെ രാജീവന് അങ്ങനെയൊന്നു സംഭവിക്കുന്നില്ല. കഥാന്ത്യത്തിൽ അവൻ കുട്ടിദിനോസറിന്റെ കാവലിൽ സുരക്ഷിതത്വബോധത്തോടെ ഉറങ്ങുകയാണ്.

ഹരികുമാറിന്റെ ആദ്യകാല കഥകളാണ് 'പ്രാകൃതനായ തോട്ടക്കാരനും' 'കൂറകളും'. കാൽപനികതയുടെ പരിവേഷം ചെറിയ തോതിൽ ഈ കഥകളെ ചൂഴ്ന്നു നിൽക്കുന്നുണ്ട്. പിന്നീടുള്ള കഥകളിൽ അദ്ദേഹം തന്റെ വഴി അതല്ല

എന്നു കണ്ടെത്തി ഉപേക്ഷിക്കുന്നതായി കാണാം. 'ഉമ്മുക്കുൽസൂന്റെ വീടി'ൽ മനുഷ്യന്റെ നന്മകളും സ്നേഹവും ഒരിളംകാറ്റുപോലെ നമ്മളെ തലോടുകയാണ്.

'ഷ്രോഡിങ്ങറുടെ പൂച്ച'യെ പരാമർശിക്കാതെ ഇത് അവസാനിപ്പിക്കാൻ സാദ്ധ്യമല്ല. ഹരികുമാറിന്റെ കഥകളിൽ തികച്ചും വ്യത്യസ്തം എന്നും ഏറ്റവും ഉജ്ജ്വലം എന്നും വിശേഷിപ്പിക്കപ്പെടേണ്ട കഥയാണ് അത്. ബാബറി മസ്ജിദ് പൊളിച്ചതിന്റെ അനുരണനമായി ബോംബെയിൽ നടക്കുന്ന കലാപത്തിന്റെ പശ്ചാത്തലത്തിലാണ് ഈ കഥ. ബോംബേ സ്ഫോടനങ്ങൾക്കു പിന്നിൽ പാകിസ്ഥാൻ തന്നെയാണ് എന്ന് തന്റെ സുഹൃത്ത് രാമചന്ദ്രൻ പറയുമ്പോൾ ഹമീദ് ഇങ്ങനെ ചിന്തിക്കുന്നു: "അതിൽ തന്റെ നേരെ ആക്ഷേപകരമായി എന്തോ ഉള്ള പോലെ ഹമീദിനു തോന്നി. വെറും തോന്നലായിരിക്കാം. തുടർച്ചയായുള്ള ഈ സ്ഫോടനങ്ങൾ. ഒരു ജനതയുടെ നേരെ അഴിച്ചുവിട്ട നഗ്നമായ ആക്രമണങ്ങൾ തന്റെ മനസ്സിൽ ഒരു കുറ്റബോധമുണ്ടാക്കിയിരിക്കുന്നുവെന്ന് ഹമീദിനു മനസ്സിലായി. തന്റെ തെറ്റല്ല. തന്റെ സമുദായത്തിന്റെയും തെറ്റല്ല. എന്നിട്ടും ചെയ്യാത്ത തെറ്റിന്റെ പാപഭാരമേറ്റേണ്ട ഗതികേടു വന്നിരിക്കുന്നു. ഒപ്പം തന്നെ അതിനുള്ള ഭീമമായ വിലയും കൊടുത്തുകൊണ്ടിരിക്കുന്നു. തന്റെ മനസ്സിലെ കറ സമുദായത്തിന്റെ മുഴുവൻ കറയുടെ ചെറിയൊരു ഭാഗം മാത്രമാണ്. ദൈവമേ, എന്നാണത് മാറിക്കിട്ടുക?"

'ഷ്രോഡിങ്ങറുടെ പൂച്ച' 1998-ലാണ് എഴുതപ്പെട്ടിട്ടുള്ളത്. നമുക്കറിയാം, ആ കറ ഇപ്പോഴും മാഞ്ഞിട്ടില്ലെന്നും ഏകാധിപത്യസ്വഭാവമുള്ള പുതിയ ഭരണത്തിന്റെ കീഴിൽ അത് കൂടുതൽ രൂക്ഷമായിട്ടുണ്ടെന്നും. ജീവിച്ചിരിപ്പുണ്ടോ അതോ മരിച്ചുവോ എന്ന സംശയം ബാക്കി വെച്ചുകൊണ്ട് ഷ്രോഡിങ്ങറുടെ പൂച്ച ഇപ്പോഴും ദൂരെദൂരെയൊരു പേടകത്തിൽ നമ്മളെ ചുറ്റിക്കൊണ്ടിരിക്കുകയാണ്. ഹമീദുമാർ തോൽവി ഏറ്റുവാങ്ങിക്കൊണ്ട് ഇപ്പോഴും നമ്മുടെ കൂടെത്തന്നെ ജീവിക്കുന്നുണ്ട്.

നിരൂപകർ കണ്ടില്ലെങ്കിലെന്താ, വായനക്കാരുടെ ഹൃദയത്തിൽ ഇ. ഹരികുമാറിന്റെ കഥകൾ സ്ഥിരപ്രതിഷ്ഠ നേടിയിട്ടുണ്ട്. ഒരെഴുത്തുകാരന് അതിൽപ്പരം എന്താണ് അഭികാമ്യമായിട്ടുള്ളത്? അദ്ദേഹംതന്നെ ഒരിടത്ത് പറയുന്നുണ്ട്: "ഞാനെഴുതുന്നത് വായനക്കാർക്കു വേണ്ടിയാണ്.

അവരാണ് ആസ്വാദകർ. അവസാനത്തെ വിധികർത്താക്കൾ. അവരെ അവഗണിച്ചുകൊണ്ട് ഒരു വരി എഴുതാൻ എനിക്കാവില്ല. അതുകൊണ്ട് ഓരോ വായനക്കാരനും എന്റെ കഥകളെപ്പറ്റി നല്ല അഭിപ്രായം പറയുമ്പോൾ സാർത്ഥകമാവുന്നത് എന്റെ ക്രിയാത്മകജീവിതമാണ്.''

കഥാപാത്രങ്ങളേപ്പറ്റി പരാജയപ്പെട്ടവർ എന്നു പറഞ്ഞതിന് ചെറിയൊരു തിരുത്തു വേണ്ടി വരും എന്നു തോന്നുന്നു. പരാജയത്തിന്റെ പടുകുഴിയിൽപ്പെട്ടു കിടക്കുമ്പോഴും അന്തിമമായ തോൽവി സമ്മതിച്ചുകൊടുക്കാൻ തയ്യാറല്ലാത്തവരാണ് ഹരികുമാറിന്റെ കഥാപാത്രങ്ങൾ. 'ഒരു ദിവസത്തിന്റെ മരണ'ത്തിലെ കൗസല്യയും 'ഒരു വിശ്വാസി'യിലെ രാഘവനും 'ദൂരെ ഒരു നഗരത്തിലെ' അച്ഛനും 'പച്ചപ്പയ്യിനെ പിടിക്കാനി'ലെ ബിന്ദുവും 'ബസ്സ് തെറ്റാതിരിക്കാനി'ലെ ആശയും എല്ലാം ജീവിതം വീണ്ടും ഒന്നിൽനിന്നു തുടങ്ങാൻ തീരുമാനിക്കുന്നതാണ് നമ്മൾ കാണുന്നത്. ആശ ബാക്കിവെച്ചില്ലെങ്കിൽ മനുഷ്യജീവിതത്തിൽ പിന്നെ ഒന്നുമില്ല എന്ന ഉദാത്തമായ അറിവാണ് ഇത്തരം അന്ത്യങ്ങളിലേയ്ക്ക് ഹരികുമാർ തന്റെ കഥകളെ തളച്ചിടാൻ കാരണമെന്ന് ഞാൻ കരുതുന്നു.

■

മലയാളത്തിന്റെ
സുവർണ്ണകഥകൾ

ഇ.ഹരികുമാർ

ഇരുട്ടിന്റെ വല

അവർ ജനലിലൂടെ ഏന്തിവലിഞ്ഞ് നോക്കുകയാണ്. വയസ്സായ രണ്ടു സ്ത്രീകൾ, ചേച്ചിയും അനുജത്തിയും. ഇതെത്രാമത്തെ ദിവസമാണ്? നോക്കിനിന്ന് കാലുകൾ കഴച്ചു. കണ്ണുകൾക്ക് പാട കെട്ടിയപോലായി. അല്ലെങ്കിലേ കാഴ്ച കുറവാണ്. വെയിലും നിഴലും ഇടകലർന്നു നിൽക്കുന്ന തെരുവിന്റെ അറ്റത്ത് ഒരു ചായക്കൂട്ടുപോലെ അവൾ വരുന്നതു കാണാൻ ഉച്ചയ്ക്ക് രണ്ടുമണിമുതൽ പുറത്തെ വെയിലത്തേക്ക് നോക്കി നിൽക്കുന്നതാണ്.

കഴിഞ്ഞ ഏതാനും മാസങ്ങളായി എന്നും കാണുന്ന കാഴ്ചയായിരുന്നു. തെരുവിന്റെ അറ്റത്ത് ആദ്യം ഒരു ചായക്കൂട്ടുമാത്രമായി എന്നും കാണപ്പെടുന്ന ആ രൂപം പിന്നീട് സാരിയുടുത്ത പെൺകിടാവായി മാറുന്നു. ചേച്ചി അനുജത്തിയോട് ചോദിക്കുന്നു.

''അമ്മുക്കുട്ടീ, ആ വരണത് അവള് തന്ന്യല്ലേ?''

അനുജത്തി ഒന്നുകൂടി സൂക്ഷിച്ചു നോക്കിക്കൊണ്ട് പറയും.

''അതേന്നാ തോന്നണത് ചേച്ചി. എന്റെ കണ്ണ് ചേച്ചീടെ കണ്ണിനേക്കാൾ മോശായിരിക്കുണു.''

''അതവള് തന്ന്യാ, ആ നടത്തം കണ്ടില്ലേ. ആ കൈവീശലും കൂസലില്ല്യായിം. അതേന്റമ്മൂ, അതവള് തന്ന്യാ.''

ചേച്ചി ചിരിക്കാൻ തുടങ്ങുന്നു. അപ്പോഴേക്കും നടന്നുവരുന്ന പെൺകിടാവിന്റെ രൂപം മനസ്സിൽ തെളിഞ്ഞ അനുജത്തിയും ചിരിക്കാൻ തുടങ്ങും.

''നിക്ക് വയ്യ.'' ചേച്ചി കിതച്ചുകൊണ്ട് പറഞ്ഞു. ''അതവള്തന്ന്യാ. കണ്ടില്ലേ ഒരു നടത്തം.''

അനുജത്തിയും ചിരിക്കാൻ തുടങ്ങുന്നു. ജനലിലൂടെ ഏന്തിവലിഞ്ഞ് നോക്കിനിൽക്കുന്ന ആ സ്ത്രീകൾ ചിരിയുടെ പാരമ്യത്തിൽ വേദനകൊണ്ട് വയറമർത്തി ഒരു കസേലയിലിരിക്കും. ഒരു നിമിഷത്തേക്കു മാത്രം. ക്ഷമയില്ലാതെ വീണ്ടും എഴുന്നേറ്റു ജനലിനടുത്ത് ഹാജരാവും.

അപ്പോഴേക്കും രമ്യ എന്നു പേരുള്ള ഇരുപതു വയസ്സുകാരി അടുത്തെത്തിയിട്ടുണ്ടാവും. അവളുടെ മുഖത്ത് ചിരിയും അംഗങ്ങളിൽ കുസൃതിയുമായിരിക്കും. അവൾ ജനലിന്റെ അഴിയിൽ പിടിച്ച് പാമ്പു വരിയിൽ കയറിനിന്നുകൊണ്ട് അവരെ കോക്രി കാട്ടും. അവർ പേടിച്ച് പിന്മാറുമ്പോൾ അവൾ ഇറങ്ങി വാതിൽ കടന്ന് വരുന്നു.

അവൾ പറയും. ''ഞാൻ വിചാരിച്ചു രണ്ട് നത്തുകള് നിക്ക്വാണ് ജനലിന്മേലെന്ന്.''

അതു മതി. അവർ രണ്ടുപേരും വീണ്ടും ചിരിക്കാൻ തുടങ്ങും. അവരെ നത്തുകളായി ഉപമിച്ചതിൽ അവർക്ക് വിഷമമില്ല. ഫലിതത്തിനുള്ള അസംസ്കൃത വസ്തുവായി സ്വീകരിക്കപ്പെടാൻ അവർ സ്വയം വേഷംകെട്ടി ഒരുങ്ങുകയാണ്. ആ പെൺകുട്ടി കൈകൊണ്ടോ മുഖംകൊണ്ടോ എന്തെങ്കിലും ആംഗ്യം കാണിച്ചാൽ മതി, വയസ്സായ ആ സ്ത്രീകൾ പൊട്ടിച്ചിരിക്കാൻ.

''ഇതിനെ നമ്മടെ മുമ്പിലെത്തിച്ചത് ഭഗവാൻ തന്ന്യാണ് സംശല്ല്യ.'' ചേച്ചി പറയും.

''അതന്നെന്റെ ചേച്ചീ.'' അമ്മുക്കുട്ടിയമ്മ പറയും. ''എന്തായിരുന്നു നമ്മടെ സ്ഥിതി?''

ശരിയാണ്. ഒരു മകനെ പ്രസവിച്ച അനുജത്തിയും കല്യാണംതന്നെ കഴിച്ചിട്ടില്ലാത്ത ചേച്ചിയും നട്ടുച്ചയ്ക്കും ഇരുട്ടു നിറഞ്ഞു നിൽക്കുന്ന ഓടിട്ട മൂന്നുമുറി വീട്ടിൽ ദിവസങ്ങളോളം നാലോ അഞ്ചോ വാക്കുകൾ മാത്രം ചെലവാക്കി ജീവിക്കാൻ തുടങ്ങിയിട്ട് വർഷങ്ങളായി. രാവിലെ മുറ്റമടിക്കാനും പാത്രം മോറാനും നിലം തുടയ്ക്കാനും വരുന്ന സ്ത്രീ ധൃതിപിടിച്ചു ജോലി ചെയ്യുന്നതിനിടയിൽ അപൂർവ്വമായി പുറത്തു വിടുന്ന നാട്ടുവിശേഷങ്ങൾ മാത്രമാണ് പുറത്തേക്കുള്ള വാതിൽ. പിന്നെ എല്ലാ ഒന്നാന്തിയും അമ്പലത്തിൽ പോകുമ്പോൾ കണ്ടുമുട്ടുന്ന പഴയ ലോഗ്യക്കാരുമായുള്ള സംസാരവും. കഴിഞ്ഞു. വീണ്ടും ഇരുളടഞ്ഞ മുറികളിൽ, ഓർമ്മകളുടെ, അത്രതന്നെ സുഖകരമല്ലാത്ത, സാന്ത്വനമരുളാത്ത സാമീപ്യത്തിൽ രണ്ടു വൃദ്ധകൾ. മാസത്തിലൊരിക്കൽ അനുജത്തിയുടെ മകന്റെ കത്തും നാലായിരം രൂപയുടെ ഡോളർ ഡ്രാഫ്റ്റും വരുന്നു. നാലുവരി മാത്രം. ഡ്രാഫ്റ്റയയ്ക്കുന്നു. പണം കൂടുതൽ ആവശ്യമുണ്ടെങ്കിൽ അറിയിക്കൂ. സുഖം തന്നെയല്ലേ. ഇവിടെ എനിക്കും ദീപയ്ക്കും കുട്ടികൾക്കും സുഖം. വല്ല്യമ്മയോട് ഞങ്ങളുടെ സ്നേഹാന്വേഷണങ്ങൾ പറയുമല്ലോ. കഴിഞ്ഞു.

''ഇതെന്തൊരു കത്താണ്.'' രമ്യ ചിരിച്ചുകൊണ്ട് പറയും. ''ഇതിൽ ആകെ രസംള്ള കാര്യം ഡ്രാഫ്റ്റിനെപ്പറ്റിള്ളതാണ്. ഇത്രേം പണം കൊണ്ട് ഈ രണ്ടു വയസ്സായോര് എന്താണ് ചെയ്യുന്നത്?''

''ശര്യാന്റെ ചേച്ചീ. എനിക്കെന്തിനാ ഈ പണൊാക്കെ. അവനേം കുട്ട്യേളേം ഒന്ന് കണ്ടാ മതി എനിക്ക്. എത്ര കാലായി?''

''അമേരിക്കേന്ന് അങ്ങന്യൊക്കെ അങ്ങട്ട് ഓടിപ്പോരാൻ പറ്റ്വോന്റെ അമ്മുക്കുട്ടീ. വിമാനത്തിന്റെ കാശുമതി ഇവ്ടെ ഒരു വീട് പണിയാൻ.''

''ന്നാലും...''

''നിയെന്താ പറേണ്, നിക്കുംണ്ടാവില്ലെ അവനെ കാണണംന്ന്? നീ പ്രസവിച്ച് എണീറ്റ് പോയീന്നെള്ളൂ. അവനെ നോക്കി വളർത്തീത് ഞാനാ...''

''ശരിശരി.'' രമ്യ ഇടപെടും. ''പ്രസവിച്ചത് ഒരാള്, നോക്കിവളർത്തീത് മറ്റെയാള്. സമം.''

പിരിമുറുക്കം അയഞ്ഞു, രണ്ടു വൃദ്ധകളും ചിരിക്കാൻ തുടങ്ങും. പക്ഷേ രമ്യ വരുന്നതിനുമുമ്പ് അങ്ങനെയായിരുന്നില്ല കാര്യങ്ങൾ. ഓരോ ചെറിയ വാക്കും അന്തരീക്ഷത്തിൽ കനത്തു പെരുമഴയായി പെയ്യുന്നു. ഇടിവെട്ടലുകൾ, കൊടുങ്കാറ്റ്. എല്ലാറ്റിന്റെയും അന്ത്യത്തിൽ മൂകത. ആ മൂകത വീടിന്നുള്ളിൽ സ്ഥിരതാമസമാക്കിയിരുന്നു. രമ്യ ആദ്യമായി വീട്ടിൽ വന്ന ദിവസം അവർ രണ്ടു പേരും ഓർത്തിരുന്നു. അവൾ വാതിൽ കടന്ന് അകത്തു വന്നു. ചിരകാലപരിചയമുള്ള പോലെ അവൾ രണ്ടുപേരേയും നോക്കി ചിരിച്ചു. പിന്നെ, അമ്പരപ്പോടെ നോക്കിനിൽക്കുന്ന വൃദ്ധകളെ പാടെ അവഗണിച്ച് അവൾ ചുറ്റും നോക്കി പഠിച്ചു. ചുമർ മുഷിഞ്ഞിരുന്നു, തട്ടിൽനിന്ന് മാറാല തൂങ്ങിക്കിടക്കുന്നു. നിലം തുടയ്ക്കൽ വല്ലപ്പോഴുമേയുള്ളൂ എന്നു തോന്നുന്നു. ചുമരിലേക്കു നോക്കിക്കൊണ്ട് അവൾ ചോദിച്ചു.

''ഇവിടെ താമസിക്കണത് എട്ടുകാലികളാണോ നിങ്ങളാണോ?''

''കുട്ടി എവിട്ത്ത്യാ?'' അമ്മുക്കുട്ടിയമ്മ ചോദിച്ചു. അവൾ മറുപടിയൊന്നും പറയുന്നില്ല. തളത്തിൽ നിന്ന് അകത്തെ മുറികളിലേക്ക് നടന്ന് അവൾ നോക്കിപ്പഠിക്കുകയാണ്. ഒപ്പം തന്നെ അയലിൽ തൂക്കിയിട്ട നിറം മങ്ങിയ തോർത്തിനെക്കുറിച്ചും കട്ടിലിൽ ചുളിവീണു മുഷിഞ്ഞ കിടക്ക വിരിയെപ്പറ്റിയും അഭിപ്രായം പറഞ്ഞുകൊണ്ടിരുന്നു.

''എന്തൊരു വീടാണിത്?'' അവൾ പറയുകയാണ്. ''പുറത്തു നിന്നു നോക്കിയാൽ ഇത്ര അബദ്ധാണെന്നൊന്നും തോന്നില്ല.''

''ഈ കുട്ടി എവ്ട്ത്ത്യാ അമ്മുകുട്ടീ?'' ചേച്ചി ചോദിച്ചു.

''നിക്ക് മനസ്സിലാവ്ണില്ല്യ ചേച്ചീ.'' അമ്മുക്കുട്ടിയമ്മ സ്വരം താഴ്ത്തിക്കൊണ്ടു പറഞ്ഞു. പക്ഷേ രമ്യ അതെല്ലാം കേൾക്കുന്നുണ്ടായിരുന്നു.

''കുട്ടി എവിടുത്ത്യാ?'' ചേച്ചി ചോദിച്ചു.

''ഞാൻ ന്റെ വീട്ടിലെ.'' രമ്യ പറഞ്ഞു.

പെട്ടെന്നാണതുണ്ടായത്. ആദ്യം ചിരിച്ചത് ചേച്ചിതന്നെയായിരുന്നു. പിന്നീട് അനുജത്തിയും അതിൽ കൂടി. പിന്നെ ചിരിയുടെ സ്ഫോടനങ്ങളായിരുന്നു. ചിരിയുടെ അന്ത്യത്തിൽ അവർ പറഞ്ഞു. ''ഈ കുട്ട്യേക്കൊണ്ട് തോറ്റു.''

മാറാലകൾ അപ്രത്യക്ഷമായി. വെള്ള കിടക്കവിരികളും തോർത്തുകളും കാരത്തിൽ കിടന്നു വെന്തു നിറം വീണ്ടെടുത്തു. ചുവരുകൾ വീണ്ടും വെള്ളയായി. നിലം തുടയ്ക്കുന്ന ജോലിക്കാരിക്ക് താക്കീതു കൊടുക്കപ്പെട്ടു.

രമ്യ വീണ്ടും വന്നു. നാലു ദിവസത്തെ കാത്തിരിപ്പിനുശേഷം വീണ്ടും ഉച്ചതിരിഞ്ഞ നേരത്ത് അവൾ വന്നു. അവൾ ആരാണെന്നും അവൾ വീണ്ടും വരുമോ എന്നും മറ്റുമുള്ള അഭ്യൂഹങ്ങൾ നടന്നു കൊണ്ടിരിക്കേ അവൾ വാതിൽ കടന്നു വന്നു. വീടിനു വന്ന മാറ്റം അവൾ ശ്രദ്ധിച്ചു. നടന്നു കൊണ്ടുതന്നെ അവൾ പറഞ്ഞു തുടങ്ങി. ''ഉം, ചുമര് നന്നായിട്ടുണ്ട്. നിങ്ങടെ വാടകക്കാരും പോയി അല്ലേ?''

ചേച്ചിയും അനുജത്തിയും മനസ്സിലാവാതെ നിന്നു.

''ഞങ്ങക്ക് വാടകക്കാരൊന്നും ഇല്ല മോളെ.'' അമ്മു കുട്ടിയമ്മ പറഞ്ഞു. ''നാലു കൊല്ലം മുമ്പ് പൊറത്തെ മുറീല് ഒരു ചെറുപ്പക്കാരൻ നാലഞ്ചു മാസം താമസിച്ചിരുന്നു. ഇപ്പൊ ആരുംല്ല്യ.''

''മീൻ പിടുത്തക്കാര് പോയോ?''

''മീൻ പിടുത്തക്കാരോ?'' ഈ കുട്ടിക്ക് തലയ്ക്ക് സുഖം ഇല്ലേ എന്ന ഭാവത്തോടെ ആ സഹോദരിമാർ അന്യോന്യം നോക്കി. കഷ്ടം, കാണാൻ നല്ല കുട്ടി, പക്ഷേ ഇങ്ങനെ ഒരസുഖം?

''അതേ, മീൻ പിടിക്കണോരല്ലേ വല നെയ്യൂ.''

''അതിന് ആരാ കുട്ടി ഇവിടെ വല നെയ്യണത്?''

''അവരൊക്കെ പോയില്ലേ്യ. കഴിഞ്ഞ ആഴ്ച ഞാൻ വന്നപ്പോൾ കൊറേ പേർണ്ടായിരുന്നു. തട്ടിന്മേൽ ചൂണ്ടിക്കാട്ടിക്കൊണ്ട് അവൾ പറഞ്ഞു. ''എല്ലാരേം ഓടിച്ചു അല്ലേ?''

ആദ്യം ചിരിച്ചത് അമ്മുക്കുട്ടിയമ്മയായിരുന്നു. ''ചേച്ചീ, ഈ കുട്ടി എട്ടുകാലികള്ടെ കാര്യാ പറേണത്.''

പിന്നെ ചിരിയുടെ പ്രവാഹമായിരുന്നു. അതിൽ ഒലിച്ചു പോകുന്നത് ജീവിതത്തിന്റെ വിരസത, നഷ്ടബോധം.

''ഈ കുട്ട്യേ നമ്മടെ അടുത്തേക്കയച്ചത് ഗുരുവായൂരപ്പൻ തന്ന്യാ.'' ചേച്ചി പറഞ്ഞു. ''ഒന്നാന്തി പോമ്പ ഞാൻ ഒരു നെയ്പായസം കഴിച്ചോളാംന്ന് നേർന്നിട്ട്ണ്ട്.''

''എന്തൊരു മറിമായാ ചേച്ചീ, ഞാനും നേർന്നിട്ട്ണ്ട് നെയ് പായസം.'' അനുജത്തി അത്ഭുതത്തോടെ പറഞ്ഞു.

''അപ്പഴേയ് നിങ്ങളെല്ലാം നെയ്പ്പായസംതന്നെ നേർന്നാൽ കൃഷ്ണന് മടുക്കില്ലേ? ഒരാൾക്ക് പഞ്ചാരപ്പായസം നേരായിര്ന്നില്ല്യേ?''

''ശര്യന്നെ അല്ലേ ചേച്ചീ? ന്നാ ഞാൻ പഞ്ചസാരപ്പായസാക്ക്യാലോ?''

''അതു പാടില്ല.'' ചേച്ചി ഉടനെ പറഞ്ഞു. ''നെയ്പ്പായസം നേർന്നാൽ നെയ്പ്പായസംതന്നെ കൊടുക്കണം...''

അവർ ഒരു വാഗ്വാദത്തിലേർപ്പെട്ടു. ക്ഷേത്രകർമ്മങ്ങളെപ്പറ്റിയും നേർച്ചകൾ മാറ്റിയാലോ മുടക്കിയാലോ ഉണ്ടാവുന്ന ഭവിഷ്യത്തുകളെക്കുറിച്ചും നീണ്ട സംവാദം നടത്തുന്നതിനിടയിൽ, ആ സഹോദരിമാർ പെട്ടെന്നു തിരിഞ്ഞു നോക്കിയപ്പോൾ, സംവാദത്തിന് തുടക്കമിട്ട ആ പെൺകുട്ടി കസേരലിയിലിരുന്ന് മുഖം പൊത്തി ചിരിക്കുകയായിരുന്നു.

''നോക്ക്ന്റെ അമ്മൂ, ഏഷണികൂട്ടീട്ട് അവള് ഇര്ന്ന് ചിരിക്കണെ കണ്ടോ?''

കാർമേഘങ്ങൾ ഒഴിഞ്ഞുപോയി. തെളിഞ്ഞ ആകാശം നടുവിൽ സൂര്യതേജസ്സോടെ നിലകൊള്ളുന്ന പെൺകുട്ടി. അവർ അത്ഭുതത്തോടെ, ആരാധനയോടെ അവളെ നോക്കി.

''നമുക്ക് ഒരാൺകുട്ടിക്കു പകരം പെൺകുട്ട്യായിരുന്നെങ്കിൽ എത്ര നന്നായിരുന്നു അല്ലേ?'' അമ്മുക്കുട്ടിയമ്മ പറഞ്ഞു.

''അത്വന്നെ.'' ചേച്ചി ഉടനെ പറഞ്ഞു. അവരുടെ വാക്കുകളിൽ അവർ രണ്ടുപേരും അനുഭവിക്കുന്ന ഏകാന്തതയുടെ വേദനയുണ്ടായിരുന്നു.

''അങ്ങനെ കരുതുന്നതിൽ അപകടമുണ്ട്.'' രമ്യ പറഞ്ഞു. ''എന്നെപ്പോലെ സുന്ദരിയും സുശീലയുമായ ഒരു കുട്ടിയെ കിട്ടിയാൽ രക്ഷപ്പെട്ടു. മറിച്ചാണെങ്കിലോ? ഒരു രാക്ഷസിയെയാണ് കിട്ടിയതെങ്കിലോ?''

''അതും ശര്യാട്ടോ ചേച്ചീ.'' അമ്മുക്കുട്ടിയമ്മ പറഞ്ഞു. ''നമ്മടെ ഭാർഗ്ഗവീടെ മോളടെ മാതിര്യാണെങ്കിലോ?''

''ശര്യാന്റെ അമ്മുക്കുട്ടീ.''

എവിടെനിന്ന് വന്നതാണെന്നറിയാതെത്തന്നെ ആ പെൺകുട്ടി അവരുടെ ജീവിതം നിയന്ത്രിച്ചു. അവരുടെ ചിന്തകളെ സ്വാധീനിച്ചു. അവരുടെ വാക്കുകളെ രൂപപ്പെടുത്തി. നാലരമണിയായാൽ അവൾ എഴുന്നേൽക്കുന്നു.

''ഇപ്പോൾ എന്റെ പ്രിയഭർത്താവ് ബസ്സുകയറിയിട്ടുണ്ടാവും. വരുമ്പോൾ ഞാനവിടെയില്ലെങ്കിൽ കോളായി. എന്താണുണ്ടാവ്വാന്ന് കാണിച്ചുതരാം.''

അവൾ പുറത്തുകടന്ന്, ഉടനെ ഭാവനയിലുള്ള ഒരു ബ്രീഫ്കേസ് തൂക്കിപ്പിടിച്ചുകൊണ്ട് അകത്തേക്കു തന്നെ വന്നു.

''ഇനി ഒരു വിളിയാണ്. രമ്യേ? ആ വിളീല് വീട്ടിനുള്ളിലെ എല്ലാ സാധനങ്ങളും വിറയ്ക്കും, ഒരു സാധനൊഴികെ.''

''അതെന്താണ്?'' ചേച്ചി ചോദിച്ചു.

''ഈ രമ്യ.'' കൈകൊണ്ട് നെഞ്ചത്തു മൃദുവായി അടിച്ചുകൊണ്ട് അവൾ പറഞ്ഞു. ''ധൈര്യശാലിയായ ഈ രമ്യ.''

ബ്രീഫ്കേസ് നിലത്തു വയ്ക്കുന്നതായി ഭാവിക്കുന്നു. കസേലയിലിരിക്കുന്നു. ''ചായ കൊണ്ടു വരൂ.''

''ചായ കൊണ്ടുവരാൻ ഒരു നിമിഷം വൈകിയാൽ മതി, എന്റെ പണി അതോടെ തീരും. പിന്നെ ഈ റോട്ടില് കാണ്വ എന്റെ എല്ലും മുടീം നഖോം ഒക്ക്യാണ്. സൂക്ഷിച്ചു നോക്ക്യാൽ എന്റെ ചത്തുകിടക്കണ ധൈര്യവും കാണാം.''

''അത്യോ?'' ചേച്ചി വിഷമത്തോടെ ചോദിച്ചു. അനുജത്തി പക്ഷേ കുറച്ചുകൂടി ആ കുസൃതിയെ പഠിച്ചിരുന്നു. അവർ ചോദിച്ചു. ''അപ്പോ എറച്ചിയോ?''

''നല്ല മസാലക്കറിണ്ടാക്കി തിന്നും, അത്വന്നെ. അങ്ങനെ എത്ര പ്രാവശ്യംണ്ടായിട്ടുണ്ട്ന്ന് അറിയോ?''

ചിരിയുടെ അലകൾ, ഓടിപ്പോകുന്ന ആ പെൺകുട്ടിയുടെ കാതുകളെ തടവുന്നുണ്ടാവും.

ജോലിക്കാരി, രാവിലെ എട്ടുമണിക്കു വന്നു രാവിലെത്തന്നെ ഏഴ് അമ്പതിനു തിരിച്ചുപോകുന്നു. അതായത് അവർ ജോലി ചെയ്യുന്ന സമയം ശരിക്കും മൈനസ് പത്തു മിനുറ്റാണ്. ഈ അത്ഭുതകരമായ പ്രതിഭാസം അവർ സൃഷ്ടിക്കുന്നത് ഒരു പകിരി പോലെ പാഞ്ഞു കൊണ്ടാണ്. സിമന്റുതൊട്ടിയിൽ വെച്ച എച്ചിൽ പാത്രങ്ങൾ, അവ നാലെണ്ണമേ കാണൂ, ഒരു സെക്കന്റിൽ കഴുകപ്പെട്ട് തിണ്ണമേൽ എത്തുന്നു. രണ്ടു സെക്കന്റു വേണ്ട കുളിമുറി വൃത്തിയാക്കാൻ. ഒരു കടവാതിൽ പറന്നുനീങ്ങുന്ന സമയം കൊണ്ട് നിലം തുടച്ചെന്നു വരുത്തും. സമയത്തെ പുറകോട്ടു പിടിച്ചുവലിക്കുന്ന ഈ പ്രതിഭാസത്തിന്നിടയിൽ ചേച്ചിയോ അനുജത്തിയോ എന്തെങ്കിലും സംസാരിക്കാൻ പോയാൽ പലപ്പോഴും കേൾക്കേണ്ടിവരിക അത്ര നല്ല വാക്കുകളായിരിക്കില്ല. അതുകൊണ്ട് ഒരു നിവൃത്തിയുണ്ടെങ്കിൽ രണ്ടുപേരും അവളോട് ഒരക്ഷരം സംസാരിക്കാറില്ല. പക്ഷേ രമ്യയുടെ കാര്യം ചോദിക്കാതിരിക്കാൻ പറ്റിയില്ല.

''രമ്യോ? അങ്ങിനത്തെ ഒരു പെണ്ണൊരുത്തി ഈ ചുറ്റുവട്ടത്തൊന്നുംല്ല്യ.''

ഉച്ചതിരിഞ്ഞ് വരികയും തങ്ങളുടെ ജീവിതത്തിൽ ഒരുപിടി വെളിച്ചം തൂകി അഞ്ചുമണിയോടെ അസ്തമിക്കുകയും ചെയ്യുന്ന പെൺകിടാവിന്റെ ചിത്രം അവർ വരച്ചുകൊടുത്തു.

''നിങ്ങള് പറേണ് കേട്ടാ നല്ലൊരു പെണ്ണൊരുത്തി. പക്ഷേ ഈ ചുറ്റുവട്ടത്തൊന്നും അങ്ങനെ ഒരുത്തി ജീവിക്കണില്യ. ഈ പരിസരത്തില് അഞ്ചു വീട്ടീ എനിക്ക് പണിണ്ട്. അവിടെള്ളതൊക്കെ പൂതങ്ങളാ. നിങ്ങക്ക് രണ്ടേഭർക്കും ചിന്നൻ തൊടങ്ങീന്നാ തോന്നണത്.'' അവൾ ഒരു കൊടുങ്കാറ്റായി കടന്നുപോയപ്പോൾ ആ സഹോദരിമാർ അന്യോന്യം നോക്കി.

''ഈ പൂതത്തോട് ചോദിച്ച നമ്മളെ പറഞ്ഞാ മതി.''

രമ്യ വീണ്ടും വന്നു.

''അപ്പൊ കുട്ടീ, നിയെവിടത്ത്യാന്ന് പറഞ്ഞാ എന്താ കൊഴപ്പം?''

അവൾ ചിരിച്ചു. ''ചെല കാര്യങ്ങള് അറിയാതിരിക്ക്യല്ലെ നല്ലത്? ഞങ്ങള് വരത്തമ്മാരാ. വന്നവർ വന്ന പോലെ തിരിച്ചുപോവും.''

രമ്യയ്ക്കു ചുറ്റും രഹസ്യത്തിന്റെ ഒരു പരിവേഷമുണ്ടായിരുന്നു. അത് ഒരേ സമയം അവരെ ആകർഷിക്കുകയും ഭയപ്പെടുത്തുകയും ചെയ്തു. അവൾ ഒരു ദിവസം വരാതാവുമെന്നും തങ്ങളുടെ ജീവിതം വീണ്ടും ഇരുട്ടിലേക്കെറിയപ്പെടുമെന്നും അവർ ഭയപ്പെട്ടു. രണ്ടു മണിയോടെ അവർ ജനലിന്റെ അരികിൽ സ്ഥാനം പിടിച്ചു.

അവർ ഭയപ്പെട്ടിരുന്നപോലെ, യാതൊരു മുന്നറിയിപ്പും കൂടാതെ ഒരു ദിവസം അപ്രത്യക്ഷയായ രമ്യ പിന്നീട് വരികയുണ്ടായില്ല. ദിവസങ്ങൾ ആഴ്ചകളും മാസങ്ങളുമായി മാറി. ആ സഹോദരിമാർ കാത്തിരിപ്പു തുടർന്നു. അവളുടെ തിരോധാനത്തെക്കുറിച്ച് സ്വയം നടത്തിയ അഭ്യൂഹങ്ങൾ അവർക്ക് സാന്ത്വനമരുളിയില്ല.

''ഭർത്താവിന് മാറ്റായിട്ട്ണ്ടാവും.'' അനുജത്തി ഊഹിച്ചു.

''ന്നാലും ഒന്ന് വന്ന് പറയരുതേ?''

''എന്താന്നറീല്ല്യ. ഇനി വന്ന് പറയാൻ മടിയായിട്ടാണോ ആവോ? നമ്മളെ ആയിട്ട് അത്രേം അടുത്തതല്ലേ, വെഷമംണ്ടാവും പോവ്വാണ്ന്ന് പറയാൻ.''

''നിക്ക് അതല്ലാന്റെ അമ്മുകുട്ടീ. അതിന് വല്ലോം പറ്റീട്ട്ണ്ടാവ്വോ ആവോ. ഒന്ന് പോയി അന്വേഷിക്കാച്ചാൽ വീടും അറീല്ല്യ.''

''ഭഗവാനേ, ഒന്നും പറ്റാതിരുന്നാൽ മത്യായിർന്നു. ഗുരുവായൂരപ്പന് ഞാനൊരു പഞ്ചാരപ്പായസം കഴിച്ചോളാം.''

പെട്ടെന്ന് ഓർമ്മകൾ വന്ന് അവരുടെ കണ്ണുകൾ നിറച്ചു. ചേച്ചിയും കണ്ണു തുടക്കുകയായിരുന്നു.

''ഒരു ദിവസം ചേച്ചി മുകളിലേക്കു നോക്കിയപ്പോൾ കാണുന്നത് നിറയെ മാറാലകളായിരുന്നു. വാടകക്കാർ തിരികെ എത്തിയിരിക്കുന്നു.

''നിറയെ മാറാല...''

അവർ രണ്ടുപേരും നിശ്ശബ്ദരായി. ചിലന്തികൾ നിശ്ശബ്ദരായി വല നെയ്യുകയാണ്. ആ വൃദ്ധകളുടെ കാഴ്ച കുറഞ്ഞ കണ്ണുകൾകൊണ്ട് വലിയ ചിലന്തികളെ മാത്രമേ കാണാൻ കഴിഞ്ഞുള്ളൂ. അവയ്ക്കിടയിൽ നൂറു കണക്കിന് ചെറിയ ചിലന്തികൾ അവിരാമം ജോലി ചെയ്തു.

''ഞാനീ മാറാല്യൊക്കെ ഒന്ന് തട്ടട്ടെ.'' അനുജത്തി മാറാലത്തട്ടിയെടുത്തു കൊണ്ടുവന്ന് മാറാല തട്ടാൻ തുടങ്ങി. ഒരു മിനുറ്റ് തട്ടിയിട്ടുണ്ടാവും. അവർ മാറാലത്തട്ടി നിലത്തുവച്ച് കസേലയിലിരുന്നു.

''ന്റെ കയ്യ് പൊങ്ങ്ണ്ല്ല്യ ചേച്ചീ... നാളെ ദേവക്യോട് ഒന്ന് പറഞ്ഞു നോക്കാം.''

''അവളോട് പറേണേലും ഭേദം കൊറച്ച് കഷ്ടപ്പെട്ടിട്ടാണെങ്കിലും നമ്മള്തന്നെ ചെയ്യ്വാണ്.'' ചേച്ചി എഴുന്നേറ്റു കൊണ്ട് പറഞ്ഞു.

''ദാ, ചേച്ചീ അതൊന്നും ചെയ്യാൻ പോണ്ട. വെറുതെ വല്ല വെലക്കോം വരുത്തണ്ട.''

''ഞാൻ നോക്കട്ടെ...'' അവർ മാറാലത്തട്ടി എടുത്തു പൊന്തിച്ചു.

പെട്ടെന്ന് രണ്ടുപേരും കാതോർത്തു. ഒരു ശബ്ദം. അനുജത്തി പറഞ്ഞു.

''അത് നമ്മടെ രമ്യടെ ശബ്ദല്ലേ?''

അവർ ജനലിനരികിലേക്ക് ഓടി. മാറാലത്തട്ടി താഴെയിട്ട് ചേച്ചിയും ജനലിന്നടുത്തേക്ക് ഓടി. തെരുവ് വിജനമായിരുന്നു. അവർ ഓടിപ്പോയി വാതിൽ തുറന്നു. ആരും ഇല്ല. ഉച്ചവെയിലിൽ ആവിയെടുക്കുന്ന നിരത്തു മാത്രം. അവർ മുഖത്തോടു മുഖം നോക്കി.

''ഞാൻ കേട്ടതാ അവള്ടെ ശബ്ദം.'' അമ്മുക്കുട്ടിയമ്മ പറഞ്ഞു.

''ഞാനും അതേന്റെ അമ്മൂ.''

തെരുവിലേക്കിറങ്ങി ഒരിക്കൽക്കൂടി നോക്കിയശേഷം ആ വൃദ്ധകൾ അകത്തുകടന്നു. അവർ ക്ഷീണിതരായിരുന്നു. ഒരക്ഷരം പറയാനാവാതെ അവർ കസേലയിലിരുന്നു.

ചുമരുകൾ വീണ്ടും നിറം മങ്ങി. കിടക്കകൾക്കു മീതെ മങ്ങിയ വിരികൾ രണ്ടു വൃദ്ധശരീരങ്ങളെ കാത്തു ചുളിഞ്ഞുകിടന്നു. അയലിൽ തൂങ്ങിക്കിടന്ന വിഴുപ്പുവസ്ത്രങ്ങൾക്കും മുകളിൽ ചിലന്തികൾ ഇരുട്ടിന്റെ വല നെയ്യുകയാണ്.

■

ഉന്നൈ കാണാത കണ്ണും

വീട്ടുജോലിക്കു സഹായിക്കുന്നത് ഒരു തമിഴത്തിയാണ്. പത്തമ്പതു വയസ്സു പ്രായം. അവൾ തോന്നിയ സമയത്ത് കയറിവരും. പക്ഷേ എല്ലാ ജോലിയും കഴിഞ്ഞിട്ടേ പോകൂ. അതുകൊണ്ട് മാലതിക്ക് ആക്ഷേപമില്ല. പക്ഷേ അറിയാതെ കണ്ണുകൾ ചുമരിലേക്ക് പോകുന്നു. ‘‘നാൻ വരുമ്പോ അക്ക എന്തിനാ സമയം നോക്കണത്, നാനെല്ലാ ജോലീം കഴിഞ്ഞിട്ടല്ലേ പോണ്ള്ളൂ.’’ തമിഴ് ചുവയുള്ള മലയാളത്തിൽ യെല്ലമ്മ പറയുമ്പോൾ പിന്നെ എന്തു പറയാനാണ്? ഒരു വിധത്തിൽ അവളെ പറഞ്ഞിട്ട് കാര്യല്യ. അവൾ മറ്റൊരു വീട്ടിൽ ആശ്രിതയായി നിൽക്കുകയാണ്. ഫുൾടൈം ജോലിയെന്നാണ് പറയുന്നത്. പക്ഷേ അവരുടെ ജോലി കഴിഞ്ഞ് ഉച്ചയ്ക്കുശേഷം ആറു മണിവരെ മറ്റേതെങ്കിലും വീട്ടിൽ ജോലിയെടുത്ത് കുറച്ച് പണമുണ്ടാക്കിക്കോ എന്നു പറഞ്ഞതുകൊണ്ടാണ് അവൾക്ക് വരാൻ പറ്റുന്നതു തന്നെ. കല്യാണം കഴിഞ്ഞ് ഒന്നുരണ്ടു കൊല്ലം ജോലിക്കാരിയൊന്നും വേണ്ടെന്ന് കരുതിയതാണ് മാലതി. രണ്ടു പേരല്ലേ, എന്തു ജോലി യാണുണ്ടാവുക എന്നു വിചാരിച്ചു. പക്ഷേ വീട്ടുജോലി മുഴുവൻ ചെയ്ത് കഴിയുമ്പോഴേക്ക് വല്ലാതെ ക്ഷീണിക്കുന്നു. അപ്പോഴാണ് ഈ തമിഴത്തിയെ കണ്ടുപിടിച്ചത്.

‘‘ശരി, ശരി, സമ്മതിച്ചു. അവള് താമസിക്കുന്നിടത്തെ ആൾക്കാർ വളരെ നല്ലവർതന്നെ.’’ രാത്രി മാലതി ഇതെല്ലാം പറഞ്ഞപ്പോൾ രാജന്റെ പ്രതികരണം പെട്ടെന്നായിരുന്നു. ‘‘നമ്ക്ക് രാവിലെ പണി യെടുത്ത് പോണ വേറെ ആരേം കിട്ടാനില്ലേ? എനിക്കിഷ്ടല്ല, ഞാൻ ഓഫീസിൽന്ന് വരുമ്പോൾ ചൂലും പിടിച്ച് ഒരുത്തി എതിരേൽക്കണത്. ഒന്നുകിൽ ഞാൻ ബെല്ലടിക്കുമ്പോൾ അവളോട് മുമ്പില് വരര്ത്ന്ന് പറയണം, അല്ലെങ്കിൽ ഞാനിനി നേരം വൈകി വരാൻ തൊടങ്ങും.’’

മാലതി ആലോചിച്ചു. ഒരു നാവുകൊണ്ട് പറയും, ചൂലെന്താ ഒരു പണിയായുധം മാത്രല്ലേ. അതു കണികണ്ടാൽ എന്താ കുഴപ്പം? മറ്റേ നാവുകൊണ്ട് മറിച്ചും. മൂപ്പർക്ക് എന്തോ അവളെ ഇഷ്ടായിട്ടില്ല, അതാണ് കാര്യം. അവൾ ഉറക്കെ സംസാരിക്കുന്നു എന്നാണാക്ഷേപം.

യെല്ലമ്മ വന്നപ്പോൾ മാലതി പറഞ്ഞു.

''ചേച്ചീ, അടിച്ചുവാരല് ആദ്യം കഴിച്ചോളൂ. സാറ് വരുമ്പോ ചൂലും ആയിട്ട് നിൽക്കണത് ശര്യല്ല.''

ഒരു നിമിഷനേരത്തേക്കവളുടെ മുഖം മങ്ങിയോ എന്നു സംശയം. പെട്ടെന്നുതന്നെ അവൾ ചിരിച്ചുകൊണ്ട് ചോദിച്ചു. ''എന്നാ അക്കാ, സാറ് വഴക്ക് പറഞ്ഞോ?'' പിന്നെ തുടർന്നു. ''സാറിന് പയമാകുന്നുണ്ടാവും അല്ലേ? പറവയില്ലയ്. സാറ് വരുമ്പൊ നാനൊളിച്ചിരിക്കാം.''

വൈകുന്നേരം രാജൻ വന്നപ്പോൾ ചൂലില്ല, അതേറ്റി നിൽക്കുന്ന സ്ത്രീയുമില്ല. അയാൾ ചുറ്റും നോക്കിക്കൊണ്ട് ചോദിച്ചു.

''ഇന്നെന്താ നെന്റെ തമിഴത്തി വന്നില്ലേ?''

''അവള് നിങ്ങളെ പേടിച്ച് അടുക്കളേല് ഒളിച്ചിരിക്ക്യാണ്. ഇനി അവളെ ശകുനം കണ്ടിട്ട് നിങ്ങക്ക് അസുഖൊന്നും വരണ്ടാച്ചിട്ട്.''

''അസുഖം വരേ? ഞാനങ്ങന്യൊന്നും പറഞ്ഞില്ലല്ലോ.''

യെല്ലമ്മ അടുക്കളയിൽനിന്ന് വന്നു. ''അക്കാ, നാമ്പറഞ്ഞീലെ സാറ് വന്നാ എന്നെ ചോദിക്കുംന്ന്. ഇപ്പളോ?'' തുടർന്നവൾ പൊട്ടിച്ചിരിച്ചു.

രാജന് സന്തോഷം തോന്നി. ഈ പാവം സ്ത്രീ അവളെപ്പറ്റി താൻ പറയുന്നതൊന്നും കാര്യമാക്കുന്നില്ല. ഏത് അസ്വീകാര്യമായ അവസ്ഥയും അവളുടെ മനസ്സിന്റെ നന്മകൊണ്ട് അവൾ അനുകൂലമാക്കുകയാണ്.

പാവം, അഭാവത്തിൽ അവൾ കൂടുതൽ ശ്രദ്ധിക്കപ്പെടുന്നു. അവളുടെ ജീവിതം അത്ര നല്ലതൊന്നുമല്ല എന്ന് പലപ്പോഴായി നടന്ന സംസാരങ്ങളിൽനിന്ന് മാലതിക്ക് മനസ്സിലായിരുന്നു. പക്ഷേ അതൊന്നും അവളുടെ മുഖത്ത് കാണില്ല. എപ്പോഴും പ്രസാദാത്മകമായ മുഖം. പന്ത്രണ്ടാം വയസ്സിൽ കല്യാണം കഴിഞ്ഞു. കെട്ടിയത് അവളുടെ അമ്മാവൻ തന്നെ, അമ്മയുടെ അനുജൻ.

''ആദ്യത്തെ ദെവസം രാത്രിതന്നെ കുടിച്ച് വന്ന് എന്നെ വല്ലാതെ ഉപദ്രവിച്ചു. വേദന സഹിക്കാതെ നാൻ അമ്മാവ്ടെ അട്ത്തേയ്ക്ക് ഓടിപ്പോയി, ഇയ്യാള്ന്നെ വല്ലാതെ വേദനിപ്പിച്ചുന്ന് പറഞ്ഞ്. അമ്മ സാമസിക്കണത് ആ ചേരീല്ത്തന്നെ രണ്ട് വീട് അപ്പറത്താണ്.''

മാലതി ചിരിച്ചു. ''അയാള് കല്യാണം കഴിച്ചത് അതിനൊക്ക്യല്ലേ? പിന്നെന്താ കൊഴപ്പം.''

''കടവുളേ, വേദനിപ്പിക്കാനോ? അക്കാവിനങ്ങനെ ശൊല്ലാം. എനിക്ക് പന്ത്രണ്ട് വയസ്സാ. അയാളെട്ക്കെടക്ക് വരും, മിട്ടായിയൊക്കെ തരും. പക്ഷേ നാൻ പോവൂല. എനിക്ക് തൊടക്കംതൊട്ടേ അയാളെ ഇഷ്ടായിര്ന്നില്ല. അമ്മാവും അപ്പാവും ഒക്കെക്കൂടി ചെയ്തതാ.

പിന്നെ അഞ്ച് കൊല്ലം കഴിഞ്ഞപ്പൊ അയാള് നിർബ്ബന്ധായിട്ട് കൂട്ടി ക്കൊണ്ടോയി. അപ്പഴും എനിക്കയാളെ തീരെ ഇഷ്ടണ്ടായിര്ന്നില്ല.''

അവൾ സംസാരം നിർത്തും. സ്വന്തം കാര്യങ്ങൾ വളരെ അപൂർവ്വ മായേ അവൾ പറയാറുള്ളൂ. പത്തുപതിനഞ്ചു മുറികളുള്ള ഒരു വലിയ ഇരുനില മാളികയുടെ അടുക്കളയ്ക്കടുത്തുള്ള ചെറിയ മുറിയിലാണവൾ കഴിയുന്നത്. ഒരു ചെറിയ ടേബ്ൾ ഫാനും വീട്ടുകാരുപേക്ഷിച്ച ഒറ്റക്കട്ടിലുമുണ്ട്. അതുതന്നെ വലിയ കാര്യമാണെന്ന മട്ടിലാണവളുടെ സംസാരം. അവൾ പറഞ്ഞിരുന്നത് മുഴുവൻ ആ വീട്ടുകാരുടെ നന്മകളെപ്പറ്റിയായിരുന്നു. അവരുടെ പേരക്കുട്ടിയെപ്പറ്റി, അവളുടെ പരാക്രമങ്ങൾ, കളികൾ. യെല്ലമ്മയാണ് ആ കുട്ടിയുടെ അമ്മയെന്ന മട്ടിലാണ് സംസാരം മുഴുവൻ.

''അക്കാ, സാറിന് രണ്ട് മക്കള്. മൂത്തത് ആണ്, രണ്ടാമത്തത് പെണ്ണ്. അവൾക്കന്ന് ഒരു വയസ്സാ. അവളെ വളർത്തീതൊക്കെ നാനാ. ആ മോളടെ കല്യാണം കഴിഞ്ഞത് അഞ്ച് കൊല്ലം മുമ്പെ. അപ്പ അക്കാ, സ്റ്റേജില് അവര്ടെ ഒപ്പം എന്റീം ഫോട്ടോ എടുത്തു. അത് ആൽബത്തില്ണ്ട്.''

''അത്യോ?''

''ആ, അക്കാ എന്നാ നെനച്ചത്? അവര് തന്ന പട്ടുസാരിയെല്ലാമുടുത്ത് അവള്ടെ ഒപ്പംനിന്ന് ഫോട്ടോയെടുത്തു. നാനവള്ടെ അമ്മേപ്പോല്യാ. ന്റട്ത്തായിരുന്നു അവളെപ്പഴും. നാനാണവളെ കുളിപ്പിച്ചു കൊടുക്കാറ്, ചോറ് കൊടുക്കാറ്...''

''അപ്പൊ ചേച്ചി ആ വീട്ടില് വന്നിട്ട് ഇരുപത്തഞ്ച് കൊല്ലായി? ചേച്ചീടെ മോള്ടെ കല്യാണം കഴിഞ്ഞിട്ടെത്ര കാലായി?''

''അവള്ടെ കല്യാണം കഴിഞ്ഞിട്ട് ഇപ്പൊ... അഞ്ചുപത്തു കൊല്ലായി അക്കാ. സറിക്ക് ഓർമ്മല്യ.''

''അവളിപ്പൊ എവിട്യാ?''

''അവളിപ്പൊ... രണ്ടു കൊല്ലം മുമ്പ് അവള് വന്തിര്ന്ന്, അവളും കെട്ട്യോനും രണ്ടു കുട്ട്യോളും കൂടി. അപ്പൊ അവര് കൂനൂരിലായിര്ന്ന്. അയാക്ക് ചായത്തോട്ടത്തിലാ ജോലി.''

''ചേച്ചി അവര്ടെ അട്ത്തേയ്ക്ക് പോവാറില്ലേ?''

''ഇല്ലക്കാ, അവരായി അവര്ടെ പാടായി... അക്കാ ഈ ചെറ്യ ഉള്ളി നേര്യാക്കാനെട്ത്ത് വെച്ചതല്ലേ?''

യെല്ലമ്മയ്ക്ക് വിഷയം മാറ്റണമെന്നുണ്ട്.

''വേണം, ഇന്ന് ഉള്ളിസ്സാമ്പാറാണ്. ആ ചേനേം മെഴുക്കുപുരട്ടിടെ പാകത്തിന് നുറുക്കണം.''

''സറി അക്കാ, നെലംതൊടക്കല് കഴിഞ്ഞിട്ട് ചെയ്താപ്പോരെ?'

അവൾ മകളുടെ കാര്യം ഓർമ്മയില്ലെന്നു പറഞ്ഞത് ശരിയായിരിക്കും. മരുമകനുമായി അത്ര രസത്തിലല്ല യെല്ലമ്മ. അയാൾ ഇടയ്ക്കിടയ്ക്ക് വന്ന് കാശു ചോദിക്കും, കൊടുക്കാതിരുന്നാൽ തെറി പറയും. ആ വീട്ടുകാരതെല്ലാം കേൾക്കുന്നുണ്ടാവും. ഭാഷയിലില്ലാത്ത ആ പദങ്ങൾ സ്വന്തം കുട്ടികൾ കേൾക്കുന്നതവരിഷ്ടപ്പെട്ടില്ല. അവസാനം അവർ പറഞ്ഞു. ഇനി യെല്ലമ്മേടെ മരുമോനെ ഇവിടെ കടത്തില്ല. അവർ സെക്യൂരിറ്റിയോട് ആ മനുഷ്യനെ ഇനിമുതൽ കടത്തിവിടരുതെന്ന് പറഞ്ഞു. ഒന്നുരണ്ടു വട്ടം അയാൾ വന്നു. അകത്തു കടത്താതിരുന്നപ്പോൾ കുറെ തെറിവിളിച്ചു തിരിച്ചു പോയി. രണ്ടു പ്രാവശ്യം മാത്രം. പിന്നെ വരവുണ്ടായില്ല. കൂനൂരിൽനിന്ന് എറണാകുളംവരെ കാശു ചെലവാക്കി വരുന്നത് നാലു തെറി പറയാൻ മാത്രമായാൽ മുതലാവില്ല. അതു കഴിഞ്ഞ് കുറെയേറെക്കാലമായി.

''ചേച്ചീടെ നാട് എവിട്യാന്നാ പറഞ്ഞത്?''

''സേലത്ത്.''

''അവിടെ ആരുംല്ല്യേ?''

''യാരുമില്ലേ, അക്കാ, യാരുമേയില്ലെ. അപ്പ മെരിച്ചുപോയി, അമ്മേം മെരിച്ചുപോയി, ഒരനുജൻ ഒണ്ടായിരുന്നത് നേരത്തേ മെരിച്ചുപോയി. ഇപ്പ നാനൊറ്റയ്ക്ക്.''

പെട്ടെന്ന് യെല്ലമ്മ ഉറക്കെ ചിരിച്ചുകൊണ്ട് പറഞ്ഞു. ''യാരു ശൊന്നാൻ നാനൊറ്റയ്ക്കാന്ന്? എനിക്ക് അക്കാ ഇല്ലെ, സാറില്ലെ, നാൻ നിക്കണ വീട്ടിലെ കൂട്ടരില്ലെ?''

''ചേച്ച്യന്ന്യല്ലെ ഒറ്റയ്ക്കാണ്ന്ന് പറഞ്ഞത്?''

''അതെല്ലാം ഓരോ തോന്നലുകള് മാത്രം... അക്കാ, ഇന്ന് നെല വെളക്ക്കള് പോളിഷ് ചെയ്യണംന്ന് ചൊല്ലീലെ? പോളിഷ് എങ്കെ?''

രാത്രി ഉറങ്ങാൻ കിടക്കുമ്പോൾ മാലതി അന്നന്ന് യെല്ലമ്മ പറഞ്ഞതെല്ലാം ഭർത്താവുമായി പങ്കുവെയ്ക്കും. അതെല്ലാം യെല്ലമ്മയുടെ കുമ്പസാരമാണെന്നാണ് രാജൻ പറയുന്നത്.

''ഇതെല്ലാം പറഞ്ഞുകഴിഞ്ഞാൽ യെല്ലമ്മയ്ക്ക് നല്ല ആശ്വാസം കിട്ടുന്നുണ്ടാവും. എന്നുവെച്ചാൽ നിന്റെ ആശ്വാസം അവൾ തട്ടിയെടുക്കുന്നുവെന്നു മാത്രം. അതിനുശേഷം നീ ഇവിടെ കിടന്ന് അതോർത്ത് വിഷമിക്കാനും. അവളിപ്പോൾ ആശ്വാസത്തോടെ കിടന്നുറങ്ങ്ണ്ണ്ടാവും.''

''ശര്യാണല്ലേ? അവൾ എന്നും ഒമ്പതു മണിക്ക് കിടന്നുറങ്ങും. വീട്ടുകാരടെ ഭക്ഷണം കഴിയാൻ പത്തുമണിയാവുംത്രെ. അത്രയൊന്നും അവൾക്ക് പിടിച്ചുനിക്കാൻ കഴീല്ല്യ. ആ വീട്ടിലെ മുഴുവൻ ജോലി

ചെയ്യണം. രാവിലെ നാലര മണിക്കെണീറ്റ് മുറ്റമടിക്കാൻ തുടങ്ങും. അതു കഴിഞ്ഞ് വീടു മുഴുവൻ അടിച്ചുവാരി തുടയ്ക്കും. പിന്നെ കുളികഴിഞ്ഞ് അടുക്കളേല് കേറും. അതു കഴിഞ്ഞാൽ ജോലിതന്നെ. ഇവിടെ മൂന്നുമണിക്ക് വന്നാലും ജോലിതന്നെ. അപ്പൊപ്പിന്നെ വല്ലാതെ ക്ഷീണിക്കും പാവം.''

''ഇതാ ഞാൻ പറഞ്ഞത്, നീ ഇപ്പോൾ അവളെക്കുറിച്ചാലോചിച്ച് വിഷമിക്കുന്നു. വിഷമങ്ങളെല്ലാം നിന്റെ തലയിലിറക്കിവച്ച് അവൾ സുഖായി കിടന്നുറങ്ങുണൂ.''

അയാൾ ചിരിക്കുകയാണ്.

''അത് ശരി,'' മാലതി പറഞ്ഞു, ''ഞാനിപ്പോൾ എന്റെ വിഷമ ങ്ങളെല്ലാം നിങ്ങടെ തലേലിട്ടിട്ട്ണ്ട്. താങ്ങിനിൽക്കൂ, ഞാനുറങ്ങാൻ പോണൂ.'' പുതുതായി കിട്ടിയ ആശ്വാസത്തിന്റെ കുളിർമ്മയിൽ അവൾ പുതപ്പെടുത്ത് തലവരെ മൂടി കിടന്നു.

അയാൾ ആ പുതപ്പ് വലിച്ചുമാറ്റി.

''അങ്ങനെ ആശ്വാസത്തോടെ ഒറങ്ങാൻ വരട്ടെ.'' അയാൾ മാല തിയെ കെട്ടിപ്പിടിച്ചുകൊണ്ട് പറഞ്ഞു. ''എന്റെ വിഷമങ്ങള് തീർ ക്കാനും വഴികള്ണ്ടോന്ന് നോക്കാം.''

ഒരു ദിവസം ജോലിയെല്ലാം നേരത്തെ കഴിഞ്ഞ് യെല്ലമ്മ ചായ യുണ്ടാക്കി അടുക്കളയിൽ നിൽക്കുകയായിരുന്നു. രാജൻ വൈകിവരു മെന്ന് പറഞ്ഞ ദിവസമാണ്. മാലതി മേൽക്കഴുകി ഉടുപ്പുമിട്ട് അടു ക്കളയിലേക്കു വന്നു.

''ചേച്ചീ, എന്റെ പാവാടടെ ചരട് ഉള്ളില് പോയി ഒന്ന് എട്ത്തു തരണം.''

''പാവാട എവിടെ?''

''ഇതാ...'' അവൾ ഉടുപ്പു പൊക്കി. ''ഇട്ടപ്പഴാ കണ്ടത് ചരട് ഉള്ളില് പോയീന്ന്.''

''അത് ഊരിത്താ.''

മാലതി പാവാട അഴിച്ച് കൊടുത്തു.

''എന്നാ നെറം അക്കാവിന്റെ കാലൊക്കെ?''

''എന്തു നെറം, അപ്പൊ ചേച്ചി നെറള്ളോരെ കണ്ടാലോ?''

''അല്ല അക്കാവുക്ക് നെറംണ്ട്. കണ്ടില്ലേ എന്റെ നെറം. കറുകറുത്ത്. എങ്ങനെ അക്കാ നല്ല നെറംണ്ടാക്കും?''

''നെറൊന്നും വേണ്ട ചേച്ചി. ചേച്ചീനെ കാണാൻ നല്ല ചേല്ണ്ട്. മുഖശ്രീണ്ട്.''

''നെറം വേണം അക്കാ, അല്ലെങ്കീ ആർക്കും പിടിക്കൂല.''

മറ്റൊരു ദിവസം, അവൾ വിളക്കു പോളിഷ് ചെയ്യുകയായിരുന്നു. മാലതിയും ജോലിയിൽ സഹായിക്കാനെന്ന വ്യാജേന ഒപ്പമിരുന്നു. സംസാരംതന്നെ ലക്ഷ്യം. കുറച്ചു കഴിഞ്ഞപ്പോഴാണ് മനസ്സിലായത് രണ്ടുപേരും സംസാരിക്കുകയായിരുന്നില്ല, മറിച്ച് അവനവന്റെ മനസ്സിനുള്ളിലേക്ക് വലിയുകയായിരുന്നെന്ന്. മാലതി ചോദിച്ചു.

''എന്തു പറ്റീ യെല്ലമ്മച്ചേച്ചീ, എന്താ മിണ്ടാണ്ടിരിക്കണേ?''

യെല്ലമ്മ തുടച്ചുകൊണ്ടിരുന്ന നിലവിളക്ക് നിലത്തുവച്ചു, നിവർന്നിരുന്ന് മാലതിയെ നോക്കി. പിന്നെ കുനിഞ്ഞ് അടുത്ത വിളക്കെടുത്ത് പോളിഷിടാൻ തുടങ്ങി. അങ്ങനെ ജോലിചെയ്തുകൊണ്ടിരിക്കെ മാലതിയെ അത്ഭുതപ്പെടുത്തിക്കൊണ്ട് അവൾ പാടാൻ തുടങ്ങി. ആദ്യം ഒരു മൂളിപ്പാട്ടു മാത്രം, പിന്നെ വാക്കുകൾ സ്വരലയത്തോടെ വരാൻ തുടങ്ങി.

''ഉന്നൈ കാണാത കണ്ണും കണ്ണല്ലാ...''

ശ്വാസം അടക്കിപ്പിടിച്ചുകൊണ്ട് മാലതി അതു കേട്ടിരുന്നു. ഈ പാട്ട്, അതൊരിക്കൽ ഒരു ടി.വി. പരിപാടിയിൽ ഒരു കൊച്ചുകുട്ടി പാടുന്നതുകേട്ടപ്പോഴേ ഇഷ്ടപ്പെട്ടിരുന്നു. യെല്ലമ്മയ്ക്കു പാട്ടുപാടാനറിയാമെന്നത് ഒരത്ഭുതമായിരുന്നു. അവളെ എന്തായിട്ടു വേണമെങ്കിലും സങ്കല്പിക്കാം, പക്ഷേ പാട്ടുകാരി! കഴിഞ്ഞ ആറു മാസമായി അവൾ ഒരു മൂളിപ്പാട്ടുകൂടി പാടിയിട്ടില്ല. നല്ല ഈണത്തിൽ, എല്ലാം മറന്ന് അവൾ പാടുകയാണ്. ''ഇങ്ക് നീയൊരു പാതി, നാനൊരു പാതി, ഇതിൽ യാർ പിരിന്താലും വേദനൈ പാതി...''

പാട്ടിൽ ലയിച്ച് മാലതി ഇരുന്നു. യെല്ലമ്മ ഒരു താളത്തോടെ വിളക്ക് തുടയ്ക്കുകയാണ്. അതു നോക്കിക്കൊണ്ടിരിക്കെ, പെട്ടെന്ന് ഒരു തുള്ളി വെള്ളം വിളക്കിനുമേൽ വീണതായി തോന്നി അവൾ മുഖമുയർത്തി നോക്കി. യെല്ലമ്മയുടെ കണ്ണിൽനിന്നൂറിവന്ന് കവിളിലൂടെ ഒഴുകുന്ന കണ്ണീർ. അതു തുടയ്ക്കാൻ മെനക്കെടാതെ അവൾ പാട്ടു തുടർന്നു. ''....നീ സൊല്ലാത സൊല്ലും സൊല്ലല്ല, നീ ഇല്ലാമൽ നാനും നാനല്ലാ.''

പാട്ട് അവസാനിച്ചപ്പോൾ യെല്ലമ്മ സാരിത്തുമ്പുകൊണ്ട് കണ്ണു തുടച്ച് മാലതിയെ നോക്കി ചിരിച്ചു. കണ്ണീരിനിടയിലെ ചിരി.

''ഇത് സുശീലാവ് പാടീതാ, ഇദയ കമലത്തില്. അക്കാ ഈ സിനിമ നാൻ കല്യാണം കഴിഞ്ഞ കാലത്ത് എന്റെ പർത്താവിന്റെ ഒപ്പം കണ്ടതാ... അതൊരു കാലം.'' അവൾ നെടുവീർപ്പിട്ടു.

യെല്ലമ്മ ജോലി കഴിഞ്ഞു പോയ ഉടനെ മാലതി രാജനോടു പറഞ്ഞു.

''നമ്മടെ യെല്ലമ്മ ഇല്ലേ, നല്ല പാട്ടുകാരിയാ. ഇന്ന് ഒരു പാട്ടു പാടി, എന്തു നന്നായിട്ടാ പാടീത്ന്നോ. എന്താ പാട്ടിന്റെ പേര്...''

''ഇനി ഫീമെയിൽ സിങ്ങേഴ്സൊക്കെ കഷ്ടത്തിലാവൂലോ?''

''എന്തേ?''

''അല്ല, അവര്ട്യ്യാക്കെ ചാൻസ് പോവില്ലേ?''

''പാവം, അങ്ങന്യ്യാന്നും പറേര്ത്. പാട്ട് കഴിയുമ്പഴയ്ക്ക് അവൾക്ക് സങ്കടം വന്ന് കരയ്യായിരുന്നു. പാവം, അവൾക്ക് പാട്ടു പഠിക്കാൻ ചാൻസൊന്നും കിട്ടാത്തതുകൊണ്ട് മറ്റുള്ളവര്ടെ വീട്ടുജോലി ചെയ്തു ജീവിക്കുണു.''

യെല്ലമ്മ കരഞ്ഞുവെന്നത് അയാളെ വിഷമിപ്പിച്ചു. അയാളുടെ മനസ്സിൽ എവിടെയോ ഒരു വേദന.

''എന്തിനാണവൾ കരഞ്ഞത്?''

''അറീല്യ. ഒന്നും പറഞ്ഞില്ല. ഈ സിനിമ അവൾ കല്യാണം കഴിഞ്ഞ ഉടനെ ഭർത്താവിന്റൊപ്പം കണ്ട സിനിമ്യാണെന്നു മാത്രം പറഞ്ഞു.''

''പക്ഷേ, നീ പറയാറ്, അവൾക്കയാളെ ഒട്ടും ഇഷ്ടണ്ടായിര്ന്നില്ലാന്നാണല്ലോ.''

''ആവോ, അങ്ങന്യ്യാക്കെത്തന്ന്യാണ് അവൾ പറയാറ്...''

''എന്തൊക്ക്യ്യാണ്ട് നിന്റെ തമിഴത്തിടെ ഉള്ളില്.''

''ഞാനാ പാട്ട് യുട്യൂബില് കിട്ട്വോന്ന് നോക്കട്ടെ.'' മാലതി കമ്പ്യൂട്ടറിനുമുമ്പിലിരുന്നുകൊണ്ട് പറഞ്ഞു.

''ദാ ഇവ്ടെണ്ട്ട്ടോ, ഞാൻ കേൾപ്പിച്ചു തരാം.''

മുഴുവൻ കേട്ടശേഷം അയാൾ പറഞ്ഞു. ''നല്ല പാട്ട്, എന്തേ നമ്മളിതുവരെ കേക്കാതിരുന്നത് ആവോ.'' അയാൾ സ്ക്രീനിൽ നോക്കിക്കൊണ്ട് പറഞ്ഞു, ''അറുപത്തഞ്ചിലിറങ്ങിയ സിനിമ്യാണ്. അറുപതുകളില്ള്ള ഒരു മാതിരി നല്ല പാട്ടുകളൊക്കെ ഞാൻ കേട്ടിട്ട്ണ്ട്. ആയിരത്തിലൊരുവൻ, പാവമന്നിപ്പ് ഒക്കെല്യേ. പക്ഷേ ഈ പാട്ട് കേട്ടിട്ടില്ല. അച്ഛന്റെ അട്ത്ത് പഴേ തമിഴ് പാട്ടുകളൊക്കെ കാസറ്റില്ണ്ടായിരുന്നു, പക്ഷേ ഈ പാട്ടില്ല.''

ആ സംഭവത്തിനുശേഷം അയാൾ യെല്ലമ്മയോടുള്ള പെരുമാറ്റം കൂടുതൽ മയമുള്ളതാക്കി. അവളൊരു കലാകാരിയാണ്. മാലതി പറയുന്നതു കേട്ടാൽ മനസ്സിലാകും അവൾ വളരെ ഉയരങ്ങളിലെത്തേണ്ടവളാണെന്ന്. വിധിയുടെ കളികൾ കാരണം പട്ടിണിയിലും അതുവഴി മറ്റുള്ളവരെ ആശ്രയിച്ച് ജീവിക്കേണ്ട ഗതികേടിലും അവളെത്തിപ്പെട്ടു.

പിന്നേയും ഏറെ ദിവസങ്ങൾ കഴിഞ്ഞപ്പോഴാണ് അയാൾക്ക് യെല്ലമ്മയുടെ പാട്ട് കേൾക്കാനായത്. അയാൾ ഓഫീസിൽനിന്ന്

വന്ന് കമ്പ്യൂട്ടറിനു മുമ്പിലിരിക്കുകയായിരുന്നു. അടുക്കളയിൽ മാലതിയും യെല്ലമ്മയുംകൂടി എന്തോ ജോലി ചെയ്യുകയാണ്. പച്ചക്കറി നുറുക്കുകയായിരിക്കണം. അപ്പോഴാണയാൾ കേട്ടത് ആരോ മധുരമായി പാടുന്നു. മാലതി ഫോണിൽ പാട്ടു വച്ചതായിരിക്കുമെന്ന് കരുതി. ജോലികൾക്കിടയിൽ പാട്ടു കേൾക്കാനവൾക്കിഷ്ടമാണ്. അപ്പോഴാണ് മാലതി വന്നു സ്വകാര്യമായി പറഞ്ഞത്. ''ഒന്ന് വേഗം വന്ന് അടുക്കളടെ വാതിൽക്കൽ വന്നുനോക്കൂ. അവൾ കാണണ്ട. യെല്ലമ്മച്ചേച്ചി പാട്ടു പാടുന്നുണ്ട്.''

അപ്പോൾ യെല്ലമ്മയുടെ ശബ്ദമായിരുന്നു താൻ കേട്ടിരുന്നത്.

''രാസാത്തി ഉന്നൈ കാണാതെ നെഞ്ചം കാത്താടി പോലാടുത്...''

അവൾ പാടുന്നത് കാണുകയും വേണം, അയാൾ അകത്തേക്കു കടന്നു. തന്നെ കണ്ടാൽ പാട്ടു നിർത്തുമോ എന്ന ഭയമുണ്ടായിരുന്നു. അവൾ നിർത്തിയില്ല. മുഖമുയർത്തി ചിരിച്ചശേഷം പാട്ടു തുടർന്നു.

''കണ്ണുക്കൊരു വണ്ണക്കിളി, കാതുക്കൊരു ഗാനക്കുയിൽ,
നെഞ്ചുക്കൊരു വഞ്ചിക്കൊടി നീതാനമ്മാ...''

പാട്ടു കഴിഞ്ഞപ്പോൾ അയാൾ കൈയടിച്ചു. ഒരു ആങ്കോർ പറയേണ്ട സന്ദർഭമാണ്.

''യെല്ലമ്മച്ചേച്ചീ, 'ഉന്നയ് കാണാതെ' സാറിന് കേപ്പിച്ചുകൊടുക്കൂ.''

യാതൊരു മടിയും കൂടാതെ അവൾ പാട്ടു തുടങ്ങി. പയർ ഒടിച്ച് ചെറിയ കഷ്ണങ്ങളാക്കുന്നതിനോടൊപ്പം അവൾ പാടുന്നത് അയാൾ ആരാധനയോടെ നോക്കിനിന്നു. പാട്ടു കഴിഞ്ഞപ്പോൾ കൈയടിക്കാൻകൂടി മറന്ന് അയാൾ നിന്നു. രാജൻ തിരിച്ചുവന്ന് ഇന്നലെ മാലതി ഡൗൺലോഡു ചെയ്തുവച്ച പാട്ട് ഉറക്കെ വെച്ചു. 'രാസാത്തി ഉന്നൈ' എന്ന പാട്ടിനു വേണ്ടി യൂട്യൂബിൽ പരതുകയും ചെയ്തു.

പാട്ടു കേട്ട് യെല്ലമ്മ ഓടിവന്നു.

''അപ്പ നീങ്കള്ടെ അട്ത്ത് ഈ പാട്ടുണ്ടോ?''

അയാൾ ചിരിച്ചു. ആ പാട്ട് കഴിഞ്ഞ് രാസാത്തി ഉന്നൈ എന്ന പാട്ടും കേൾപ്പിച്ചപ്പോൾ അവൾക്ക് ശരിക്കും അതിശയമായി.

''നീങ്കള് ഭയങ്കര ആൾക്കാരാ. എല്ലാ പാട്ടുംണ്ടല്ലോ.''

പിന്നീട് അവൾ ഓരോ പാട്ടു പാടുമ്പോഴും നിമിഷങ്ങൾക്കകം മാലതി അതു യൂട്യൂബിൽ പാടിച്ചു കേൾപ്പിച്ചു. അവൾക്ക് ശരിക്കും അത്ഭുതമായി. ''നീങ്കടെ കമ്പൂട്ടറില് എല്ലാ പാട്ടുംണ്ടല്ലോ!''

രാത്രി കിടക്കുമ്പോൾ അയാൾ പറഞ്ഞു. ''നിന്റെ തമിഴത്തി കാരണം നമ്ക്ക് തമിഴ്പാട്ട്കള്ടെ നല്ല കളക്ഷനായി. ഞാനതിന്റ്യെല്ലാം പ്ലേ ലിസ്റ്റ്ണ്ടാക്കീട്ട്ണ്ട് യൂട്യൂബില്.''

സംഗീതം യെല്ലമ്മയെ കൂടുതൽ അടുപ്പിച്ചുവെന്ന് മാലതി കണ്ടു. ഇപ്പോഴവൾ അവളുടെ ഭൂതകാലത്തെപ്പറ്റി കൂടുതൽ പറയാറുണ്ട്. ഓരോ സംഭവങ്ങൾ കേൾക്കുമ്പോഴും തോന്നും അതു കേൾക്കേണ്ടി യിരുന്നില്ല എന്ന്. പക്ഷേ ഒരു മയക്കുമരുന്നിന്നടിമയായപോലെ പച്ചക്കറി നുറുക്കുമ്പോൾ യെല്ലമ്മയുടെ കഥകൾക്കായി അവൾ കാതോർത്തു. ഭർത്താവിന്റെ പീഡനം വല്ലാതെ വർദ്ധിക്കുമ്പോൾ അവൾ അമ്മയുടെ അടുത്തേക്കോടും. അമ്മയോട് കരഞ്ഞ് പറയും. ഒരാഴ്ച അവിടെ നിന്നാൽ അമ്മ പോകാൻ നിർബ്ബന്ധിക്കും, കാരണം ചെലവ് കൂടുന്നത് മറ്റു വീടുകളിൽ പണിയെടുത്ത് ജീവിക്കുന്ന ആ പാവം സ്ത്രീക്ക് താങ്ങാനാവില്ല. അച്ഛൻ അതിനകം മരിച്ചുപോയി രുന്നു. അതിനെടയ്ക്ക് ഭർത്താവ് വീട് മാറിപ്പോവേം ചെയ്തു. അതു കുറച്ച് ദൂരെയായിര്ന്നു, ബസ്സീല് പോണം. അങ്ങനെ ഒരിക്കൽ പിണങ്ങിപ്പോയി തിരിച്ചു ചെന്നപ്പോൾ വാതിൽ തുറന്നത് ഒരു ചെറുപ്പ ക്കാരിയായിരുന്നു. തന്നേക്കാൾ ചെറുപ്പമായ, നിറമുള്ള ഒരുത്തി. ഭർത്താവ് പുറത്തുപോയിരുന്നു. ആരാണെന്ന് ചോദിച്ചപ്പോൾ അവൾ പറഞ്ഞു നാൻ പൊണ്ടാട്ടി. താനാണവിടുത്തെ പൊണ്ടാട്ടിയെന്ന് യെല്ലമ്മ പറഞ്ഞപ്പോൾ അവൾ സമ്മതിച്ചില്ല. ഇങ്കെ നാൻതാൻ പൊണ്ടാട്ടി, നീ പോ, പോ. അവൾ യെല്ലമ്മയേയും മകളേയും അകത്തു കടത്തിയില്ല. ഭർത്താവ് വരാനായി അവൾ വീടിന്റെ വരാന്തയിൽ കാത്തുനിന്നു. ഭർത്താവ് വന്നപ്പോൾ അവളോട് തട്ടിക്കയറി. താൻ വേറെ കല്യാണം കഴിച്ചുവെന്നും ഇനി അങ്ങോട്ട് ചെല്ലേണ്ടെന്നും പറഞ്ഞു.

''അങ്ങനെ അക്കാ, നാൻ തിരിച്ച് അമ്മടെ അട്ത്തേയ്ക്ക് തന്നെ പോന്നു. ഒരു ജോലി കിട്ട്വോന്ന് നോക്കി. രണ്ട് വയസ്സ്ള്ള ഒരു കൊച്ചിനേംകൊണ്ട് ജോലിക്ക് ചെല്ലാൻ ആരും സമ്മതിക്കില്ല. അവസാനം നാൻ അവളേം പെറ്ക്കിയെട്ത്ത് സ്റ്റേഷനില് പോയി മലയാളക്കരയിലേക്ക്ള്ള വണ്ടീല് കേറി ഇരുന്നു. രണ്ട് കക്കൂസ് കള്ടെ എടേല്ള്ള സ്ഥലല്യേ അക്കാ, അവിടെയിരുന്നു. ടിക്കറ്റില്ലാത്യല്ലെ പോന്നത്, അപ്പ സീറ്റിലൊക്ക കേറി ഇര്ന്നാല് വല്യേ ആപ്പീസർമാര് നോക്കാൻ വരുമ്പോ എറക്കിവിടും. പിന്നെ ഒറങ്ങി എണീറ്റപ്പൊ കണ്ടത് വല്യൊരു സ്റ്റേഷനാ. അവിടെ എറങ്ങി. അത് ഷൊറണൂരാ യിരുന്നു.''

രാജൻ വാതിൽ ബെല്ലടിച്ചത് കേട്ടപ്പൊ മാലതി പറഞ്ഞു.

''ഇനി നാളെ പറയാം യെല്ലമ്മച്ചേച്ചി, സാറ് വന്നില്ലേ, ഞാൻ ചായണ്ടാക്കിക്കൊട്ക്കട്ടെ.''

രാത്രി ഉറങ്ങാൻ കിടന്നപ്പോൾ അന്നത്തെ അദ്ധ്യായം മാലതി ഭർത്താവിന് പറഞ്ഞുകൊടുത്തു.

''നീയെനിക്ക് ഉറക്കമില്ലാത്ത രാവുകളാണ് സമ്മാനിക്കണത്.'' രാജൻ പറഞ്ഞു. ''ഇനി കഥ എങ്ങിനെ അവസാനിക്കുംന്നറിയാതെ എങ്ങനെ ഉറക്കം കിട്ടും?''

അയാൾ തമാശയായി പറഞ്ഞതായിരുന്നുവെങ്കിലും മാലതി ക്കതിന്റെ അർത്ഥം മനസ്സിലായി. തനിക്കും മനശ്ശാന്തി കിട്ടണമെങ്കിൽ കഥയുടെ ബാക്കിഭാഗം അറിയണം. അവൾ പറഞ്ഞു. ഷൊറണൂരി റങ്ങിയ ആ പാവം സ്ത്രീ എങ്ങനെ എറണാകുളത്തെത്തി?

''ഓരോര്ത്തര്ടെ വിധി, അല്ലാതെന്തു പറയാൻ?'' അവൾ നെടു വീർപ്പിട്ടു.

പിറ്റേന്ന് യെല്ലമ്മ എത്തിയപ്പോൾ മാലതി പറഞ്ഞു. ''നമുക്കിന്ന് ആദ്യം പച്ചക്കറി നുറുക്കാം, എന്നിട്ട് കൂട്ടാന്റെ പണി നോക്കണം. സാറ് വന്നാല് എവ്ട്യേ്യാ പോണംന്ന് പറഞ്ഞിട്ട്ണ്ട്.''

''സറി അക്കാ.''

നുണ പറഞ്ഞതിൽ മാലതിക്ക് വിഷമം തോന്നി. അവൾക്ക് നേരിട്ട് പറയാമായിരുന്നു യെല്ലമ്മയുടെ കഥ കേൾക്കാനെനിക്ക് ധൃതിയായി എന്ന്. അവൾ പറഞ്ഞു.

''പിന്നെ എനിക്ക് യെല്ലമ്മച്ചേച്ചീടെ കഥ കേക്കാനും ധൃത്യായി.''

''അയ്യോ അക്കാ, നിങ്ങള് മലയാളത്ത്ക്കാര് റൊമ്പം നല്ലോര്.''

''സ്റ്റേഷനീന്ന് യെല്ലമ്മ എന്തു ചെയ്തു.''

''എന്തു ചെയ്യാനാ അക്കാ, നാൻ മോളെം ഒക്കത്ത് വച്ച് അങ്ങനെ നിന്നു. വണ്ടി പോയി. ന്റെ കയ്യീ കാശുംല്യ. അങ്ങനെ നിക്കുമ്പഴാണ് ഒരാള് അട്ത്തേക്ക് വന്നത്. നല്ല ഒയരംള്ള ഒരാള്, പത്തു നാല്പത് വയസ്സായിട്ട്ണ്ടാവും. ഒപ്പംതന്നെ അയാള്ടെ പാര്യേംണ്ടായിര്ന്നു. അയാള് ചോദിച്ചു. 'ഏയ് തമിളത്തി, നീ എങ്ങോട്ടു പോണു.' എനിക്ക് മുഴുവൻ മനസ്സിലായില്ല. അപ്പൊ അങ്ങേര് തമിഴില് പേശി. നാൻ ചൊല്ലി എങ്ങും പോവാനില്ലെ, നാൻ ജോലിതേടി വന്തതാണ്ന്ന്. അപ്പൊ അങ്ങേര് പറഞ്ഞു. 'നീ വാങ്കോ.' ഞാൻ അവര്ടെ പിന്നാലെ പോയി. വല്യൊരു കാറില് പിന്നില് ഇരിക്കാൻ പറഞ്ഞു. അവരെന്നെ വീട്ടീക്ക് കൊണ്ടുപോയി.''

''യെല്ലമ്മച്ചേച്ചി ആ വീട്ടില് തന്ന്യാണോ ഇപ്പഴും.''

''അതെ അക്ക, വളരെ നല്ലവര്. നിങ്ങള് മലയാളത്ത്ക്കാര് റൊമ്പം നല്ലോര്.''

അങ്ങനെയിരിക്കെ ഒരു ദിവസം യെല്ലമ്മ വന്നത് ആകെ പാറി പ്പറഞ്ഞ തലമുടിയും ഒതുക്കാതെയുടുത്ത സാരിയുമായിട്ടാണ്. അവ ളുടെ കണ്ണുകൾ കലങ്ങിയിരുന്നു.

''എന്തുപറ്റീ യെല്ലമ്മാ?''

''ഒന്നുമില്ലെ അക്കാ.'' പിന്നെ ഒന്നുംതന്നെ പറയാതെ ചൂലും പ്ലാസ്റ്റിക് കോരികയുമെടുത്ത് അടിച്ചുവാരാൻ തുടങ്ങി.

അടിച്ചുവാരി നിലം തുടച്ചശേഷം പച്ചക്കറി നുറുക്കാനിരിക്കെ അവൾ സാവധാനത്തിൽ പറഞ്ഞുതുടങ്ങി.

''ഇന്നലെ അമൻ വന്തിരിന്ത്.''

''ആര്?''

''അമൻ, ന്റെ മകള്ടെ കെട്ട്യോൻ. വല്ലാതെ ബഹളം വെച്ചു. ബാബുസാറ് പൊറത്ത് വന്ന് അമനെ കൊറെ ചീത്ത പറഞ്ഞു. ഇനി ഇവിടെ വന്നാൽ കാല് തച്ചൊടിക്കുംന്നൊക്കെ പറഞ്ഞ്. അമൻ പോയ ശേഷം സാറ് ന്നെ കൊറേ വഴക്ക് ചൊല്ലി. നാളെത്തന്നെ ഇവ്ട്ന്ന് പോണംന്നും പറഞ്ഞു. അത്രയ്ക്ക് ചീത്ത ഭാഷേലാണ് ന്റെ മരുോൻ സംസാരിച്ചത്. നാൻ സാറിന്റെ കാല് കെട്ടിപ്പിടിച്ച് കരഞ്ഞ് പറഞ്ഞ് ന്നെ ബ്ട്ന്ന് പറഞ്ഞയക്കല്ലേന്ന്. അവസാനം ചേച്ചീം എടപെട്ട് സാറിനെക്കൊണ്ട് സമ്മതിപ്പിച്ചു.''

മാലതി ഒന്നും പറയാനാവാതെ അവളെ നോക്കിനിന്നു.

''ചേച്ചീ, എടയ്ക്ക് നാനാലോചിക്കാറ്ണ്ട്. എനിക്കാരുംല്യ, എങ്ങട്ടും പോവാനുംല്യ. സാറ് ആ വല്യ വീട് വിക്കാമ്പോവ്വാണ്. മോന്റെ ഒപ്പം ഒരു ഫ്ളാറ്റിലേക്ക് മാറാൻ. അപ്പൊ എനിക്കെന്തായാലും ആ വീട്ടീന്ന് പോണ്ടി വരുംന്ന് ചേച്ചി പറയുന്നുണ്ട്. ഫ്ളാറ്റ്കളില് അത്ര സ്ഥലൊന്നുംണ്ടാവില്ല. നാനെവിടെ പോവും? ചെല ദിവസം അവരെല്ലാംകൂടി ടൂറിന് പോമ്പ ആ വെല്യേ വീട്ടില് നാനൊറ്റക്കാവും. അന്ന് രാത്രി കെടക്കുമ്പൊ അതൊക്കെ ആലോചിക്കും, വല്ലാതെ സങ്കടം വന്ന് കരയും. ഉന്നൈ കാണാതെന്ന പാട്ടില്ലെ, അതൊറക്കെ പാടിക്കൊണ്ട് നാൻ കൊറേ നേരം കരയും. അപ്പൊ കൊറച്ച് സമാതാനാവും...''

രാത്രി ഇതൊക്കെ രാജനോട് പറഞ്ഞുകഴിഞ്ഞപ്പോഴാണ് മാലതിക്ക് കുറച്ചാശ്വാസം കിട്ടിയത്. അയാൾ കുറേ നേരം ഒന്നും പറയാതെ കിടന്നു. മാലതി ഉറക്കമായിരുന്നു. വിധിയുടെ, മനസ്സിലാക്കാൻ പ്രയാസമായ വിരോധാഭാസങ്ങളുടെ സങ്കീർണ്ണമായ വഴികളെപ്പറ്റി അയാൾ കുറെനേരം ചിന്തിച്ചു. ഒരു വിത്ത്, അതു വീണത് തരിശുനിലത്തായിപ്പോയി. പുതുമഴയിൽ അത് കിളർത്തെങ്കിലും പശിമകിട്ടാതെ മുരടിച്ചു. ആ വിത്തുതന്നെ കുറച്ചുമാറി ഉർവ്വരയിലാണ് പതിച്ചിരുന്നതെങ്കിൽ അതൊരു വൻവൃക്ഷമായി പടർന്നു പന്തലിച്ചേനേ. അവൾ ഒരു വലിയ കലാകാരിയാവേണ്ടവളാണ്. ഇപ്പോഴോ മറ്റുള്ളവരുടെ വീട്ടുജോലി ചെയ്ത് അവരുടെ ഔദാര്യത്തിൽ ഭാവിയെപ്പറ്റിയുള്ള ഉൽക്കണ്ഠയിലും ഭയത്തിലും ജീവിക്കുന്നു, അവളുടെ സർഗ്ഗവാസനയും വളർത്താൻ കഴിയാതെ മുരടിക്കുന്നു. എന്തൊരു ജീവിതം!

യെല്ലമ്മയെക്കുറിച്ചോർത്ത് അയാൾ ഏറെ ദുഃഖിതനായി. ■

ദിനോസറുടെ കുട്ടി

"**ഇ**ന്നലെ രാത്രി ദിനോസറിന്റെ കുട്ടി വീണ്ടും വന്നു." രാജീവൻ പറഞ്ഞു. "അത് ജനലിക്കൂടെ കൊറെ നേരം എന്നെ നോക്കി."

പ്രാതൽ സമയം രാജീവന്റെ കഥകളുടെ സമയമാണ്. സ്വപ്നങ്ങളുടെ കഥകൾ. വെയിൽ ജനലഴികളിലൂടെ മേശമേൽ പതിക്കുമ്പോൾ അവൻ സ്വപ്നങ്ങളുടെ വിശദാംശങ്ങൾ ഓർക്കുന്നു. പിന്നെ കഥകൾ ഓരോന്നോരോന്നായി പുറത്തു വരുന്നു. മോഹനൻ കേൾക്കാൻ ബാദ്ധ്യസ്ഥനാണ്, കാരണം ഒരേ ഒരു അനുവാചകനേയുള്ളൂ. ശൈലജ അടുക്കളയിൽ ദോശയുണ്ടാക്കുന്ന തിരക്കിലാണ്.

"ഞാനൊറങ്ങ്വായിരുന്നു." അവൻ തുടർന്നു. "ദിനോസറിന്റെ കുട്ടി കൊറേ നേരം എന്നെ നോക്കിനിന്നു. അതിന് എന്നെ നല്ല ഇഷ്ടായി. അത് ജനലിന്റെ അഴീക്കൂടെ നാവിട്ട് എന്നെ നക്കി. നല്ല മയണ്ടായിരുന്നു അതിന്റെ നാവിന്. മുഖം എന്തു ഭംഗിയാണെന്നോ. ഒരു നായ്ക്കുട്ടിടെപോലെ."

ഇതു രണ്ടാം ദിവസമാണ്. ആദ്യത്തെ ദിവസം അതായത് മിനിഞ്ഞാന്ന്, അതു വന്ന് രണ്ടാംനിലയിലെ ജനലിലൂടെ രാജീവൻ കിടക്കുന്നത് നോക്കി. പിൻകാലിൽ നിന്നുകൊണ്ടാണ് നോക്കിയത്. കുറിയ മുൻകാലുകൾ പുറത്തെ ചുമരിൽ അമർത്തിപ്പിടിച്ചുവെന്നാണ് അവൻ പറയുന്നത്. ഇരുപതടി ഉയരമുണ്ട്. പക്ഷേ, അതൊരു കുട്ടി ദിനോസറായിരുന്നു. കൗതുകമുള്ള മുഖം. രാജീവന് അതിനെ ഉമ്മ വെയ്ക്കാൻ തോന്നി. പക്ഷേ വെച്ചില്ല. അറിയില്ലല്ലോ അതിന് ഉമ്മ ഇഷ്ടമാവുമോ എന്ന്.

ഇത് പുതിയൊരു സീരിസ്സിന്റെ തുടക്കമാണ്. സ്വപ്നങ്ങളിൽ വന്ന് അവനെ സ്നേഹിച്ചിട്ടുള്ള, ഉപദ്രവിച്ചിട്ടുള്ള മൃഗങ്ങൾ കുറച്ചൊന്നുമല്ല. അവയിൽ പൂച്ച മുതൽ ആനവരെയുള്ള മൃഗങ്ങളുണ്ട്. പക്ഷേ ഇത്രയും വലുപ്പമുള്ള ഒരു മൃഗം, അതാദ്യമായാണ്. കഥാപാത്രങ്ങളുടെ വലുപ്പം കൂടുംതോറും കഥയും ദീർഘിക്കുന്നു. അവ കൂടുതൽ ദിവസങ്ങൾ നീണ്ടു നിൽക്കുന്നു.

''നീയെന്താണ് ദോശ കഴിക്കാത്തത്?'' ശൈലജ ചോദിക്കുന്നു. അവന് മറുപടിയില്ല. അവൻ അപ്പോഴും വർണ്ണിക്കുകയാണ്.

''അതിന്റെ പിൻകാലുകൾക്ക് നല്ല വണ്ണണ്ട്. മുൻകാലുകള് ചെറീതാണ്. അതും തൂക്കിയിട്ട് അത് നില്ക്കുവായിരുന്നു. പാവം, അതിന് വെശന്നിട്ടായിരിക്കും. ഡാഡി, ദിനോസറുകള് എന്താണ് തിന്നുക?''

ദിനോസറുകളുടെ ഭക്ഷണം എന്താണെന്നയാൾക്കറിയില്ല. പുല്ലാണോ? പത്തു കോടി വർഷങ്ങൾക്കു മുമ്പ് ഭൂതലത്തിൽ പുല്ലു കളുണ്ടായിരുന്നോ? അറിയില്ല.

''നീ നിന്റെ ദോശ തിന്നുന്നുണ്ടോ?'' അയാൾ ചോദിച്ചു. ''ഓട്ടോ റിക്ഷ ഇപ്പാൾ വരും. അപ്പോൾ ഓടാനും ചാടാനും നിൽക്കണ്ട.''

അവന്റെ സ്വപ്നാടനം തകർന്നു. അവൻ ധൃതിയിൽ ദോശ വിഴു ങ്ങാൻ തുടങ്ങി.

''മമ്മീ, എന്റെ ബ്ലൂ സോക്സ് കണ്ടുവോ? ഇന്നലെ ബ്ലാക് സോക്സിട്ടു പോയപ്പോൾ പോൾസാറ് പനിഷ് ചെയ്യുംന്ന് പറഞ്ഞു. എന്റെ ലഞ്ച് ബോക്സ് തരൂ.''

''ലഞ്ച് ബോക്സ് എവിടെ? വൈകുന്നേരം വന്നാൽ കഴുകാൻ തരണമെന്ന് ഞാൻ എന്നും പറയാറില്ലേ...? ഇങ്ങട്ടു തരൂ വേഗം. ഇതാ, ഇതിൽ രണ്ടിഡ്ഡലി ബാക്കി വെച്ചിട്ടുണ്ടല്ലോ. എന്താ മുഴുവൻ കഴിക്കാതിരുന്നത്?''

ഇനി ബഹളമാണ്. എട്ടര മണിക്ക് ഓട്ടോ വരുന്നവരെ, രാജീവൻ ശൈലജയെ ഇട്ടു വട്ടം കറക്കുന്നു. ഓട്ടോ പോയിക്കഴിഞ്ഞാൽ അവൾ തളർന്ന് ഒരു കസേരയിൽ വീഴുന്നു.

''ആവൂ, ഒരുത്തനെക്കൊണ്ടുള്ള പരാക്രമമാണിത്. ഇക്കണെക്കിൽ നാലെണ്ണമുണ്ടായാൽ എന്തായിരിക്കും സ്ഥിതി?''

''ഒന്നു മിണ്ടാതിരിക്കൂ.'' മോഹനൻ പറയുന്നു. ''ഇവിടെ അതി നേക്കാൾ പ്രധാനപ്പെട്ട കാര്യങ്ങൾ ചിന്തിക്കാനുണ്ട്. ഉദാഹരണമായി ദിനോസറിന്റെ ഭക്ഷണരീതി. വൈകുന്നേരം രാജീവൻ വരുമ്പോ ഴേക്കും അതു കണ്ടുപിടിച്ചു വെക്കണം. ഇന്ന് രാത്രി അവന് ഒരു ദിനോസറിന്റെ കുട്ടിക്ക് ഭക്ഷണം കൊടുക്കേണ്ടതുണ്ട്. പിന്നെ എനിക്ക് എന്റേതായിട്ടുള്ള ചെറിയ കാര്യങ്ങളുമുണ്ട്. ഒന്നാമത്തേത് അമ്പതിനായിരം ഉറുപ്പികയുടെ ബാറ്ററി എലിമിനേറ്റർ പെട്ടെന്ന് വിൽക്കേണ്ടതുണ്ട്.''

ദില്ലിയിൽ നിന്നു വന്ന സെയിൽസ്മാൻ സംസാരിച്ച് തന്നെ വീഴ്ത്തിയതാണ്. കേരളത്തിൽ രണ്ടു ജില്ലകളിൽനിന്നു മാത്രമായി അയാൾക്കു കിട്ടിയ ഓർഡറുകൾ കാണിച്ചുതന്നു. നാൽപതിനായിര ത്തിലധികമുണ്ട്. മോഹനൻ അതിൽ വീണു. ആ കമ്പനിയുമായി

ഒരു സോൾ സെല്ലിങ് എജൻസിയിൽ ഏർപ്പെടുകയും ചെയ്തു. വളരെ ആകർഷകമായ കണ്ടീഷൻസ് ആണ്. ആദ്യത്തെ കൺസൈൻമെന്റ് അമ്പതിനായിരത്തിന്റേതിനായിരിക്കും. പിന്നെ മാസം തോറും അവർ പതിനായിരത്തിന്റെ കൺസൈൻമെന്റ് അയച്ചുതരും. ഇതു വളരെ ഡിമാന്റുള്ള ഒരു ഐറ്റമാണ്.

ഇപ്പോൾ ഇതാ, താൻ അമ്പതിനായിരത്തിന്റെ സ്റ്റോക്കും ചുമലിലേറ്റി പീടികകളുടെ പടി കയറിയിറങ്ങുന്നു.

''ബാറ്ററി എലിമിനേറ്ററോ. അയ്യോ ഇവിടെ ധാരാളം സ്റ്റോക്കുണ്ടല്ലോ. ഇതൊക്കെ വല്ലപ്പോഴും ഒന്നുരണ്ടെണ്ണം പോയെങ്കിലായി. നിങ്ങളുടെ കൈയിൽ ട്രാൻസ്ഫോമറുകളുണ്ടോ? അതിനു നല്ല ഡിമാന്റാ.''

അങ്ങനെ പോകുന്നു. ഒന്നുകിൽ താൻ വളരെ മോശപ്പെട്ട സെയിൽസ്മാനായിരിക്കുന്നു. അല്ലെങ്കിൽ താൻ വിൽക്കുന്ന സാധനം തീരെ ആവശ്യക്കാരില്ലാത്ത ഒന്നായിരിക്കണം. എന്തായാലും ഇപ്പോൾ പണം കടം തന്നവർ, ബാങ്കടക്കം ഓരോന്നായി ബുദ്ധിമുട്ടിക്കാൻ തുടങ്ങിയിരിക്കുന്നു. പണം തിരിച്ചു കൊടുക്കേണ്ട അവധി എന്നേ കഴിഞ്ഞുപോയിരിക്കുന്നു.

പിന്നത്തെ പ്രശ്നം താമസസ്ഥലത്തിന്റേതാണ്. ടൗണിൽ ഒരു ചെറിയ വീട് വാടകയ്ക്ക് കിട്ടിയിട്ടുണ്ട്. അയ്യായിരം ഉറുപ്പിക ഡിപ്പോസിറ്റ് കൊടുക്കണം. വാടക ഇപ്പോഴുള്ളതുതന്നെയാണ്. യാത്ര കുറയ്ക്കാമെന്നു മാത്രം. അതുപക്ഷേ നല്ലൊരു കാര്യമാണ്. വീട്ടുടമസ്ഥന് നോട്ടീസ് കൊടുത്തു കഴിഞ്ഞു. അയാൾ ഡിപ്പോസിറ്റ് സംഖ്യ തന്നാലേ പുതിയ സ്ഥലത്ത് ഡിപ്പോസിറ്റ് കൊടുക്കാൻ പറ്റൂ.

''ഞാൻ ചായ കുടിക്കട്ടെ.'' ശൈലജ പറഞ്ഞു.

ചായ കുടിച്ചുകൊണ്ടിരിക്കെ അവൾ പറഞ്ഞു. ''ഒന്നിലധികം പ്രശ്നങ്ങളുണ്ടെങ്കിൽ എന്താണ് ചെയ്യേണ്ടതെന്നറിയുമോ? എന്റെ മുത്തച്ഛൻ പറയാറുണ്ട്, ആദ്യമായി പ്രശ്നങ്ങളെ പ്രാധാന്യമനുസരിച്ച് ക്രമത്തിൽ വെക്കുക. പിന്നീട് ഏറ്റവും പ്രധാനപ്പെട്ടത് ഉടനെ ചെയ്യാൻ തുടങ്ങുക. പിന്നെ അടുത്ത പ്രാധാന്യമുള്ളത് ചെയ്യുക. അങ്ങനെ, അങ്ങനെ. അതു വളരെ എളുപ്പമാണ്. നോക്കൂ, ആ ദോശ ഒന്ന് എടുത്തു കൊണ്ടുവരാമോ? ഒരു ദോശ പരത്തുകയും വേണം.''

അയാൾ എഴുന്നേറ്റ് ദോശ എടുത്തു കൊണ്ടുവന്നു.

''എന്തൊക്കെ അത്ഭുതസിദ്ധികളുള്ള മനുഷ്യനാണ് ഞാൻ! ഇവിടെ ഇതാ, ഭാര്യയ്ക്ക് ദോശയുണ്ടാക്കി സമയം കളയുന്നു. നിന്റെ മുത്തച്ഛന് ഇത്തരം വിഷമങ്ങളൊന്നും ഉണ്ടായിരിക്കാനിടയില്ല.''

''ഇല്ല. മുത്തച്ഛൻ കാലത്ത് കഞ്ഞിയാണ് കുടിക്കാറ്. പിന്നെ അമ്മമ്മയുടെ കല്യാണം കഴിയാത്ത രണ്ടനുജത്തിമാർ ഒപ്പം

താമസിച്ചിരുന്നു. അവർ മത്സരിച്ച് മുത്തച്ഛന് കഞ്ഞിയും തേങ്ങാ സമ്മന്തിയും ഉണ്ടാക്കി കൊടുത്തിരുന്നു.''

''ആട്ടെ, കുട്ടിയുടെ പ്രശ്നങ്ങളിൽ ഏറ്റവും പ്രധാനപ്പെട്ടതേതാണ്?''

''ദിനോസറിന്റെ ഭക്ഷണം.''

''ഏതിന്റെ ഭക്ഷണം?''

''ദിനോസറിന്റെ. ഒരു കുട്ടിദിനോസറിന്റെ. ഇത് രാജീവിന്റെ ഏറ്റവും പുതിയ ഡ്രീം സീരീസ്സിലുള്ളതാണ്. അവന്റെ ഓരോ സീരീസ്സ് കഴിയുമ്പോഴും ഞാൻ ആ വിഷയത്തിൽ ഡോക്ടറേറ്റ് കരസ്ഥമാക്കും. ഇതാണ് അതിലേക്കുവെച്ച് ഏറ്റവും പുതിയതും വിഷമം പിടിച്ചതും. ഗവേഷണത്തിന് എവിടെപ്പോകണമെന്നറിയില്ല.''

''കാഴ്ചബംഗ്ലാവിൽ പോയാൽ പോരെ? അവർ എന്താണ് കൊടുക്കാറ് എന്നന്വേഷിച്ചാൽ മതി.''

മോഹനൻ ഒന്നും പറഞ്ഞില്ല. ഒന്നുകിൽ അവൾക്ക് തെറ്റു പറ്റിയതായിരിക്കണം. ദിനോസറിനെ റിനോസറസ്സായി കരുതിയിരിക്കണം. അല്ലെങ്കിൽ ദിനോസറിനെപ്പറ്റി അവൾ കേട്ടിട്ടുണ്ടാവില്ല. രാജീവൻ ഇല്ലാത്തത് അവൾക്കു നന്നായി. അവൻ ഉണ്ടായിരുന്നെങ്കിൽ ചിരിച്ചു ചിരിച്ച് തല കുത്തി മറിയുമായിരുന്നു.

അവൻ ഒരു മെയ്ൽ ഷോവനിസ്റ്റായി വളരുന്നുണ്ടെന്ന് തോന്നുന്നു. കഴിഞ്ഞ ആഴ്ചയാണതുണ്ടായത്. അയാൾ കുളിമുറിയിൽ കയറി മൂത്രമൊഴിക്കുകയായിരുന്നു. മുകളിൽ ഞങ്ങളുടെ മുറിക്കും രാജീവിന്റെ മുറിക്കും കൂടിയുള്ള കുളിമുറിയാണത്. രാജീവിന്റെ കിടക്ക വിരിച്ച് ശൈലജ കുളിമുറിയുടെ വാതിൽ തുറന്നപ്പോൾ കണ്ടത് എന്നെയാണ്. അവൾ വേഗം പുറത്തു കടന്ന് വാതിലടച്ചു. രാജീവൻ അതു കണ്ടു. ഞാൻ മൂത്രമൊഴിക്കുകയായിരുന്നെന്ന് അവനറിയാമായിരുന്നു. അവൻ മമ്മിയുടെ ചലനങ്ങൾ വീക്ഷിക്കുകയായിരുന്നു. മമ്മി കുളിമുറിയിൽ കടന്നതും ഉടനെ പുറത്തു ചാടി കടന്നതും അവൻ കണ്ടു.

അവൻ ചിരിക്കാൻ തുടങ്ങി. കട്ടിലിൽ തലകുത്തിമറിഞ്ഞ് ചിരിക്കുകയായിരുന്നു അവൻ.

പിന്നെ കിടക്കുന്നതിനുമുമ്പ് വീണ്ടും കുളിമുറിയിലേക്കു പോയപ്പോൾ അവനും കൂടെ വന്നു, സ്വകാര്യമായി ചോദിച്ചു.

''മമ്മി കണ്ടുവോ?''

അയാളും സ്വകാര്യമായി പറഞ്ഞു. ''ഇല്ല.''

''ഭാഗ്യായി അല്ലെ? കണ്ടിരുന്നെങ്കിൽ മോശമായിരുന്നു അല്ലേ? ആൺകുട്ടികൾ കണ്ടാൽ കുഴപ്പമില്ല. പെൺകുട്ടികൾ കാണുന്നത് എന്ത് മോശാണല്ലേ?''

അതും പറഞ്ഞ് അവൻ ട്രൗസർ വലിച്ചു താഴ്ത്തി ചീനമുളകും പുറത്തെടുത്തു ഫിറ്റ് ചെയ്തു.

''ശരിയാണ്.'' മോഹനൻ ഗൗരവം വിടാതെ പറഞ്ഞു.

അവൻ ഉറങ്ങിയെന്നുറപ്പായപ്പോൾ, ഈ സംഭാഷണശകലം ശൈലജയ്ക്ക് പറഞ്ഞുകൊടുത്തപ്പോൾ ചിരിയടക്കാൻ കഴിയാതെ അവൾ വയർ അമർത്തിപ്പിടിച്ചു.

ലൈബ്രറിയിൽ റഫറൻസ് സെക്ഷനിൽ പൗരാണികജീവികളെപ്പറ്റിയുള്ള പുസ്തകത്തിനു മുമ്പിൽ ഇരുന്ന് അയാൾ ആലോചിച്ചു. എവിടെയൊ എന്തോ പിശകുണ്ട്. എല്ലാം കീഴ്മേൽ മറിഞ്ഞപോലെയാണ്. എന്തു ചെയ്താലും ശരിയാവുന്നില്ല. മാർവാഡി തന്നെ ചൂഷണം ചെയ്യുകയാണെന്നു തോന്നിയപ്പോൾ അയാളുമായി തല്ലുകൂടി ഓഫീസിൽ നിന്നും പുറത്തു കടന്നു. രണ്ടായിരം ഉറുപ്പികയുടെ ജോലി വെള്ളത്തിൽ. അന്നു തുടങ്ങിയതാണ് സെൽഫ് സ്റ്റെയിൽഡ് ബിസിനസ്സുകാരനായി നടക്കാൻ. ഇതിനകം മൂന്നു കമ്പനികളുടെ പേരിൽ വിസിറ്റിങ്ങ് കാർഡുകൾ അടിച്ചു. ഇരുമ്പാണി തൊട്ട് റേഡിയോ പാർട്ടുകൾവരെ കച്ചവടം നടത്തി. എല്ലാം അവസാനിച്ചത് നഷ്ടത്തിൽ. എല്ലാം ഒരേ പാറ്റേണിൽത്തന്നെ വരുന്നു. വളരെയധികം ഡിമാന്റുള്ള ഒരു സാധനം താൻ വരുത്തി വിൽക്കാൻ തുടങ്ങുമ്പോഴേക്ക് തീരെ ആവശ്യക്കാരില്ലാതാവുന്നു.

''ഇതോ, ഈ സാധനം ഞങ്ങളുടെ ഗോഡൗണിൽ പെട്ടിക്കണക്കിനു കെട്ടിക്കിടക്കുന്നു.''

അല്ലെങ്കിൽ,

''പതിനെട്ടുറുപ്പികയോ? പന്ത്രണ്ടുറുപ്പികയ്ക്ക് എടുക്കുന്നോ? എത്ര വേണമെങ്കിലും അങ്ങോട്ടു തരാം. റെഡിസ്റ്റോക്കുണ്ട്.''

കച്ചവടക്കാർ തന്റെ സെയിൽസ് സംസാരം കേൾക്കുമ്പോൾ തന്നെ കോട്ടുവായിടുന്നു. അവരുടെ എതിരാളികളുടെ പേർ നിർദ്ദേശിക്കുന്നു. അവിടെപ്പോയിനോക്കൂ. ഒരുപക്ഷേ എടുത്തേക്കും.

മാർവാഡിക്ക് ലക്ഷക്കണക്കിന് വില വരുന്ന യന്ത്രങ്ങളുടെ ഓർഡറുകൾ നിഷ്പ്രയാസം ഉണ്ടാക്കിക്കൊടുത്ത തന്റെ സെയിൽസ്മാൻഷിപ്പ് എവിടെപ്പോയി അസ്തമിച്ചു? എവിടെയോ കുഴപ്പമുണ്ട്.

അയാളുടെ മുമ്പിൽ വിവിധ കാലഘട്ടങ്ങളിൽ ജീവിച്ചിരുന്ന ദിനോസറുകൾ പല്ലിളിച്ചു കാട്ടി. ബീഭത്സമായ മുഖങ്ങളുള്ള, മാംസഭോജികളായ, സസ്യഭോജികളായ ഭീമാകാരജന്തുക്കൾ നടന്നപ്പോൾ ഭൂതലം വിറച്ചു. പിന്നെ മഞ്ഞുയുഗം വന്ന് ഓരോന്നോരോന്നായി ഭക്ഷണം കിട്ടാതെ ചത്തൊടുങ്ങി. അവസാനത്തെ ദിനോസർ, ഹിമം മൂടിയ താഴ്വരകളിൽ നിസ്സഹായനായി തലയുയർത്തി നോക്കുന്നത്

അയാൾ കണ്ടു. കുറച്ചൊരു ഊഷ്മാവിനുവേണ്ടി, കുറച്ച് ഭക്ഷണത്തിനു വേണ്ടി.

ഇപ്പോൾ, ആറു കോടി വർഷങ്ങൾക്കുശേഷം ഒരു ആറുവയസ്സുകാരന്റെ വളർത്തുമൃഗമാവാനായി, കൗതുകമുള്ള മുഖത്തോടെ, നനുത്ത നാവോടെ, ജാലകത്തിനു പുറത്ത് കാവൽ നിൽക്കാനായി ഉണർന്നെഴുന്നേൽക്കാൻ ആ മൃഗം ഒരു ദീർഘനിദ്രയിലേർപ്പെട്ടു. യുഗങ്ങളായുള്ള നിദ്ര.

എനിക്കൊരു ജോത്സ്യനെ കാണണം. കുറച്ചു ദിവസമായി അയാൾ ആലോചിക്കുന്നു. അതിനായി ജാതകക്കുറിപ്പ് അയാൾ എടുത്തു വെച്ചിരുന്നു. തന്റെ യുക്തിവാദത്തിനതീതമായി എന്തൊക്കെയോ തനിക്കു ചുറ്റം നടക്കുന്നുണ്ട്. അതു കണ്ടുപിടിക്കണം.

സാംപിളുകൾ നിറച്ച ഹാൻഡ്ബാഗുമെടുത്ത് അയാൾ പുറത്തിറങ്ങി. പണ്ടൊരിക്കൽ ഒരു ജാതകം ഒത്തു നോക്കാൻ ഒരു ജോത്സ്യൻ സ്വാമിയുടെ വീട്ടിൽ പോയ ഓർമ്മയുണ്ട്.

സ്വാമി ഇന്നും അതേ ഇരിപ്പാണ്. പുലിത്തോലിൽ. ഒരു വെള്ളമുണ്ട്, പുതയ്ക്കാൻ തോർത്ത്. ചന്ദനക്കുറി. മൂക്കിനു മുകളിൽ സ്വർണ്ണഫ്രെയിമിട്ട കണ്ണട. മുമ്പിൽ തന്നെ ഒരു വയസ്സനും ചെറുപ്പക്കാരനും ഇരിക്കുന്നുണ്ട്. ജാതകം ഒത്തുനോക്കാൻ വന്നവരാണ്.

''ഈ ജാതകങ്ങൾ ഒരു വിധത്തിലും ചേർക്കാൻ പറ്റില്ല.'' സ്വാമി തറപ്പിച്ചു പറഞ്ഞു.

വയസ്സൻ നന്നേ നിരാശനായിരിക്കുന്നു.

''സ്വാമീ, എങ്ങനെയെങ്കിലും ഇതൊന്നു യോജിപ്പിക്കാൻ പറ്റില്ലേ?''

''എനിക്കു നിങ്ങൾ പറഞ്ഞതൊക്കെ മനസ്സിലായി. സ്വാമി പറഞ്ഞു. ഇവിടുന്നങ്ങോട്ട് എട്ടു മാസം കഴിഞ്ഞാൽ ഈ രണ്ടു ജാതകങ്ങളുടെ ചേർച്ച വളരെ വിഷമങ്ങളുണ്ടാക്കും. കുട്ടിക്ക് ഇരുപത്തിയാറു വയസ്സു കഴിഞ്ഞു. ശരിതന്നെ. പക്ഷേ, ഇത് ഒട്ടും യോജിക്കില്ല. പോരാത്തതിന് ദശാസന്ധിയുമുണ്ട്.''

സ്വാമിക്ക് ദക്ഷിണ കൊടുത്ത് അവർ സാവധാനം നടന്നു പോയി. ഇരുപത്തിയാറു കഴിഞ്ഞ പെൺകുട്ടി. ബാക്കിയെല്ലാം ഒത്തു വന്നു. ജാതകം മാത്രം ഒത്തില്ല. ഇനിയും അന്വേഷണം. നിലയ്ക്കാത്ത അന്വേഷണം.

''എന്താണ് വേണ്ടത്?'' സ്വാമി ചോദിച്ചു.

മോഹനൻ ഉണർന്നു. ബ്രീഫ്കേയ്സ് തുറന്ന് ജാതകക്കുറിപ്പെടുത്ത് നിവർത്തി സ്വാമിയുടെ മുമ്പിൽ വെച്ചു. ഗ്രഹനിലയും അംശകനിലയും വെവ്വേറെ കുറിച്ച കടലാസ്. സ്വാമി കണ്ണടയെടുത്ത് മൂക്കിന്മേൽ വെച്ച്, കുറിപ്പെടുത്ത് നോക്കി. നോക്കുംതോറും അയാളുടെ നെറ്റിമേൽ വരകൾ കൂടിക്കൂടിവന്നു. മുഖം ചുളിഞ്ഞു.

''ഇതാര്ടെ ജാതകം? നിങ്ങളുടെയാണോ?''

''അതെ.''

''നിങ്ങളുടെ ജോലി ശരിക്കും മൂന്നുകൊല്ലം നാലുമാസംമുമ്പ് പോയിട്ടുണ്ടാകണമല്ലോ. തല്ലുകൂടി പിരിഞ്ഞു പോന്നതാവാനേ വഴിയുള്ളു. തൽക്കാലം ജോലിയില്ലല്ലോ.''

മോഹനൻ ഒന്നും പറഞ്ഞില്ല. സെൽഫ് സ്റ്റെയിൽഡ് ബിസിനസ്സ്മാൻ എന്ന പദവി ജോലിയല്ലല്ലോ.

സ്വാമി കണക്കു കൂട്ടുകയായിരുന്നു.

''കേതു ദശയാണ് കഴിഞ്ഞ നാലുകൊല്ലം ഏഴുമാസമായിട്ട്. ഇനി രണ്ടര കൊല്ലം കൂടിയുണ്ട്. കാര്യമായിട്ടുള്ള അഭിവൃദ്ധിയുണ്ടാവാൻ വയ്യ ഈ കാലത്ത്. ഇപ്പോൾ പോരാത്തതിന് ഏഴരശ്ശനിയുമുണ്ട്. വളരെ ചീത്തകാലമാണ്. സൂക്ഷിച്ചിരിക്കണം. ധനനഷ്ടം, മാനനഷ്ടം ഇതെല്ലാം ഉണ്ടാവുന്ന പരിതഃസ്ഥിതിയാണ്. എന്തിനും പ്രതിബന്ധമുണ്ടാവും. ശരിയാവുമെന്ന് വിചാരിച്ച് നിങ്ങൾ എന്തെങ്കിലും തുടങ്ങി വെക്കും. പക്ഷേ നഷ്ടത്തിലേ കലാശിക്കൂ. അഞ്ചിറക്കിയാൽ പത്തു നഷ്ടം വരും. അങ്ങനെയാണ്.''

സ്വാമി എന്റെ മനസ്സു വായിക്കുകയാണോ?

''ശനിദശ കഴിഞ്ഞാൽ പിന്നെ ശിഷ്ടം കേതുദശ. അത്ര മോശാന്നു പറയില്ല. പക്ഷേ, അഭിവൃദ്ധിയുണ്ടാകണമെങ്കിൽ കേതുദശ കഴിയുകതന്നെ വേണം. ശനിദശ ഇനിയും ഒമ്പതുമാസമുണ്ട്. അതുവരെ സൂക്ഷിച്ചിരിക്യാ.''

സ്വാമി പറഞ്ഞുകൊണ്ടിരുന്നു. അയാൾ ആലോചിച്ചു. അപ്പോൾ ഇതൊക്കെ ആദ്യം തന്നെ എഴുതിവെച്ചിരിക്കുന്നു. ഇത്രാമാണ്ടിൽ, ഇത്രാം നാളിൽ, മണിക്കൂറിൽ, വിനാഴികയിൽ ജനിച്ചു വരുന്ന ഒരു കുട്ടി എന്തുചെയ്യാൻ പോകുന്നു, എന്താവാൻ പോകുന്നു എന്നെല്ലാം പ്രപഞ്ച രഹസ്യങ്ങളുടെ കലവറയിലെവിടെയോ കൂട്ടിയിട്ട താളിയോലക്കെട്ടിൽ എഴുതി വെക്കപ്പെട്ടിരിക്കുന്നു. ഒരുപക്ഷെ, ദിനോസറുകളും മറ്റു പ്രാചീനജീവികളും ജീവിച്ചിരുന്നതിനും വളരെ മുമ്പുതന്നെ കോടാനുകോടി വർഷങ്ങൾക്കു മുമ്പുതന്നെ പ്രപഞ്ചത്തിന്റെ ഭാവി ഇന്ന തരത്തിലാവണമെന്ന് സൃഷ്ടികർത്താവ് തീർച്ചയാക്കിയിട്ടുണ്ടായിരിക്കണം.

''നിങ്ങൾ ഭാവി പ്രവചിക്കുന്നതുപോലെ ഭൂതകാലത്തിലേക്കും പൊയ്ക്കൂടെ?'' അയാൾ ചോദിച്ചു.

''തീർച്ചയായും. പക്ഷേ, ഭൂതം നിങ്ങൾക്കറിയുന്നതല്ലേ? നിങ്ങളുടെ ജോലി പോയത് നിങ്ങൾ അറിയുന്നപോലെ. ഭാവി അറിയാനല്ലേ എല്ലാവർക്കും ആഗ്രഹമുണ്ടാവുക?''

''ഞാനുദ്ദേശിക്കുന്നത് അടുത്ത ഭൂതകാലത്തിലേക്കല്ല. ആറു കോടി വർഷങ്ങൾക്കുമുമ്പ്, ദിനോസറുകൾ മേഞ്ഞു നടന്നിരുന്ന കാലം വരെ.''

സ്വാമി അയാളെ ഒന്നു നല്ല പോലെ നോക്കി. മാറ്റി വെച്ച കണ്ണട വീണ്ടും എടുത്തണിഞ്ഞു. ജാതകക്കുറിപ്പിൽ കണ്ണോടിച്ചു. വീണ്ടും കണക്കുകൂട്ടൽ. പിന്നെ കണ്ണട അഴിച്ചുവെച്ച് വീണ്ടും അയാളെ നോക്കി.

''ഇല്ലല്ലോ. മാനസികരോഗങ്ങളൊന്നുമുള്ളതായി കാണുന്നില്ലല്ലോ നിങ്ങൾക്ക്. നിങ്ങൾക്ക് തൽക്കാലം ചീത്ത കാലമാണെന്നേ ഉള്ളൂ. കുറച്ചു കാലം കൂടി ക്ഷമിച്ച്, സാവകാശത്തിൽ കാര്യങ്ങൾ ചെയ്യുക. ഇനി വരാൻ പോകുന്നത് ശുക്രദശയാണ്. അത് വളരെ അഭിവൃദ്ധി യുണ്ടാക്കും. അതുവരെ ഒതുങ്ങിക്കഴിയുക. ദിവസവും രണ്ടുനേരം ദേവീദർശനം നടത്തുക...''

ദക്ഷിണ കൊടുത്ത് പുറത്തിറങ്ങിയപ്പോൾ അയാൾ ഓർത്തു. തന്റെ മാനസികനില തെറ്റിയെന്നാണ് സ്വാമി ധരിച്ചിരിക്കുന്നത്. തനിക്കറിയേണ്ടിയിരുന്നത് സ്വാമിക്ക് യുഗങ്ങൾ പിന്നിട്ട് പോകാൻ പറ്റുമോ എന്നാണ്. യുഗങ്ങൾ പിന്നിട്ട്, മഞ്ഞുയുഗത്തിന്റെ ശൈ ത്യവും പിന്നിട്ട്, ഭീമാകാരന്മാരായ ദിനോസറുകൾ തലയുയർത്തി നടന്നിരുന്ന ഭൂപ്രദേശത്തെത്താൻ. മേഞ്ഞു നടക്കുന്ന ദിനോസറുകളിൽ ഒന്നിന് യുഗങ്ങൾക്കു ശേഷം വീണ്ടും പിറക്കാൻ യോഗം വന്നിരി ക്കുന്നു. ആറു വയസ്സുകാരന്റെ വളർത്തു മൃഗമാവാൻ. അവൻ ഉറ ങ്ങുമ്പോൾ രണ്ടാം നിലയിലെ ജാലകത്തിനപ്പുറത്ത് ഓമനമുഖവും മൃദുവായ നാവുമായി കാവൽ നിൽക്കാൻ, സ്നേഹപൂർവ്വം അവന്റെ കവിളിൽ നക്കാൻ.

സ്വാമിക്കതു മനസ്സിലാവില്ല.

ഇനി ഒരു കച്ചവടക്കാരനെ കാണണം. സ്റ്റോക്ക് എടുക്കുമോ എന്ന് ഇന്നു പറയാമെന്നു പറഞ്ഞതാണ്. ഈ കച്ചവടക്കാരനും എടുക്കാൻ താൽപര്യം കാണിച്ചില്ലെങ്കിൽ അമ്പതിനായിരത്തിന്റെ ബാറ്ററി എലിമിനേറ്ററുകൾ തട്ടിൻപുറത്തേക്ക് ഒരേറു കൊടുക്കാം.

ഭാഗ്യത്തിന് കച്ചവടക്കാരൻ പീടികയിലുണ്ടായിരുന്നു. അയാൾ പക്ഷേ കണ്ട ഭാവം നടിക്കുന്നില്ലെന്നു മാത്രം. തലേന്നു വൈകു ന്നേരം അര മണിക്കൂർ നേരം അയാളുമായി സംസാരിച്ചതും വില ഇരുപതു ശതമാനം കുറച്ചതുമെല്ലാം അയാളെ ഓർമ്മിപ്പിച്ചു. ഇരു പതു ശതമാനം കുറയ്ക്കുകയെന്നതിനർത്ഥം തനിക്ക് പത്തു ശത മാനം നഷ്ടമുണ്ടാവുകയെന്നാണ്. എന്നാലും മുടക്കിയ പണം കുറെയെങ്കിലും തിരിച്ചു കിട്ടുമല്ലോ.

''മോഹനൻ പറഞ്ഞു. സ്റ്റോക്ക് എടുക്കുവാൻ പറ്റുമോ എന്ന് ഇന്ന് അറിയിക്കാംന്നല്ലേ പറഞ്ഞിരുന്നത്.''

''ആ, ബാറ്ററി എലിമിനേറ്ററല്ലേ? കച്ചവടക്കാരൻ പറഞ്ഞു. അതിനു വലിയ ഡിമാന്റൊന്നുമില്ല. വേണങ്കി രണ്ടു ഡസൻ വെച്ചോ. വിറ്റ ശേഷം പണം തരാം.''

രണ്ടു ഡസൻ എവിടെ? അമ്പതിനായിരത്തിന്റെ സ്റ്റോക്കെവിടെ?

അയാൾ തിരിഞ്ഞുനടന്നു. ആശിക്കാനൊന്നുമില്ലാതായിരിക്കുന്നു.

വീട്ടിലെത്തിയപ്പോൾ ശൈലജ പറഞ്ഞു.

''ഇന്നു വീടു നോക്കാൻ രണ്ടുപേർ വന്നിരുന്നു. അരമണിക്കൂർ മുമ്പ്. ഞാൻ കുട്ടി വന്നിട്ട് വരാൻ പറഞ്ഞിട്ടുണ്ട്.''

രണ്ടു മിനിറ്റിനകം അവർ വാതിലിൽ മുട്ടി.

''നിങ്ങളീ വീട് ഒഴിയാൻ പോവ്വാണ്ന്ന് കേട്ടൂലോ. എന്നാ ഒഴിയുന്നത്?''

''ഈ ഒന്നാന്തി.''

''ഒന്നു കാണുന്നതിൽ വിരോധല്യല്ലോ.''

''ഹെയ് ഇല്ല, വരൂ.''

''ഇതാ, ഇതാണ് സിറ്റിംഗ്റൂം. ഫാൻ വീട്ടുകാരൻ തന്നെ വെച്ചതാണ്. ഇതു തളം. വളരെ വിശാലമാണ്. തളത്തിൽ നിന്ന് അടുക്കളയിലേക്കാണ്. നല്ല സൗകര്യമുണ്ട് അടുക്കള; റാക്കുകൾ, ഗ്യാസടുപ്പ് വെക്കാൻ പ്ലാറ്റ്ഫോം ഉണ്ട്. അപ്പുറത്ത് സിങ്ക്. ഈ വാതിൽ ബെഡ്റൂമിലേക്കാണ്. ഞാൻ തൽക്കാലം ഓഫീസ് ആവശ്യത്തിനു പയോഗിക്കുകയാണ്. മുകളിലും രണ്ടു ബെഡ്റൂം ഉണ്ട്. രണ്ടിനും കൂടി ഒരു അറ്റാച്ച്ഡ് ബാത്തും. നോക്കാം വരൂ.''

''വെള്ളമോ?'' ''ഇരുപത്തിനാലു മണിക്കൂറും കിട്ടും. മോട്ടോറുണ്ട്.''

ക്ഷീണിച്ച് ഒരു കപ്പു ചായ കുടിക്കാൻ ധൃതിയായി കയറിവന്നതാണയാൾ. അവർ ഇറങ്ങിപ്പോയപ്പോൾ ശൈലജ ചോദിച്ചു.

''കുട്ടിയെന്തിനാണ് ഇങ്ങനെ കഷ്ടപ്പെടുന്നത്? ലോനപ്പൻ മാപ്പിളയ്ക്ക് താമസക്കാരെ ഉണ്ടാക്കാൻ കുട്ടിയെന്തിനാണ് ഈ വെപ്രാളമൊക്കെ കാണിക്കുന്നത്?''

ശരിയാണ്. അയാൾ ആലോചിച്ചു. കഴിഞ്ഞ പത്തു ദിവസത്തിനുള്ളിൽ ചുരുങ്ങിയത് എട്ടു കൂട്ടരെങ്കിലും ഈ വീട് വന്നു നോക്കിയിട്ടുണ്ട്. അതിൽ രണ്ടുപേർ തൊട്ട് പന്ത്രണ്ടു പേരുള്ള ടീം വരെയുണ്ടായിരുന്നു. ഈ എട്ടു പ്രാവശ്യവും അയാൾ ഒരു ബ്രോക്കറെപ്പോലെ വീടിന്റെ ഗുണങ്ങൾ പ്രകീർത്തിച്ചിട്ടുമുണ്ട്.

അഞ്ചു കിലോമീറ്റർ ദൂരെയിരുന്നുകൊണ്ട് തന്നെ ചരടില്ലാതെ നിയ്രന്തിക്കുന്ന ലോനപ്പൻ മാപ്പിളയുടെ കഴിവ് അപാരം തന്നെ. ആരെങ്കിലും വീടെടുത്ത് ഡിപ്പോസിറ്റ് കൊടുത്താലേ തനിക്ക്

ഡിപ്പോസിറ്റ് തിരിച്ചു കിട്ടുകയുള്ളൂ. ഒന്നാം തീയ്യതിക്കുള്ളിൽ പുതിയ സ്ഥലത്ത് ഡിപ്പോസിറ്റ് കൊടുത്തില്ലെങ്കിൽ ആ വീട് പോകും. അതുകൊണ്ട് ഓരോ കൂട്ടരും വീടു കാണാൻ വരുമ്പോഴും അയാൾ ഒരു ബ്രോക്കറുടെ ആടയണിയുന്നു. ‘‘ഇതാ, ഇതാണ് സ്വീകരണമുറി...’’

രാജീവൻ പതിവുപോലെ കുറച്ച് സസ്പെൻസുമായാണ് സ്കൂളിൽ നിന്നു വന്നത്.

‘‘ഞാനിന്ന് സ്കൂളിൽ നിന്ന് എന്താണ് വരച്ചതെന്ന് പറയാമോ മമ്മീ? ഡാഡി പറയണ്ട ട്ടൊ.’’

ചോദ്യം അമ്മയോടാണ്. ഡാഡി അവന്റെ രഹസ്യങ്ങളെല്ലാം ഊഹിച്ചെടുക്കുന്നു എന്നാണവന്റെ പരാതി. അതുകൊണ്ട് ചോദ്യങ്ങളും കടംകഥകളും അമ്മയോടായിരിക്കും. ഒപ്പം ഒരു താക്കീതും. ഡാഡി പറയരുത് കേട്ടോ.

മോഹനൻ ഊഹിച്ചു കഴിഞ്ഞിരുന്നു.

അമ്മ തോറ്റുവെന്നു മനസ്സിലായപ്പോൾ അവൻ മോഹനനു പറയാൻ കൂടി അവസരം കൊടുക്കാതെ ബാഗിൽനിന്ന് ഒരു കടലാസ്സെടുത്തു കാട്ടി.

ഒരു കുട്ടി ദിനോസർ. നായ്ക്കുട്ടിയുടേതുപോലെ ഓമനത്തമുള്ള മുഖം. തിളങ്ങുന്ന കണ്ണുകൾ, നീണ്ട കഴുത്ത്, തടിച്ച പിൻകാലുകൾ, വലിയ വയർ, കുറിയ മുൻകാലുകൾ, പിന്നിൽ നീണ്ടു കിടക്കുന്ന വാൽ.

ചിത്രം ആകപ്പാടെ മോശമായിരുന്നില്ല. ഒരു കങ്കാരുവും ജിറാഫും പൊമറേനിയനും കൂടിയ രൂപം.

പെട്ടെന്ന്, താൻ ഒരു പൗരാണികജീവി പണ്ഡിതനായിട്ടുണ്ടെന്നും ദിനോസറിനെപ്പറ്റി രാജീവനോട് ആധികാരികമായി സംസാരിക്കാമെന്നും അയാൾ ഓർത്തു. അവൻ ചോദ്യം ചോദിക്കുന്നതും കാത്ത് അയാൾ ഇരുന്നു. അവനിൽ മതിപ്പുണ്ടാക്കാവുന്ന ഒരു സന്ദർഭമാണ് വരുന്നത്.

അപ്പോഴാണ് ശൈലജ രണ്ടു കത്തുകളുമായി വരുന്നത്. ഒന്ന് ബാങ്കിൽ നിന്നാണ്. പതിനയ്യായിരം ഉറുപ്പിക ഉടനെ അടയ്ക്കണം. മറ്റേ കത്ത് കടം തന്ന ഒരാളുടേതാണ്. പണം ഇത്ര വൈകിക്കുന്നത് മര്യാദയല്ല. അതുകൊണ്ട് കത്ത് കിട്ടിയ ഉടനെ, ചുരുങ്ങിയത് പത്തെങ്കിലും, പലിശയടക്കം അയച്ചു തരണം.

കുറച്ചെങ്കിലും ഇടയുണ്ടാകുമെന്നാണ് കരുതിയത്. കേതുവും ശനിയും എതിരെ നിന്ന് തന്നെ ഞെരിച്ച് ശ്വാസം മുട്ടിക്കുകയാണ്.

രാജീവൻ വന്നു. അവന്റെ കൈയിൽ പെയിന്റുണ്ട്. ബ്രഷുകളും.

''ഡാഡി, ഞാൻ വലിയ ഒരു ദിനോസറിനെ വരയ്ക്കാൻ പോവുകയാണ്. ഒരു കടലാസ് തരൂ.''

''ഇപ്പോൾ എന്നെ ഉപദ്രവിക്കാതെ പോകൂ.'' അയാൾ പറഞ്ഞു. ''എനിക്കു തലവേദനയുണ്ട്.''

''കടലാസു തന്നാൽ മാത്രം മതി. പിന്നെ ഞാൻ ഉപദ്രവിക്കില്ല.''

കുറച്ചെന്തെങ്കിലും സഹായം, ഒരു നല്ലവാക്ക്, എവിടെനിന്നാണ് കിട്ടുക? കൈകൊണ്ട് തലയും താങ്ങി അയാളിരുന്നു. ഇത്രയും നിസ്സഹായത ഒരിക്കലും അനുഭവപ്പെട്ടിട്ടില്ല. തന്നോടുതന്നെ ദേഷ്യം തോന്നി.

രാജീവൻ അപ്പോഴും കടലാസിനു വേണ്ടി നിൽക്കുകയാണ്. അയാൾ പെട്ടെന്ന് പൊട്ടിത്തെറിച്ചു.

''പോകാനല്ലേ പറഞ്ഞത്.'' അയാൾ അലറി. ''നീയും നിന്റെ ഒരു ദിനോസറും. ഇത്ര വൃത്തികെട്ട ഒരു മൃഗത്തിനെയാണോ നിനക്കു കിട്ടിയത്. നിന്റെ ഒരു വളർത്തുമൃഗം! അതിന്റെ മുഖം എത്ര ബീഭത്സമാണെന്നറിയാമോ?''

അവൻ നിശ്ശബ്ദനായി, അയാൾ പറയുന്നതു കേട്ടുനിന്നു. അവന്റെ മുഖം വാടി. അട്ടഹാസം കഴിഞ്ഞപ്പോൾ അവൻ പതുക്കെ അടുക്കളയിലേക്കു പോയി.

അവന്റെ തേങ്ങലുകൾ അയാൾക്കു കേൾക്കാം. അതിനിടയിൽ പരാതികളും.

''എന്റെ ദിനോസർ നല്ല ഭംഗിയുണ്ട്. എന്താണ് ഡാഡി പറയുന്നത് ഭംഗിയില്ലെന്ന്. നോക്കൂ ഞാൻ വരച്ചിരിക്കുന്നത്. അതു രാത്രി വന്ന് എന്നെ നക്കുന്നുണ്ട്. അതിനിഷ്ടമായതുകൊണ്ടല്ലേ അതു നക്കണത്.''

അയാൾക്കിപ്പോൾ രാത്രികളിൽ ഉറക്കം കുറവായിരിക്കുന്നു. രാജീവന്റെ ദിനോസർ തന്നെ കഷ്ടപ്പെടുത്തുകയാണ്. കണ്ണടച്ചാൽ കാണുന്നത് ഇരുപതടി ഉയരമുള്ള ഒരു ദിനോസറിന്റെ കഴുത്തിൽ കെട്ടിയ കയറിന്റെ അറ്റം പിടിച്ചുകൊണ്ട് ഒരു ചെറിയ കുട്ടി വിജനമായ പാതയിലൂടെ നടന്നകലുന്നതാണ്. ആ മൃഗത്തിന്റെ ഓരോ കാൽവയ്പിലും ഭൂമി ചലിക്കുന്നുണ്ട്. എത്ര നടന്നാലും പാതയുടെ സ്വഭാവത്തിന് മാറ്റമില്ല. ഒരേ മാതിരിയുള്ള, അന്തമില്ലാത്ത വഴിയിലൂടെ അവർ നടന്നുനീങ്ങുകയാണ്. അതിനിടയിൽ, അമ്പതിനായിരത്തിന്റെ നഷ്ടമോ ഒന്നാം തീയതി മുതൽ താമസിക്കാൻ വീടില്ലാത്ത അവസ്ഥയോ ഒന്നും അയാളെ ബാധിക്കുന്നില്ല.

പുതിയ താമസസ്ഥലത്തെപ്പറ്റി രാജീവന് ഉൽക്കണ്ഠയുണ്ട്. ഒരു നിലക്കെട്ടിടമായതുകൊണ്ട് മുകൾഭാഗമില്ല. അവന്റെ കിടപ്പുമുറിയും

താഴത്താണല്ലോ. ഇത് അവന്റെ കുട്ടി ദിനോസറിന് വിഷമങ്ങളുണ്ടാക്കുമെന്ന് അവൻ പറയുന്നു. താഴെയുള്ള ജനലിലൂടെ കുനിഞ്ഞു നോക്കുമ്പോൾ അതിന്റെ കഴുത്ത് വേദനിക്കും.

മോഹനൻ പരിഹാരം നിർദ്ദേശിച്ചു. അവന്റെ ജനലിനപ്പുറത്ത് ഒരു വലിയ മൈതാനമാണ്. ദിനോസറിന് അതിന്റെ വയർ നിലത്തമർത്തി കിടക്കാമെന്ന്. അങ്ങനെയാവുമ്പോൾ കഴുത്ത് വേദനിക്കാതെ തന്നെ അതിന് ജനലിലൂടെ നോക്കാം.

അവന്റെ മുറിയുടെ ജാലകത്തിനപ്പുറത്ത് കൊതുക് ആർക്കുന്ന വൃത്തികെട്ട ഒരു ഓടയും അതിനുമപ്പുറത്ത് വളരെ തിരക്കേറിയ ഒരു ഇടുങ്ങിയ നിരത്തുമാണെന്ന് അവനോട് പറയാൻ കഴിഞ്ഞില്ല.

''നിനക്കു താഴെ നിലയിൽ ജനലിനടുത്ത് കിടക്കാൻ പേടിയാവില്ലേ?'' ശൈലജ ചോദിക്കുന്നു.

''എന്തിനാ പേടി?'' അവൻ ചോദിക്കുന്നു. ''ഇത്രയും വലിയ ദിനോസർ രാത്രി മുഴുവൻ കാവൽ നിൽക്കുമ്പോൾ കള്ളന്മാർക്ക് അടുത്തുവരാൻ ധൈര്യമുണ്ടാകുമോ?''

രാജീവൻ എന്നും ഒറ്റയ്ക്കാണ് ഉറങ്ങാറ്. അങ്ങനെയിരിക്കുമ്പോൾ അവൻ ഒരു ദിവസം പുതപ്പും തലയിണയുമായി എത്തുന്നു.

''ഞാനിന്ന് മമ്മിയുടെ ഒപ്പമാണ് കിടക്കുക.''

''ഛീ, മമ്മിയുടെ ഒപ്പമോ; പറ്റില്ല.'' ശൈലജ പറയുന്നു.

തങ്ങളുടെ പ്ലാൻ എല്ലാം തകരാറിലാവുന്ന ലക്ഷണമാണ്. അയാൾ നയത്തിൽ പറയുന്നു.

''മോൻ പോയി ഉറങ്ങിക്കോ.''

അവൻ വഴങ്ങുന്നില്ല.

''ഞാൻ എന്നും ഒറ്റയ്ക്കല്ലേ കിടക്കാറ്. ഇന്നു മാത്രം മതി.''

അവൻ രണ്ടുവയസ്സുതൊട്ട് ഒറ്റയ്ക്കാണ് കിടക്കാറ്.

''ഇന്നെന്താണ് പ്രത്യേകത?'' ശൈലജ ചോദിക്കുന്നു.

''ഞാൻ ഹാർഡി ബോയ്സ് മിസ്റ്ററി പുസ്തകം വായിച്ചു.''

''നിന്നോടാരാണ് ഉറങ്ങാൻ കിടക്കുമ്പോൾ അത് വായിക്കാൻ പറഞ്ഞത്?''

''വേറെ പുസ്തകമൊന്നുമുണ്ടായിരുന്നില്ല. മമ്മീ, ഞാൻ കുറച്ചുനേരം ഇവിടെ കിടക്കട്ടെ.''

''വേണ്ട വേണ്ട. വല്യ കുട്ടികൾ അമ്മമാരുടെ ഒപ്പല്ല കിടക്കുക. ചീത്ത ശീലമൊന്നും പഠിക്കണ്ട.''

''രാജീവ്, നീ പോയി കിടക്കൂ.'' അയാൾ കുറച്ച് കർക്കശമായി പറയുന്നു.

അവൻ ഭയന്നു. സ്വന്തം തലയിണയും പുതപ്പുമായി തിരിച്ച് അവന്റെ കിടപ്പറയിലേക്ക് നടക്കുന്നു. കണ്ണിൽ നിന്നുതിരുന്ന ജല കണങ്ങൾ.

കുറച്ചുനേരം മിണ്ടാതെ കിടന്നശേഷം ശൈലജ പറഞ്ഞു. ''എനിക്ക് തീരെ മൂഡില്ല; നമുക്കവനെ ഒപ്പം കിടത്താമായിരുന്നു. അവനെ വിളിക്കൂ.''

മോഹനൻ ഒന്നും പറയുന്നില്ല. കണ്ണു തുറന്നു മലർന്നു കിട ക്കുന്നു. സ്വാമിയെ കണ്ടതോർമ്മ വന്നു. ഒരു ദിവസം മുഴുവൻ തനിക്കാശ തന്ന് അവസാനനിമിഷത്തിൽ തട്ടി മാറ്റിയ കച്ചവടക്കാ രനെയും കള്ള ഓർഡറുകൾ കാട്ടി തന്നെ പറ്റിച്ച ദില്ലി സെയിൽ സ്മാനെയും ഓർമ്മ വന്നു. കടക്കാരുടെ കത്തുകളും ഭീഷണികളും ഓർമ്മവന്നു.

ഒരു മണിക്കൂർ കഴിഞ്ഞിട്ടുണ്ടാവണം. ശൈലജ ഉറക്കമായിരി ക്കുന്നു. അയാൾ എഴുന്നേറ്റ് രാജീവന്റെ മുറിയിൽപോയി ലൈറ്റിട്ടു. അവൻ ഒരു തലയിണ കെട്ടിപ്പിടിച്ച് ഉറങ്ങുകയാണ്. വേറെ നാലു തലയിണകൾ നാലു ഭാഗത്തും. അത് ഒരു കോട്ടയാണെന്നാണ് അവൻ പറയുന്നത്. അതിന് നടുവിൽ കിടക്കുമ്പോൾ അവന് പേടിയാകാറില്ലത്രെ. കെട്ടിപ്പിടിക്കുന്ന തലയിണ എന്താണെന്ന് ചോദിച്ചതിനവൻ മറുപടി പറഞ്ഞില്ല. അതവന്റെ രഹസ്യമാണ്.

തലയണയ്ക്കരികെ അവൻ വരച്ച ദിനോസറിന്റെ ചിത്രം. അതിന്റെ മുഖം ചായംതേച്ച് കൂടുതൽ ഭംഗിയാക്കാൻ ശ്രമിച്ചിരിക്കുന്നു. അയാൾ കുനിഞ്ഞ് രാജീവന്റെ കൗതുകമുള്ള മുഖത്ത് ഉമ്മ വെച്ചു. പിന്നെ ആ മൃദുവായ കവിളിൽ ഒന്നു നക്കി.

ജനലിനപ്പുറത്ത് അവനെ ഉറ്റുനോക്കി നിൽക്കുകയും സ്നേഹം മൂക്കുമ്പോൾ കവിളിൽ നക്കുകയും ചെയ്യുന്ന കുട്ടിദിനോസറിനോട് അയാൾക്ക് അസൂയ തോന്നി. രാത്രി മുഴുവൻ അങ്ങനെ കാവൽ നിൽക്കുന്ന ഒരു ദിനോസറായെങ്കിലെന്ന് അയാൾ വേദനയോടെ ആശിച്ചു.

■

ഉമ്മുക്കുൽസൂന്റെ വീട്

പതിനഞ്ചു കൊല്ലത്തിനു ശേഷം മീനാക്ഷി വീണ്ടും ഓർത്തു. വീട് വാങ്ങി താമസം മാറുന്നതിന്റെ തലേന്ന്, അവർ രണ്ടുപേരും പടിക്കൽ നിന്നുകൊണ്ട് സംസാരിക്കുകയായിരുന്നു. തിരുവാതിരക്കാലം. കിഴക്കുനിന്ന് വീശിയ തണുത്ത കാറ്റിൽ മരങ്ങളാടിയിരുന്നത് അവൾക്കോർമ്മയുണ്ട്. കാറ്റിൽ ഏതോ പൂവിന്റെ സുഗന്ധം. ഗെയ്റ്റിന്റെ സിമന്റിട്ട് ഇളംപച്ചയടിച്ച തൂണിലേക്ക് നോക്കിക്കൊണ്ട് ജയകൃഷ്ണൻ പറഞ്ഞു.

‘‘നമുക്കീ പേരു മാറ്റണം.’’

അപ്പോഴാണ് മീനാക്ഷി അത് ശ്രദ്ധിക്കുന്നത്. ജയകൃഷ്ണൻ ചൂണ്ടിക്കാട്ടിയത് തൂണിന്മേലുള്ള നെയിംപ്ലെയ്റ്റിലേക്കായിരുന്നു. ഏകദേശം മുക്കാലടി വീതിയും അരയടി ഉയരവുമുള്ള മാർബിൾ പലകമേൽ എഴുതിവച്ചിരിക്കുന്നു. ‘ഉമ്മുക്കുൽസു’.

‘‘ഹായ്, നല്ല പേര്.’’ മാർബിൾ പലക പതുക്കെ, ഒരു പൂച്ചക്കുട്ടിയെ തലോടുന്ന പോലെ തടവിക്കൊണ്ട് മീനാക്ഷി പറഞ്ഞു.

‘‘നമുക്കാ പേര് മാറ്റണം.’’ അയാൾ വീണ്ടും പറഞ്ഞു.

‘‘എന്തിനാ മാറ്റണത്, നല്ല പേരല്ലേ?’’ അവൾക്കാ പേര് ഇഷ്ടമായി. അതു വായിക്കുമ്പോൾ തട്ടനും കൊലുസുമിട്ട ഒരു സുന്ദരി ഉമ്മക്കുട്ടിയെ കാണുംപോലെ. ഒരു ഉപ്പ മോൾക്കു താമസിക്കാനുണ്ടാക്കിയ വീടാണെന്ന് ദല്ലാൾ പറഞ്ഞിരുന്നു.

‘‘പേരൊക്കെ നല്ലതുതന്നെ, പക്ഷേ നമ്മളെ കാണാൻ വരണോര് ഇതു കണ്ടാൽ വല്ല കാക്കച്ചീടെ വീടാണ്ന്ന് പറഞ്ഞ് തിരിച്ചു പോവും.’’ ജയകൃഷ്ണൻ ചിരിച്ചുകൊണ്ട് പറഞ്ഞു. മീനാക്ഷി ഒരു നിമിഷം ആലോചിച്ചു. അവൾക്ക് എന്ത് കുസൃതിയും ആലോചിച്ചുണ്ടാക്കാൻ ഒരു നിമിഷം മതി.

‘‘നമുക്കൊരു കാര്യം ചെയ്യാം. അതിന് താഴെ, അല്ലെങ്കിൽ വേണ്ട, മറ്റെ തൂണിന്മേല് ജയേട്ടന്റീം എന്റീം പേര് ഇതു പോലത്തന്നെ

മാർബ്ള്ളില് എഴുതിക്കാം. അപ്പൊ വരണ ആൾക്കാർക്ക് മനസ്സിലാവും ഇത് നായരിച്ചീടെ വീടാന്ന്.''

പേരെഴുതിവെയ്ക്കലുണ്ടായില്ല. പിന്നെ ചെയ്യാം, പിന്നെ ചെയ്യാമെന്ന് പറഞ്ഞ് നീണ്ടു. വീട് നന്നായിരുന്നു. സാമാന്യം വലുപ്പമുള്ള ഒരു സ്വീകരണമുറി, അതിൽനിന്ന് കമാനത്തിലൂടെ ഊൺമുറിയിലേക്ക് കടക്കാം. ഇടതുവശത്ത് അടുക്കള. വലതുവശത്ത് രണ്ടു കിടപ്പറകൾ. സ്വീകരണമുറിയിൽനിന്ന് ഗെസ്റ്റ്റൂമിലേക്ക് വാതിലുണ്ട്. അങ്ങനെ മൂന്ന് കിടപ്പറകൾ. വളരെ സൂക്ഷ്മതയോടെ നിർമ്മിച്ച ഒരു വീട്. വീടു കാണാൻ ആദ്യം വന്നപ്പോൾ മീനാക്ഷിയെ അത്ഭുതപ്പെടുത്തിയത് എന്തിനാണ് ഇത്ര നല്ലൊരു വീട് ഉടമസ്ഥർ വിൽക്കുന്നതെന്നായിരുന്നു.

ഇപ്പോൾ ഇതൊക്കെ ഓർക്കാൻ കാരണം, ഓഫീസിൽവച്ച് നൂർ ജഹാനുമായി സംസാരിച്ചതാണ്. ഉച്ചഭക്ഷണം എല്ലാവരുംകൂടി ഒരുമിച്ചിരുന്ന് കഴിക്കുമ്പോഴാണ് സംസാരം. രാവിലെമുതൽ കസ്റ്റമേഴ്സിന്റെ ചോദ്യങ്ങൾക്കുത്തരം നൽകി, ക്ഷീണിച്ച് ഊൺമേശയിലെത്തുമ്പോഴാണ് ആ തളർച്ച മുഴുവൻ മാറ്റിയെടുക്കുന്നത്. പ്രധാന കഥാപാത്രം മീനാക്ഷിയായിരുന്നു. കഴിഞ്ഞ ആറു മാസമായി നൂർ ജഹാനും വന്നിട്ടുണ്ട്. അവർ രണ്ടുപേരും ഒത്താൽ ഊൺമുറി പൊട്ടിച്ചിരികൾ കൊണ്ട് നിറയുന്നു. ഊണു കഴിഞ്ഞാൽ അവർ വീണ്ടും അവരവരുടെ ലോകത്തേക്ക്, കമ്പ്യൂട്ടറുകളുടെ നിശ്ശബ്ദ സംഗീതത്തിലേക്ക് വലിയുന്നു. ഇന്നലെ എന്തോ ഊണു കഴിക്കാൻ ആരുമുണ്ടായിരുന്നില്ല. ഇടയ്ക്ക് അങ്ങനെയും സംഭവിക്കാറുണ്ട്. മീനാക്ഷിയും നൂർജഹാനും മാത്രം. പ്രാസംഗികർ മാത്രമുള്ള ഒരു സമ്മേളനം. ശ്രോതാക്കളില്ലാതെ എന്തു സംസാരം. കുറച്ചുനേരം അവർ മിണ്ടാതിരുന്ന് ഭക്ഷണം കഴിച്ചു. നൂർജഹാന്റെ ചിക്കൻകറിയും മീനാക്ഷി കൊണ്ടുവന്ന പഴപ്പുളിശ്ശേരിയും പങ്കുവെയ്ക്കുമ്പോൾ മീനാക്ഷിക്കറിയാം, ഇതത്ര ശരിയല്ലെന്ന്. കൂടുതലാളുകളുള്ളപ്പോൾ അതറിയില്ല. രണ്ടുപേർ മാത്രമുള്ളപ്പോൾ ഈ പങ്കുവെയ്ക്കലിന്റെ അസമത്വം മുഴച്ചു നിൽക്കുന്നു. നൂർജഹാൻ പറഞ്ഞു. ''ഇങ്ങിന്യാണ് ലോകത്ത് അസമത്വം തൊടങ്ങണത്.''

''സാരല്യ, നാളെ ഞാൻ മീൻ പൊരിച്ചത് കൊണ്ടരാം.'' മീനാക്ഷി ചിരിച്ചുകൊണ്ടു പറഞ്ഞു.

''മീനാക്ഷിച്ചേച്ചിടെ വീടെവിട്യാ?''

എല്ലാവരും ഒത്തുകൂടുമ്പോൾ വ്യക്തിപരമായ കാര്യങ്ങൾ സംസാരിക്കാറില്ല. അതുകൊണ്ടുതന്നെ ആർക്കും ആരുടേയും വ്യക്തിജീവിതത്തെക്കുറിച്ച് അധികമൊന്നും അറിയില്ല.

''പുത്തൂര്...''

''ഫ്ളാറ്റാണോ?''

''അല്ല ഒറ്റവീടാണ്. മനോഹരമായ വീട്. ചുറ്റും മരങ്ങൾ, കിളികൾ. രാവിലെ എഴുന്നേറ്റാൽ നമ്മളെ തഴുകുന്ന ഇളംകാറ്റ്.''

''എന്നെ അസൂയപ്പെടുത്താംന്നൊന്നു വിചാരിക്കണ്ട. ഞാൻ താമസിക്കണടത്തും മരങ്ങളും കിളികളും ഒക്കെണ്ട്.'' നൂർജഹാൻ ചിരിച്ചുകൊണ്ട് പറഞ്ഞു. ''പിന്നെ കൊരങ്ങന്റെ സൊഭാവള്ള രണ്ട് മക്കളുംണ്ട്. പോരെ? അവരേതു സമയും മരത്തിമ്മലാ.''

പെട്ടെന്ന് എന്തോ ഓർത്ത് മീനാക്ഷി ഇരുന്നു.

''എന്താ മീനാക്ഷിച്ചേച്ചി ഒന്നും മിണ്ടാതെ ഇരിക്കണേ?''

''ഞാനൊരു കാര്യം ആലോചിക്ക്യായിരുന്നു'' മീനാക്ഷി പറഞ്ഞു. ''ഞങ്ങടെ വീട് ഒരു ഉപ്പ സ്വന്തം മോൾക്ക് വേണ്ടിണ്ടാക്ക്യേതായി രുന്നൂന്ന് കേട്ടിട്ട്ണ്ട്. വീടിന്റെ പേരുതന്നെ ഉമ്മുക്കുൽസൂന്നാണ്?''

''ഉമ്മുക്കുൽസൂന്നോ?'' തെല്ലതിശയത്തോടെ നൂർജഹാൻ ചോദിച്ചു. ''ഉപ്പാന്റെ പേരറിയോ?''

''അറീല്ല്യ. അങ്ങേര് കൊറേ കഷ്ടപ്പെട്ടിട്ട്ണ്ടാക്കീതാത്രെ ആ വീട്. പിന്നെ എന്തിനാത് വിറ്റത് ന്നറിയില്ല.''

''മീനാക്ഷിച്ചേച്ചി താമസിക്കണത് പുത്തൂര്, വീടിന്റെ പേര് ഉമ്മു ക്കുൽസു.''

''എന്തേ?''

''നിങ്ങക്ക് കാണണോ ആ ഉപ്പാനെ?''

''കാണണംന്ന്ണ്ട്. ഞാനിതുവരെ കണ്ടിട്ടില്ല.''

''അവര് താമസിക്കണത് ഞങ്ങടെ വീട്ടീന്റട്ത്താണ്. അട്ത്ത പറമ്പില്.''

''അത്യോ?''

''നല്ല കൂട്ടരാണ്. ഈ വീട് നല്ല ഇഷ്ടൊക്കെത്തന്ന്യായിരുന്നു. പക്ഷേ മോള് കല്യാണം കഴിഞ്ഞപ്പൊ കെട്ട്യോന്റെകൂടെ കോയമ്പ ത്തൂരില് പോയി. അവിടെ ഓള്ക്ക് ഒരു സ്കൂളില് ജോലിംണ്ട്. അതോടെ അവിടെ സ്ഥിരതാമസാക്കി. അപ്പൊ വിറ്റതാ. ഉപ്പാന് ഒരു സമ്മതുംല്യായിരുന്നു. പാവം വെയിലത്തും മഴേത്തും നിന്ന് ഓരോ ഇഷ്ടിക വെയ്ക്കണതും നോക്കിണ്ടാക്കീതാ.''

''പാവം ഉപ്പ.'' മീനാക്ഷിക്ക് ആ വൃദ്ധനെ ഓർത്ത് സങ്കടം വന്നു. ''എത്ര വയസ്സായി ഉമ്മുക്കുൽസൂന്റെ ഉപ്പയ്ക്ക്?''

''എമ്പത്തിരണ്ട്. ഉമ്മാക്ക് അറുപത്തഞ്ചും. ഉപ്പ ഒറ്റ പ്രാവശ്യേ നിക്കാഹ് കഴിച്ചിട്ടുള്ളൂ. ഉമ്മാന്റെ പതിന്നാലാം വയസ്സിലാ നിക്കാഹ് കഴിഞ്ഞത്. നല്ല മൊഞ്ചത്തിപ്പെണ്ണായിരുന്നൂത്രേ, ഉമ്മ.''

മീനാക്ഷി ചിരിച്ചു. ''അപ്പൊ ലൗ മാരേജായിരുന്നു അല്ലേ?''

''ഏയ്, കണ്ടിട്ട് പെരുത്തിഷ്ടായി, ചെന്നു കെട്ടി, അത്ര്യന്നെ.''

''എന്തായാലും എനിക്കാ ഉപ്പാനെ ഒന്ന് കാണണം.''

''ഈ ശന്യാഴ്ച കൊണ്ടോവാം. ചേച്ചി കാറെട്ത്ത് വന്നാമതി, ജയേട്ടന് കാറ് ആവശ്യല്ലെങ്കില്. അല്ലെങ്കി ബസ്സീ പോവാം. അര മണിക്കൂറ് ബസ്സിലിരിക്കണം.''

''എനിക്ക് ബസ്സിൽ പോവാനിഷ്ടാ. നോക്കട്ടെ, കാറ് കിട്ട്വെങ്കീ കൊണ്ടരാം. ന്ന്ട്ട് നമുക്കിവിട്ന്ന് നേരിട്ട് പോവാം.'' ഒരു നിമിഷം ആലോചിച്ചശേഷം മീനാക്ഷി തുടർന്നു. ''പിന്നെ, ആ ഉപ്പാന് ഇപ്പൊ വീട് കാണണംന്ന്ണ്ടാവില്ലേ?''

''ണ്ടാവും, ഇങ്ങള് സമ്മതിക്ക്യോ? അത്പ്പൊ ഇങ്ങടെ ബീടല്ലേ?''

''എന്താ സമ്മതിക്കാതെ?''

വാർത്ത ജയകൃഷ്ണനിൽ വലിയ അത്ഭുതമൊന്നുമുണ്ടാക്കിയില്ല. അങ്ങനെയൊരു മനുഷ്യൻ നമ്മുടെയിടയിലൊക്കെ താമസിക്കുന്നുണ്ടാവുമെന്നയാൾക്കറിയാമായിരുന്നു. അയാൾ പറഞ്ഞു.

''അങ്ങേര്ക്ക് ഈ വീട് കാണണംന്ന് പറഞ്ഞാലോ?''

''അപ്പൊ നമ്ക്ക് കൊണ്ടന്ന് കാണിക്കണം. അല്ലാണ്ടെന്താ?''

''അവർക്കിപ്പൊ വീട് കണ്ടാ നല്ല ഇഷ്ടാവും. നമ്മള് കൊറെക്കൂടി നന്നാക്കിയെടുത്തിട്ട്ണ്ടല്ലോ. ഉള്ളില് അലമാറികളൊക്കണ്ടാക്കീട്ട്ണ്ട്. പുതുതായി പെയ്ന്റ് ചെയ്തിട്ട്ണ്ട്. മുറ്റത്ത് ഒരു ചെറിയ ആമ്പൽക്കുളംണ്ടാക്കീട്ട്ണ്ട്. അതില് മീനുകള്. ഇതൊക്കെ കണ്ട് ഈ വീട് അവർക്ക്തന്നെ തിരിച്ച് വേണംന്ന് പറഞ്ഞാലോ?''

''കൊടുക്കണം.'' മീനാക്ഷി ചിരിച്ചുകൊണ്ട് പറഞ്ഞു. ''ആ കാരണവര് വളരെ കഷ്ടപ്പെട്ടുണ്ടാക്കീതല്ലേ?''

''നീ ആള് കൊള്ളാലോ?''

മീനാക്ഷി ഗെയ്റ്റിന്റെ തൂണിലെഴുതിയ പേര് ജയകൃഷ്ണന് കാണിച്ചുകൊടുത്തു.

''ഓർമ്മണ്ടോ, നമ്മള് ഈ വീട് വാങ്ങ്യ സമയത്ത് ഈ പേര് മാറ്റണംന്ന് ജയേട്ടൻ പറഞ്ഞില്ലേ?''

ജയകൃഷ്ണൻ തലയാട്ടി.

''എന്തൊക്ക്യോ നിമിത്തങ്ങള്ണ്ട്. നമ്മളന്നീ വീടിന്റെ പേര് മാറ്റീല്യ. ഇപ്പൊ ഈ പേരിന്റെ ഒടമസ്ഥ കോയമ്പത്തൂരില്ണ്ട്. ഉപ്പേം ഉമ്മേം പാലക്കാട്ടുതന്നെ. ഇതുവരെ കണ്ടിട്ടില്ലാത്ത അവരെ ഞാൻ ആദ്യായിട്ട് കാണാൻ പോണൂ.''

''അപ്പൊ നീയവരെ കാണാൻ തീർച്ച്യാക്ക്യോ?''

''ങ്ും, നൂർജഹാൻ കൊണ്ടോവാംന്ന് പറഞ്ഞിട്ട്ണ്ട്. ഒരു ദിവസം പോവും. കാണും. കൂട്ടിക്കൊണ്ടരും. അവര് വന്ന് കണ്ടാൽ കൊത്യാവും.''

അയാൾ മീനാക്ഷിക്ക് വട്ടാണെന്ന് വിരൽ ചുഴറ്റി ആംഗ്യം കാണിച്ചു.

പിറ്റേന്ന് ഉച്ചഭക്ഷണസമയത്ത് നൂർജഹാൻ ഇരുന്നത് മീനാക്ഷിയുടെ അടുത്തായിരുന്നു. അവൾ ചെവിയിൽ ചോദിച്ചു.

''എവിടെ മീൻ പൊരിച്ചത്?''

''അയ്യോ, ഞാൻ കരുതി നൂർജഹാനത് മറന്നിട്ടുണ്ടാവുംന്ന്? അപ്പൊ രക്ഷപ്പെടാൻ പറഞ്ഞതല്ലേ.''

''പിന്നെ ഒരു കാര്യം.'' അവൾ സ്വരം താഴ്ത്തി പറഞ്ഞു. ''ഞാൻ ആ ഉപ്പാനോടും ഉമ്മാനോടും പറഞ്ഞിക്ക്ണ് ഇങ്ങടെ കാര്യം. ന്റെ റബ്ബേ, ഉപ്പാനെ കാണണ്ടതന്ന്യാ. എന്താ സന്തോഷം.''

''അത്യോ?''

''അല്ലാ പിന്നെ? അപ്പ ഉമ്മ പറയ്യാണ്, ഉപ്പ എടക്കെടക്ക് പറയാറ്ണ്ട്ന്ന്, ഇങ്ങടെ ബീട് കാണാൻ വരണംന്ന്. അപ്പ ഉമ്മ പറീം, ഒന്ന് മുണ്ടാണ്ടിരിക്കീൻ, വിറ്റ പെര ഇങ്ങനെ പോയിനോക്ക്യാ ഓല്ക്ക് ബെസമാവില്ലേ? അപ്പ പാവം മിണ്ടാണ്ട്യാവും ഉപ്പ.''

''പാവം.''

''ഞാൻ പറഞ്ഞി, ഉപ്പായ്ക്ക് ബേണങ്കി ഞാങ്കാണിച്ച് തരാംന്ന്. ബല്ല്യേ സന്തോഷായേട്ക്ക്ണ്.''

നൂർജഹാന്റെ വീട് കണ്ടപ്പോൾ മീനാക്ഷിക്ക് അത്ഭുതമായി. ഏകദേശം തന്റെ വീടു മാതിരിതന്നെയുണ്ട്. സ്വീകരണമുറിയുടെ കമാനം കടന്നാൽ ഊൺമുറി, വലത്തുവശത്ത് കിടപ്പറയിലേക്കുള്ള വാതിലുകൾ...

''ഈ വീട് ഉമ്മുക്കുൽസൂന്റെ ഉപ്പയാണോ ഡിസൈൻ ചെയ്തിരിക്കണത്?'' മീനാക്ഷി ചോദിച്ചു.

നൂർജഹാൻ ചിരിച്ചു. ''ന്റെ റബ്ബേ, നിങ്ങക്കത് തിരിഞ്ഞാ? ഞാനേയ് കുൽസുത്താടെ വീട് കണ്ടപ്പൊ അതേമാതിരിണ്ടാക്കാംന്ന് വിചാരിച്ചു. അതേ കോൺട്രാക്ടറാണ് ഈ വീടുംണ്ടാക്കീത്.''

''അതു ശരി. പിന്നെ എനിക്ക് നൂർജഹാന്റെ ഭാഷ നല്ല ഇഷ്ടാണ്. ബി.എ. പാസ്സായിട്ടും നിങ്ങടെ മലബാർ സംസാരംതന്നെ ഇപ്പഴും. എനിക്കത് കേൾക്കാൻ ഇഷ്ടാ.''

''അതേയ്, എനിക്ക് കോളേജില് കൂട്ടുണ്ടായിരുന്നോരും രണ്ട്

ഉമ്മക്കുട്ടികളായിരുന്നു. ഞങ്ങടെ ഭാഷ കേട്ട് മറ്റുള്ളോരും അതേ പോലെ പറയാറ്ണ്ട്.''

''നൂർജഹാന്റെ അബൂക്കാ എപ്പഴാ വരാ? മക്കളെവിടെ?''

''മൂപ്പര് വരാൻ ഏഴെട്ട് മണ്യാവും. മക്കള് അട്ത്ത വീട്ടീ കളിക്കാൻ പോയതാ.''

''ഏതാ ഉമ്മുക്കുൽസൂന്റെ ഉപ്പേടെ വീട്?''

''ഇതിന്റെ പിന്നീത്തന്നെ. ബാ, നമുക്ക് പോവാം. ഉപ്പാക്ക് കണ്ണ് കാണാനിത്തിരി വെഷമണ്ട്. അത് മാത്രേ കൊഴപ്പള്ളൂ.''

പഴയതാണെങ്കിലും വലിയ വീട്. കറുത്ത സിമന്റിട്ട നിലം കിടന്നുറങ്ങാൻ പറ്റിയതരം വീതിയുള്ള ഇരുത്തികൾ. ഉമ്മറത്ത് ഒരു ചാരുകസേലയിൽ വൃദ്ധനിരിക്കുന്നു. നിറയെ നരച്ച താടിയും മുടിയും. ചുളിഞ്ഞ കഴുത്തും മുഖവും. ഐശ്വര്യമുള്ള മുഖം.

''ഉപ്പാ ഞങ്ങള് ബർണ്ണ്ട്ട്ട്ടോ.'' നൂർജഹാൻ പടിക്കൽനിന്നുതന്നെ വിളിച്ചു പറഞ്ഞു. ഉപ്പ ചിരിച്ചുകൊണ്ട് നിവർന്നിരുന്നു.

''ബരീൻ, ബരീൻ.'' തിരിഞ്ഞ് അകത്തേക്ക് നോക്കി വിളിച്ചു. ''അയിശേ, ഇങ്ങ് ബാ, ഇതാ, ആ കുട്ടി ബന്നിട്ടിണ്ട്.''

''മക്കളിരിക്കീ.'' ഇടത്തുവശത്തുള്ള ഇരുത്തി ചൂണ്ടിക്കാട്ടി ഉപ്പ പറഞ്ഞു. ''മോളെ, നീയിക്കുട്ടിക്ക് ചായണ്ടാക്കിക്കൊണ്ടാ.''

നൂർജഹാൻ അകത്തേക്കു പോയി. വാതിൽ കടന്ന് ഉമ്മ പുറത്തേക്കു വന്നു. നല്ല സുന്ദരിയായ, ഐശ്വര്യമുള്ള സ്ത്രീ. കാതിൽ വലുപ്പമുള്ള സ്വർണ്ണവളയം കിടന്നാടുന്നു. കഴുത്തിൽ കട്ടികൂടിയ ഒരു മാല. സാരിയാണ് വേഷം. മീനാക്ഷി എഴുന്നേറ്റു.

''ഇരിക്ക് മോളെ...'' അവർ അവളുടെ കൈപിടിച്ച് ഇരുത്തി, അടുത്തുതന്നെ ഇരിക്കുകയും ചെയ്തു. അപ്പോഴും മീനാക്ഷിയുടെ വലതുകൈ അവർ മൃദുവായി പിടിച്ചിരുന്നു.

''ന്നാലും മോക്ക് ഉപ്പാനെ ഒന്ന് ബന്ന് കാണാൻ തോന്നീലോ?'' ഉമ്മ പറഞ്ഞു.

ആ വൃദ്ധൻ അവളെ നോക്കി പഠിക്കുകയായിരുന്നു. ആ മനുഷ്യന്റെ നോട്ടത്തിൽനിന്ന് മീനാക്ഷിക്കു മനസ്സിലായി കാര്യമായിട്ടൊന്നും കാണുന്നില്ലെന്ന്. കുറച്ചു നേരം തിരിഞ്ഞ് മുറ്റത്തേക്ക് നോക്കി ആലോചനയിലായിരുന്ന അദ്ദേഹം വീണ്ടും അവളെ നോക്കിക്കൊണ്ട് ചോദിച്ചു.

''എന്താ മോടെ പേര്?''

''മീനാക്ഷി.''

''മോക്ക് ആ ബീട് ഇഷ്ടായി അല്ലേ?''

''എന്താ ഇഷ്ടാവാതെ ഉപ്പാ? നല്ല വീടല്ലേ? ഞാൻ ജയേട്ടനോട് എപ്പഴും പറയാറ്ണ്ട്, എന്തിനാണാവോ അവര് ഈ വീട് വിറ്റത്ന്ന്.''

ഉപ്പ അവളെ നോക്കി. ''ശര്യാ മോളെ, ഞാനത് ന്റെ കുൽസൂന് വേണ്ടിണ്ടാക്കീതാ. ഓള് പക്ഷേ പറഞ്ഞു, ഉപ്പാ ഞങ്ങളതില് താമസിക്കാൻ പോണില്ല. പിന്നെ വെറ്തെ എന്തിനാ ഇട്ടിരിക്കണ്. അതങ്ങട് കൊടുത്തോളീന്ന്. ഓല്ക്ക് കോയമ്പത്തൂരില് നല്ല സ്ഥലം കിട്ടീട്ട്ണ്ട്, ഒരേക്കറ് പറമ്പും നല്ലൊരു പെരീം ആയിട്ട്. അപ്പ ഞാനതങ്ങട് ബിറ്റ്. ഒന്നരക്കൊല്ലം മോളെ ഞാനവ്ടെത്തന്ന്യായിരുന്നു പകലൊക്കെ, പണിക്കാര് ജോലിയെട്ക്കണതും നോക്കീട്ട്.''

''അത് സാരല്യ ഉപ്പാ, ഉമ്മുക്കുൽസൂനെപ്പോലത്തെ വേറൊരു മോളാണതില് താമസിക്കണത്ന്ന വിചാരിച്ചാ മതി.''

വൃദ്ധനത് ഉള്ളിലെവിടെയോ കൊണ്ടു. അദ്ദേഹത്തിന്റെ കണ്ണു നിറഞ്ഞു. മുഖം തിരിച്ച് തോളത്തിട്ട് തോർത്തുമുണ്ടിൽ കണ്ണു തുടച്ചു കൊണ്ട് സാവധാനത്തിൽ പറഞ്ഞു.

''ശര്യാ മോള് പറഞ്ഞത്. കുട്ടീം ന്റെ മോളെപ്പോലെതന്നെ. എല്ലാരും പടച്ചോന്റെ മക്കള്. നന്നായി വരട്ടെ.''

നൂർജഹാൻ രണ്ടു കപ്പ് കാപ്പിയുമായി വന്ന് മീനാക്ഷിയുടെ അടുത്തിരുന്ന് കപ്പ് നീട്ടിക്കൊണ്ട് പറഞ്ഞു.

''കുടിച്ചോളീ...''

സ്വന്തം വീടുപോലെ അവൾക്ക് ആ വീട്ടിലുണ്ടായിരുന്ന സ്വാതന്ത്ര്യം കണ്ട് മീനാക്ഷി ചിരിച്ചു. ''നീ വേണംച്ചിട്ട് നിന്റെ മലബാറ് ഭാഷ പറഞ്ഞതാല്ലേ?'' അവൾ കപ്പ് വാങ്ങി. ''ഉപ്പാന് കാപ്പി ഇല്ലേ?''

''ഉപ്പ കാപ്പീം ചായേം ഒന്നും കുടിക്കൂല.'' ഉമ്മ പറഞ്ഞു. ''വെറും കരിങ്ങാലി ഇട്ട് തെളപ്പിച്ച ബെള്ളം മാത്രം.''

ആ മനുഷ്യൻ എന്തായിരിക്കും ആലോചിക്കുന്നുണ്ടാവുക? മീനാക്ഷി ആലോചിച്ചു. അവൾക്ക് ആ മനുഷ്യന്റെ മനസ്സിനുള്ളിലേക്ക് കടന്നുചെല്ലാനാഗ്രഹമുണ്ടായി. കഷ്ടപ്പെട്ടുണ്ടാക്കി നഷ്ടപ്പെട്ട വീടിനെപ്പറ്റിയായിരിക്കണം. തിരിച്ചെടുക്കാൻ പറ്റാത്ത നഷ്ടത്തെപ്പറ്റിയായിരിക്കണം.

''ഉപ്പാന് ആ വീട് കാണണോ?'' മീനാക്ഷി ചോദിച്ചു.

അദ്ദേഹം പെട്ടെന്ന് തിരിഞ്ഞുനോക്കി. ആ മുഖത്ത് എന്തൊക്കെയോ ഭാവവ്യത്യാസങ്ങൾ. എല്ലാറ്റിന്റെയും അർത്ഥം ഒന്നുതന്നെയായിരുന്നു. വേണം, കാണണമെന്നുണ്ട്.

“കാണണംന്നൊക്കെണ്ട് മോളെ. പക്കെങ്കില് നിങ്ങക്കത് ബെസമാവില്ലേ?”

“ഞങ്ങക്കെന്ത് വെഷമം? ഉപ്പേം ഉമ്മേം വര്ന്നതില് സന്തോഷേള്ളൂ.”

വൃദ്ധൻ സാവധാനത്തിൽ എഴുന്നേറ്റു, വളരെ സാവധാനത്തിൽ നടന്ന് അവളുടെ അടുത്തെത്തി. അവളുടെ തലയിൽ കൈവച്ചു കൊണ്ട് പറഞ്ഞു. “പടച്ചോന്റെ കൃപണ്ടാവട്ടെ.”

അദ്ദേഹം നൂർജഹാന്റെ സഹായത്തോടെ തിരിഞ്ഞ് നടന്നത് അകത്തേക്കായിരുന്നു. പോകുമ്പോൾ തോളത്തിട്ട തോർത്തുമുണ്ടു കൊണ്ട് കണ്ണു തുടക്കുകയാണ്.

“ഉപ്പാക്ക് മോള് പറഞ്ഞത് നല്ല ഇഷ്ടായിരിക്ക്ണ്.” ഉമ്മ പറഞ്ഞു.

“ഞാൻ ശരിക്കും പറഞ്ഞതാ. ഞങ്ങക്കൊരു വെഷമുംല്യ. സന്തോഷാണേനും. ഞാൻ വന്ന് ഉപ്പാനേം ഉമ്മാനേം കൂട്ടിക്കൊണ്ടു പോവാം. നൂർജഹാനേം കൂട്ടാം.”

“നോക്കട്ടെ മോളെ, ഉപ്പ എന്തു പറേണൂന്ന്. മോള് വരൊന്നും വേണ്ട. ഞങ്ങളവ്ടെ എത്താം.”

രാത്രി കിടക്കുമ്പോൾ അന്നത്തെ യാത്രയെപ്പറ്റി മീനാക്ഷി പറഞ്ഞപ്പോൾ ജയകൃഷ്ണൻ തലയിൽ കൈവച്ചു.

“ദൈവമേ, ഇനി അവരിവിടെത്ത്വോ?”

“എത്തുംട്ട്വോ, ഞാനങ്ങന്യാണവരോട് പറഞ്ഞിട്ട്ള്ളത്. ഞാൻ ചെന്ന് കൂട്ടിക്കൊണ്ടരാംന്ന് പറഞ്ഞു. അപ്പൊ അവര് പറഞ്ഞു, അവരിവിടെ എത്തിക്കൊള്ളാംന്ന്.”

“സാരല്യ, വരട്ടെ. നിന്റെ മനസ്സിലെന്താന്നോ? നീ ഈ വീട് ഭംഗിയാക്കിവച്ചത് അവര് കാണട്ടേന്നാണ്. അതോണ്ട് അവർക്ക് സന്തോഷംണ്ടാവും, ശര്യാണ്, ഒപ്പംതന്നെ വെഷമും. നല്ലൊരു സാധനം കൈവിട്ടുപോയാൽ നമുക്കൊക്കെണ്ടാവില്ലേ ഒരു വിഷമം. അതു പോലെ.”

അതൊന്നും അല്ല കാര്യം. മീനാക്ഷി ആലോചിച്ചു. ജയേട്ടന് തന്റെ മനസ്സിലെന്താണെന്ന് മനസ്സിലായില്ലെന്ന് അവൾക്കു തോന്നി. ഒരുപക്ഷേ ആ വൃദ്ധനെ കണ്ടാൽ മനസ്സിലാവും.

ഞായറാഴ്ച രാവിലെത്തന്നെ ആ കുടുംബം എത്തി. എങ്ങനെ ഈ മനുഷ്യൻ രണ്ടു ദിവസം ക്ഷമയോടെ കാത്തിരുന്നുവെന്ന് അവൾ അത്ഭുതപ്പെട്ടു.

അവർ കാറിൽ നിന്നിറങ്ങി ഗെയ്റ്റിനു പുറത്തു നിൽക്കുകയാണ്. അബുക്കാ കാർ പാർക്കു ചെയ്യുന്നു. ഉമ്മുക്കുൽസുവിന്റെ ഉപ്പയും

ഉമ്മയും നൂർജഹാനും എന്തോ നോക്കിനിൽക്കുകയാണ്. ഗെയ്റ്റിനു പുറത്തെത്തിയപ്പോഴാണ് മീനാക്ഷി അടുത്തു ചെന്നത്.

''എന്താ ഉമ്മേം നൂർജഹാനുംകൂടി അവിടെ സ്വകാര്യം?''

''മോളെ, ഇങ്ങള് ബീടീന്റെ പേര് മാറ്റീട്ടില്ലാ അല്ലേ ഇതുവരെ?'' തിരിഞ്ഞ് ഉപ്പയോട് പറഞ്ഞു. ''അല്ലാ, ഇങ്ങളിത് കണ്ടാ, ഇബര് ബീടിന്റെ പേര് മാറ്റീട്ടില്ല. ഇപ്പഴും ഉമ്മുക്കുൽസുന്നന്ന്യാണ്.''

വൃദ്ധൻ അവരുടെ അടുത്തു ചെന്നു തൂണിലെ മാർബിൾ പലക തൊട്ടുനോക്കി, പിന്നെ പതുക്കെ അതിനു വേദനിക്കാത്ത വിധത്തിൽ തലോടാൻ തുടങ്ങി.

മീനാക്ഷി ആ മനുഷ്യന്റെ അടുത്തു ചെന്നു. സ്വന്തം മകളുടെ മിനുസമായ കവിളിൽ തലോടുംപോലെ അദ്ദേഹം ആ പലക അപ്പോഴും തലോടുകയായിരുന്നു.

''ഉപ്പാ, അകത്തേക്ക് വരൂ.''

''മോള് ഈ ബീടിന്റെ പേര് മാറ്റീട്ടില്ല അല്ലേ?'' മീനാക്ഷിയെ നോക്കിക്കൊണ്ട് അതു പറയുമ്പോൾ കാഴ്ച നശിച്ച ആ കണ്ണുകൾ ആർദ്രമായി.

''എന്തിനാ അത് മാറ്റണത് ഉപ്പാ. നല്ല പേരല്ലേ? അത് കാണുമ്പോ തട്ടനും കൊലുസും ഇട്ട ഒരു സുന്ദരി ഉമ്മക്കുട്ട്യെ കാണുംപോലെണ്ട്. എനിക്കാ പേര് ഇഷ്ടാ.''

എല്ലാവരും ചിരിക്കുകയാണ്. ജയകൃഷ്ണൻ പറഞ്ഞു. ''ഇവിട ങ്ങനെ നിക്കണ്ട. അകത്തേക്കു പോവാം.''

അകത്തേക്കു പോവാൻ ആരും ധൃതി കാണിച്ചില്ല. മുറ്റത്തുണ്ടാക്കിയ ആമ്പൽ പൊയ്ക ഉമ്മ അപ്പേഴാണ് കാണുന്നത്.

''അല്ലാ, ഇങ്ങട്ടോക്കിൻ. ഇവര് മിറ്റത്ത് ആമ്പല് വളർത്തുണു. ഇതാ, അതില് മീന്കളുംണ്ട്. ഇങ്ങക്കത് കാണാൻ കയ്യൂലാ.''

അവർ ഭർത്താവിന്റെ കൈ പിടിച്ച് ആമ്പൽപൊയ്കയുടെ അടു ത്തേക്ക് നയിച്ചു. ആ മനുഷ്യൻ അതിനു മുമ്പിൽ നോക്കിനിന്നു.

''മൂപ്പർക്ക് നേരീതായിട്ട് കാണാൻ പറ്റും. അതില്ള്ള മീനൊന്നും കാണാൻ പറ്റൂല.''

വീട്ടിനുള്ളിൽ ആ മനുഷ്യൻ ഇരുന്നില്ല.

''ഉപ്പ നോക്കൂ, ഞങ്ങള് വീട് കേടുവരുത്തീട്ടൊന്നുംല്യ.''

''കേട് ബര്ത്ത്വോ?'' ഉമ്മ പറഞ്ഞു. ''പെർത്ത് നന്നാക്കിബെച്ചി ക്ക്ണ്.''

ഉപ്പ നടന്ന് കമാനത്തിന്റെ ഒരു വശത്തുള്ള തൂൺ തൊട്ട് നോക്കു കയായിരുന്നു. പതുക്കെ അതു തലോടിക്കൊണ്ട് അദ്ദേഹം പറഞ്ഞു.

''നിങ്ങള് ബീടൊക്കെ നന്നാക്കി ബെച്ചിട്ട്ണ്ട്. ഞാൻ ന്റെ രണ്ട് പെൺമക്കൾക്കും ഒരേപോലെണ്ടാക്കീതാ. ഉമ്മുകുൽസൂനും നൂർജ ഹാനും. ഇനിള്ളത് രണ്ടാൺകുട്ട്യോളാണ്, ജലീലും ജമാലും രണ്ടു പേരും ഗൾഫിലാ. ഓല് ജോലി ചെയ്ത് സൊന്തംണ്ടാക്കട്ടെ.''

''അപ്പൊ ഉപ്പാന്റെ രണ്ടാമത്തെ മോളടെ പേര് നൂർജഹാൻന്ന് തന്ന്യാണോ?''

പറഞ്ഞ ഉടനെ മീനാക്ഷിക്കു മനസ്സിലായി, അതിലെ വിഡ്ഢിത്തം. നൂർജഹാൻ വായുംപൊത്തി ചിരിക്കുകയായിരുന്നു. ഉപ്പയും ഉമ്മയും മനസ്സിലാവാതെ നോക്കിനിൽക്കുകയാണ്. അബൂക്കായ്ക്ക് ഭാര്യയുടെ കുസൃതിയെപ്പറ്റി നേരത്തേ അറിയാമായിരുന്നു.

മീനാക്ഷി ചിരിച്ചുകൊണ്ട് നൂർജഹാനോട് പറഞ്ഞു.

''നിനക്ക് ഞാൻ വെച്ചിട്ട്ണ്ട്.''

ജയകൃഷ്ണൻ ചിരിക്കുകയാണ്. ■

ഒരു കങ്ഫ്യൂ ഫൈറ്റർ

ഷേറാൻസ്, ഒരു കങ്ഫൂ ഫൈറ്ററാണ്. രാജു അങ്ങനെയാണ് പറഞ്ഞത്. അവന്റെ വിവരണങ്ങളിൽ നിന്ന് പേടിപ്പെടുത്തുന്ന ഒരു ചിത്രമാണ് കിട്ടുന്നത്. രാജു വൈകുന്നേരം സ്കൂൾവിട്ടു വന്നാൽ പുസ്തകസഞ്ചിയും വാട്ടർബോട്ടിലും വലിച്ചെറിഞ്ഞ് എന്റെ മുമ്പിൽ ചാടി വീഴുന്നു. കാൽമുട്ട് അല്പം മടക്കി കുറച്ച് കുനിഞ്ഞ് കൈമുഷ്ടി കൊണ്ട് എനിക്കു ഒരിടി സമ്മാനിക്കുന്നു. എനിക്ക് നല്ലവണ്ണം വേദനിക്കുമെങ്കിലും ഞാൻ വേദനയൊന്നുമില്ലെന്ന് ഭാവിക്കുന്നു. ഞാൻ അച്ഛനും അവൻ മകനുമാണ്. ആറു വയസ്സുള്ള മകൻ.

''വേദനയില്ലേ?'' അവൻ ചോദിക്കുന്നു.

''ഉം... ഉം... ഇതൊക്കെ ഒരിടിയാണോ?''

''ഞാൻ കാണിച്ചുതരാം.''

അവൻ നിന്നിടത്തുനിന്ന് ഒരു ചാട്ടവും എന്റെ പുറത്ത് രണ്ടാമതൊരിടിയും.

''അയ്യോ വേദനയുണ്ട്,'' ഞാൻ അലറുന്നു. എനിക്ക് ദേഷ്യം പിടിക്കുന്നു. അവന് രണ്ടാമത് ഇടിക്കേണ്ട കാര്യമൊന്നുമില്ല.

''ആ, ഇങ്ങനെയാണ് ഷേറാൻസ് ഇടിക്കുക. കങ്ഫൂ ഫൈറ്റിങ്ങാണ്.''

ഇവൻ ഷേറാൻസിനെ അനുകരിക്കുക മാത്രമാണ് ഇപ്പോൾ ചെയ്തത്. അതുതന്നെ ഇത്ര ഉഗ്രം. അപ്പോൾ ഷേറാൻസിന്റെ ഒറിജിനൽ ഇടി എന്തായിരിക്കും സ്ഥിതി?

ഷേറാൻസ് നടന്നുവരുമ്പോൾ മറ്റു കുട്ടികൾ ഓടി ഒളിക്കുന്നു. അവന്റെ മുമ്പിൽ ആരും ശ്വാസം വിടാറില്ല. ക്ലാസ് മിസ്സിനും കൂടി അവനെ പേടിയാണ്. അവൻ രാജുവിന്റെ ഫ്രണ്ടാണ്. എനിക്കും അവന്റെ അമ്മയ്ക്കും ആശ്വാസമായി. ഷേറാൻസിന്റെ തണലിൽ നിൽക്കുന്ന ഇവനെ ആരും തൊടില്ലല്ലോ.

ഒരിക്കൽ ഏതോ ഒരു കുട്ടി രാജുവിനെ ചവുട്ടി എന്ന കുറ്റത്തിന് ഷേറാൻസ്, ആ കുട്ടിയുടെ മുഖത്ത് മാന്തി ചോര പൊട്ടിച്ചിട്ടുണ്ട്.

എനിക്ക് സ്വകാര്യമായി സന്തോഷം തോന്നി, അതു കേട്ടപ്പോൾ. പക്ഷേ പറഞ്ഞത് മറിച്ചായിരുന്നു.

‘‘ആ കുട്ടിയൊന്ന് ചവുട്ടി എന്നുവെച്ച് അവന്റെ മുഖത്ത് മാന്താനൊക്കെ പാടോ?’’

‘‘ഷേറാൻസ് എന്റെ ഫ്രണ്ടാണ്.’’

‘‘അതുകൊണ്ട്?’’

‘‘എന്നെ ആരെങ്കിലും ഉപദ്രവിച്ചാൽ ഷേറാൻസ് അവരേയും ഉപദ്രവിക്കും.’’

ഷേറാൻസിനെ കാണാൻ താത്പര്യമായി ഒരു ദിവസം ഞാനും ഭാര്യയും മകന്റെ സ്കൂളിൽ പോയി. ക്ലാസ്സിൽ വരുന്നുണ്ടെന്ന് രാജുവിനോട് പറഞ്ഞില്ല. പറഞ്ഞാൽ അവൻ സമ്മതിക്കില്ല. ഡാഡി സ്കൂളിൽ വരേണ്ട എന്നാണ് അവൻ പറയുന്നത്. മമ്മി മാത്രം വന്നാൽ മതിയത്രെ.

‘‘എന്താണ് കാരണം.’’

‘‘ഡാഡിയെ കാണാൻ ഒരു ഭംഗിയുംല്ല്യ.’’

ഡാഡി തളരുന്നു.

‘‘എന്താ മോൻ പറയുന്നത് ഡാഡിയെ കാണാൻ നല്ല ഭംഗിണ്ടല്ലോ.’’ അമ്മ.

‘‘ഇല്ല ഒരു ഭംഗീംല്ല്യാ. മമ്മി മാത്രം വന്നാൽ മതി സ്കൂളിലേക്ക്.’’

‘‘മമ്മിയെ കാണാൻ ഭംഗീണ്ടോ?’’

‘‘ഉം.’’

പിന്നെ മമ്മി ഇല്ലാത്ത അവസരത്തിൽ ഞാൻ രാജുവിനോട് ചോദിക്കുന്നു. ‘‘എന്താണ് ഡാഡിയെ ഭംഗിയില്ലെന്നു പറയാൻ കാരണം?’’

‘‘ഡാഡിക്കു വയസ്സായിരിക്കുന്നു. പിന്നെ തലമുടീം മീശയും ഒന്നും ഭംഗിയില്ല. തനായിയുടെ ഡാഡിയെ കാണാൻ നല്ല ഭംഗിണ്ട്.’’

അപ്പോൾ അങ്ങനെയാണ് സംഗതി. അതുകൊണ്ട് സ്കൂളിൽ രണ്ടുപേരുംകൂടി പോകുന്ന കാര്യം അവനോട് പറഞ്ഞില്ല. ഓഫീസിൽ പോയി ഫീസു കൊടുത്ത് ക്ലാസ്സിലേക്കു നടന്നു. ക്ലാസ്സിൽ രാജുവിനെ തിരിച്ചറിയാൻ കുറച്ച് മിനക്കെടേണ്ടിവന്നു. യൂനിഫോമിൽ എല്ലാ കുട്ടികളും ഒരേപോലെ തോന്നിച്ചു. രാജു ശബ്ദമുണ്ടാക്കാതെ ഞങ്ങളെ നോക്കുകയായിരിക്കും. എല്ലാവരുടെയും നോട്ടം ഞങ്ങളുടെ നേരെയായിരുന്നു. അതിനിടയ്ക്ക് ഒരു പെൺകുട്ടിയുടെ ശബ്ദം കേട്ടു.

‘‘രാജൂ, തുമാര മമ്മി ആയി ഹെ.’’

നോക്കിയപ്പോൾ രാജു പെട്ടെന്ന് ഡസ്കിന്നടിയിലേക്ക് നൂഴുന്നത് കണ്ടു.

ഇടവേളയിൽ അവനെ വിളിച്ചു ചോദിച്ചു.

''ഏതാണ് ഷേറാൻസ്?''

രാജു കുറച്ചകലെ ഞങ്ങളെ നോക്കി നിന്നിരുന്ന ഒരു കുട്ടിയെ ചൂണ്ടിക്കാട്ടി. രാജു ചൂണ്ടിക്കാട്ടിയപ്പോൾ നാണം തോന്നി, അവൻ ഓടിപ്പോയി.

''ഇതാണ് ഷേറാൻസ്?'' ഞാൻ ഭാര്യയോട് പറഞ്ഞു. ''എത്ര ചെറിയ കുട്ടി! മോന്റെ അത്രതന്നെയുള്ളൂ.''

''അതു നന്നായി.'' അവൾ പറഞ്ഞു. ''പിന്നെ എത്ര വലുതാണെന്നാണ് വിചാരിച്ചത്.''

ഇവൻ എങ്ങനെയാണ് കങ്ഫൂ ഫൈറ്ററാവുന്നത്?

എന്റെ മനസ്സിൽ നല്ല തടിയും ഉറച്ച മാംസപേശികളുമുള്ള ഒരു രൂപമാണുണ്ടായിരുന്നത്. ഞാനെന്തു വിഡ്ഢിയാണ്. രണ്ടാം ക്ലാസ്സിൽ പഠിക്കുന്ന ഒരു കുട്ടിയെപ്പറ്റി ഞാൻ എന്താണ് വിചാരിച്ചിരുന്നത്?

അങ്ങനെ ഷേറാൻസ് എന്ന കങ്ഫൂ യുദ്ധക്കാരൻ, ഒരു ക്ലാസ്സിനെയാകെ കിടിലം കൊള്ളിച്ചിരുന്ന ഗാങ്ങ്സ്റ്റർ വെറും ഒരു മെലിഞ്ഞ കുട്ടിയായി മാറി. നഷ്ടം എന്റേതുതന്നെ. ഞാനന്ന് സ്കൂളിൽ പോകാൻ പാടില്ലായിരുന്നു.

രാജുവിന്റെ കങ്ഫൂ ഫൈറ്റിങ്ങ് സ്പിരിറ്റ് എന്റെ ഭാഗ്യംകൊണ്ട് അധികനാൾ നീണ്ടുനിന്നില്ല. ഇപ്പോൾ അവൻ പറയുന്നത് വേറൊരു കുട്ടിയെപ്പറ്റിയായിരുന്നു. റോമിദ്. റോമിദ് പാട്ടുകാരനാണ്. അവൻ അമിതാഭ്ബച്ചനെ പോലെ നന്നായി പാടും.

''അമിതാഭ് ബച്ചൻ പാട്ടു പാടാറില്ലല്ലോ.'' ഞാൻ പറയുന്നു.

''പിന്നെ? അമിതാഭ് ബച്ചൻ പാടാറുണ്ടല്ലോ. ദോ ഔർ ദോ പാഞ്ചിൽ പാടിയിട്ടില്ലേ? തുനെ അഭിദേഖാ നഹി എന്ന പാട്ട്?''

''അത് അമിതാഭല്ല. കിഷോർകുമാറാണ് പാടുന്നത്.''

അവന് വിശ്വാസമായില്ല. സിനിമയിൽ അമിതാഭു തന്നെയാണ് പാടുന്നത്. കിഷോർകുമാർ വേണമെങ്കിൽ വേറെ പാടിയിട്ടുണ്ടാകും. ''റോമിദ് എത്ര നന്നായിട്ടാണെന്നറിയ്യോ പാടുക.''

പെട്ടെന്ന് മനസ്സിൽ ഉയർന്നു വന്ന ചിത്രം സ്റ്റേജിൽ മൈക്കും പിടിച്ച് ഡാൻസു ചെയ്തുകൊണ്ട് പാട്ടു പാടുന്ന ഒരാളായിരുന്നു. കങ്ഫൂ ഫൈറ്ററുടെ ഓർമ്മ വന്നപ്പോൾ ആ ചിത്രം താനെ മാഞ്ഞു പോയി. ഞാൻ രാജുവിന്റെ കണ്ണിൽക്കൂടിയെ അവന്റെ സ്നേഹിതന്മാരെ നോക്കാൻ പാടുള്ളൂ.

‘‘റോമിദ്, ഇന്ന് ക്ലാസ്സിൽ ഷേറിന്റെ പാട്ടുപാടി. ’’

‘‘ഷേറിന്റെ പാട്ടോ?’’

‘‘അതെ. അമിതാഭ്ബച്ചൻ പാടിയ പാട്ട്. നട്ട്വർലാലിൽ ഇല്ലേ ആ പാട്ട്.’’

‘‘ഓ അതോ? സിംഹത്തെ നായാടാൻ പോയ കഥ. അതൊരു പാട്ടാണോ?’’

‘‘ഉം. എത്ര നല്ല പാട്ട്. റോമിദ് അതെത്ര നന്നായി പാടിയെന്നറിയ്യോ?’’

റോമിദിനെപ്പറ്റി അവന്റെ പ്രശംസയ്ക്കതിരില്ല. കുറെ ദിവസത്തേക്ക് റോമിദ് മാത്രമായിരുന്നു സംസാരവിഷയം. സ്കൂളിൽ നിന്നു വന്നാൽ തുടങ്ങി ഉറങ്ങാൻ കിടക്കുന്നതുവരെ, റോമിദ് എന്ന പാട്ടുകാരൻ നൂറുകണക്കിന് വാദ്യോപകരണങ്ങളുടെ അകമ്പടിയോടെ പാടുന്നു. പുതിയ ഹിറ്റ്സോങ്ങ്സ് ഓരോന്നോരോന്നായി കാതിൽ വന്നലയ്ക്കുന്നു. അതിൽ കിഷോർ കുമാറുണ്ട്, യേശുദാസുണ്ട്, റാഫിയുണ്ട്.

അങ്ങനെയിരിക്കുമ്പോൾ, ഒരു ദിവസം അവൻ റോമിദിനെപ്പറ്റി പറയുന്നില്ല. അവൻ അവന്റെ ക്രയോൺ സെറ്റ് കൈയിലെടുത്ത് എന്തോ അന്വേഷിച്ചു നടക്കുകയായിരുന്നു. പാട്ടുകളില്ല. ശബ്ദമില്ല. ഞാൻ കുറച്ച് അസ്വസ്ഥനാവുന്നു. എവിടെയാണ് കുഴപ്പം? അവസാനം ക്ഷമ കെട്ടപ്പോൾ അന്വേഷിക്കുന്നു.

‘‘ഇന്ന് റോമിദ് പാടിയില്ലേ?’’

അവന് കേട്ട ഭാവമില്ല. അവൻ മേശമേൽ തപ്പുകയായിരുന്നു. പുസ്തകങ്ങൾ മറിച്ചു നോക്കുന്നു. അവസാനം അവന്റെ നോട്ട്ബുക്കിൽ നിന്ന് ഒരു ഏട് ചീന്തിയെടുക്കാൻ നോക്കുന്നു.

‘‘പുസ്തകത്തിൽ നിന്ന് ഏട് ചീന്തരുതെന്ന് പറഞ്ഞിട്ടില്ലേ?’’ ഞാൻ ഒച്ചയെടുക്കുന്നു.

അവൻ ചീന്തുന്നതു നിർത്തി. പക്ഷേ കൈ പുസ്തകത്തിൽത്തന്നെ. മുഖത്തു കള്ളത്തരമുണ്ട്. എന്റെ കണ്ണുകൾ മാറിയാൽ പെട്ടെന്ന് ഏടു ചീന്തിയെടുത്ത് അവിടെ നിന്ന് രക്ഷപ്പെടാമെന്ന ഭാവം.

‘‘എന്തിനാണ് കടലാസ്?’’

‘‘എനിക്ക് ചിത്രം വരയ്ക്കാനാണ്.’’

‘‘നിന്റെ ഡ്രോയിംഗ് ബുക്ക് എവിടെ?’’

‘‘അത് ക്ലാസ്സിൽ നിന്നു വരയ്ക്കാനല്ലേ? എനിക്കു വീട്ടിൽനിന്നും വരയ്ക്കണം. എനിക്ക് വേറൊരു ഡ്രോയിംഗ് ബുക്ക് വാങ്ങിത്തരൂ.’’

‘‘വാങ്ങിത്തരാം.’’ ഞാൻ സമ്മതിച്ചു.

രാജു പുസ്തകത്തിൽനിന്ന് കൈയ്യെടുത്തു. പക്ഷേ അരമണിക്കൂറിനുള്ളിൽ ഞാൻ അവന്റെ കൈയും പിടിച്ച് പുസ്തകപ്പീടികയിലേക്ക് നടക്കുകയായിരുന്നു. പിന്നെ കുറെ ദിവസത്തേക്ക് വീട്ടിൽ എവിടെ നോക്കിയാലും മൃഗങ്ങളാണ്. പൂച്ചകൾ, എലികൾ, നായ്ക്കൾ, മുയലുകൾ. അങ്ങനെയാണ് തനായി എന്ന ചിത്രകാരനെപ്പറ്റി അറിയാനിടയായത്. തനായ് ഭയങ്കര ചിത്രകാരനാണ്. ''എത്ര നന്നായിട്ടാണെന്നറിയ്യോ ചിത്രം വരക്ക്യാ? ഷേറിന്റെ ചിത്രം വരച്ചാൽ ശരിക്കുംള്ള ഷേറാണെന്നു വിചാരിക്കും.''

അവൻ സിംഹത്തെപ്പറ്റിയാണ് സംസാരിക്കുന്നത്. സിംഹമാണ് അവന്റെ ഫേവറിറ്റ് മൃഗം.

''ഷേറിന് ഒരു എലിഫെന്റിനെ അടിക്കാൻ പറ്റുമോ?''

''ഷേറല്ലേ കാട്ടിലെ രാജാവ്? അപ്പോൾ ഷേറിന് ഒരു കൊട്ടാരം ണ്ടാവില്ല്യേ?''

''ഛരീ വിഡ്ഢിത്തം പറയാതിരിക്കൂ. സിംഹം താമസിക്കുക വല്ല ഗുഹയിലുമായിരിക്കും. കൊട്ടാരമെല്ലാം മനുഷ്യരാജാക്കന്മാർക്കുള്ളതാണ്.''

രാജുവിന്റെ മുഖം മങ്ങി.

''അപ്പോൾ ശരിക്കും ഷേറിന് കൊട്ടാരംണ്ടാവില്ലേ?''

''ഇല്ല.''

അവൻ നിരാശനായി. അപ്പോൾ അവന്റെ ഭാവനയിലെ കൊട്ടാരം നശിപ്പിച്ചതിൽ എനിക്ക് വിഷമം തോന്നി. ഒരു സിംഹത്തിന് കൊട്ടാരമുണ്ടാകുന്നുവെങ്കിൽ എന്താണതിൽ തെറ്റ്? പ്രത്യേകിച്ചും അതൊരു കുട്ടിയുടെ ഭാവനയ്ക്ക് നിറം കൊടുക്കുകയാണെങ്കിൽ!

''തനായ് ഷേറിനെ നന്നായി വരക്കും.'' രാജു ആലോചിച്ചുകൊണ്ട് പറഞ്ഞു. ''എനിക്ക് അങ്ങനെ വരയ്ക്കാൻ പറ്റില്ല. തനായ് ഷേറിന്റെ കൊട്ടാരവും വരയ്ക്കും.''

പിന്നെ ദിവസവും അവനെപ്പറ്റിയുള്ള വർണ്ണന മാത്രമേയുള്ളൂ. അതാണ് തനായ് എന്ന ചിത്രകാരന്റെ മഹിമ.

രാജുവിന്റെ ക്രയോൺ കഷ്ണങ്ങളായി കാപ്സ്യൂളുകൾ പോലെ അവിടവിടെ കിടന്നു. ഡ്രോയിംഗ് പുസ്തകത്തിന്റെ ഏടുകൾ വിമാനങ്ങളും കപ്പലുകളുമായി മാറി. ശേഷിച്ച പേജുകളിൽ അപൂർണ്ണരായ സിംഹങ്ങളും അവയുടെ പണി തീരാത്ത കൊട്ടാരങ്ങളും ചിതറിക്കിടന്നു.

''നമ്മുടെ മകൻ എന്തായാലും ഒരു ചിത്രകാരനാവില്ല.'' ഞാൻ പറഞ്ഞു.

''ഉം? എന്താ കാരണം?''

ഭാര്യ ഡ്രോയിംഗ് പുസ്തകത്തിലെ പേജുകളൊന്നിൽ നോക്കി പറയുന്നു.

''ഈ പൂച്ചയെ കാണാൻ നല്ല ഭംഗിയുണ്ടല്ലോ. കണ്ടില്ലേ, അതിനൊരു വീടും പണിതിരിക്കുന്നു.''

''അതവൻ സിംഹത്തെ വരച്ചതാണ്.''

''ഓ!''

ക്രമേണ തനായി എന്ന ചിത്രകാരനും അപ്രസക്തിയുടെ മറവിലേക്ക് നീങ്ങിയപ്പോൾ ഞാൻ വീർപ്പടക്കി നിന്നു. ഇനി എന്താണ് സംഭവിക്കുക എന്നറിയാൻ എനിക്ക് ആകാംക്ഷയുണ്ടായിരുന്നു. അങ്ങനെയിരിക്കെ, ഒരു ദിവസം അവൻ പറഞ്ഞു.

''ഡാഡി എനിക്കൊരു കാറ് വേണം.''

''നിനക്ക് കുറെ കാറുകളുണ്ടല്ലോ. ഇനി വാങ്ങാനൊന്നും പറ്റില്ല.''

''അങ്ങനത്തെ കാറല്ല. ഇതാ, ഇങ്ങനെ ഓണാക്കി വിട്ടാൽ ചുമരിന്റെ അവിടെ എത്തിയാൽ ആട്ടോമാറ്റിക്കായി തിരിച്ചുവരും. അതുപോലെ മേശമേൽ വെച്ച് ഓടിച്ചാൽ അരികിലെത്തിയാലും ആട്ടോമാറ്റിക്കായി തിരിച്ചുവരും. വീഴുകയേയില്ല.''

''അങ്ങനത്തെ കാറ് ഇവിടെ കിട്ടില്ല മോനേ.'' ഞാൻ പറഞ്ഞു.

''തപാസിന്റെ കൈയിലുണ്ടല്ലോ അങ്ങനത്തെ കാറ്.''

''അതവന് ആരെങ്കിലും ഇന്ത്യയ്ക്കു പുറമെ നിന്ന് വാങ്ങിക്കൊടുത്തതായിരിക്കും.''

''തപാസിന്റെ വീട്ടിൽ അങ്ങനത്തെ എത്ര കാറുകളാണുള്ളത്. പിന്നെ ബാറ്ററികൊണ്ട് ഓടുന്ന ട്രെയിനും ഉണ്ട്.''

അപ്പോൾ രാജു തപാസിന്റെ ക്ഷണപ്രകാരം അവന്റെ വീട്ടിലും പോയിരിക്കുന്നു.

''നമുക്ക് പീടികയിൽ പോയി നോക്കാം.'' അവൻ പറഞ്ഞു. ''ചെറിയ ഫോറിൻ കാറൊക്കെ കിട്ടുന്നുണ്ടല്ലോ അവിടെ. അപ്പോൾ ഈ കാറും കിട്ടുംന്നാണ് തോന്നണത്.''

ചുമരരുക്കിൽ എത്തിയാൽ തിരിഞ്ഞ് ഓടുന്ന ഒരു ആട്ടോമാറ്റിക് കാർ എന്റെയും മകന്റെയും ഉറക്കം നഷ്ടപ്പെടുത്തിയിരിക്കുന്നു. ഞാൻ അവനെയും കൂട്ടി പീടികകൾ കയറിയിറങ്ങിയപ്പോൾ അവൻ പറഞ്ഞു.

''ക്ഷീണിച്ചു. നമുക്കൊരു തമ്പ്സപ്പ് കുടിക്ക്യാ.''

ഗവാസ്കർ കുടിക്കുന്ന പാനീയമായതു കൊണ്ടു മാത്രം തമ്പ്സപ്പ് കുടിക്കാൻ ഞാൻ തയ്യാറില്ലായിരുന്നു. ഞാൻ പറഞ്ഞു.

"നീ കുടിച്ചോ."

തമ്പ്സപ്പ് സ്ട്രോവിൽക്കൂടി കുടിച്ചുകൊണ്ടിരിക്കെ അവൻ മുഖമുയർത്തി പറഞ്ഞു.

"ഒരുപക്ഷേ ആട്ടോമാറ്റിക് കാറുകൾ കോസ്റ്റ്ലിയായിരിക്കും. അതാണ് ഈ പീടികക്കാർ വെയ്ക്കാതിരിക്കുന്നത്."

മകന്റെ സാമ്പത്തിക ശാസ്ത്രത്തിലുള്ള അറിവിൽ ഞാൻ അഭിമാനിച്ചു. എന്തായാലും പിന്നീട് ആ കാറിനെപ്പറ്റി അവൻ സംസാരിച്ചിട്ടില്ല. അവന്റെ ചെറിയ കാറുകൾ ചുമരരുക്കുവരെ കൊണ്ടുചെന്ന് കൈകൊണ്ടു തന്നെ തിരിച്ച് ഓടിച്ച് അവൻ തൃപ്തിയടഞ്ഞു.

ക്രമേണ അവൻ നിശ്ശബ്ദനായി. രാജുവിന്റെ മാറ്റം ഞാൻ ശ്രദ്ധിച്ചു.

ഇപ്പോൾ അവൻ കങ്ഫൂ ഫൈറ്റിങ്ങിനെപ്പറ്റി പറയാറില്ല. റോമിദ് എന്ന പാട്ടുകാരനെപ്പറ്റി പറയാറില്ല, തനായി എന്ന ചിത്രകാരനെപ്പറ്റി പറയാറില്ല, തപാസിന്റെ ആട്ടോമാറ്റിക്ക് കാറുകളെപ്പറ്റി പറയാറില്ല. വൈകുന്നേരം വന്നാൽ വെറുതെ എവിടെങ്കിലും ഇരിക്കും. എപ്പോഴും എന്തെങ്കിലും ആലോചിച്ചുകൊണ്ടിരിക്കും. അവൻ ക്ഷീണിച്ചു വരുന്നുണ്ടായിരുന്നു.

"അവന്റെ വയറ്റിൽ വിരയുണ്ടെന്നാണ് തോന്നണത്." ഭാര്യ പറഞ്ഞു. "നമുക്ക് മരുന്ന് കൊടുത്ത് നോക്കാം."

മരുന്നുകൊണ്ട് ഫലമൊന്നുമുണ്ടായില്ല. ഡോക്ടറെ കാണിച്ചപ്പോൾ അയാൾ വെറുമൊരു ടോണിക് എഴുതിക്കൊടുക്കുക മാത്രമേ ചെയ്തുള്ളൂ.

"അവൻ വേണ്ടപോലെ ഭക്ഷണം കഴിക്കുന്നില്ലേ?" ഞാൻ ചോദിച്ചു.

"ഉണ്ടല്ലോ. ഉച്ചയ്ക്ക് അഞ്ചുചപ്പാത്തി കൊണ്ടുപോകുന്നുണ്ട്. അവൻ തന്നെയാണ് ചപ്പാത്തി ലഞ്ചു ബോക്സിലാക്കുന്നത്. വൈകുന്നേരം വരുമ്പോൾ ബോക്സ് കാലിയാണ്."

രാത്രി അവൻ സ്വതവേ അധികം ഭക്ഷണം കഴിക്കാറില്ല. പക്ഷേ ഉച്ചയ്ക്ക് അവൻ അഞ്ചു ചപ്പാത്തി കഴിക്കുന്നുണ്ടെന്നു പറഞ്ഞത് കുറച്ച് അത്ഭുതമുണ്ടാക്കുന്നതാണ്. എവിടെയോ പിശകുണ്ട്. ഞാൻ ചോദിച്ചു.

"നീ എത്ര ചപ്പാത്തി തിന്നാറുണ്ട് ഉച്ചയ്ക്ക്?"

"ഫൈവ് ചപ്പാത്തി."

"ഫൈവ് ചപ്പാത്തി തിന്നുന്ന തടിയൊന്നും കാണുന്നില്ലല്ലോ നിന്റെ ദേഹത്ത്?"

''ഉം? ഞാൻ നല്ല തടീണ്ടല്ലോ. മുഹമ്മദാലിയെപ്പോലെയുണ്ടല്ലോ ഞാൻ.''

അവൻ കൈയിന്റെ മസിലുകൾ ഉയർത്തിക്കാണിച്ചു. ഞാൻ പേടിയഭിനയിച്ചു. അവൻ വീണ്ടും മുഹമ്മദാലിയെപ്പറ്റി പറയുമെന്നും അവന്റെ മൗനത്തിനൊരറുതി വരുമെന്നും ഞാൻ വിചാരിച്ചു. പക്ഷേ അവൻ വീണ്ടും നിശ്ശബ്ദനായി. കുറെ നേരം ആലോചിച്ചശേഷം അവൻ ചോദിച്ചു.

''ഡാഡീ, എന്താണ് എല്ലാവർക്കും ധാരാളം പണമുണ്ടാവാത്തത്?''

അറിവിന്റെ ആരംഭം. ഞാൻ ആലോചിച്ചു. ഇവൻ വല്ല ബോധി വൃക്ഷത്തിന്റെയും താഴെക്കൂടി നടന്നുവോ?

മുഹമ്മദാലിയുടെ തടിയുടെ രഹസ്യം മനസ്സിലാവുന്നത്, ഭാര്യ ഒരു ദിവസം സ്കൂളിൽ പോയപ്പോഴാണ്. ലഞ്ചു സമയമായിരുന്നു. കുട്ടികളെല്ലാം അവരവരുടെ സ്ഥാനത്തിരുന്ന് കൊച്ചു ലഞ്ചു ബോക്സുകൾ തുറന്ന് ഭക്ഷണം കഴിക്കുന്നു. നോക്കുമ്പോൾ നമ്മുടെ കൊച്ചുമുഹമ്മദാലിയുണ്ട് ഒരരുകിലിരുന്ന് ചപ്പാത്തി കടിച്ചുതിന്നുന്നു. മുമ്പിൽ ഒരു മെലിഞ്ഞ് ഇരുണ്ട കുട്ടിയും. അവനും തിന്നുന്നത് മകന്റെ ബോക്സിൽ നിന്നുതന്നെയാണ്.

അമ്മയെ കണ്ടപ്പോൾ അവന്റെ മുഖത്ത് ഒരപരാധബോധം. അവൻ പെട്ടെന്ന് മറ്റേ കുട്ടിയെ തട്ടിമാറ്റി. അവനുമായി യാതൊരു ബന്ധവു മില്ല എന്ന മട്ടിൽ ഭക്ഷണം തുടർന്നു. മറ്റേ കുട്ടിയാകട്ടെ, സ്നേ ഹിതന്റെ അമ്മ ഒരു ഭീഷണിയായ് തലയ്ക്കു മുകളിൽ തൂങ്ങി ക്കിടക്കുന്നതു കാണാത്തതു കാരണം ഒന്നും മനസ്സിലാവാതെ അന്തം വിട്ട് ഇരിക്കുകയാണ്.

ക്ലാസ് മിസ്സാണ് അതു പറഞ്ഞത്. രാജു എന്നും അവന്റെ ലഞ്ച് ബൻസിയുമായി പങ്കിടാറുണ്ട്. പാവം കുട്ടിയാണ്. ഇവിടത്തെ പ്യൂണിന്റെ മകനാണ്. അവൻ മാത്രമേ കുറച്ച് പാവമായിട്ടുള്ളൂ ഈ സ്കൂളിൽ. മറ്റെല്ലാവരും ഒരു മാതിരി പണമുള്ളവരുടെ മക്കളാണ്. രാജുവിനു മാത്രമേ അവനോട് കുറച്ച് ദയ കണ്ടിട്ടുള്ളൂ. മറ്റുള്ളവരെല്ലാം അവനെ ഉപദ്രവിക്കുകയേ ചെയ്യാറുള്ളൂ.

വൈകുന്നേരം മകന്റെ ദയാശീലത്തെപ്പറ്റി കേട്ടപ്പോൾ എനിക്ക് ദേഷ്യം പിടിക്കുകയാണുണ്ടായത്. കാരണം അവൻ എന്നോട് നുണ പറഞ്ഞു. ഞാൻ അവനെ വിളിച്ചു ചോദിച്ചു.

''നീ എത്ര ചപ്പാത്തി തിന്നാറുണ്ടെന്നാണ് എന്നോടു പറഞ്ഞത്?''

അവന് ഭയമായി. അവൻ സംശയിച്ചുകൊണ്ട് പറഞ്ഞു.

''ഫൈവ്.''

''നീ ഫൈവ് ചപ്പാത്തി തിന്നാറുണ്ടോ?''

മമ്മി അവനെ വിറ്റുവെന്ന് മനസ്സിലായപ്പോൾ അവൻ പറഞ്ഞു.

‘‘ഇല്ല.’’

‘‘പിന്നെ എത്ര ചപ്പാത്തിയാണ് തിന്നാറ്?’’

‘‘വൺ ചപ്പാത്തി.’’

‘‘ഒന്നോ?’’

ഞാൻ ഞെട്ടി. അതു ഞാനും പ്രതീക്ഷിച്ചില്ല. അവൻ ഒരു ചപ്പാത്തി തിന്ന്, ബാക്കി നാലെണ്ണം ആ കുട്ടിക്ക് കൊടുക്കുകയായിരുന്നു. അവൻ മെലിയുന്നതിൽ എന്താണ് അത്ഭുതം?

എനിക്ക് പെട്ടെന്ന് ദേഷ്യം പിടിച്ചു. ഇവൻ എന്നോട് നുണ പറയുകയായിരുന്നു. ഞാൻ അടുത്തു കണ്ട ഒരു സ്കെയിലെടുത്ത് അവനെ അടിക്കാൻ തുടങ്ങി. രാജു വേദനകൊണ്ട് പുളഞ്ഞു. ദേഷ്യം ശമിച്ചപ്പോൾ അടിനിർത്തി അവനോട് ചോദിച്ചു.

‘‘അങ്ങനെ കൊടുക്കണമെന്നു തോന്നിയാൽ നിനക്ക് ഒന്നോ രണ്ടോ ചപ്പാത്തി മാത്രം കൊടുത്ത് ബാക്കി തിന്നാമായിരുന്നില്ലേ? എന്തിനാണ് നാലെണ്ണം കൊടുക്കുന്നത്?’’

അവൻ ഒന്നും പറഞ്ഞില്ല.

‘‘നീ കേൾക്കുന്നുണ്ടോ?’’ ഞാൻ ക്രുദ്ധനായി ചോദിച്ചു. ‘‘എന്തിനാണ് നാലെണ്ണം കൊടുത്തത്?’’

‘‘ഡാഡി അടിക്ക്വോ?’’ അവൻ വിറച്ചുകൊണ്ട് ചോദിച്ചു.

‘‘ഇല്ല, പറയൂ.’’

‘‘എനിക്ക് വൈകുന്നേരം വന്നാലും ഭക്ഷണം കഴിച്ചുകൂടെ? ബൻസിക്ക് വീട്ടിൽനിന്ന് ഒന്നും കിട്ടില്ല്യാത്രെ. പിന്നെ എല്ലാ കുട്ടികളും അവനെ ഉപദ്രവിക്കുന്നുണ്ട്. അവൻ പാവാണ്.’’

രാജു വീണ്ടും കരയാൻ തുടങ്ങി. ഇങ്ങനെ ഒരു പര്യവസാനം ഞാൻ പ്രതീക്ഷിച്ചില്ല. അവൻ തേങ്ങിത്തേങ്ങി കരയുകയായിരുന്നു.

‘‘നീ എന്തിനാണ് കരയണത്?’’

അവൻ വീണ്ടും വീണ്ടും തേങ്ങിക്കരയുകയായിരുന്നു.

പെട്ടെന്ന് എനിക്ക് എന്നെത്തന്നെ ഓർത്ത് ലജ്ജ തോന്നി.

ഷേറാൻസ് എന്ന കങ്ഫൂ ഫൈറ്ററെപ്പറ്റിയും റോമിദ് എന്ന പാട്ടുകാരനെപ്പറ്റിയും തനായ് എന്ന ചിത്രകാരനെപ്പറ്റിയും തപാസ് എന്ന കാറുടമസ്ഥനെപ്പറ്റിയും വാ തോരാതെ പറഞ്ഞിരുന്ന രാജു, ഈ പാവപ്പെട്ട കുട്ടിയോടുള്ള സ്നേഹം മനസ്സിൽ ഒരു സ്വകാര്യമായി സൂക്ഷിച്ചു. സഹജീവിയോടുള്ള അവന്റെ സ്നേഹത്തിന് സമ്മാനമായാണ് ഞാൻ അവനെ അടിച്ചത്. എനിക്ക് വളരെ വ്യസനം തോന്നി.

പിന്നെ അടിച്ചതിന് നഷ്ടപരിഹാരമായി ഒരു കളിസ്സാമാനം വാങ്ങാൻ എന്റെ കൈയും പിടിച്ച് പീടികകൾ കയറിയിറങ്ങുമ്പോൾ അവൻ പറഞ്ഞു.

''വലുതാവുമ്പോൾ എനിക്കൊരു കങ്ഫൂ ഫൈറ്ററാവണം.''

അവൻ അപ്പോൾ അതു പറയാൻ എന്താണ് കാരണം എന്നെനിക്കു മനസ്സിലായില്ല. ഞാൻ പറഞ്ഞു.

''മനസ്സിൽ നീ ഇപ്പോൾത്തന്നെ ഒരു കങ്ഫൂ ഫൈറ്ററാണല്ലോ.''

■

ഒരു കടം കൂടി

വളഞ്ഞ പിടിയുള്ള പ്രാചീനമായ ശീലക്കുട ഒരു ഊന്നുവടിയാക്കി അയാൾ എഴുന്നേറ്റു. തിണ്ണമേൽ വെച്ച തുണിസഞ്ചിയെടുത്ത് തോളിൽ തൂക്കി. തിരിഞ്ഞ്, അതുവരെ ഇരുന്നിരുന്ന സ്റ്റൂളിൽ നോക്കി, വല്ലതും വീണു പോയിട്ടുണ്ടോ?

''ഇനി ഞാൻ ഇറങ്ങട്ടെ.''

ഞാൻ കൗണ്ടറിനു പിന്നിൽ നിൽക്കുകയാണ്. മുഖം തീരെ പ്രസന്നമായിരിക്കാൻ വഴിയില്ല. മറിച്ച് കുറച്ച് പരുഷമായിട്ടുണ്ടാവാനും മതി. കഴിഞ്ഞ ഒരു മണിക്കൂറിലധികമായി ആ മനുഷ്യൻ ചങ്ങാത്തത്തിന്റെ പേരും പറഞ്ഞ് എന്റെ മുമ്പിലിരിക്കുന്നു. പറയാനുള്ളത് ദേഹാസുഖങ്ങളെപ്പറ്റി കുറെ പരാതികൾ മാത്രം.

''ഞാനിറങ്ങട്ടെ.'' അയാൾ വീണ്ടും പറഞ്ഞു. ''ശ്രീമതിയോട് പറയൂ, കാപ്പി വളരെ നന്നായിരുന്നൂന്ന്. ഇങ്ങിനെ ഒരു കാപ്പി ഞാൻ അടുത്ത കാലത്തൊന്നും കുടിച്ചിട്ടില്ല.''

കാപ്പി കൊണ്ടുവന്നു കൊടുത്തപ്പോൾ അയാളുടെ കണ്ണിലുണ്ടായിരുന്ന തിളക്കം ഇപ്പോഴുമുണ്ട്. കാപ്പി കുടിക്കാനുള്ള ആവേശത്തേക്കാൾ, ഞങ്ങൾ അയാളെ കാപ്പി കൊടുക്കുക വഴി ആദരിച്ചുവല്ലോ എന്ന സന്തോഷമാണ് മുഖത്ത്.

ശരിക്കു പറഞ്ഞാൽ കാപ്പി കൊടുത്താലെങ്കിലും അയാൾ ഒഴിഞ്ഞു പോകുമല്ലോ എന്ന പ്രതീക്ഷയിലാണ് ലതിക കാപ്പി കൊണ്ടുവന്ന് കൊടുത്തത്. അവൾ എന്നെ അകത്തേക്കു വിളിച്ചിട്ട് പറഞ്ഞു.

''സ്വാമിയോട് പോകാൻ പറയൂ. എത്ര നേരമായി അയാൾ നിങ്ങളുടെ സമയം മെനക്കെടുത്തുന്നു?''

എങ്ങനെയാണ് ഒരാളോട് പോകാൻ പറയുക? അയാളാകട്ടെ, എന്റെ സാമീപ്യത്തിൽ അതീവസന്തുഷ്ടനായി ഇരിക്കയാണുതാനും. ലതിക കൊണ്ടുവന്നു കൊടുത്ത കാപ്പി, സാവധാനത്തിൽ ആസ്വദിച്ചു കുടിച്ചശേഷം പിന്നെയും അരമണിക്കൂറോളം ഇരുന്ന ശേഷമാണ്

അയാൾ എഴുന്നേറ്റത്. അയാൾ വീണ്ടും ഇരുന്നാലോ എന്ന ഭയത്താൽ ഞാൻ ശ്വാസം പിടിച്ചു നിൽക്കുകയായിരുന്നു. അയാൾ ചവിട്ടു പടികൾ ഇറങ്ങി, മുറ്റത്തെത്തി തിരിഞ്ഞു നിന്നു പറഞ്ഞു:

''ഒരു കടം.''

''എന്ത്?'' ഞാൻ ചോദിച്ചു.

''കാപ്പിയുടെ.'' അയാൾ ചിരിച്ചുകൊണ്ട് പറഞ്ഞു. ''എന്നെങ്കിലും നിങ്ങൾ രണ്ടുപേരും എന്റെ വീട്ടിലേക്കു വരൂ. അന്നു ഞാൻ ഈ കടം വീട്ടാം.''

ഓ, ഇതൊക്കെ അത്ര കാര്യമാക്കാനുണ്ടോ എന്നമട്ടിൽ ഞാൻ ചിരിച്ചു.

അയാൾ റോഡിലെത്തി, രണ്ടു ഭാഗത്തേക്കും നോക്കി, ഒരു നിമിഷം എങ്ങോട്ടു പോവണമെന്നു തീർച്ചയാവാതെ നിന്നു. പിന്നെ റെയിൽവെ സ്റ്റേഷന്റെ ഭാഗത്തേക്കു നടന്നു. ഞാൻ ദീർഘശ്വാസം വിട്ടു. അയാളുടെ സന്ദർശനങ്ങൾ അടുത്തായി കുറെ കൂടിയിട്ടുണ്ട്. എന്തെങ്കിലും ചെയ്തേ പറ്റൂ. ആദ്യമെല്ലാം വല്ലപ്പോഴും. മാസത്തി ലൊരിക്കലേ വന്നിരുന്നുള്ളൂ. പിന്നെ മാസത്തിൽ രണ്ടു പ്രാവശ്യമായി, ആഴ്ചയിൽ ഒരിക്കൽ ആയി. ഇപ്പോൾ ഈ ആഴ്ചയിൽതന്നെ രണ്ടാമത്തെ തവണയാണ് വരുന്നത്. അയാൾ വരും. കൗണ്ടറിനു മുമ്പിൽ ഇട്ട സ്റ്റൂളിൽ ഇരിക്കും, കുറെ സംസാരിക്കും. അധികവും പരാതികൾ, അതിനിടയ്ക്ക് എന്റെ കസ്റ്റമേഴ്സ് വരും. ഞാൻ കാസറ്റുകൾ കേൾപ്പിച്ചു കൊടുക്കും. ചിലപ്പോൾ ഒന്നോ രണ്ടോ കാസറ്റുകൾ വിറ്റുപോകും. അതിനിടയ്ക്കും ആ മനുഷ്യന്റെ അഭി പ്രായങ്ങളും നിർദ്ദേശങ്ങളുമുണ്ടാകും. ചിലത് ഞങ്ങൾക്ക് വളരെ ഹാനികരമായവയും.

നാരായണസ്വാമി ആദ്യം വന്നത് കാസറ്റുകൾ അന്വേഷിച്ചു കൊണ്ടായിരുന്നു. പടികൾ കയറിവന്ന്, വളരെ താഴ്ന്ന സ്വരത്തിൽ, അരുതാത്തതെന്തോ പോലെ ചോദിച്ചു.

''ഇവിടെ ചെമ്പെയുടെ കച്ചേരിയുണ്ടോ?''

''ഉണ്ട്.''

ഞാൻ കാസറ്റെടുത്ത് കൗണ്ടറിൽ സ്വാമിയുടെ മുമ്പിൽ വെച്ചു. അയാൾ അത് സൂക്ഷ്മതയോടെ എടുത്ത് തിരിച്ചും മറിച്ചും നോക്കി. അയാൾ അതീവസന്തുഷ്ടനായി തോന്നി. ഇത്രയും കാലം അന്വേ ഷിച്ചു നടന്നിരുന്ന ഒരു കാസറ്റ് ഇവിടെ ഇതാ, ഇത്രയും എളുപ്പത്തിൽ തന്റെ കൈയിൽ എത്തിച്ചേർന്നിരിക്കുന്നു. അയാൾ ആ കാസറ്റ് എന്റെ നേരെ നീട്ടി.

''ഇതൊന്ന് പാടിക്കാമോ? പണ്ട് ഞാൻ ചെമ്പെയുടെ കച്ചേരി കേട്ടിട്ടുണ്ട്.'' സ്വാമി പറഞ്ഞു.

ഞാൻ ഡെക്ക് ഓണാക്കി. ചെമ്പൈയുടെ ഘനഗംഭീരമായ ശബ്ദം വലിയ സ്പീക്കറുകളിൽക്കൂടി വന്നു.

വരനാരദാ...

സ്വാമി ഒരു ഇരുപ്പിടത്തിനുവേണ്ടി തിരിഞ്ഞു നോക്കി. കൈയിലിരുന്ന കുട ഒരു മൂലയിൽ ചാരിവെച്ചു. തോളിൽനിന്ന് ചിത്രപ്പണിയുള്ള നരച്ച തുണിസഞ്ചി എടുത്ത് തിണ്ണമേൽ വെച്ചു. അടുത്തു കണ്ട സ്റ്റൂളിൽ കയറി ഇരിപ്പായി. ടി.വി. ഗോപാലകൃഷ്ണന്റെ മൃദംഗത്തോടൊപ്പം അയാൾ തലയാട്ടി, കൈകൊണ്ട് തുടമേൽ താളം പിടിച്ചു.

ഞാൻ കാസറ്റ് നിർത്തി. സാധാരണ അങ്ങനെയാണ്. ഒരു മിനിറ്റ് കേൾപ്പിച്ചു കൊടുക്കും. അത് മിക്കവാറും റിക്കാർഡിങ്ങിന്റെ ഗുണം മനസ്സിലാക്കിക്കാനും കാസറ്റ് നല്ലതാണെന്ന് ബോദ്ധ്യപ്പെടുത്താനുമാണ്.

സ്വാമി താളം പിടിക്കുന്നതു നിർത്തി ചോദിച്ചു.

''ആ പാട്ട് ഒന്നു മുഴുവൻ കേൾക്കാമോ?''

ഞാൻ വീണ്ടും കാസറ്റ് പാടിച്ചു, കുറച്ചൊരു വൈമനസ്യത്തോടെ. അയാൾ പാട്ടു കഴിയുംവരെ തലയാട്ടുകയും കൈകൊണ്ട് താളം പിടിക്കുകയും ചെയ്തു. പാട്ടു കഴിഞ്ഞപ്പോൾ ഞാൻ ചോദിച്ചു.

''ഇനി വേറെ വല്ലതും?''

അയാൾ നിവർന്നിരുന്നു.

''അയ്യോ എനിക്ക് കാസറ്റ് വേണ്ട കേട്ടോ. ഞാൻ വാങ്ങാൻ ഉദ്ദേശിച്ച് വന്നതല്ല. ഇതിലെ പോയപ്പോൾ ഒന്നു കയറി, എന്റെ കൈയിൽ ടേപ്പ് റിക്കാർഡർ ഇല്ല. ഈ കാസറ്റുകൊണ്ട് ഞാൻ എന്തുചെയ്യാനാ?''

ഞാൻ ഉള്ളിൽ പുകയുകയായിരുന്നു. എന്റെ സമയം. അത് തീരെ വിലയില്ലാത്തതാണെന്നാണോ ഇയാൾ കരുതിയത്? എന്റെ മുഖത്തെ നീരസം പക്ഷേ അയാൾക്ക് മനസ്സിലായില്ലെന്നു തോന്നുന്നു. അയാൾ വീണ്ടും ചോദിച്ചു.

''നിങ്ങളുടെ അടുത്ത് എമ്മെസ്സും ശെമ്മങ്കുടിയും ഒക്കെ ഇല്ലേ?''

''ഉണ്ട്.'' കാസറ്റ് റാക്കിലേക്കു തിരിച്ചു വെച്ചുകൊണ്ട് ഞാൻ ഒട്ടും രസിക്കാത്ത മട്ടിൽ പറഞ്ഞു.

അതായിരുന്നു സ്വാമിയുമായുള്ള പരിചയത്തിന്റെ തുടക്കം. പിന്നീട് ഓരോ പ്രാവശ്യം അയാൾ വന്നാലും ഞങ്ങളുടെ മനസ്സ് കേടു വരുത്തിയേ തിരിച്ചു പോകാറുള്ളൂ.

ഒരിക്കൽ അയാൾ ഉള്ളപ്പോഴാണ് ഒരു കസ്റ്റമർ നാദസ്വരം

അന്വേഷിച്ചു വന്നത്. എന്റെ കൈയിൽ ചിന്ന മൗലാനയുടെ നാദസ്വര മുണ്ടായിരുന്നു. ആ കാസറ്റെടുത്ത് കസ്റ്റമർക്ക് കൊടുത്തു.

“എന്താണ് വില?”

കാസറ്റ് തുറന്ന് കേൾപ്പിച്ചുകൊടുക്കുന്നതിനിടയിൽ ഞാൻ പറഞ്ഞു. “മുപ്പതുറുപ്പിക.”

സ്വാമി എഴുന്നേറ്റു. കാസറ്റെടുത്തു പുറംചട്ട നോക്കിക്കൊണ്ട് പറഞ്ഞു.

“ഓ ചിന്നമൗലാനയാണല്ലോ? കാരുക്കുറിച്ചിയുടെ നാദസ്വരം ഇല്ലേ?”

ഇല്ലെന്നു ഞാൻ തലയാട്ടി. ഉണ്ടായിരുന്നു. അത് കഴിഞ്ഞു പോയി.

“കാരുക്കുറിച്ചിടെ നാദസ്വരം കേൾക്കണം.” സ്വാമി കസ്റ്റമറോട് പറഞ്ഞു. “നാദസ്വരം എന്നു പറഞ്ഞാൽ കാരുക്കുറിച്ചിതന്നെ. അതു കഴിഞ്ഞിട്ടേ ഉള്ളൂ മറ്റുള്ളവർ.”

ഞാൻ വിയർക്കുകയായിരുന്നു. ഇതിന്റെയൊക്കെ അനന്തരഫല മെന്തെന്ന് എനിക്കറിയാമായിരുന്നു. കസ്റ്റമേഴ്സിനെ അനാവശ്യമായി അറിവുള്ളവരാക്കുന്നത് നന്നല്ല. ഇതാകട്ടെ, അറിവുള്ളവരാക്കുകയല്ല, അവരെ വഴി പിഴപ്പിക്കുകയുമാണ്. ഷെയ്ക്ക് ചിന്നമൗലാനയും നാദസ്വര കച്ചേരിയുടെ കാര്യത്തിൽ ഒട്ടും പിന്നിലല്ല. പിന്നെ, വന്ന കസ്റ്റമർക്ക് ചിന്ന മൗലാനയായാലും കാരുക്കുറിച്ചിയായാലും സേതു രാമനായാലും ഒന്നു തന്നെ. ഓലപ്പീപ്പിയുടെ ശബ്ദം നാദസ്വരമാണെന്നു പറഞ്ഞു കൊടുത്താലും അയാൾ വാങ്ങിക്കൊണ്ടുപോകും. അത്രയേ യുള്ളൂ.

സ്വാമി പറയുകയായിരുന്നു. “ഞാനൊരിക്കൽ കാരുക്കുറിച്ചി അരുണാചലത്തിന്റെ കച്ചേരിക്ക് പോയിട്ടുണ്ട്. ആ കല്യാണിരാഗം ആലപിക്കുന്നത് കേട്ടാൽ നമ്മൾ ഇരുന്നു പോകും.”

കസ്റ്റമർ എന്റെ നേരെ തിരിഞ്ഞു.

“കാർന്നോര് പറയണ ആള്ടെ കച്ചേരിയുണ്ടോ?”

“ഇല്ല.” ഞാൻ പറഞ്ഞു. “പക്ഷേ ചിന്ന മൗലാനയുടെ കച്ചേരിയും നല്ലതാണല്ലോ.”

അയാൾ എന്നെ ഒന്നുനോക്കി. തീരെ വിശ്വാസമില്ലാതെ. ഞാൻ അയാളെ പറ്റിക്കാൻ ശ്രമിക്കുകയായിരുന്നെന്ന മട്ടിൽ. പിന്നെ ഒന്നും പറയാതെ പെട്ടെന്ന് ഇറങ്ങിപ്പോവുകയും ചെയ്തു.

സ്വാമി ഒന്നും സംഭവിച്ചിട്ടില്ലാത്ത മട്ടിൽ തിരിച്ച് സ്റ്റൂളിൽ പോയി രുന്നു. അപ്പോഴും പറയുകയായിരുന്നു.

''അതിമനോഹരം. കേട്ടിട്ടുണ്ടോ കാരുക്കുറിച്ചിയുടെ കച്ചേരി?''

''കാരുക്കുറിച്ചി! മണ്ണാങ്കട്ടയാണ്.'' ഞാൻ പൊട്ടിത്തെറിച്ചു. നിങ്ങളുടെ വങ്കത്തം കാരണം എനിക്ക് ഒരു കസ്റ്റമർ നഷ്ടപ്പെട്ടു.''

അയാൾ സ്തബ്ധനായി എന്നെ നോക്കി. എവിടെയാണ് പിഴച്ചതെന്നയാൾക്കു മനസ്സിലായില്ല.

''നിങ്ങൾ ഇടപെട്ടിരുന്നില്ലെങ്കിൽ അയാൾ ആ കാസറ്റ് വാങ്ങിയേനേ.''

സ്വാമിക്ക് സംഗതി ഒരു വിധം പിടികിട്ടിയെന്നു തോന്നുന്നു. അയാൾ മാപ്പു ചോദിക്കുന്ന മട്ടിൽ പറഞ്ഞു.

''ഞാൻ ഇതൊന്നും ആലോചിച്ചില്ല.''

''ഈ കാസറ്റുകളില്ലേ,'' റാക്കുകളിലേക്കു ചൂണ്ടിക്കാട്ടി ഞാൻ പറഞ്ഞു. ''അതെല്ലാം വിൽക്കാൻ വേണ്ടി വെച്ചതാണ്. വന്ന കസ്റ്റമർക്ക് കാരുക്കുറിച്ചി തന്നെ വേണമെന്ന് നിർബന്ധമൊന്നുമില്ല. നിങ്ങളാണ് അയാൾക്ക് ആശയക്കുഴപ്പമുണ്ടാക്കിയത്. ഇപ്പോൾ ഞാൻ അയാളെ വഞ്ചിക്കാൻ ശ്രമിച്ചു എന്ന വിചാരത്തോടെയാണ് അയാൾ പോയത്.''

സ്വാമി നിശ്ശബ്ദനായി അല്പസമയം ഇരുന്നു. പിന്നെ പോകാൻ വേണ്ടി എഴുന്നേറ്റു.

''ക്ഷമിക്കണം. ഞാൻ അത്രയൊന്നും ആലോചിച്ചില്ല.''

സ്വാമി പോയപ്പോൾ, അയാളോട് കയർത്തതിൽ എനിക്ക് വിഷമം തോന്നി. ഞാനും അയാളും തമ്മിലുള്ള കാഴ്ചപ്പാടിന്റെ വ്യത്യാസമാണ് ഇതിനൊക്കെ കാരണം. ഒരു സംഗീതപ്രേമിയായ നാരായണസ്വാമിയെ സംബന്ധിച്ചിടത്തോളം സംഗീതം ആസ്വാദനത്തിനുള്ളതാണ്, വില്പനയ്ക്കുള്ളതല്ല. ഒരു കസ്റ്റമർ കാസറ്റു വാങ്ങുമ്പോൾ അയാൾക്ക് ഏറ്റവും മികച്ച സംഗീതം കിട്ടണമെന്നേ സ്വാമിക്കുള്ളൂ. അതെവിടെ നിന്ന് കിട്ടുന്നു എന്നത് അത്ര പ്രസക്തമല്ല. മറിച്ച്, എനിക്കാണെങ്കിൽ കാശു കൊടുത്തു വാങ്ങി സ്റ്റോക്ക് ചെയ്ത കാസറ്റുകൾ വിറ്റുപോണമെന്ന് മാത്രമേയുള്ളൂ. ഇതിൽ ആരോഗ്യപരമായ കാഴ്ചപ്പാട് സ്വാമിയുടേതു തന്നെയാണ്. പക്ഷേ അതെനിക്ക് വൈഷമ്യമുണ്ടാക്കി.

നാരായണസ്വാമി വീണ്ടും വരില്ലെന്നാണ് ഞാൻ കരുതിയത്. പക്ഷേ എന്റെ ശുഭപ്രതീക്ഷകളെ തട്ടിത്തെറിപ്പിച്ചു കൊണ്ട് അയാൾ വീണ്ടും വന്നു, കുടയും സഞ്ചിയും തിണ്ണമേൽ വെച്ച് മുട്ടിന്മേൽ കൈയൂന്നിക്കൊണ്ട് സ്റ്റൂളിന്മേൽ ഇരുന്നു.

''വയ്യ. എനിക്കു വയ്യാതായിരിക്കുന്നു.''

ഞാൻ ഒന്നും പറഞ്ഞില്ല.

''സന്ധികളിലൊക്കെ വേദന. നെഞ്ചിനകത്തും വേദന. ഒരു ഡോക്ടറെ കാണണം.''

ഞാൻ വളരെ സൂക്ഷിച്ചേ സംസാരിക്കുന്നുള്ളൂ. സ്വാമിയുമായുള്ള പരിചയത്തിൽ നിന്ന് ഒരു കാര്യം പഠിച്ചു. ഏതു നിമിഷവും അപകടം ചാടി വീണേക്കാം. ഞാൻ സ്വയം പ്രതിരോധത്തിലായിരുന്നു.

''നിങ്ങളുടെ റോഡിലേക്ക് കടക്കുന്നിടത്ത് ഒരു ഡോക്ടറുണ്ടല്ലോ. ഒരു എം. ഡി. എന്താണ് പേര്? ഡോക്ടർ രാമചന്ദ്രൻ?''

''അതെ.''

''എങ്ങനെയുണ്ട് ആ ഡോക്ടർ?''

''തരക്കേടില്ല.''

''അദ്ദേഹത്തെ കണ്ടാലോ എന്നാലോചിക്കയാണ്.''

ഞാൻ ഒന്നും പറഞ്ഞില്ല.

അയാൾ നെഞ്ചിൽ കൈയ്യമർത്തി. വേദന കൂടിയിട്ടുണ്ടെന്നു തോന്നുന്നു.

''രാവിലെ വീട്ടിൽനിന്നു പുറപ്പെടുമ്പോൾ ഇത്ര വേദനയുണ്ടായിരുന്നില്ല. നിങ്ങൾക്ക് വിഷമമില്ലെങ്കിൽ ഒന്ന് എന്റെ ഒപ്പം വരാമോ?''

എനിക്കു പോകാൻ താത്പര്യമുണ്ടായിരുന്നില്ല. ഞാൻ പറഞ്ഞു.

''കട തുറന്നിരിക്കുകയല്ലേ. എനിക്ക് വരാൻ പറ്റുമെന്നു തോന്നുന്നില്ല. നിങ്ങൾ ഒറ്റയ്ക്കു പോയാൽ തന്നെ മതിയല്ലോ.''

''നിങ്ങൾ വന്നാൽ നന്നായിരുന്നു. ശ്രീമതിയോട് പറഞ്ഞാൽ അവർ കുറച്ചു നേരം ഷോപ്പ് നോക്കില്ലേ?''

വീട് ഷോപ്പിന്റെ തൊട്ടു പിന്നിലാണ്. ബെല്ലിന്റെ സ്വിച്ചമർത്തിയാൽ മതി, ലതിക വരും. സ്വാമിയുടെ മുഖത്തെ അപേക്ഷാഭാവം തള്ളിക്കളയാൻ പാടില്ലാത്ത വിധം ദയനീയമായിരുന്നു. പിന്നെ എനിക്ക് നഷ്ടപ്പെടാനൊന്നുമില്ലല്ലോ. ഞാൻ ലതികയെ വിളിച്ചു.

ഡോക്ടറുടെ വീട്ടിലേക്കു നടക്കുമ്പോൾ അയാൾ പറഞ്ഞു.

''നിങ്ങൾ വളരെ നല്ല കൂട്ടരാണ്. അന്നു ഞാൻ നിങ്ങളെ വല്ലാതെ ബുദ്ധിമുട്ടിച്ചു. നിങ്ങളുടെ ഒരു കസ്റ്റമറെ ആട്ടിയോടിച്ചു. എന്നിട്ടും നിങ്ങൾ എന്നോട് ദയാപൂർവ്വം പെരുമാറുന്നു.''

''അതിലെന്തിരിക്കുന്നു.'' ഞാൻ പറഞ്ഞു. ''ഒരു കസ്റ്റമർ; അതു മാത്രം പോരല്ലോ. മനുഷ്യനും മനുഷ്യനും തമ്മിൽ.... രണ്ടു കാഴ്ചപ്പാടുകളാണെന്നു മാത്രം..''

ഡോക്ടറെ കണ്ട് പുറത്തിറങ്ങിയപ്പോൾ ഞാൻ പറഞ്ഞു.

''ശരി, പിന്നെ കാണാം.''

അയാൾ നിന്നു. എന്റെ കണ്ണുകളിലേക്ക് നോക്കിക്കൊണ്ട് പറഞ്ഞു.

''ഒരു കടംകൂടിയായി. ഇതെല്ലാം എങ്ങനെ വീട്ടാമെന്നറിയുന്നില്ല.''

ഞാൻ അയാളുടെ ഒപ്പം ഡോക്ടറുടെ അടുത്ത് പോയതാണ് ഒരു കടപ്പാടായി എടുത്തിരിക്കുന്നത്. സാധു മനുഷ്യൻ.

ഒരാഴ്ചയ്ക്കുശേഷം അയാൾ വീണ്ടും വന്നു. സ്റ്റൂളിന്മേൽ കയറിയിരുന്നശേഷം പറഞ്ഞു.

''ഇപ്പോൾ നല്ല ഭേദമുണ്ട്. നെഞ്ചുവേദന തീരെ ഇല്ലാന്ന് പറയാം.'' സന്ധികളിലെ വേദനയ്ക്കും കുറവുണ്ട്. മുഴുവൻ വിട്ടിട്ടില്ല, നെഞ്ചുവേദന വരുമ്പോൾ നാവിന്നടിയിൽ വെയ്ക്കാൻ ഒരു ഗുളിക തന്നിട്ടുണ്ട്.''

അയാൾ ജുബ്ബയുടെ പോക്കറ്റിൽനിന്ന് പൊടിഡെപ്പിപോലെയുള്ള ഒരു ചെറിയ കുപ്പി കാണിച്ചുതന്നു.

''ഇത് എപ്പോഴും ഒപ്പം കൊണ്ടുനടക്കുകയാണ്.''

അയാൾക്ക് എത്ര വയസ്സായിട്ടുണ്ടാകും? അറുപത്തഞ്ച് എഴുപത്? പരിചയപ്പെട്ടിട്ട് മൂന്നുമാസമായെങ്കിലും എനിക്ക് അയാളെപ്പറ്റി ഒന്നും അറിയില്ലെന്നത് എന്നെ അത്ഭുതപ്പെടുത്തി. ഒരു വിധത്തിൽ കരുതിക്കൂട്ടി ചോദിക്കാതിരുന്നതാണ്. എന്തെങ്കിലും ചോദിച്ചാൽ പിന്നെ അതിന്മേൽ കയറി സംസാരിക്കാൻ തുടങ്ങും. കൂടുതൽനേരം കടയിൽ ഇരിക്കുകയും ചെയ്യും. അത് ഭയന്ന് ഒന്നും ചോദിക്കാറില്ല. അയാൾ വന്നാൽ എന്റെ മുഖം കനക്കുന്നു. എന്റെ മറുപടികൾ പരുഷമാകുന്നു. പക്ഷേ അതൊന്നും അയാളിൽ ഏശുന്നില്ല. പ്രതികൂല കാലാവസ്ഥയിൽ ജീവിക്കാൻ പഠിച്ച ഒരു പക്ഷിയായിരുന്നു അയാൾ. കാറ്റ് ശക്തമാകുമ്പോൾ, ചിറകുകൾ ഒതുക്കി തുലനം ചെയ്ത് ചില്ലയിൽ നിന്ന് വീഴാതെ നോക്കുന്നു. എന്റെ ശബ്ദം വല്ലാതെ പരുഷമാകുമ്പോൾ ആ മനുഷ്യൻ സ്തുതിഗീതങ്ങൾ പാടുന്നു. കാസറ്റുകടയെ പുകഴ്ത്തുന്നു.

''ശാസ്ത്രീയസംഗീതത്തിൽ നിങ്ങളുടെയത്ര കാസറ്റുകൾ ഒരു കടയിലും കിട്ടില്ല.'' സ്വകാര്യം പറയുന്ന പോലെ മുന്നോട്ട് ആഞ്ഞിരുന്ന് അയാൾ പറയുന്നു, ''ആരും ഇപ്പോൾ ശാസ്ത്രീയ സംഗീതമൊന്നും വെക്കുന്നില്ല. ചെലവാവില്ല. ഇപ്പോൾ എല്ലാവർക്കും വേണ്ടത് ഇംഗ്ലീഷ് ടൈപ്പ് പാട്ടുകളല്ലേ.''

കഴിഞ്ഞ മൂന്നുമാസമായി നിരന്തരം കാണുന്ന ഈ മനുഷ്യനെപ്പറ്റി ഒന്നും അറിയില്ലെന്ന് ഓർമ്മ വന്നപ്പോൾ ഞാൻ ചോദിക്കുന്നു.

''നിങ്ങൾക്ക് ഭാര്യയും മക്കളും...?''

''ഉണ്ട്...'' അയാൾ നിർത്തി. പിന്നെ എവിടെ നിന്നൊക്കെയോ പരതി എടുക്കുന്ന മട്ടിൽ തുടർന്നു.

വീട്ടിൽ ഒരു ഗ്രാമഫോണുണ്ട്, ഇതാ ഇത്ര അട്ടി പ്ലെയ്റ്റുകളുണ്ട്, അതിൽ ശെമ്മങ്കുടിയുണ്ട്, എമ്മെസ്സുണ്ട്, സുന്ദരാംബാളുണ്ട്,

ഡി.കെ.പിയുണ്ട്. പിന്നെ കുറെ ഹിന്ദി പാട്ടുകളും. റാഫിയുടെ യഹാം ബദലാ എന്ന പാട്ടില്ലേ, അതൊക്കെയുണ്ട്. പക്ഷേ ഒക്കെ മക്കള് കേടുവരുത്തിയിരിക്കുന്നു.''

'ഇത്ര അട്ടി പ്ലെയ്റ്റുകൾ ഉണ്ട്' എന്ന് ഒരാൾ പറയുമ്പോൾ ഇപ്പോൾ ഞാൻ അന്തം വിടാറില്ല. മിനിറ്റിൽ 78 തിരിച്ചിൽ തിരിയുന്ന കട്ടിയുള്ള പഴയ സിംഗ്ൾസ് ആണ് അവർ ഉദ്ദേശിക്കുന്നത്. ഒരു റെക്കോർഡിൽ രണ്ടു പാട്ടുകളുണ്ടാവും. അവ മിക്കവാറും നിറയെ വരകളും കുത്തുകളും വീണ് ഉപയോഗശൂന്യമായിരിക്കുകയും ചെയ്യും. പോരാത്തതിന്, ആ ഡിസ്ക്കുകൾ പുതിയ ഒരു റിക്കാർഡ് പ്ലെയറിലും ഉപയോഗിക്കാനും പറ്റില്ല.

ഞാൻ തലയാട്ടുക മാത്രം ചെയ്തു. അങ്ങനെ തലയാട്ടിക്കൊണ്ടിരിക്കെ, എന്തോ ഒരു പന്തികേട് എനിക്കനുഭവപ്പെട്ടു, വയസ്സന്റെ മക്കൾ? ഗ്രാമഫോണും റെക്കോർഡുകളും കേടു വരുത്തുക? ഏതു കാലത്തെ കാര്യമാണ് പറയുന്നത്? ഇനി പേരക്കുട്ടികളുടെ കാര്യമായിരിക്കുമോ ഉദ്ദേശിക്കുന്നത്? അല്ല മക്കൾ എന്നു തന്നെയാണ് പറഞ്ഞത്.

''മക്കൾ എന്തു ചെയ്യുന്നു?''

''മക്കളോ...? അവർ മരിച്ചു. അമ്പത്തിരണ്ടിൽ.''

അമ്പത്തിരണ്ടിൽ! രണ്ടു മക്കളും! ഞാൻ സ്തബ്ധനായി നിന്നു.

''അവർ എല്ലാം കേടുവരുത്തി.'' അയാൾ തലയാട്ടിക്കൊണ്ട് പറഞ്ഞു. ''കുറെ പ്ലെയ്റ്റുകൾ. സംഗീതത്തിന്റെ നല്ല ഒരു ശേഖരം ഉണ്ടായിരുന്നു. എല്ലാം നശിപ്പിച്ചു. എല്ലാം.''

അയാൾ കരയുകയായിരുന്നു. ജുബ്ബയുടെ ഇടത്തെ പോക്കറ്റിൽ നിന്ന് ഒരു നിറം മങ്ങിയ തൂവാലയെടുത്ത് അയാൾ കണ്ണൊപ്പി.

''ശരി, ഞാൻ ഇറങ്ങട്ടെ.''

അയാൾ പിന്നെ കുറെക്കാലത്തേക്കു വന്നില്ല. രണ്ടു മാസം അല്ലെങ്കിൽ മൂന്ന്. ഓർമ്മയില്ല. ആദ്യമെല്ലാം ഞാൻ അയാളെ പ്രതീക്ഷിച്ചിരുന്നു. അയാളുടെ അസുഖകരമായ സാന്നിദ്ധ്യം ഒരു കയ്പുള്ള മയക്കുമരുന്നുപോലെ എന്നെ അടിമയാക്കുകയായിരുന്നോ?

കാണാതായപ്പോഴാണ് അയാളെപ്പറ്റി കൂടുതൽ ആലോചിച്ചത്. മുപ്പത്തിയാറു കൊല്ലം മുമ്പാണ് അയാളുടെ മക്കൾ മരിച്ചത്. എങ്ങനെയെന്നറിയില്ല. ഞാൻ ചോദിച്ചില്ല. ചോദിച്ചാൽത്തന്നെ ഉത്തരം കിട്ടുമായിരുന്നോ? ആ മനുഷ്യൻ ഇപ്പോഴും ജീവിക്കുന്നത് മുപ്പത്തിയാറു കൊല്ലങ്ങൾക്കു മുമ്പുണ്ടായിരുന്ന ജീവിതവസന്തത്തിലാണ്. മക്കളും സംഗീതവും 78 ആർപിയെം റെക്കോർഡുകളും നായ കോളാമ്പിയിൽ നോക്കിയിരിക്കുന്ന ചിത്രമുള്ള ഗ്രാമഫോണും ഇപ്പോഴും ജീവനുള്ളവയാണ്.

അങ്ങനെയിരിക്കെ, നാരായണസ്വാമിയെ ഞാൻ ഒരു നോക്കു കണ്ടു. ഞാൻ ധൃതിയിൽ ബൈക്കിൽ പോകുകയായിരുന്നു. എന്റെ നിരത്ത് മെയിൻ റോഡിൽ ചേരുന്നിടത്ത് ഫുട്പാത്തിൽ അയാൾ നിൽക്കുന്നു. ഡോക്ടറുടെ ഗെയ്റ്റിനു മുമ്പിൽ. എന്നെ കണ്ടപ്പോൾ അയാൾ കൈയുയർത്തി കാണിച്ചു. നിൽക്കാൻ വേണ്ടി. ഇടതുകൈ അയാൾ നെഞ്ചിൽ അമർത്തിപ്പിടിച്ചിരുന്നു. ഒരുപക്ഷേ വേദന യുണ്ടാവും. ഇപ്പോൾ അവിടെ നിന്നാൽ കുഴപ്പമാണ്. പുറപ്പെട്ട കാര്യം നടക്കുകയില്ല. മാത്രമല്ല, അയാളുടെ പരാതിപ്പാട്ടുകൾ കേട്ട് മന സ്സിടിയുകയും ചെയ്യും. ഞാൻ അയാളെ കണ്ടില്ലെന്നു നടിച്ച് ബൈക്കിൽ പറന്നു.

എനിക്ക് കുറ്റബോധമൊന്നും തോന്നിയില്ലെന്നത് എന്നെത്തന്നെ അത്ഭുതപ്പെടുത്തി. പിന്നെ ഒരു മാസത്തോളം സ്വാമിയെ കാണുക യുണ്ടായില്ല. പിന്നെ യാദൃച്ഛികമായി...

ആശുപത്രിയുടെ മൂന്നാംനിലയിലാണ് എന്റെ ഒരു സ്നേഹിതൻ ഓപ്പറേഷൻ കഴിഞ്ഞ് കിടക്കുന്നത്. അയാളെ ഒന്നു കാണണം. നിസ്സാര ഓപ്പറേഷനാണ്. മൂക്കിൽ വളർന്ന ദശ എടുത്തുമാറ്റുക. അയാൾക്കാണെങ്കിൽ ഒരു സൈന്യം മുഴുവൻ കാവലുമുണ്ടാകും. പക്ഷേ പോയി കണ്ടില്ലെങ്കിൽ പരിഭവമാകും. ഞാൻ വരാന്തയിലൂടെ റൂം നമ്പർ 310 അന്വേഷിച്ചു നടന്നു. അപ്പോഴാണതുണ്ടായത്. ജന റൽ വാർഡിന്റെ തുറന്നിട്ട വാതിലുകളിലൊന്നിനു മുമ്പിൽ നാരാ യണസ്വാമി. എനിക്ക് ഒഴിഞ്ഞുമാറുവാൻ കൂടി സമയം കിട്ടിയില്ല. അയാൾ എന്നെ കണ്ടു കഴിഞ്ഞിരുന്നു.

അയാൾ വാതിലിന്മേൽ പിടിച്ചു നിൽക്കുകയാണ്. വളരെ അവശ നായിരിക്കുന്നു. ഒപ്പം വയസ്സായ ഒരു സ്ത്രീ, സ്വാമിയുടെ ഭാര്യയായി രിക്കണം, അയാളുടെ കൈ പിടിക്കുന്നുണ്ട്. എന്നെ കണ്ടപ്പോൾ ആ ചുളിഞ്ഞ മുഖം വികസിച്ചു. കണ്ണുകളിൽ തിളക്കം. തിരിച്ചു വന്നു. അയാൾ വാർഡിന്റെ മറുവശത്ത് ജനാലയ്ക്കരികിൽ ഇട്ട കട്ടിൽ ചൂണ്ടിക്കാട്ടി.

''വരൂ.''

അയാൾ കട്ടിന്മേലിരുന്നു. ഞാൻ സ്റ്റൂളിലും.

''ഇതാ, കാസറ്റുകടയെപ്പറ്റി ഞാൻ പറയാറില്ലേ, ഇദ്ദേഹമാണത്. രണ്ടുപേരും വളരെ നല്ല കൂട്ടരാണ്. ഞാൻ പോയാൽ കാപ്പി കുടി ക്കാതെ വിടില്ല.''

പിന്നെ എന്റെ നേരെ നോക്കി അയാൾ ചോദിച്ചു.

''എങ്ങനെ മനസ്സിലാക്കി ഞാൻ ഇവിടെയുണ്ടെന്ന്?''

ഞാൻ സ്വാമിയുടെ ഭാര്യയുടെ നന്ദി നിറഞ്ഞ നോട്ടത്തെ നേരിടാൻ കഴിയാതെ വിഷമിക്കുകയായിരുന്നു.

''എന്തു പറ്റി?'' ഞാൻ അന്വേഷിച്ചു.

''ഒരു ചെറിയ ഹാർട്ടറ്റാക്ക്, ഒരു മാസായി. ഞാൻ നിങ്ങളെ കാണാൻ വരികയായിരുന്നു. വഴിക്കു വെച്ച് നെഞ്ചുവേദന തുടങ്ങി. അവിടെ എത്തുമ്പോഴേക്കു കലശലായി. നമ്മുടെ ആ ഡോക്ടറില്ലേ, ഡോക്ടർ രാമചന്ദ്രൻ. അദ്ദേഹത്തെ കാണാൻ ശ്രമിച്ചു. മൂപ്പര് ആസ്പ ത്രിയിലായിരുന്നു. അപ്പോൾ നിങ്ങളീം കൂട്ടീ ആശുപത്രിയിലേക്ക് പോകാം എന്ന് വിചാരിക്കുമ്പോഴാണ് നിങ്ങൾ ബൈക്കിൽ പോണത് കണ്ടത്. ഞാൻ കൈ കാട്ടി. നിങ്ങള് കണ്ടില്ല, അപ്പൊ ഒരു ഓട്ടോവിൽ ഇവിടെ വന്നു.''

സ്വാമി നെഞ്ചിൽ കൈയമർത്തി നിന്നിരുന്നത് ഓർമ്മയുണ്ട്. അത് ഇങ്ങനെ ഒരു സന്ദിഗ്ദ്ധാവസ്ഥയിലായിരുന്നെന്ന് അറിഞ്ഞിരുന്നെ ങ്കിൽ... അറിഞ്ഞിരുന്നുവെങ്കിൽ താൻ ബൈക്ക് നിർത്തുമായിരുന്നുവോ, അറിയില്ല.

''ഇവിടെ വന്നതിനുശേഷം കുറച്ചു കോംപ്ലിക്കേഷനൊക്കെയു ണ്ടായി. ന്യൂമോണിയ പിടിച്ചു. ഇപ്പോൾ എല്ലാം ഭേദമായെന്നു പറയാം. ഒരാഴ്ചയ്ക്കുള്ളിൽ ഡിസ്ചാർജ്ജ് ചെയ്യും.''

കട്ടിലിന്റെ തലയ്ക്കൽ നിൽക്കുന്ന സ്ത്രീയെ അപ്പോഴാണ് ഞാൻ കാര്യമായി ശ്രദ്ധിച്ചത്. സ്വല്പം തടിച്ച പ്രകൃതം. ചേലയാണ് വേഷം. അവർ എന്നെ നോക്കി ചിരിച്ചു.

''എപ്പോഴും നിങ്ങടെ കാര്യം തന്നെ പറയും. ഞാൻ ചോദിക്കാറുണ്ട് ഇങ്ങനെ എപ്പോഴും അവരുടെ കടയില് പോയിരുന്നാല് അവർക്ക് വിഷമമാവില്ല്യേ എന്ന്.''

''ഞങ്ങൾക്കെന്താ വിഷമം?''

''സംഗീതത്തിന് അത്ര കമ്പായിരുന്നു. ഒരു ദിവസം നിങ്ങടെ കടയിൽനിന്ന് വന്ന ഉടനെ വീട്ടിൽ ഒരു പഴയ ഗ്രാമഫോണുണ്ട്. അത് തട്ടിൻപുറത്തു നിന്നെടുത്ത് തൊടച്ച് വൃത്തിയാക്കി.''

ഇനി അവർ പറയണമെന്നില്ല. എനിക്കെല്ലാം മനസ്സിലാവുന്നു. വയസ്സൻ തട്ടിൻ പുറത്തു നിന്ന് ഗ്രാമഫോൺ എടുത്ത് താഴെകൊണ്ടു വരുന്നു. ഒരു നനഞ്ഞ ശീലയെടുത്ത് തുടയ്ക്കുന്നു. ഗ്രാമഫോണിന്റെ കറുത്ത റെക്സിൻ കവർ തെളിഞ്ഞു വരുന്നു. കുറച്ചു നേരത്തേക്കു മാത്രം പിന്നെ കാറ്റിൽ ഈർപ്പം പോകുമ്പോൾ നരച്ചനിറം വീണ്ടും വരുന്നു. കോറലുകൾ തെളിഞ്ഞു വരുന്നു. സ്വന്തം ആത്മാവിനു സംഭവിച്ചതു പോലെ. മൂടിയുടെ വിജാഗിരികൾ തുരുമ്പു പിടിച്ച് തുറക്കാൻ വിഷമമാവുന്നു.

''അതെല്ലാം തുരുമ്പു പിടിച്ച് നാശായിരിക്കുന്നു. പത്തുമുപ്പതു കൊല്ലായില്ലേ.'' ആ സ്ത്രീ പറയുകയാണ്. സ്പ്രിംഗൊക്കെ പൊട്ടി...''

അമ്മേ പറയാതിരിക്കൂ. പറയാതെ തന്നെ എനിക്കു മനസ്സിലാവുന്നുണ്ട്. വയസ്സൻ വട്ടത്തിലുള്ള പ്ലാറ്റർ തിരിച്ചു നോക്കുന്നു. പിന്നെ വൈൻഡ് ചെയ്യാനുള്ള ലിവർ എടുത്ത് പുറത്തെ ദ്വാരത്തിൽ തിരുകുന്നു. വൈന്റ് ചെയ്യുന്നു. മുറുകുന്നില്ല. അകത്തു നിന്നു തുരുമ്പു പിടിച്ചു പൊട്ടിയ സ്പ്രിംഗിന്റെ ശബ്ദം മാത്രം.

അയാൾ സ്തബ്ധനായി ഇരിക്കുന്നു.

തുരുമ്പുപിടിച്ച സൂചികൾ ഒരു പ്ലാസ്റ്റിക് ഡപ്പിയിൽ കട്ട പിടിച്ചു കിടക്കുന്നു. ഗ്രാമഫോണിന്റെ വാസനമാത്രം മാറിയിട്ടില്ല. തേക്കിന്റെയും റെക്സിന്റെയും എണ്ണയുടെയും കൂടികലർന്ന വാസന, മൂക്കുവിടർത്തി ആ വാസന ശ്വസിച്ചുകൊണ്ട് ആ മനുഷ്യൻ ഇരിക്കുന്നു. വിശ്വാസമാവാത്തപോലെ.

ആ സ്ത്രീ സംസാരിക്കുകയായിരുന്നു. ഞാൻ ശ്രദ്ധിക്കുന്നില്ല. സ്വാമി ഗ്രാമഫോൺ പെട്ടിയുമായി ഒരു സ്ഥലത്തു നിന്ന് മറ്റൊരു സ്ഥലത്തേക്ക് പോകുന്നത്, അതൊന്ന് റിപ്പേയർ ചെയ്തുകിട്ടാൻ. അവസാനം നിരാശനായി...

''ആ അലച്ചിലില് വന്ന് പറ്റീതാണ് ഈ അസുഖം.'' അവർ പറഞ്ഞു.

''ആ ഗ്രാമഫോൺ ബോംബെയിൽ അയച്ചാൽ ഒരുപക്ഷേ നന്നാക്കികിട്ടും.'' നാരായണ സ്വാമി പറഞ്ഞു. ''നിങ്ങൾ എടുത്തു കൊള്ളൂ. അതുപോലെ എന്റെ കൈയിലുള്ള പത്തമ്പതു പ്ലെയ്റ്റുകളും എനിക്കിനി ആവശ്യമുണ്ടാവില്ല. എപ്പോഴെങ്കിലും സൗകര്യമുള്ളപ്പോൾ വന്ന് എടുത്തു കൊണ്ടു പോയാൽ മതി.''

ഞാൻ ഒന്നും പറയാതെ നിൽക്കുന്നതു കണ്ടപ്പോൾ അയാൾ ചോദിച്ചു.

''എന്താ കൊണ്ടു പോവില്ലേ?''

''ഞാൻ വരാം.''

''എനിക്കു ശരിക്കു പറഞ്ഞാൽ ആ റെക്കോർഡുകൾകൊണ്ട് യാതൊരുപകാരവും ഉണ്ടാവില്ല. അതുപോലെ ആ ഗ്രാമഫോൺ ശരിയാക്കാനും പറ്റില്ല. ആരും ആ മാതിരി ഗ്രാമഫോൺ ഇപ്പോൾ ഉപയോഗിക്കുന്നില്ല. പക്ഷേ എനിക്കതുകൊണ്ട് ആവശ്യമുണ്ടോ എന്നതല്ല പ്രധാനം. നിങ്ങൾ വന്നതു നന്നായി,'' സ്വാമി പറഞ്ഞു. ''എനിക്കിനി അങ്ങോട്ടൊക്കെ എന്നാണ് വരാൻ പറ്റുകയെന്നറിയില്ല. ഇനി വരാൻ പറ്റുമോ എന്നു കണ്ടറിയണം. എന്റെ ആരോഗ്യം ഒക്കെ നശിച്ചു.''

എന്നോട് കട്ടിലിൽ വന്നിരിക്കാൻ അയാൾ ആംഗ്യം കാണിച്ചു.

ഞാൻ കിടക്കയിൽ ഇരിക്കാതെ സ്റ്റൂൾ കുറച്ചു കൂടി കട്ടിലിന്നടുത്തേക്ക് നീക്കിയിട്ട് ഇരുന്നു.

‘‘എനിക്ക് നിങ്ങളുടെ കാസറ്റുകട വളരെ ഇഷ്ടമാണ്.’’ അയാൾ പറഞ്ഞു. ‘‘എനിക്ക് ഒരു കാലത്ത് നഷ്ടപ്പെട്ട പലതും അവിടെണ്ട്. സംഗീതം. പിന്നെ...’’

വയസ്സന് തുടരാൻ കഴിഞ്ഞില്ല. കണ്ണിൽ നിന്ന് വെള്ളം ചാലുകളായി ഒഴുകി.

എനിക്കവിടെ ഇരിക്കാൻ കഴിഞ്ഞില്ല. ഞാൻ എഴുന്നേറ്റു പറഞ്ഞു.

‘‘എനിക്കു പോകണം.’’

സ്വാമി കണ്ണടച്ചു കിടക്കുകയായിരുന്നു. കണ്ണു തുറക്കാതെ തന്നെ അയാൾ ചൂണ്ടാണി വിരൽ ഉയർത്തി പറഞ്ഞു.

‘‘ഒരു കടം കൂടി.’’

■

ഒരു ദിവസത്തിന്റെ മരണം

ഫാക്ടറി തുറന്നപ്പോൾ അതിനകത്ത് ആ വലിയ പീഞ്ഞപ്പെട്ടിയുണ്ടായിരുന്നു. ഒരാളുയരത്തിൽ ഇരുമ്പിന്റെ പട്ടയുമായി അത് വാതിലിന്റെ തൊട്ടടുത്ത് ചുമരരികിൽ നിവർന്നു നിന്നു. മുറിയുടെ ഒരറ്റം മുതൽ മറ്റേ അറ്റം വരെ നീണ്ടു കിടക്കുന്ന ഉയരമില്ലാത്ത മേശയ്ക്കു പിന്നിൽ തന്റെ സ്ഥാനത്തു പോയിരുന്ന ശേഷവും കൗസല്യ അതുതന്നെയായിരുന്നു നോക്കിയിരുന്നത്. എന്തായിരിക്കും അതിനുള്ളിൽ? സുപാരിയുണ്ടാക്കുന്ന ആ ഫാക്ടറിയിൽ അടയ്ക്കയും പെരുംജീരകവും നിറച്ച ചാക്കുകളും സുഗന്ധദ്രവ്യങ്ങൾ നിറച്ച ചെറിയ പെട്ടികളും മാത്രമേ അവൾ കണ്ടിരുന്നുള്ളൂ. ജോലിക്കു വന്നിരുന്ന പെണ്ണുങ്ങളെല്ലാം വാതിൽ കടന്ന ഉടനെ ആ പെട്ടി നോക്കി, പിന്നെ മുറിയുടെ മൂലയിൽ വെച്ച മരത്തിന്റെ റാക്കിൽ ഉച്ചഭക്ഷണമുള്ള വട്ടത്തിലോ നീളത്തിലോ ഉള്ള അലുമിനിയം പാത്രങ്ങളും വെച്ച് അവരവരുടെ സ്ഥാനത്തു വന്നിരുന്ന് വീണ്ടും ആ പെട്ടി നോക്കി.

ഗോവക്കാരി മറിയ മാത്രം വന്ന ഉടനെ പെട്ടിയുടെ ചുറ്റും നടന്ന് അതിന്റെ മേൽ എഴുതിയിരിക്കുന്നത് വായിച്ചു.

പാക്കിംഗ് മെഷീൻ.

അവൾക്കു മാത്രമേ അവരിൽ ഇംഗ്ലീഷ് അറിയാവൂ. അവൾ മറ്റുള്ളവരെയെല്ലാം നോക്കി ഒരു ചിരിയോടെ തലകുലുക്കി. അതിൽ അപകട സൂചനയുണ്ടായിരുന്നു. അവൾ ഉച്ചഭക്ഷണം അടങ്ങുന്ന പാത്രമുള്ള ചുവപ്പുസഞ്ചി റാക്കിൽ കൊണ്ടുപോയി വെച്ചു. അവളുടെ സ്ഥലത്തു പോയിരുന്നു. മറിയ കൂടുതൽ എന്തെങ്കിലും പറയുമെന്ന ആശയോടെ എല്ലാവരും അവളെ നോക്കി. അവളാകട്ടെ, ഒന്നും പറയാതെ മേശയ്ക്കു മുമ്പിലുള്ള പ്ലാസ്റ്റിക് പാത്രങ്ങൾ ഒരുക്കിവെയ്ക്കുകയാണ്.

ആർക്കും മറിയയെ ഇഷ്ടമായിരുന്നില്ല. അവളുടെ തണ്ടു കാരണം. പക്ഷേ ചില കാര്യങ്ങളിൽ അവളുടെ സഹായം ആവശ്യമാണ്.

സേട്ട് അവരെക്കൊണ്ട് വല്ല കടലാസും ഒപ്പിടുവിക്കുമ്പോൾ അതു വായിച്ച് അവരെ മനസ്സിലാക്കിപ്പിക്കാൻ, അതുപോലെ സേട്ട് ടെലിഫോണിൽ ആരോടെങ്കിലും ഇംഗ്ലീഷിൽ സംസാരിക്കുമ്പോൾ അതിൽ അപവാദകരമായ എന്തെങ്കിലുമുണ്ടെങ്കിൽ, അതവരോട് ഉച്ചയ്ക്ക് ഭക്ഷണസമയത്ത് കുശുകുശുത്ത് പറയാൻ, എല്ലാം മറിയയുടെ സഹായം ആവശ്യമാണ്.

മറിയയുടെ അടുത്തിരുന്ന ദേശ് പാണ്ഡെയാണ് ആദ്യം ചോദിച്ചത്.

‘‘എന്താണ് ആ പെട്ടിയിൽ?’’

‘‘മെഷീൻ.’’

‘‘എന്തു മെഷീൻ?’’

‘‘പാക്കിംഗ് മെഷീൻ.’’ മറിയ തല കുലുക്കിക്കൊണ്ടു പറഞ്ഞു. ‘‘സുപാരി പാക്കു ചെയ്യാൻ കാന്തിഭായി മെഷീൻ വാങ്ങിയിരിക്കുന്നു.’’

ഒരു നല്ല കാര്യമല്ലേ എന്ന മട്ടിൽ എല്ലാവരും ‘അത്യോ?’ എന്നു പറഞ്ഞു.

‘‘ഇതിനർത്ഥമെന്താണെന്നറിയുമോ?’’

വീണ്ടും അപകടസൂചന. എല്ലാവരും മറിയയെ നോക്കി.

‘‘നമ്മുടെയെല്ലാം ജോലി പോകുമെന്നർത്ഥം. ആരും സന്തോഷിക്കുകയൊന്നും വേണ്ട.’’

മുറിയിൽ നിശ്ശബ്ദത. മുമ്പിൽ മേശമേൽ വെച്ച പ്ലാസ്റ്റിക് തട്ടുകൾ ഒതുക്കിവെച്ച് കൗസല്യ ജോലി ചെയ്യാൻ തുടങ്ങി. ഫാക്ടറി തുറക്കുന്നതിനു മുമ്പുതന്നെ സൂപ്പർവൈസർ പയ്യൻ മേശമേലുള്ള തട്ടുകളിൽ അടയ്ക്കക്കഷ്ണങ്ങളും പെരുംജീരകം, പഞ്ചസാര ഗുളികകൾ എന്നിവയും നിറച്ചു വെച്ചിരുന്നു. അതുപോലെ മേശവലിപ്പുകളിൽ കടലാസിന്റെ കൊച്ചുപാക്കറ്റുകളുടെ കെട്ടുകളും. അവ, ചുവപ്പും നീലയും നിറത്തിൽ അച്ചടിച്ച ഭംഗിയുള്ള ഉറകളാണ്. ഓരോ തട്ടിൽനിന്നും ആവശ്യമനുസരിച്ച് സാധനങ്ങൾ എടുത്ത് ഉറയിൽ നിറച്ച് വലതു വശത്തു വെച്ച നനവുള്ള സ്പോഞ്ചിൽ പശയുള്ള ഭാഗം വെച്ചമർത്തി അടുക്കുക. ഒരു മാസത്തെ പ്രാക്ടീസുള്ളതുകൊണ്ട് അവൾക്ക് അത് വളരെ വേഗത്തിൽ ചെയ്യാൻ പറ്റും. വൈകുന്നേരം കൂലി വാങ്ങുമ്പോഴേക്ക് സൂപ്പർവൈസർ ഓരോരുത്തരുടെയും മുമ്പിലുള്ള പാക്കറ്റുകൾ എണ്ണി കണക്കെഴുതി വെച്ചിരിക്കും. ദിവസക്കൂലി അഞ്ചുറുപ്പിക കിട്ടാൻ രണ്ടായിരം പാക്കറ്റ് ചുരുങ്ങിയത് ഒരാൾ ഉണ്ടാക്കണം. അതിനു മീതെ ഉണ്ടാക്കിയാൽ നൂറു പാക്കറ്റിന് പത്തു പൈസ വീതം വെച്ച് തരും. അതു വിഷമമുള്ള

കാര്യമാണ്, കാരണം രണ്ടായിരം പാക്കറ്റുതന്നെ ഒരു മാതിരി ഉണ്ടാക്കിത്തീരുക അഞ്ചുമണിയോടു കൂടിയാണ്. പിന്നെ അരമണിക്കൂറിനുള്ളിൽ അധികമൊന്നും ഉണ്ടാക്കാൻ പറ്റില്ല. വല്ലാതെ ക്ഷീണിച്ചിരിക്കും. മിക്കവാറും ദിവസങ്ങളിൽ എക്സ്ട്രാ ആയികിട്ടുന്നത് ഇരുപതോ മുപ്പതോ പൈസയായിരിക്കും.

പുതുതായി വന്ന മെഷീൻ തന്റെ ജോലി കളയുമോ എന്ന പേടി കൗസല്യയ്ക്കുണ്ടായി. ഭർത്താവിന്റെ ജോലി ഒരു മാതിരി പോയ മട്ടാണ്. ഫാക്ടറിയിൽ ഒന്നരമാസമായി ലോക്കൗട്ടാണ്. അവൾ ഈ ജോലി സ്വീകരിക്കാനുള്ള ഒരു കാരണം അതാണ്. ഈ ജോലിയും പോയാൽ കാര്യം വിഷമം തന്നെയാവും.

ഒരു മാതിരി എല്ലാ സ്ത്രീകളും അതുതന്നെയാണ് ആലോചിച്ചിരുന്നതെന്നു തോന്നുന്നു. എല്ലാവരും നിശ്ശബ്ദരായി ജോലിയിലേർപ്പെട്ടിരിക്കയാണ്.

പുറത്ത് സേട്ടിന്റെ കാറിന്റെ ഹോൺ കേട്ടു. സൂപ്പർവൈസർ പയ്യനെ വിളിക്കാനുള്ളതാണ്. പയ്യൻ പുറത്തു പോയി. ഇനി സേട്ടിന്റെ പിന്നിൽ, പെട്ടിയോ മറ്റു വല്ല പാക്കറ്റുകളോ ഏറ്റി നടന്നു വരും.

സേട്ട് വാതിൽ കടന്നു വരുന്നത് കൗസല്യ കണ്ടു. ചെറുപ്പക്കാരനായ കാന്തിലാൽ വരുമ്പോഴെല്ലാം അവളെ നോക്കാറുള്ളത് അവൾ ശ്രദ്ധിക്കാറുണ്ട്. അതുപോലെ ഇടയ്ക്കിടയ്ക്ക് അയാളുടെ മുറിയിൽ നിന്ന് പുറത്തിറങ്ങിയാലും അവളെ നോക്കാറുണ്ട്. അങ്ങനത്തെ അവസരങ്ങളിലെല്ലാം അവൾ ഒരു ജന്മവാസനയ്ക്കൊത്തെന്ന പോലെ ഉതിർന്നു പോയ സാരി കയറ്റിയിട്ട് മാറു മറയ്ക്കാറുണ്ട്. മാംസളമായ ഭാഗങ്ങൾ ആവും വിധം മറച്ചു പിടിച്ചുകൊണ്ട് കഴിയുന്നത്ര ഒതുക്കത്തോടെയാണ് അവൾ വസ്ത്രം ധരിക്കാറ്. അവൾ സ്വതവേ കുറച്ചു തടിയുള്ള കൂട്ടത്തിലാണ്. വസ്ത്രത്തിൽ കുറച്ചു ശ്രദ്ധിച്ചില്ലെങ്കിൽ ദേഹം വളരെ മാംസളമായി തോന്നും.

സേട്ടിന്റെ മുറിയിൽ ഫോൺ ശബ്ദിച്ചു. സേട്ട് സംസാരിക്കാൻ തുടങ്ങി. ഇംഗ്ലീഷിലാണ്. അവൾ മറിയയെ നോക്കി. മറിയ പെട്ടെന്നു നിവർന്നിരുന്ന് ചെവി വട്ടം പിടിച്ചു.

സംഗതികൾ ഗൗരവമാവാൻ പോകുകയാണെന്ന മട്ടിൽ മറിയ തലയാട്ടി. അടുത്തിരുന്ന ദേശ്പാണ്ഡെ അവളോട് എന്തോ ചോദിക്കുന്നത് കൗസല്യ കണ്ടു. ഉച്ചയ്ക്കു പറയാമെന്ന മറിയയുടെ ഉത്തരവും. കാന്തിഭായിയുടെ ഫോണിലുള്ള സംസാരം നിന്നപ്പോൾ അവർ വീണ്ടും ജോലിയിൽ മുഴുകി. വളരെ സാവധാനത്തിലെ ജോലി നീങ്ങിയുള്ളൂ. കൈ വഴങ്ങുന്നില്ല. ഒരു വലിയ ഭീഷണി, ഒരു പീഞ്ഞപ്പെട്ടിക്കുള്ളിലെ യന്ത്രത്തിന്റെ രൂപത്തിൽ അവരുടെ മുമ്പിൽ നിലകൊണ്ടു.

കൗസല്യ മറ്റു വഴികളെപ്പറ്റി ആലോചിക്കുകയായിരുന്നു. ഈ ജോലി നഷ്ടപ്പെട്ടാൽ എന്താണു ചെയ്യുക? കുറച്ചെന്തെങ്കിലും, കിട്ടിയാൽ മതി. ഭർത്താവിന് കുടി, പുകവലി മുതലായ ദുശ്ശീലങ്ങളൊന്നുമില്ലാത്തതുകൊണ്ട് ചെറിയ വരുമാനത്തിലും ജീവിക്കാം.

വേറെയും സുപാരി കമ്പനികൾ ആ കെട്ടിടത്തിലുണ്ട്. ഒന്നാം നിലയിലാണെന്നാണ് പറയുന്നത്. അവിടെ പോയി അന്വേഷിക്കണം. എവിടെയെങ്കിലും കിട്ടാതിരിക്കില്ല. എവിടെയും കിട്ടിയില്ലെങ്കിൽ അവൾ വല്ല വീട്ടുപണിക്കും പോവും. ഭർത്താവിന്റെ ഫാക്ടറിയിൽ ലോക്കൗട്ടാണെന്നറിഞ്ഞപ്പോൾ അവൾ ആദ്യം തീർച്ചയാക്കിയത് വീട്ടുവേല ചെയ്യാനായിരുന്നു. ഒരു വീട്ടിൽ രാവിലെ ഒരു മണിക്കൂർ ജോലി ചെയ്താൽ മാസത്തിൽ മുപ്പതു മുതൽ നാൽപ്പതുറുപ്പിക വരെ ശമ്പളം കിട്ടും. ചിലപ്പോൾ ഭക്ഷണവും തരമായെന്നും വരും. അങ്ങനെ മൂന്നു വീടുകളിൽ ജോലി കിട്ടിയാൽ ഇപ്പോൾ കിട്ടുന്ന വരുമാനം ഉണ്ടാവും. ഈ ഫാക്ടറിയിൽ ദിവസം അഞ്ചുറുപ്പിക പ്രകാരം മാസം നൂറ്റിഇരുപത്തഞ്ചുറുപ്പിക കിട്ടും. അതിൽ ട്രെയിൻ സീസൻ ടിക്കറ്റിനു തന്നെ പതിമ്മൂന്നുറുപ്പിക പോകും. ഒരു ചായ പോലും കമ്പനിയിൽ നിന്നു വെറുതെ കിട്ടുകയില്ല.

പക്ഷേ ഭർത്താവിന്നതിഷ്ടമല്ലായിരുന്നു. വീട്ടുവേലയ്ക്കു പോകുന്നത് എന്തോ തന്റെ സ്ഥിതിക്കു മോശമാണെന്നാണയാളുടെ അഭിപ്രായം. അയാളുടെ കുടുംബത്തിൽ ആരും ഇത്രയും താഴ്ന്ന പണിക്കു പോയിട്ടില്ല.

അവൾക്കതിനോടു യോജിക്കാൻ കഴിഞ്ഞില്ല. ജീവിക്കാൻ വേണ്ടി എന്തു ജോലിയും ചെയ്യാൻ അവൾക്കു മടിയുണ്ടായിരുന്നില്ല. മകനെ പട്ടിണിയിടുന്നതിലും എത്രയും അഭിമാനകരമാണ് എന്തെങ്കിലും ഒരു ജോലി ചെയ്യുന്നത്. അത് മറ്റുള്ളവരുടെ പാത്രം മോറുകയായാലെന്ത്. ഒരു ഫാക്ടറിയിൽ പോകുകയായാലെന്ത്? ജീവിക്കുക വിഷമം പിടിച്ച കാര്യമാണ്. അതിനുവേണ്ടി ഇരക്കുകയും കക്കുകയും കൂടി ചെയ്യുന്നതിൽ തെറ്റൊന്നുമില്ല. പക്ഷേ അവൾ ഭർത്താവിനോട് തർക്കിച്ചിരുന്നില്ല.

ഉച്ചയ്ക്കു ഭക്ഷണം കഴിക്കുമ്പോൾ മറിയ പറഞ്ഞു.

''നമ്മുടെയെല്ലാം ജോലി അധികനാളുണ്ടാവുമെന്നു തോന്നുന്നില്ല.''

എല്ലാവരും ലഞ്ചുപാത്രങ്ങളുമായി മറിയയ്ക്കു ചുറ്റും കൂടിയിരുന്നു.

''ഈ മെഷീൻ എന്തിനാണെന്നറിയുമോ? സുപാരി പാക്കു ചെയ്യാൻ. ഓട്ടോമാറ്റിക് ആണ്. എന്നു വെച്ചാൽ നമ്മൾ കൈ കൊണ്ടു ചെയ്യുന്ന പണിയെല്ലാം മെഷീൻ ചെയ്യുമെന്നർത്ഥം. അതും ഭയങ്കര

വേഗത്തിൽ. നമ്മൾ പന്ത്രണ്ടു പേർ കൂടി ഒരു ദിവസം മുഴുവൻ ചെയ്യുന്ന പണി ഈ മെഷീൻ അതിൽ പകുതി സമയത്തിനുള്ളിൽ ചെയ്യും.''

എല്ലാ സ്ത്രീകളുടെയും കണ്ണുകൾ വിടർന്നു. അവർ അങ്ങനെ ഒരു കാര്യത്തെപ്പറ്റി ആലോചിച്ചിട്ടുകൂടി ഉണ്ടായിരുന്നില്ല. മറിയ തുടർന്നു.

''ഞാൻ മുമ്പ് ജോലിയെടുത്തിരുന്നിടത്തും അവർ ഇങ്ങനെ ഒരു മെഷീൻ വെച്ചു. മെഷീന്റെ മുകളിൽ നാലഞ്ചറകളുണ്ട്. അതിൽ ഓരോന്നിൽ ഓരോ സാധനങ്ങൾ ഇടും. ഒന്നിൽ അടയ്ക്ക, ഒന്നിൽ പെരുംജീരകം. അങ്ങനെ ഓരോന്ന്. ചുവട്ടിൽ ഒരു കള്ളിയിൽ കട ലാസ് ഉറകളും. അത് ഓരോന്നോരോന്നായി ഒരു സ്ഥലത്തെത്തി യാൽ അതിലേക്ക് മുകളിൽ നിന്ന് എല്ലാം കൂടി ചേർന്ന മിക്സ്ചർ വീഴുന്നു. പിന്നെ തന്നത്താൻ ഉറകൾ അടച്ച് വേറൊരു സ്ഥലത്ത് വീഴുന്നു. എന്തൊരു രസമാണെന്നോ കാണാൻ! അവിടെ ഈ മെഷീൻ തുടങ്ങിയപ്പോൾ എല്ലാവരും സന്തോഷിച്ചു. പക്ഷേ ഒരാ ഴ്ചയ്ക്കകം ഇരുപതു പേരിൽ പതിനാറു പേരുടെയും ജോലി നഷ്ട പ്പെട്ടു.''

എല്ലാവരുടെയും മുഖം താണു.

''കാന്തിഭായി എന്താണ് പറഞ്ഞതെന്നറിയുമോ? ഈ മെഷീൻ വിറ്റ കമ്പനിയിൽ നിന്നാണ് ഫോൺ വന്നത്. നാളെ ഞായറാഴ്ച ഫാക്ടറി തുറക്കുമോ എന്നന്വേഷിക്കാനാണവർ ഫോൺ ചെയ്തത്. ഈ മെഷീൻ സ്ഥാപിച്ചു സ്റ്റാർട്ടാക്കാൻ മെക്കാനിക്കിനെ അയയ്ക്കാ നാണ്. നാളെ വരാൻ ആവശ്യപ്പെട്ടിട്ടുണ്ട് കാന്തിഭായ്. അപ്പോൾ തിങ്കളാഴ്ച വന്നാൽ ജോലിയുണ്ടാകുമോ എന്ന് കണ്ടറിയണം.''

സ്ത്രീകൾ ശരിക്കും തളർന്നിരുന്നു. ഓരോരുത്തരും അവ നവന്റെ കഷ്ടപ്പാടുകൾ ആലോചിക്കുകയായിരുന്നു. ഒന്നുമില്ലാത്ത തിനേക്കാൾ ഭേദമാണ് ഈ അഞ്ചുറുപ്പിക. പട്ടിണിയില്ലാതെ നാളു കൾ നീക്കാം. ആ പണവും ഒരു ദിവസം പെട്ടെന്നു നിന്നാൽ?

കൗസല്യയ്ക്ക് പരിപ്പും റൊട്ടിയും മുഴുവൻ തിന്നാൻ പറ്റിയില്ല. അവൾ ഭർത്താവിനെപ്പറ്റി ആലോചിക്കുകയായിരുന്നു. ഫാക്ടറി യിൽ ലോക്കൗട്ടു തുടങ്ങിയ ശേഷം അയാളുടെ ആരോഗ്യവും വളരെ മോശമായിവന്നു. ഏതു സമയവും ചുമ മാത്രം. ദേഹവും ദിനം പ്രതി ക്ഷീണിച്ചുവരുന്നുണ്ട്. മാറിലെ എല്ലുകൾ പെറുക്കിയെടുക്കാം. ഒരു ഡോക്ടറെ കാണാൻ താൻ കുറെ ദിവസമായി പറയുന്നു. കേൾ ക്കണ്ടെ. മഞ്ഞു കൊണ്ടിട്ടാണ് ചുമയെന്നാണ് പറയുന്നത്. പണമി ല്ലെന്നതാണ് ഉള്ളിൽ.

സൂപ്പർവൈസർ കാമ്പ്ളെ ബെല്ലടിച്ചു. ജോലി തുടങ്ങാനുള്ളതാണ്. യാന്ത്രികമായി കൈകൾ ചലിച്ചു. മുമ്പിൽ സുപാരി പാക്കറ്റുകൾ കുന്നുകൂടി വന്നു. അങ്ങനെയിരിക്കെ ഇടതുവശത്തു നിന്ന് ഒരു തേങ്ങൽ കേട്ട് കൗസല്യ നോക്കിയപ്പോൾ ലക്ഷ്മി ഒന്നും ചെയ്യാതെ കരയുകയായിരുന്നു.

''എന്തിനാണ് കരയുന്നത്?''

''ഒന്നുമില്ല.''

ലക്ഷ്മി താവ്ടെ വിധവയാണ്. ഭർത്താവ് ഫാക്ടറിയിലെ ഒര പകടത്തിൽ മരിച്ചു. നാലു മക്കളുണ്ട്. വളരെ സാധുവായ സ്ത്രീ.

''കരയേണ്ട.''

അവർ ജോലി വീണ്ടും തുടങ്ങി. കുറച്ചു കഴിഞ്ഞപ്പോൾ ലക്ഷ്മി പറയുന്നത് കൗസല്യ കേട്ടു.

''കൗസു, ഞാൻ നിനക്ക് എട്ടുറുപ്പിക തരാനുണ്ട്. അതെങ്ങനെ യാണ് തരുക എന്നറീല്ല.''

പലപ്പോഴായി ഒരുറുപ്പികയോ എട്ടണയോ ആയി വാങ്ങിയിട്ടു ള്ളതാണ്.

''അതൊന്നും സാരമില്ല ദീദി. ഞാൻ അതൊന്നും തിരിച്ചു ചോദി ച്ചില്ലല്ലോ.''

അങ്ങനെ പാക്കിംഗ് മെഷിൻ ഒരു ഭീഷണിയായി മുമ്പിൽ നിൽക്കെ വൈകുന്നേരമായി. അഞ്ചരയ്ക്കുള്ള ബെല്ലടിച്ചപ്പോൾ എല്ലാവരും എഴുന്നേറ്റു, മരത്തിന്റെ റാക്കിൽ നിന്ന് അവനവന്റെ സഞ്ചികൾ എടുത്തു.

കാന്തിലാൽ തന്നെയാണ് കൂലി കൊടുത്തിരുന്നത്. അയാൾ മുറിക്കു പുറമെ ഇട്ട മേശയ്ക്കു പിന്നിൽ ഇരുന്ന് മുമ്പിലുള്ള പുസ്ത കത്തിൽ നോക്കി ഓരോരുത്തരുടെ പേരായി വിളിക്കാൻ തുടങ്ങി. പേരിന്റെ ഉടമസ്ഥകൾ മേശയ്ക്കരുകിൽ വരുമ്പോൾ അയാൾ കൂലിയും എക്സ്ട്രാ പണിയെടുത്തതിനുള്ള പണവും കൊടുക്കും. പ്രതീക്ഷി ച്ചത്ര ഉൽപ്പാദിക്കാത്തവരെ ശകാരിക്കുകയും ചെയ്യും.

നാലാമതാണ് കൗസല്യയുടെ പേർ. മൂന്നാമത്തെ ആൾ കൂലി വാങ്ങിയപ്പോൾ കൗസല്യ മുമ്പിലേക്കു നിന്നു. പക്ഷേ അവളുടെ പേരിനു പകരം കാന്തിലാൽ വിളിച്ചത് മറിയയുടെ പേരായിരുന്നു. മറിയ ഡിസിൽവയും കൂലി വാങ്ങിപ്പോയി. പിന്നെ അടുത്ത ആൾ, പിന്നെ അതിനടുത്ത ആൾ. ഓരോരുത്തരും പണം കിട്ടേണ്ട താമസം പുറത്തിറങ്ങി ഓട്ടം തുടങ്ങി. ആർക്കും ആരേയും കാത്തു നിൽ ക്കാൻ ഇടയില്ല. സ്റ്റേഷൻവരെ ഒരുമാതിരി ഓട്ടം തന്നെയാണ്.

കൗസല്യ മാറി നിന്നു. ഒന്നുകിൽ സേട്ടിന് തെറ്റിയിട്ടുണ്ട്. അല്ലെങ്കിൽ അയാൾ പേരുകളുടെ ക്രമം മാറ്റിയിട്ടുണ്ട്. പതിനൊന്നാമത്തെ സ്ത്രീയും കൂലി വാങ്ങിപ്പോയി. ഇപ്പോൾ കാന്തിലാലും കൗസല്യയും ഒറ്റയ്ക്കായി. സൂപ്പർവൈസറെയും കാണാനില്ല. അവൾക്കു കുറച്ചു പരിഭ്രമം തുടങ്ങി.

കാന്തിലാൽ തലയുയർത്തി അവളെ നോക്കി ചിരിച്ചു.

‘‘എന്റെ കൂലി കിട്ടിയില്ല.’’

‘‘നിന്റെ കണക്കുകൾ ശരിയായിട്ടില്ല. കാമ്പ്ളെ വരട്ടെ. ഞാനവനെ ബൈഖലയ്ക്ക് പറഞ്ഞയച്ചിരിക്കുകയാണ്.’’

‘‘അവൻ വരാൻ വൈകില്ലേ?’’

‘‘ഇല്ല. അവൻ സൈക്കിളെടുത്താണ് പോയിട്ടുള്ളത്.’’

കാന്തിലാൽ അയാളുടെ മുറിയിലേക്കു പോയി. കൗസല്യ അവിടെ മേശയ്ക്കരുകിൽ നിന്നു. അഞ്ചു മിനിറ്റു കഴിഞ്ഞപ്പോൾ കാന്തിലാൽ വാതിൽ കുറച്ചു തുറന്നുകൊണ്ട് അവളെ വിളിച്ചു. അകത്തേക്കു തന്നെ പോയി. കൗസല്യ വാതിൽ തുറന്നു പിടിച്ചു ചോദിച്ചു.

‘‘എന്താ?’’

‘‘അകത്തു വരൂ.’’

അവൾ അറച്ചറച്ച് അകത്ത് കടന്നു. അയാളുടെ മുറിയിലേക്ക് അവൾ ഇതുവരെ കടന്നിട്ടുണ്ടായിരുന്നില്ല. അതിലെ ആഡംബരം ആദ്യമായി അവളുടെ കണ്ണുകൾ വിടർത്തി. അയാൾക്കെതിരെയുള്ള ചുമരിനോടടുത്തിട്ട സോഫ ചൂണ്ടിക്കാട്ടി അയാൾ പറഞ്ഞു.

‘‘ഇരുന്നോളൂ. അങ്ങനെ നിൽക്കണ്ട.’’

‘‘വേണ്ട സേട്ട്, ഞാൻ നിന്നോളാം.’’

കാന്തിഭായ് ആരോടും ഇത്ര ലോഗ്യത്തിൽ സംസാരിക്കുന്നതവൾ കേട്ടിട്ടില്ല. അവൾക്ക് വളരെ വിഷമം തോന്നി.

‘‘ഞാനൊരു മെഷീൻ വാങ്ങിയിട്ടുണ്ട്.’’ കാന്തിലാൽ പറഞ്ഞു. ‘‘ഓട്ടമാറ്റിക് പാക്കിംഗ് മെഷീനാണ്. നമ്മുടെ മുകളിൽ നാനുഭായിയുടെ ഫാക്ടറിയിലുണ്ട്, അങ്ങനത്തെ മെഷിൻ. നല്ല സ്പീഡുള്ള മെഷീനാണ്. അതു പ്രവർത്തിക്കാൻ തുടങ്ങിയാൽ എനിക്കിപ്പോഴുള്ള ജോലിക്കാരിൽ കാൽഭാഗം പേർ മാത്രമേ വേണ്ടിവരൂ.’’

തനിക്കറിയാമെന്ന അർത്ഥത്തിൽ കൗസല്യ തലയാട്ടി.

‘‘എന്തുകൊണ്ട് നിനക്കിരുന്നുകൂടാ? വേറെ ആരും കാണാനൊന്നും പോകുന്നില്ലല്ലോ. പിന്നെ എന്താണ് നിനക്ക് നാണം?’’

കൗസല്യ പതുക്കെ സോഫയുടെ ഒരരുകിൽ ഇരുന്നു. വളരെ പതുപതുത്ത സോഫ. അവൾക്കു വളരെ പരിഭ്രമം തോന്നി.

''ആരെയൊക്കെയാണ് പിരിച്ചു വിടേണ്ടതെന്ന് ഞാൻ തീർച്ച യാക്കിക്കഴിഞ്ഞു.''

കൗസല്യ ശ്വാസം പിടിച്ചു.

''നിന്നെ വെക്കാൻ തന്നെയാണ് നിശ്ചയിച്ചിരിക്കുന്നത്.''

അവളുടെ ശ്വാസം വീണു.

''നിനക്ക് ഒരു മാസത്തെ പരിചയമേ ഉള്ളൂവെങ്കിലും നന്നായി ജോലി ചെയ്യുന്നുണ്ട് എന്നു ഞാൻ മനസ്സിലാക്കിയിരിക്കുന്നു.''

അവൾക്ക് കുറച്ചൊരു ആത്മവിശ്വാസം വന്നു. ഒരുപക്ഷേ വേറെ ചീത്ത ആവശ്യങ്ങൾക്കൊന്നുമായിരിക്കില്ല സേട്ട് തന്നെ വിളിച്ചിരിക്കുന്നത്.

''നമ്മളിവിടെ ഇരുന്നു സംസാരിച്ചാൽ പുറത്താരെങ്കിലും വന്ന് വല്ല സാധനങ്ങളും എടുത്താൽ അറിയില്ല.''

കാന്തിലാൽ എഴുന്നേറ്റ് പുറത്തു പോയി. പുറത്തെ വാതിൽ അടച്ചു കുറ്റിയിടുന്ന ശബ്ദം കേട്ടു. അവൾ പെട്ടെന്ന് എഴുന്നേറ്റു. എവിടെയോ എന്തോ കുഴപ്പമുണ്ടെന്ന തോന്നൽ അവൾക്ക് അടക്കാൻ പറ്റിയില്ല. കാന്തിലാൽ വന്നപ്പോൾ അവൾ നിൽക്കുകയായിരുന്നു. അയാൾ പറഞ്ഞു.

''എന്തിനാണ് എഴുന്നേറ്റത്? ഇരിക്കൂ.''

''ഞാൻ പോട്ടെ. കൂലി തിങ്കളാഴ്ച വാങ്ങാം.''

കൂലി അന്നുതന്നെ കിട്ടിയാൽ കൊള്ളാമെന്നുണ്ടായിരുന്നു; അവൾക്ക് കാരണം പിറ്റേന്ന് ഞായറാഴ്ചയാണ്. പോരാത്തതിന് ഭർത്താവിനെ അടുത്തുള്ള ഡോക്ടറുടെ അടുത്തു കൊണ്ടുപോയി കാണിക്കണമെന്നുമുണ്ടായിരുന്നു. കൈയിൽ മൂന്നുറുപ്പികയുണ്ട്. ഇന്നത്തെ അഞ്ചുംകൂടി കിട്ടിയാൽ അതിനു മതിയാവും.

''ഒരഞ്ചു മിനിറ്റിനകം കാമ്പ്‌ളെ വരും. ഇരിക്കൂ.''

അവൾ ഇരുന്നു. കാന്തിലാൽ തന്റെ തിരിയുന്ന കസേരയിലേക്കു പോകാതെ സോഫയുടെ തന്നെ മറ്റൊരരുകിൽ ഇരുന്നു. കൗസല്യ അയാളിൽ നിന്നകന്ന് കുറച്ചുകൂടി അരുകിലേക്കു നീങ്ങിയിരുന്നു.

''എന്തിനാണ് പേടിക്കുന്നത്?'' കാന്തിലാൽ ചോദിച്ചു. ''ഞാൻ നിന്നെ ബലാത്സംഗം ചെയ്യാനൊന്നും പോകുന്നില്ല. നിന്റെ പരിപൂർണ്ണ സമ്മതമില്ലാതെ ഞാൻ ഒന്നും ചെയ്യില്ല.''

''അല്ല സേട്ട്, എനിക്കു പോകണം. എന്റെ ഭർത്താവ് സുഖമില്ലാതെ കിടക്കുകയാണ്.''

''എന്താണ് അസുഖം?''

''ചുമ. കുറേ ദിവസമായി തുടങ്ങിയിട്ട്.''

''നാളെ രാവിലെത്തന്നെ ഡോക്ടറുടെ അടുത്ത് കൊണ്ടു പോകണം.' കാന്തിലാൽ പറഞ്ഞു. ''പണത്തിന്റെ കാര്യത്തിലൊന്നും വിഷമിക്കണ്ട. അപ്പോൾ ഞാൻ തീർച്ചയാക്കിയതിങ്ങനെയാണ്. നാലു പെണ്ണുങ്ങളെ മാത്രമെ വെയ്ക്കുന്നുള്ളൂ. നിന്നെ, ലക്ഷ്മി താവ്ടെയെ, പാവം അവരുടെ ഭർത്താവു മരിച്ചുപോയി. പിന്നെ അൻസൂറ, പിന്നെ മറ്റേ ആ പെണ്ണില്ലേ, മറിയയുടെ അപ്പുറത്തിരിക്കാറുള്ളത്. അതിനെയും. ബാക്കി എല്ലാവരേയും ചൊവ്വാഴ്ച മുതൽ വിടുകയാണ്.''

ലക്ഷ്മി താവ്ടെ എന്ന പേർ കേട്ടപ്പോൾ കൗസല്യയ്ക്കു സമാധാനമായി. പകൽ ജോലിയെടുത്തു കൊണ്ടിരിക്കുമ്പോൾ ലക്ഷ്മി കരഞ്ഞിരുന്നതവൾ ഓർത്തു. പാവം. അവൾക്ക് ജോലി നഷ്ടപ്പെട്ടില്ല. മറ്റു പലരുടെയും വിധി പകൽതന്നെ ഏകദേശം അറിഞ്ഞിരുന്നതിനാലും ലക്ഷ്മിക്കു ജോലി നഷ്ടപ്പെട്ടിട്ടില്ല എന്നതിനാലും അവൾക്ക് കാന്തിലാലിനെ വെറുക്കാൻ പറ്റിയില്ല.

''നിന്റെ ഭർത്താവ് എന്താണ് ചെയ്യുന്നത്?''

''ഒരു ഫാക്ടറിയിൽ മെഷീന്റെ ജോലിയാണ്.''

''ഏതു ഫാക്ടറി?''

''പേരറിയില്ല സേട്ട്. പക്ഷേ അതു പൂട്ടിക്കിടക്കുകയാണ്.''

''എപ്പോൾ മുതൽ?''

''ഒന്നര മാസമായി.''

''എന്തുകൊണ്ട് നീ ഇതുവരെ എന്നോടു പറഞ്ഞില്ല? ഞാൻ സഹായിക്കുമായിരുന്നല്ലോ.''

''നേരം വൈകുന്നു സേട്ട്, എനിക്കു പോകണം.''

പെട്ടെന്ന് അവളുടെ കയ്യിൽ എന്തോ കണ്ടപോലെ അയാൾ ചോദിച്ചു.

''എന്താണ് നിന്റെ കൈയിൽ ഒരു നിറം?''

അവൾ വലത്തെ കൈ മലർത്തിക്കാണിച്ചു.

വലത്തെ കൈയിന്റെ വിരലിന്മേൽ നിറയെ കടുംതവിട്ടു നിറം. അവളുടെ കൈയിന്റെ നിറത്തിൽ വളരെ വിലക്ഷണമായി ആ കറ തെളിഞ്ഞു നിന്നു.

''നോക്കട്ടെ എന്താണതെന്ന്?''

അവളുടെ അടുക്കലേക്ക് നീങ്ങിയിരുന്നുകൊണ്ട് അയാൾ പെട്ടെന്നവളുടെ കൈ പിടിച്ചു.

''എന്താണിത്?''

''അത് സുപാരിയുടെ കറയാണ്.''

''ഓഹോ.'' കൈ വിടാതെതന്നെ കാന്തിലാൽ പറഞ്ഞു. ''നിന്റെ ഉരുണ്ടു ഭംഗിയുള്ള കൈകൾ ഇങ്ങനെ കേടുവരുത്താൻ പാടില്ല. ഞാൻ അതിനൊരു വഴിയുണ്ടാക്കാം.''

അവൾക്കൊരു നിർവ്വികാരത തോന്നി. താൻ എന്താണ് കൈ വലിക്കാതിരിക്കാൻ എന്ന് അവൾ അത്ഭുതപ്പെടുകയായിരുന്നു.

''ഞാൻ നിന്നെ മെഷീനിൽ ജോലിക്കാക്കാം. അതിൽ ഓരോ മണിക്കൂർ കൂടുമ്പോൾ സുപാരി നിറയ്ക്കുകയേ വേണ്ടൂ. അതു മാതിരി സൂപ്പർവൈസറുടെ ജോലിയും നീ ചെയ്യണം. കാമ്പ്ളയെ ഞാൻ പുറത്തെ പണിക്ക് പറഞ്ഞയയ്ക്കാൻ പോവുകയാണ്. നിനക്കു ഞാൻ അവനു കൊടുക്കുന്ന ശമ്പളം തരാം.''

കാന്തിലാൽ സാവധാനത്തിൽ പുരോഗമിക്കുന്നുണ്ടായിരുന്നു. ഇടത്തെ കൈ കൊണ്ട് കൗസല്യയുടെ കൈ പിടിച്ച് വലത്തെ കൈ അവളുടെ അരക്കെട്ടിലൂടെ ഇട്ട് അയാൾ അവളെ തന്നിലേക്കടുപ്പിച്ചിരുന്നു. അവൾ അനങ്ങാതെ യാതൊരു ചേഷ്ടകളും കാണിക്കാതെ ഇരുന്നു. അവൾ ആലോചിക്കുകയായിരുന്നു. അവൾക്ക് വേണമെങ്കിൽ പ്രതിഷേധിക്കാം, കുതറി നോക്കാം. ഒരുപക്ഷേ ഓടി രക്ഷപ്പെടാൻ കഴിഞ്ഞെന്നു വരും. അതിനിടയ്ക്ക് അവൾ എപ്പോഴും ചുമച്ചുകൊണ്ടിരിക്കുന്ന ഭർത്താവിനെ ഓർത്തു, മകനെ ഓർത്തു. ഇപ്പോൾ കിട്ടുന്ന അഞ്ചുറുപ്പികയും നിന്നാലുള്ള സ്ഥിതി ഓർത്തു. പിന്നെ തന്റെ ദേഹത്തു നടക്കുന്ന കാര്യങ്ങളോടവൾക്ക് ഒരു നിസ്സംഗത തോന്നി. വേറൊരു സ്ത്രീയെയാണ് കാന്തിലാൽ നഗ്നയാക്കുന്നതെന്നവൾക്കു തോന്നി. അയാൾ ബ്ലൗസിന്റെ കുടുക്കുകൾ അഴിക്കുകയായിരുന്നു. അവൾ നിർവ്വികാരയായി അയാളുടെ പ്രവർത്തികൾ നിരീക്ഷിച്ചു. തിരുമ്പിയാലും വെളുക്കാതായ തന്റെ അടിവസ്ത്രങ്ങൾ വേറൊരു പുരുഷൻ കാണുന്നതിൽ അവൾക്ക് കുറച്ചൊരു വിഷമം തോന്നി. അതും നിമിഷങ്ങൾക്കു മാത്രമേ ഉണ്ടായുള്ളൂ. പിന്നെ അവളുടെ ചേതനകൾ തീരെ മരവിച്ചു പോയി. കാന്തിലാലിന്റെ ശ്വാസം ദ്രുതഗതിയിലായിരുന്നു. നിമിഷങ്ങൾക്കകം താൻ നഗ്നയാണെന്നവൾ കണ്ടു. കാന്തിലാൽ ഷർട്ടും പാന്റും അടിവസ്ത്രങ്ങളും അഴിച്ചു വലിച്ചെറിയുന്നതും അവളെ പതുപതുത്ത സോഫയിലേക്കു കിടത്തി ഒപ്പം കിടക്കുന്നതും അവൾ അറിഞ്ഞു. ഒരു സ്വപ്നത്തിൽ കാണുന്നപോലെ, ഒരു തിരശ്ശീലയിൽ കാണുന്ന സിനിമപോലെ അതവൾ നോക്കിക്കണ്ടു.

അവൾ വളരെ സാവധാനത്തിൽ വസ്ത്രം ധരിച്ചു. ഒരു ധൃതിയുമില്ലാത്തപോലെ. സമയം മുഴുവനും അവളുടെ മുമ്പിൽ കിടക്കുന്ന

പോലെ. പിന്നെ തിരിഞ്ഞുനിന്ന് തലമുടി ശരിയാക്കി പുറത്തു കട ക്കാൻവേണ്ടി വാതിൽ തുറന്നു.

‘‘ഞാൻ പോണു സേട്ട്.’’

‘‘ഒരു മിനിറ്റ്.’’ കാന്തിലാൽ പറഞ്ഞു. അയാൾ മേശ വലിപ്പിൽ നിന്ന് മൂന്ന് പത്തുറുപ്പിക നോട്ടുകൾ എടുത്ത് അവളുടെ കൈയിൽ വെച്ചു.

‘‘ഇത് പ്രതിഫലമാണെന്നൊന്നും കരുതണ്ട. ഒരു ചെറിയ സഹായം മാത്രം. നിന്റെ ഭർത്താവിനെ ഡോക്ടറെ കാണിക്കൂ.’’

അവൾ പുറത്തു കടന്നു.

‘‘തിങ്കളാഴ്ച വരണം. മെഷീനിൽ എങ്ങനെയാണ് ജോലി ചെയ്യുക എന്നു ഞാൻ പഠിപ്പിച്ചുതരാം.’’

അവൾ തലകുലുക്കി.

നേരം വളരെ വൈകിയിരുന്നു. റോഡിൽ നിഴലുകൾ വീണു കഴിഞ്ഞു. അവൾ സ്റ്റേഷനിലേക്ക് ധൃതിയിൽ നടന്നു. നേരം വൈകി യതിന് ഭർത്താവിനോട് എന്താണ് പറയുക എന്നവൾ ആലോചിച്ചു.

ഓവർ ടൈം ഉണ്ടായിരുന്നു എന്നു പറയണം.

ഓവർ ടൈം എന്ന വാക്ക് മറിയയിൽനിന്നു പഠിച്ചതാണ്.

സ്റ്റേഷനു പുറത്ത് ഫുട്പാത്തിൽ വിൽക്കാൻ വെച്ച സാധനങ്ങൾ നോക്കി അവൾ നടന്നു. പെട്ടെന്നവൾ നിന്നു. അത് നൈലോൺ ബനിയനുകൾ വിൽക്കുന്ന ഒരുത്തന്റെ മുമ്പിലായിരുന്നു. കഴിഞ്ഞ ഒരാഴ്ചയായി അവൾ എന്നും സ്റ്റേഷനിലേക്കു നടക്കുമ്പോൾ അതു നോക്കാറുണ്ട്. പല വലുപ്പത്തിലുള്ളവ. മോനും ഭർത്താവിനും പറ്റിയ സൈസുണ്ടാവും. ഇതു ഞാൻ വാങ്ങാൻ പോകുന്നു. മനസ്സിൽ പറഞ്ഞു.

‘‘ഇതു കൊണ്ടുപോയ്ക്കോ. നിന്റെ മോനും ഭർത്താവിനും പറ്റി യത്.’’

രണ്ടു വലിപ്പത്തിലുള്ള ബനിയൻ കൈയിലെടുത്തു വീശി അയാൾ പറഞ്ഞു. അവൾക്കത്ഭുതമായി. അയാൾക്കെങ്ങിനെ മനസ്സിലായി. തനിക്കു മകനുണ്ടെന്ന്. ആ രണ്ടു സൈസുകളും പാകമായിരിക്കും എന്നവൾക്കു തോന്നി.

‘‘എന്താണു വില?’’

‘‘ഏതു സൈസാണ് വേണ്ടത്?’’

‘‘രണ്ടും.’’

‘‘രണ്ടും കൂടി പതിനഞ്ച്. ഒരേ വില. പതിനഞ്ച്.’’

‘‘പന്ത്രണ്ടുറുപ്പികയ്ക്ക് തന്നുകൂടെ?’’

''പതിന്നാല്. അവസാനത്തെ വില. കൊണ്ടുപോ.''

അയാൾ രണ്ടു ബനിയനും കടലാസ്സിൽ പൊതിഞ്ഞ് അവൾക്കു കൊടുത്തു. ജോലിയെടുക്കാൻ തുടങ്ങിയതിനു ശേഷം ആദ്യമായി മകനും ഭർത്താവിനും ഒരു സാധനം വാങ്ങാൻ പറ്റിയതാണ്.

ട്രെയിനിൽ സാധാരണത്തേക്കാൾ തിരക്കുണ്ടായിരുന്നു. അവൾക്കു വീട്ടിലെത്താൻ ധൃതിയായി. അതുകൊണ്ട് അവൾ ആദ്യത്തെ ട്രെയിനിൽത്തന്നെ ഉന്തിക്കയറി.

ചാളിന്റെ ഒരറ്റത്തെത്തിയപ്പോൾ അവൾ ഭർത്താവിന്റെ ചുമ കേട്ടു. അവരുടെ വീട് ചാളിന്റെ മറ്റേ അറ്റത്തായിരുന്നു.

മകൻ എവിടെ നിന്നോ കിട്ടിയ ഒരു പൊട്ടിയ കളിപ്പാട്ടം കൊണ്ടു കളിക്കുകയായിരുന്നു. ഭർത്താവ് ചൂടി കട്ടിലിൽ കിടക്കുകയും.

''എനിക്കു പനിക്കുന്നുണ്ട്.''

അവൾ അയാളുടെ നെറ്റി തൊട്ടു നോക്കി.

''സാരമില്ല. നേരിയ പനിയാണ്. നമുക്ക് നാളെ രാവിലെ ഡോക്ടറുടെ അടുത്ത് പോകാം.''

അവൾ കടലാസ്സു പൊതി തുറന്ന് നൈലോൺ ബനിയനുകൾ പുറത്തെടുത്തു കുട്ടിയുടെ കണ്ണുകൾ വിടർന്നു.

അവൾ നിലത്തിരുന്നുകൊണ്ട് മകന്റെ മേലുള്ള വൃത്തികെട്ട ഷർട്ടഴിച്ചു, പകരം പുതിയ ബനിയൻ ഇടുവിച്ചു. അവന് നല്ല ചേർച്ചയുണ്ടായിരുന്നു.

''ഇനി അച്ഛൻ ഇടൂ, നോക്കട്ടെ.''

അയാൾ എഴുന്നേറ്റിരുന്ന് ബനിയൻ ഇട്ടു. അയാളുടെ മെലിഞ്ഞ ശരീരത്തിൽ ബനിയൻ ഒട്ടി നിന്നു.

''നന്നായിട്ടുണ്ട്.'' അവൾ പറഞ്ഞു. ''പാകമല്ലേ?''

''അതെ.'' അയാൾ കൈയുയർത്തി കാണിച്ചു. അപ്പോഴാണവൾ കണ്ടത്. ബനിയനിൽ കൈയിനു താഴെ, കക്ഷത്തായി ഒന്നരയിഞ്ചു നീളത്തിൽ ഒരു വിടവ്. അതു രണ്ടു കക്ഷത്തുമുണ്ട്. അയാൾ കൈകൊണ്ട് തപ്പി നോക്കി.

''ചെറിയ കീറലല്ലേ?'' അയാൾ പറഞ്ഞു. ''സാരമില്ല. നമുക്ക് തുന്നാം.''

അവൾ മോന്റെ കൈകളും പൊന്തിച്ചു നോക്കി. ഓട്ടയൊന്നുമില്ല. ഭാഗ്യം. നല്ലവണ്ണം നോക്കേണ്ടതായിരുന്നു. ഇനി പറഞ്ഞിട്ടു കാര്യമില്ല.

അവൾ അടുക്കളയിൽ പോയി സ്റ്റൗ കൊളുത്തി. വെള്ളം വെച്ചു. സഞ്ചിയിൽ വളരെ കുറച്ച് അരിയേ ബാക്കിയുണ്ടായിരുന്നുള്ളൂ.

അതു കഴുകി അടുപ്പത്തിട്ടു. സ്റ്റൗവിന്റെ മുമ്പിൽ നീല തീനാളവും നോക്കിയിരിക്കെ ഫാക്ടറിയിൽ നിന്ന് സ്റ്റേഷനിലേക്ക് നടന്നത് അവളുടെ മനസ്സിൽ വന്നു. തനിക്ക് ആ സമയത്ത് പശ്ചാത്താപമുണ്ടായിരുന്നില്ലെന്നു മാത്രമല്ല, സന്തോഷമായിരുന്നുവെന്ന കാര്യം അവളെ വേദനിപ്പിച്ചു. അവൾ സ്വയം വെറുത്തു. കാന്തിലാൽ ചെയ്തതിന് അയാളെ വെറുത്തു. കീറിയ ബനിയൻ തന്നതിന് പീടികക്കാരനേയും. എല്ലാറ്റിനുമുപരി പണം എവിടെ നിന്നു കിട്ടിയെന്ന് അന്വേഷിക്കുക പോലും ചെയ്യാത്ത ഭർത്താവിനേയും അവൾ വെറുത്തു.

പിന്നെ നോക്കിക്കൊണ്ടിരിക്കെ ഒരു ജലപ്രവാഹത്തിൽ തീനാളവും സ്റ്റൗവും പാത്രങ്ങളും അപ്രത്യക്ഷമായപ്പോൾ കണ്ണുതുടയ്ക്കാൻ കൂടി മിനക്കെടാതെ അവൾ സ്വയം പറഞ്ഞു. ഞാൻ ഇതൊന്നുമല്ല പ്രതീക്ഷിച്ചത്.''

■

കൂറകൾ

അടുക്കളയിൽ രാവിലത്തെ കാപ്പി കൂട്ടിക്കൊണ്ടിരിക്കുമ്പോഴാണ് അവൾ കണ്ടത് കൂറകൾ. മേശയുടെ ഒരരുകിൽ തെല്ലു നേരം കിരുകിരാ ശബ്ദമുണ്ടാക്കിക്കൊണ്ട് അവളെ പേടിപ്പെടുത്തുംവിധം തുറിച്ചുനോക്കി, പിന്നെ മേശയുടെ മറുഭാഗത്ത് അപ്രത്യക്ഷമാവുകയും ചെയ്തു.

അവൾ കാപ്പിയുമെടുത്തു കിടപ്പറയിലേക്കു നടന്നു. ഭർത്താവ് എഴുന്നേറ്റിട്ടുണ്ടായിരുന്നില്ല. സ്വിച്ചിട്ടപ്പോൾ കണ്ണിനു സുഖം തരുന്ന നനുത്ത വെളിച്ചം മുറിയാകെ നിറഞ്ഞൊഴുകാൻ തുടങ്ങി. കട്ടിലിൽ ഇരുന്ന്, കപ്പിനു വേണ്ടി കൈ നീട്ടിക്കൊണ്ട് അയാൾ അവളെ നോക്കി പുഞ്ചിരിച്ചു.

മൗഢ്യം നിറഞ്ഞ മുഖത്തോടെ അയാൾ കാപ്പി കുടിക്കുന്നത് അവൾ നോക്കി നിന്നു. ഈ ദിനചര്യ എനിക്കു മടുത്തു തുടങ്ങിയിരിക്കുന്നു, അവൾ വിചാരിച്ചു. ഭർത്താവിന്റെ വിളറിയ മുഖവും നരച്ചു തുടങ്ങിയ രോമങ്ങളും കാണുമ്പോഴെല്ലാം അവൾക്ക് അനുകമ്പ തോന്നിയിരുന്നു. ഈ അനുകമ്പ ഒന്നുമാത്രമാണ് അവളെ ഒരു ലഹളക്കാരിയാക്കാതെ അടക്കി നിർത്തിയിരുന്നത്.

തളത്തിൽക്കൂടി ഒഴിഞ്ഞ കപ്പുമെടുത്തു മടങ്ങുമ്പോൾ, ഡിസ്റ്റമ്പർ തേച്ച ചുവരിൽ കറുത്തു ചെറിയ ഒരു ജന്തു അരിക്കുന്നതായി അവൾക്കു തോന്നി. അതു നോക്കണമെന്നുണ്ടായിരുന്നെങ്കിലും, ഒരു സഹജപ്രേരണയിൽ അവൾ നീങ്ങി; നിന്നില്ല.

അടുക്കളയിൽ ഇപ്പോൾ കൂടുതൽ കൂറകൾ ഉണ്ടായിരുന്നു. അവ കിരുകിരാ ശബ്ദമുണ്ടാക്കി മേശമേലും ചുവരിന്മേലും അരിച്ചരിച്ചു നടന്നു. അടുക്കളയിലേക്ക് കടക്കാൻ ശ്രമിക്കുമ്പോൾ ഒന്നു രണ്ടു കൂറകൾ പറന്നുവന്ന് അവളുടെ തലയിൽ ഇറങ്ങി. കൈവീശി അവയെ അകറ്റാൻ അവൾ ശ്രമിച്ചു. പക്ഷേ, കൂറകൾ വളരെയധികം ഉണ്ടായിരുന്നതിനാൽ, അവൾക്ക് അവസാനം പിന്മാറേണ്ടി വന്നു. ഇതിനേപ്പറ്റി ഭർത്താവിനോടു പറയണമെന്ന് അവൾക്കു തോന്നി.

പക്ഷേ, കിടപ്പറയിൽ ഭർത്താവ് എന്തിനോടോ യുദ്ധംചെയ്യുകയായിരുന്നു. എന്തിനോടാണെന്നു മനസ്സിലായത്, അയാൾ യുദ്ധത്തിന്നിടയിൽ വായ പൊളിച്ച് 'കൂറ' എന്ന വാക്ക് ഉച്ചരിച്ചപ്പോഴാണ്. അയാൾ കൂറയെ ഒരു ന്യൂസ്‌പേപ്പർ മടക്കി അടിക്കുകയായിരുന്നു. കൂറ, അയാളെ കബളിപ്പിച്ചു പറക്കുകയും ചെയ്തു. അയാൾക്ക് ഒരുമാതിരി വട്ടം തിരിയേണ്ടി വന്നു.

ഇതുകൊണ്ട് ഒരു ഫലവുമില്ല, അവൾ പറയാൻ വിചാരിച്ചു, അടുക്കളയിൽ ഒരു നൂറെണ്ണമെങ്കിലും കാണും. പക്ഷേ, അവൾ ഒന്നും പറയാതെ ഭർത്താവ് ചത്ത കൂറയെ കടലാസ്സുകൊണ്ടു കോരിയെടുത്തു ജാലകത്തിലൂടെ പുറത്തേക്കെറിയുന്നതും നോക്കിനിന്നു.

''ഇത് നല്ല പൂരം!'' അയാൾ കിതച്ചുകൊണ്ടു പറഞ്ഞു. ''അല്ലേ, ഈ ഫ്ളാറ്റിൽ ഒരൊറ്റ കൂറയുണ്ടായിരുന്നില്ലല്ലോ.''

തങ്ങളുടെ ഫ്ളാറ്റിൽ ഇതുവരെ ഒരൊറ്റ കൂറപോലുമുണ്ടായിരുന്നില്ലെന്നത് പക്ഷേ, അവൾ ഇതുവരെ ഓർത്തിരുന്നില്ല. ഭർത്താവിന്റെ അത്ഭുതം അസ്ഥാനത്തായിരുന്നില്ല. ആ പരിസരത്തിൽ അയാൾക്ക് കുറെയധികം പരിചയക്കാരുണ്ട്. ആരും ഇതുവരെ കൂറകളെപ്പറ്റി ആവലാതിപ്പെട്ടിട്ടില്ല.

അവൾ അടുക്കളയിലേക്കു മടങ്ങി. ഭർത്താവിന്ന് പ്രാതൽ എട്ടുമണിക്കുള്ളിൽ തയ്യാറാക്കണം. എങ്കിലേ അയാൾക്ക് എട്ടരയ്ക്കുള്ളിൽ ട്രാം കിട്ടുകയുള്ളൂ. ഡൽഹൗസി സ്ക്വയറിലുള്ള ഓഫീസിൽ ഒമ്പതിന്ന് എത്തേണ്ടതാണ്. ഈ പ്രശ്നം ഞാൻ പരിഹരിച്ചുകൊള്ളാം. അവൾ വിചാരിച്ചു: 'മാർക്കറ്റിൽ പോകുമ്പോൾ കുറച്ച് കൂറ വിഷം വാങ്ങണം!'

മാർക്കറ്റിലേക്ക് അധികം ദൂരമുണ്ടായിരുന്നില്ല. സതേൺ അവന്യൂവിലൂടെ നടക്കുമ്പോൾ, കൂറകൾ അവളെ തീരെ അലട്ടിയില്ല. അവൾ വേറൊരു പ്രധാനപ്പെട്ട കാര്യത്തെക്കുറിച്ച് ആലോചിക്കുകയായിരുന്നു. വൈകുന്നേരം ഡോക്ടറെ കാണുന്നതിനെപ്പറ്റി.

''ഇതു വളരെ നിസ്സാരമാണ്.'' ഭർത്താവ് സംശയിച്ചുകൊണ്ടു പറഞ്ഞത് അവൾ ഓർത്തു. ''വളരെ നിസ്സാരം. ഒരു ഇൻജക്ഷൻ മാത്രം. ഒരു ലവലേശം വേദന...''

ആദ്യമെല്ലാം അവൾ എതിർത്തു, ശക്തിയായെതിർത്തു, സുഖകരമായ ആ ഭാരത്തെ ഏറ്റാനുള്ള സ്വന്തം അവകാശത്തെ വീറോടെ രക്ഷിക്കാനുള്ള ആവേശത്തോടു കൂടി.

അപ്പോൾ, അയാൾ, ആ തീരുമാനമെടുക്കാനുണ്ടായ സാമ്പത്തിക സാഹചര്യങ്ങളെക്കുറിച്ചു പറഞ്ഞു. ''രണ്ടു കുട്ടികളെ പോറ്റിപ്പുലർത്തണം. അവർക്കു വിദ്യാഭ്യാസം നൽകണം. മൂത്തതു പെൺകുട്ടിയാണ്.

അവൾക്ക് സാമാന്യം ഒരു വിദ്യാഭ്യാസം നൽകിയാൽ മതി. പക്ഷേ, മകന് നല്ല സാങ്കേതിക വിദ്യാഭ്യാസം തന്നെ നൽകണം. ജോലിയുടെ മാർക്കറ്റ് വളരെ ടൈറ്റാണ്.'' അയാൾ പറഞ്ഞു, ‘‘അവന് നല്ല വിദ്യാഭ്യാസം നൽകിയില്ലെങ്കിൽ അവൻ നശിക്കും.'' പുറമെ, മറ്റു ചെലവുകളും കൂടി ഉണ്ടായിരുന്നു. വീട്ടുവാടക, ഇലക്ട്രിസിറ്റി, അലക്കുകൂലി, മുതലായവ. പണിക്കാരിത്തള്ളയ്ക്കു ശമ്പളവും കൊടുക്കണം. കൽക്കത്തയെപ്പോലുള്ള ഒരു നഗരത്തിൽ ജീവിക്കുക വിഷമം തന്നെയാണ്. താൻ വഴങ്ങേണ്ടി വരുമെന്ന് അവൾക്കു മനസ്സിലായി. പക്ഷേ, അതു മനം മടുപ്പിക്കുന്നതായിരുന്നു.

തന്റെ വയറ്റിൽ വളർന്നു വരുന്ന ജീവനെപ്പറ്റി അവൾക്കു ദുഃഖം തോന്നി. ഇതു നിലനില്പിന്റെ പ്രശ്നമാണ്. ജീവിക്കാൻ ഇടയായവരുടെ നിലനില്പ്. അതിൽ കടന്നുവരുന്നവരെ ചെറുക്കാനുള്ള ഈ പ്രാകൃത മനഃസ്ഥിതി മനംപുരട്ടുന്നതായിരുന്നു. പക്ഷേ, അത് സഹിക്കുകയേ നിവൃത്തിയുള്ളൂ.

അവൾ മക്കളെക്കുറിച്ചോർത്തു. അവരെ വേനലൊഴിവിന്നു വീട്ടിലേക്കയച്ചതു നന്നായി. അവരുടെ അഭാവത്തിൽ അവൾക്ക് അസ്വാസ്ഥ്യമുണ്ട്. പക്ഷേ, അതാണ് കുറെ ഭേദം. അവരെ ഇപ്പോൾ ഇവിടെ കൊണ്ടുവരാൻ അവൾ ഇഷ്ടപ്പെട്ടില്ല. അവരുടെ അമ്മാവന്റെ അടുത്ത് അവർക്കു കൂടുതൽ സുഖമായിരിക്കും.

മാർക്കറ്റിൽ അധികം തിരക്കുണ്ടായിരുന്നില്ല. പുതിയ പച്ചക്കറികളുടെ വാസന വായുവിൽ തങ്ങി നിന്നിരുന്നു. പക്ഷേ, അവൾ സ്വന്തം കുട്ടികളെക്കുറിച്ചും വൈകുന്നേരം ഡോക്ടറെ കാണേണ്ടതിനെക്കുറിച്ചും ആലോചിച്ചു.

പുറത്തു വന്നപ്പോൾ, തെരുവിൽ കൂടുതൽ ആളുകളുണ്ടായിരുന്നു. തെരുവ് പൊടി നിറഞ്ഞുമിരുന്നു. കുറെ ആളുകൾ നീണ്ടു ചുവന്ന ബാനറുകൾ പിടിച്ചു നടന്നിരുന്നു. ബാനറുകളെല്ലാം ബംഗാളിയിലായിരുന്നതിനാൽ അവൾക്കു മനസ്സിലായില്ല. അവർ, ഉറക്കെ മുദ്രാവാക്യങ്ങൾ വിളിച്ചു കൊണ്ട്, ഒരു ജാഥ നയിക്കുകയായിരുന്നു.

‘വിപ്ലവം ജയിക്കട്ടെ!

ഞങ്ങളുടെ അവകാശങ്ങൾ വകവെച്ചു കിട്ടണം.'

ജാഥ വളരെ നീണ്ടതായതിനാൽ, റോഡുമുറിച്ചു കടക്കാൻ, അവൾക്കു ഫുട്പാത്തിൽ കാത്തു നിൽക്കേണ്ടിവന്നു. പ്രക്ഷോഭകർ സാവധാനത്തിൽ നീങ്ങിപ്പോകുന്നത് അവൾ നോക്കി നിന്നു. അവർ ഉറക്കെ മുദ്രാവാക്യങ്ങൾ വിളിക്കുകയും മുഷ്ടികൾ ആകാശത്തിൽ ഉയർത്തുകയും ചെയ്തു. പെട്ടെന്നവൾ, തന്റെ അടുക്കളയിൽ കടന്നു കൂടിയ കൂറകളെ ഓർത്തു.

'ഇപ്പോത്തന്നെ മറന്നു പോയിരുന്നു!'

മരുന്നു ഷാപ്പ് അടുത്തുതന്നെ ഉണ്ടായിരുന്നു. കൗണ്ടറിൽ ഉണ്ടായിരുന്ന, ഒരു മന്തനെപ്പോലെ തോന്നിച്ച, പയ്യനോട് അവൾ കൂറപ്പൊടിയുണ്ടോ എന്നു ചോദിച്ചു. ഇംഗ്ലീഷിൽ ചോദിച്ചതുകൊണ്ട് അവനു മനസ്സിലായില്ലെന്നു സ്പഷ്ടം.

''ഇല്ല.'' അവൻ പറഞ്ഞു, ''ഇവിടെ ഇല്ല.'' പിന്നെ, അവളുടെ മുഖത്ത് അത്ഭുതം സ്ഫുരിക്കുന്നതു കണ്ടപ്പോൾ അവൻ പറഞ്ഞു: ''നില്ക്കൂ.''

അവൾ നിന്നു. പയ്യൻ കാഷ്കൗണ്ടറിൽ പോയി നീണ്ടുമെലിഞ്ഞ ഒരാളുമായി അടക്കിയ സ്വരത്തിൽ സംസാരിച്ചു. നീണ്ട മനുഷ്യൻ കൗണ്ടറിൽ വന്ന്, അവൾക്ക് 'കോക്ക്റോച്ച് പൗഡർ' തന്നെയല്ലേ വേണ്ടത് എന്നു ചോദിച്ചു.

അവൾ തലയാട്ടി. അയാൾ ചില്ലലമാരികളിൽ ഒന്നിൽനിന്ന് ഒരു ചുവന്ന പാക്കറ്റ് എടുത്ത് അവൾക്കു കൊടുത്തു. ഒപ്പം, അത് ഉപയോഗിക്കേണ്ടതിനെപ്പറ്റി വിശദവിവരങ്ങളും. തനിക്കത് അറിയാമെന്നു പറഞ്ഞ് അവൾ അയാളുടെ നാവടക്കി. പക്ഷേ, അയാൾ അതു ശ്രദ്ധിക്കാതെ വീണ്ടും ആദ്യവസാനം തുടങ്ങുമെന്നായപ്പോൾ അവൾ പറഞ്ഞു: ''നന്ദി.''

അയാൾ തന്റെ വാചകമടി നിർത്തി ഒരു മുന്നറിയിപ്പോടെ:

''ഇതു വിഷമാണ്, കേട്ടോ? ഭയങ്കര വിഷം.''

വൈകുന്നേരം ഡോക്ടർ ഇൻജക്ഷൻ കൊടുത്തപ്പോൾ, ഇതേ വാക്കുകൾ ഒരു അസ്വാസ്ഥ്യത്തോടെ അവൾ വീണ്ടും ഓർമ്മിച്ചു. ഡോക്ടർ ഒരു തടിച്ച സ്ത്രീയായിരുന്നു. അവർ അവളുടെ കുട്ടികളെക്കുറിച്ച് അന്വേഷിച്ചു.

''രണ്ടുപേരും സ്കൂളിൽ പോകുന്നുണ്ടെന്നാണു പറഞ്ഞത്, അല്ലേ?''

''അതെ.'' പെട്ടെന്നു നേരിയ സൂചി അവളുടെ മേൽ താഴ്ന്നിറങ്ങുന്നത് അവൾക്ക് അനുഭവപ്പെട്ടു.

''ഏയ്, സാരല്ല്യ,'' ഡോക്ടർ പറഞ്ഞു, ''വേവലാതിപ്പെടാനൊന്നുമില്ല.''

ടാക്സിയിൽ അവർ വീട്ടിലേക്കു തിരിച്ചു. യാത്ര സുഖകരമായിരുന്നു. പക്ഷേ, അവൾ വല്ലാതെ വിഷമിച്ചു. വിറയ്ക്കുന്ന കൈകൊണ്ട് അവൾ തന്റെ അടിവയർ തലോടി. പെട്ടെന്നു ശക്തിയായ തേങ്ങലുകൾ മാറിൽ നിറഞ്ഞു, അവളെ ശ്വാസം മുട്ടിച്ചു. ഏകാന്തതയിൽ ഇരുന്നു മതിയാവോളം കരയാൻ അവൾക്കു തോന്നി. ഇപ്പോഴെങ്കിലും ഭർത്താവ് പശ്ചാത്തപിച്ചെങ്കിൽ എത്ര നന്നായിരുന്നെന്ന്

അവൾ ആശിച്ചു. പക്ഷേ, അയാളുടെ മുഖത്തു പശ്ചാത്താപത്തിന്റെ ലാഞ്ഛനപോലുമുണ്ടായിരുന്നില്ല. അയാൾ പുറത്തേക്കു തുറിച്ചു നോക്കുകയായിരുന്നു.

കിടപ്പറയിലെ തെളിഞ്ഞ വെളിച്ചത്തിൽ അവളുടെ മുഖം വിളറി, ക്ഷീണിച്ചു കാണപ്പെട്ടു. ഭർത്താവു പേടിച്ചു.

''നിനക്കെന്തു പറ്റി?''

''എനിക്കൊന്നുമില്ല,'' അവൾ പറഞ്ഞു.

''ഒരു ചെറിയ തലവേദന. സാരിഡോൺ കഴിക്കാം. ഒരു ഗുളിക ഉണ്ടോ?''

അവൾ കട്ടിലിൽ കിടന്നു. ഭർത്താവു വല്ലാതെ പരിഭ്രമിച്ചിരുന്നു.

'മനസ്സാക്ഷിയാണ് എന്നെ വിഷമിപ്പിക്കുന്നത്,' അവൾ വിചാരിച്ചു, ഇപ്പോൾ എനിക്ക് ഒരു അപരാധബോധം തോന്നുന്നു. പക്ഷേ, അതു ചെയ്യാതെ നിവൃത്തിയില്ല. വേറെ വഴിയൊന്നുമില്ല. ഇക്കാലത്തു സന്തോഷത്തോടെ ജീവിക്കണമെങ്കിൽ ഈ ചിറകടി കുറെയൊക്കെ കേട്ടില്ലെന്നു നടിക്കുകതന്നെ വേണം. നാളെ, ഈ പേടിസ്വപ്നത്തിന്റെ ഓർമ്മകൾ മാഞ്ഞു പോകുമ്പോൾ, സുഖമായി ജീവിക്കാം.''

'കുട്ടികളെ തിരിച്ചു കൊണ്ടുവരണം,' അവൾ വിചാരിച്ചു, എനിക്ക് അവരെ കാണാതെ ഇരിക്കാൻ വയ്യ. പതിനഞ്ചു ദിവസം വളരെ ദീർഘിച്ചതായിരുന്നു. ഈ ഏകാന്തത എനിക്ക് ഒട്ടും സഹിക്കാൻ വയ്യ. എനിക്ക് എന്റെ കുട്ടികളെ ചുറ്റും കാണണം!'

ഭക്ഷണം, അവർ ഡോക്ടറുടെ അടുത്തു പോകുന്നതിനു മുമ്പു തന്നെ തയ്യാറാക്കിയിരുന്നു. അതുകൊണ്ട് അതു വിളമ്പിക്കഴിക്കുകയേ വേണ്ടിയിരുന്നുള്ളൂ. ഊണു കഴിച്ചപ്പോൾ അവൾക്കു കുറെ ഭേദം തോന്നി. ഭർത്താവ്, ആ ചുവന്ന പൊടി കാർഡ് ബോർഡിന്റെ കഷ്ണങ്ങളിൽ ചെറിയ കൂമ്പാരങ്ങളായി എടുത്ത് ഓരോ മൂലയിൽ വയ്ക്കുന്നത് അവൾ നോക്കിനിന്നു. അടുക്കളയിൽ കൂറകൾ ടിന്നുകളുടെ മൂടികളിൽ കിരുകിരാ ശബ്ദമുണ്ടാക്കി, പറന്നു ചുവരിൽ ചെന്നടിക്കുന്ന ശബ്ദം കേട്ടു.

പരക്കം പാച്ചിൽ തുടങ്ങി. മരണവെപ്രാളമാണ്. അവൾ വിചാരിച്ചു.

അവൾ കിടപ്പറയിലേക്കു പോയപ്പോൾ ഭർത്താവു കിടന്നു കഴിഞ്ഞിരുന്നു. അവൾ വിളക്കണച്ചു കട്ടിലിൽ പോയി കിടന്നു. തെരുവു വിളക്കിന്റെ പ്രകാശം ജാലകത്തിലൂടെ അരിച്ചുവന്നു. ഭർത്താവ് ഉറങ്ങിയിട്ടില്ലെന്ന് അവൾക്കു മനസ്സിലായി. അയാൾ തിരിഞ്ഞ് അവളെ കൈകൊണ്ടു വരിഞ്ഞു.

''ഇപ്പോൾ എങ്ങനെണ്ട്?''

''ഭേദണ്ട്,'' അവൾ പറഞ്ഞു, ''എനിക്കിപ്പോൾ ഒരസുഖവുമില്ല.''

അയാൾ അവളുടെ പുറത്തു സ്നേഹപൂർവ്വം തട്ടി, കവിളിൽ ചുംബിച്ചു.

''നാളേയ്ക്ക് നിനക്ക് എല്ലാം ഭേദമാവും.''

അങ്ങനെ ഒരു ഉറപ്പു ഭർത്താവിൽ നിന്നും കിട്ടാൻ അവൾ കാത്തിരിക്കയായിരുന്നു. അവൾക്ക് ആശ്വാസം തോന്നി.

സാവധാനത്തിൽ അയാളുടെ ആലിംഗനം അയഞ്ഞുവരുന്നത് അവൾക്കു അനുഭവപ്പെട്ടു. അയാളുടെ ശ്വാസം താളക്രമത്തിലായി. കുറച്ചു നിമിഷങ്ങൾക്കുള്ളിൽ അയാൾ ഗാഢനിദ്രയിലായി.

കുറച്ചുനേരത്തിന്ന്, അവൾ ടൈംപീസിന്റെ ടിക്, ടിക് ശബ്ദവും പുറത്തു തെരുവിൽ ഒരു വാഹനത്തിന്റെ ഇരമ്പൽ വിദൂരതയിൽ ലയിക്കുന്നതും ശ്രദ്ധിച്ചു.

അങ്ങനെയിരിക്കുമ്പോൾ, അവൾ കറുത്ത ജീവികൾ പറന്നു വരുന്നതു കണ്ടു. കൂറകൾ. അവ ആയിരക്കണക്കിനുണ്ടായിരുന്നു. കൂറകൾ ഒരു ജാഥ നയിക്കുന്നു. അവൾക്കു ചിരി വന്നു. സ്വപ്നത്തിൽ മാത്രമേ അതു സംഭവിക്കുകയുള്ളൂ. പക്ഷേ, കൂറകൾ അതു തന്നെയായിരുന്നു ചെയ്തിരുന്നത്. ജാഥ തെരുവിൽ തടിച്ചു കൂടി. അവ ഉറക്കെ മുദ്രാവാക്യങ്ങൾ അട്ടഹസിക്കുകയും മേലോട്ടും താഴോട്ടും ക്ഷോഭിച്ചു പറക്കുകയും ചെയ്തു. ചില കൂറകൾ ഉയർത്തിപ്പിടിച്ച ബാനറുകൾ കണ്ടപ്പോഴാണ് അവൾക്കു കൂടുതൽ ആശ്ചര്യം തോന്നിയത്.

'എനിക്കു ഭ്രാന്തു പിടിക്കും,' അവൾ വിചാരിച്ചു. ജാഥ കൂടുതൽ പ്രക്ഷുബ്ധമായി. ചില കൂറകൾ വിമാനാക്രമണം പോലെ അവളുടെ നേർക്കു പറന്നു വന്നു. അവൾ ഒരു നിലവിളിയോടെ ഉണർന്നു. അപ്പോൾ, അതൊരു സ്വപ്നം മാത്രമായിരുന്നുവെന്ന് അവൾക്കു മനസ്സിലായി. അവൾ സന്തോഷിച്ചു. അവൾ ഭർത്താവിനോടു ചേർന്നു കിടന്നു, ഉറക്കം കൺപോളകളെ കനപ്പിക്കുന്നതു ശ്രദ്ധിച്ചു.

അവൾ വളരെനേരം ഉറങ്ങി. ഉണർന്നപ്പോൾ സൂര്യകിരണങ്ങൾ മുറിയിലേക്ക് അരിച്ചു വന്നു തുടങ്ങിയിരുന്നു. നിലത്ത് അവൾ കൂറകളെ കണ്ടു. ചത്തുമലച്ച കൂറകൾ. അവൾ, ശൈത്യകാലത്തു മരങ്ങളിൽനിന്ന് ഉതിർന്നുവീഴുന്ന കരിയിലകളെക്കുറിച്ചും വർഷങ്ങൾക്കു മുമ്പു മരിച്ചുപോയ അമ്മയെക്കുറിച്ചും മക്കളെക്കുറിച്ചും ജീവിക്കാനുള്ള അവകാശം നിഷേധിച്ചു കഴിഞ്ഞ, പുതിയ ജീവന്റെ കണികയെക്കുറിച്ചും ഓർത്തു. അവൾ വ്യസനിച്ചു.

■

ഡോ. ഗുറാമിയുടെ ആശുപത്രി

കുന്നിൻചരുവിലെ അരുവിയെപ്പറ്റി അയാൾ മകനു പറഞ്ഞു കൊടുത്തു. അവൻ ജനിക്കുന്നതിനു മുമ്പ് താൻ അമ്മയുമൊത്ത് അവിടെ പോയത്. മുട്ടുവരെ ആഴമുള്ള തെളിവെള്ളം. അടിയിൽ മഞ്ഞനിറത്തിൽ വൃത്തിയുള്ള മണൽ, ഉരുളൻ കല്ലുകൾ. ചിലയിടത്ത് കറുത്ത പാറകൾ. പാറക്കൂട്ടങ്ങൾക്കിടയിൽ നീന്തിക്കളിക്കുന്ന പരൽ മീനുകൾ. അവയെ പിടിക്കാൻ ശ്രമിച്ചപ്പോൾ അമ്മ വഴുതി വീണ് സാരി നനഞ്ഞത്.

ശിശുസഹജമായ കൗതുകത്തോടെ, ഇടയ്ക്കിടയ്ക്ക് ചെറുചോദ്യങ്ങൾ ചോദിച്ച് വിജു എല്ലാം കേട്ടിരുന്നു.

''ഇത്ര ചെറിയ മത്സ്യങ്ങളോ?''

അവൻ വിരലുകൾകൊണ്ട് വലുപ്പം കാണിച്ചു.

''അതെ.'' രാമചന്ദ്രൻ പറഞ്ഞു. ''ചിലത് അതിലും വലിയവ.''

വിജു ആലോചിക്കുകയാണ്. അരുവിയെപ്പറ്റി, മത്സ്യങ്ങളെപ്പറ്റി, ഒരു ചിത്രം മനസ്സിലുണ്ടാക്കുകയാണ് അവൻ. അവന് വളരെ വ്യക്തമായ ഒരു ചിത്രം വരയ്ക്കാൻ കഴിയില്ലെന്ന് അയാൾക്കറിയാം. കാരണം അഞ്ചു വയസ്സിനിടയ്ക്ക് അവൻ ഒരരുവി കണ്ടിട്ടില്ല. പോരാത്തതിന് അയാൾ മുഴുവൻ പറഞ്ഞിട്ടുമില്ല. പറയാനിരിക്കുന്നത് പറഞ്ഞതിനേക്കാൾ കൂടുതലാണ്. തെളിഞ്ഞ ആകാശത്തെപ്പറ്റിയും ചുറ്റുമുള്ള വൃക്ഷങ്ങളുടെ പച്ചപ്പിനെപ്പറ്റിയും കുന്നിൻനിര കടന്നുവന്ന് തങ്ങളെ തഴുകിയിരുന്ന തണുത്ത കാറ്റിനെപ്പറ്റിയും രാമചന്ദ്രൻ പറഞ്ഞിട്ടുണ്ടായിരുന്നില്ല. അതുപോലെ രാഗിണിയുടെ കണ്ണുകളിൽ തുടിച്ചുനിന്ന ആവേശത്തെപ്പറ്റിയും കുസൃതിയെപ്പറ്റിയും.

അതെല്ലാം ഏഴോ എട്ടോ കൊല്ലങ്ങൾക്കുമുമ്പ് കഴിഞ്ഞവയാണ്. എങ്കിലും ഓർമ്മകൾ ഒരു നിത്യഹരിതവൃക്ഷത്തെപ്പോലെ ഇപ്പോഴും തുടിച്ചുനിൽക്കുന്നു. ദൈനംദിനകർമ്മങ്ങളുടെ മറവിൽ അവ ഒളിച്ചിരിക്കുന്നുവെന്നു മാത്രം. ഇന്നിപ്പോൾ അതെല്ലാം ഓർക്കാനുണ്ടായ

കാരണമെന്താണ്? രാവിലെ എഴുന്നേറ്റ് ഉമ്മറത്തു വന്നപ്പോൾ വീശിയിരുന്ന തണുത്ത കാറ്റാണോ? തളത്തിന്റെ ഒരരുകിൽ സോഫയുടെ തലയ്ക്കലായി വെച്ചിട്ടുള്ള അക്വേറിയത്തിൽനിന്ന് കുമിളകൾ പൊന്തുന്നതിന്റെ ശബ്ദം കേട്ടതാണോ? ആ ഗുളു ഗുളു ശബ്ദം അരുവിയിലെ വെള്ളം പാറക്കെട്ടിൽക്കൂടെ ഒഴുകുന്ന പ്രതീതി ഉണ്ടാക്കി. പലപ്പോഴും രാത്രി വളരെ വൈകുംവരെ അയാൾ സോഫയിൽ, തലഭാഗത്ത് ഒരരുവി ഒഴുകുന്ന ശബ്ദവും ശ്രദ്ധിച്ച് ഒന്നും ചെയ്യാതെ കിടക്കാറുണ്ട്. മോൻ കൊതുവലയ്ക്കുള്ളിൽ ചുരുണ്ടു കൂടി ഉറങ്ങുന്നു. രണ്ടു കൊല്ലം മുമ്പ് അവൻ തന്റെ കുഞ്ഞിക്കൈകൾ കൊണ്ട് അമ്മയെ കെട്ടിപ്പിടിച്ച് ഉറങ്ങിയിരുന്നത് രാമചന്ദ്രൻ ഓർക്കും.

അയാൾ രാഗിണിയെപ്പറ്റി ഓർത്തു. നമുക്ക് സ്വന്തമായി ഒരു വീടു വേണം അവൾ പറയാറുണ്ട്. അധികം വലുതൊന്നും വേണ്ട. രണ്ടു കിടപ്പുമുറികൾ. പിന്നെ ഇരിക്കാനും ഊണുകഴിക്കാനും ഒരു മുറി, അടുക്കള അത്രയും മതി. അങ്ങനത്തെ ഒരു വീട്ടിൽ താമസിക്കാൻ കൊതിയാവുന്നു.

അവൾ ആശിച്ചിരുന്ന വീട് ഇപ്പോൾ തയ്യാറായി. താമസക്കാരി മാത്രം ഇല്ല. കലങ്ങിയ മനസ്സോടെ അയാൾ കിടക്കും. രാത്രിയുടെ നിഗൂഢശബ്ദങ്ങൾ അയാൾ ശ്രദ്ധിക്കും. ആ ശബ്ദങ്ങളെല്ലാം അവസാനം ഒരരുവിയുടെ ശബ്ദത്തിൽ ലയിച്ചുചേരും. ആ ശബ്ദം അയാൾക്ക് ആശ്വാസമരുളും. അതിന്റെ ഓർമ്മയിൽ അയാൾ മയങ്ങി ഉറങ്ങും.

രാവിലെ അന്തരീക്ഷം മാറുന്നു. വിജു എഴുന്നേറ്റ് വന്നാൽ വീട് പ്രസാദാത്മകമാകുന്നു. ആദ്യം തന്നെ അവൻ തന്റെ മത്സ്യങ്ങളെപ്പറ്റി അന്വേഷിക്കും. ഗ്ലാസ് ടാങ്കിനടുത്തുവന്ന് ഉള്ളിലെ അത്ഭുതലോകം ജിജ്ഞാസയോടെ നോക്കും. അവൻ നിൽക്കുമ്പോൾ തല ടാങ്കിന്റെ പകുതിവരേയെ എത്തുന്നുള്ളൂ. മത്സ്യങ്ങൾ അവൻ നിൽക്കുന്നിടത്തേക്കു വരും ഒരു ചോദ്യത്തോടെ.

പിന്നെ ടാങ്കിനുള്ളിലെ താൽക്കാലികാവസ്ഥയെപ്പറ്റി റണ്ണിങ്ങ് കമന്ററിയാണ്. വർത്തമാനപത്രം വായിച്ചുകൊണ്ടിരിക്കെ അയാൾ മൂളിക്കൊണ്ടിരിക്കും.

''അച്ഛാ, ഏയ്ഞ്ചൽ ഫിഷ് ഗോൾഡ് ഫിഷിനെ വല്ലാതെ ഓടിക്കണണ്ട്ട്ടൊ. പാവം ഗോൾഡ് ഫിഷ്. അതെന്തിനാണ് ഏയ്ഞ്ചലിന്റെ അടുത്തു പോണത്?''

സ്വർണ്ണമത്സ്യങ്ങൾ വിജുവിന്റെ ഇഷ്ടക്കാരാണ്. അവ ആരേയും ഉപദ്രവിക്കില്ല. തടിച്ച കുമ്പയുള്ള ആ മത്സ്യങ്ങൾക്ക് സ്വന്തം ശക്തി അറിയില്ലെന്നു തോന്നുന്നു. അതുകൊണ്ട് മറ്റ് മത്സ്യങ്ങൾ ഉപദ്രവിച്ചാലും തിരിച്ച് ഉപദ്രവിക്കാതെ ഭാരിച്ച ദേഹവും കുലുക്കി നീന്തിയകലും. അത് വിജുവിന് ധാർമികരോഷമുണ്ടാക്കുന്നു.

അവന്റെ റണ്ണിങ്ങ് കമന്ററി തുടരുക തന്നെയാണ്.

''ഓറഞ്ച് ഗപ്പിയുടെ വാല് കാണാൻ നല്ല ഭംഗിയുണ്ട്. ഈ സൂര്യ വെളിച്ചത്തില്.''

ജനലിലൂടെ അരിച്ചുവന്ന വെളിച്ചം ടാങ്കിനുള്ളിൽ പ്രകാശത്തിന്റെ ഒരു അത്ഭുതപ്രപഞ്ചം ഉണ്ടാക്കിയിരിക്കുന്നു. ചെടികൾക്ക് അവയുടെ ഹരിതാഭ വീണ്ടു കിട്ടി. കല്ലുകൾ പ്രകാശിക്കുന്നു. മത്സ്യങ്ങളുടെ തനിമയുള്ള നിറങ്ങൾ ഉദിച്ചുകണ്ടു. ആ ടാങ്കിനുള്ളിൽ മത്സ്യങ്ങളുടെ വലുപ്പത്തിലുള്ള ഒരാളായി നടക്കാൻ അയാൾക്കുതോന്നി.

മലഞ്ചെരുവിൽ മരങ്ങൾക്കിടയിലൂടെ രാഗിണിയുടെ ഒപ്പം നടന്നത് അയാൾ ഓർത്തു. വൈകുന്നേരങ്ങളിൽ ചെരിഞ്ഞു വീഴുന്ന സൂര്യരശ്മികൾ ഇലകളിലൂടെ വീഴുന്നത് രാഗിണിയുടെ മുഖത്ത് വെളിച്ചവും നിഴലുമുണ്ടാക്കി. വെളിച്ചത്തിൽ അവളുടെ മുഖം പ്രകാശിച്ചപ്പോൾ, ഉടനെ നിഴൽവീണ് മങ്ങി. അന്ന് അയാൾക്ക് എന്തോ അകാരണമായ ഒരു ഭയം ഉണ്ടായി.

''ഇതാ ഈ സ്വോഡ്ടെയില് ചെറിയ സ്വോഡ്ടെയിലിനെ വല്ലാതെ ഉപദ്രവിക്ക്ണണ്ട്. നമുക്കതിനെ മാറ്റിയിടാം.'' വിജു വിളിച്ചു പറഞ്ഞു.

അയാൾ സ്വപ്നാടനത്തിൽനിന്ന് തിരിച്ചുവന്നു.

സ്വോഡ് ടെയിലുകൾ സ്വതവേ കുറച്ചു കലഹപ്രിയരാണ്. വലിയ മത്സ്യങ്ങൾ ചെറിയ മത്സ്യങ്ങളെ ഉപദ്രവിക്കും. ഇവിടെ ഇപ്പോഴുള്ള കലഹം കാമിനി മൂലമാണ്. രണ്ടു ജോടികളാണ് ടാങ്കിലുള്ളത്. ഒരു പെണ്ണിനെ പെറാൻ മാറ്റിയിട്ടിരിക്കയാണ്. രണ്ടാമത്തെ പെണ്ണിനു വേണ്ടിയാണ് സ്വോഡ് ടെയിലുകൾ തമ്മിൽ കലഹം.

''നമുക്കീ സ്വോഡ് ടെയിലിനെ മാറ്റിയിടാം അല്ലേ?''

വായനയ്ക്കിടയിൽ അയാൾ മൂളി. പക്ഷേ, അധികനേരം വായിച്ചിരിക്കാൻ കഴിയില്ല. അപ്പോഴേക്ക് മോൻ വലയുമായി എത്തിയിട്ടുണ്ടാകും. ഉപദ്രവകാരിയായ മത്സ്യത്തെ മാറ്റിയിടാനായി. രാമചന്ദ്രൻ എഴുന്നേൽക്കാൻ നിർബന്ധിതനാകും.

ഗ്ലാസ് ടാങ്ക് വലുതാണ്. നാലടി നീളവും ഒരടി വീതിയും ഒന്നര അടി ആഴവും. അടിയിലിട്ട മണലട്ടിക്കു മീതെ ചെറിയ വെള്ളാരം കല്ലുകൾ ഇടയ്ക്കിടയ്ക്ക് വാലിസ് നേരിയ, അമേസോൺ സ്വോഡ് മുതലായ ചെടികൾ. ചെടികൾക്കും കല്ലുകൾക്കും ഇടയിൽ ഒരു കാട്ടിന്നിടയിലെന്നപോലെ സിറാമിക്കന്റെ പ്രേതഭവനം. അവയ്ക്കിടയിൽ വിവിധ നിറത്തിലുള്ള മത്സ്യങ്ങൾ നീന്തിക്കളിക്കുന്നു. ഇണ ചേരുന്നു, പോരാടുന്നു. സ്വോഡ് ടെയിലുകൾ, ബ്ലാക്ക് മോളികൾ, സ്വർണ്ണമത്സ്യങ്ങൾ, ഏയ്ഞ്ചലുകൾ. അവ പലനിറത്തിൽ വെളുത്തവ, കറുപ്പും വെളുപ്പും ചേർന്നതും. പിന്നെ ഗപ്പികൾ. വിവിധ നിറങ്ങളുള്ള

നീണ്ട വാലുകൾ വിറപ്പിച്ചുകൊണ്ട് അവ നീന്തിക്കളിച്ചു. ഇതാണ് വിജുവിന്റെ മത്സ്യലോകം. ചില്ലുമതിലുകൾക്കുള്ളിൽ പ്രകൃതിയുടെ ഒരു ചെറുപതിപ്പ്.

ഇണകളുടെ ഈ ലോകത്ത് ഒറ്റയാനായി ഒരു മത്സ്യം മാത്രം. അത് ഗുറാമിയാണ്. കിസ്സിംഗ് ഗുറാമി. രണ്ടിഞ്ചു നീളമുള്ള പരന്നു നീണ്ട മത്സ്യം. അദ്ദേഹത്തെ വിജു വിളിക്കുന്നത് ഡോക്ടർ ഗുറാമി യെന്നാണ്. ഡോക്ടർമാരുടേതുപോലെ വെളുത്ത ഓവർകോട്ടാണ് ഗുറാമിയുടേത്. അദ്ദേഹം ആരെയും ഉപദ്രവിക്കാതെ, ശണ്ഠകൂടാതെ, നിസ്വാർത്ഥസേവനം അനുഷ്ഠിക്കുന്നു. ടാങ്കിന്റെ ചില്ലുഭിത്തികൾ, ചെടിയുടെ തണ്ടുകൾ, ഇലകൾ എന്നിവയെല്ലാം നക്കി പൂപ്പൽ കളയുകയാണ് അദ്ദേഹത്തിന്റെ പണി. അദ്ദേഹം നിരന്തരം യാതൊരു മുറുമുറുപ്പുമില്ലാതെ ചെയ്തു വന്നു. ഒരു ചെടി കഴിഞ്ഞാൽ അടുത്ത ചെടി. ഒരു ചുമർ കഴിഞ്ഞാൽ അടുത്ത ചുമർ. ധൃതിയിൽ ജോലി ചെയ്തു കൊണ്ടിരിക്കെ അബദ്ധത്തിൽ മറ്റേതെങ്കിലും മത്സ്യത്തെ നക്കിയെന്നുവരും. ഉടനെ 'സോറി' പറഞ്ഞ് ഡോക്ടർ അടുത്ത ചെടിയിലേക്ക് തിരിയുന്നു. ദേഷ്യമില്ല, പകയില്ല, വാശിയില്ല. പരോപ കാരതൽപരത മാത്രം.

ആ വലിയ ടാങ്കിനടുത്തുതന്നെയിട്ടിരിക്കുന്ന രണ്ടടി ടാങ്കാണ് ഡോക്ടർ ഗുറാമിയുടെ ആസ്പത്രി. ആ പേരു വരാൻ കാരണം. ഗുറാമിയും അതിന്റെ ഇണയും കുട്ടിയായിരുന്നപ്പോൾ അസുഖം ബാധിച്ച് ആ ടാങ്കിലായിരുന്നു. അതിന്റെ ഇണ ചത്തുപോയി. ഡോക്ടർ ഗുറാമി രണ്ടു മാസത്തെ ചികിത്സയ്ക്കുശേഷം അത്ഭുത കരമായി രക്ഷപ്പെട്ടു. അതിനു ശേഷമാണ് വിജു ആ ടാങ്കിനെ ഡോക്ടർ ഗുറാമീസ് ഹോസ്പിറ്റൽ എന്ന് വിളിക്കാൻ തുടങ്ങിയത്. അതിൽ ഇപ്പോൾ കിടക്കുന്നത് ചുവന്നു തടിച്ച് സുന്ദരിയായ സ്വോഡ് ടെയിൽ ആണ്. പ്രസവത്തിനു വേണ്ടി മാറ്റിയിട്ടതാണ്. വിജു അതിനെ വിളിക്കുന്നത് അമ്മുകുട്ടിയമ്മ എന്നാണ്. ഒരു പക്ഷേ, ആ മത്സ്യം പെറ്റിരിക്കാനും മതി.

''അച്ഛാ, അമ്മുക്കുട്ടിയമ്മ പ്രസവിച്ചു.''

വിജു വിളിച്ചു പറഞ്ഞു. അയാൾ നോക്കി. ശരിയാണ്. ചെറിയ നേരിയ ഓറഞ്ച് നിറമുള്ള കുട്ടികൾ. അവ ടാങ്കിന്നടിയിൽ ഇട്ട വെള്ളാരങ്കല്ലുകൾക്കു മീതെ അരിച്ചു നടന്നു. ചിലവ അമ്മയുടെ അടുത്ത്, എന്നാൽ വളരെ അടുത്തു പോകാതെ നീന്തിക്കളിച്ചു. ഇടയ്ക്ക് ഇടംകണ്ണിട്ട് അമ്മയെ നോക്കി. മാതൃസ്നേഹത്തിൽ അത്ര വിശ്വാസമില്ലാത്ത പോലെ. അമ്മ മത്സ്യമാകട്ടെ, പേറു കഴിഞ്ഞ് ക്ഷീണിച്ചെങ്കിലും അഭിമാനപൂർവ്വം കുട്ടികളെ നോക്കി പതുക്കെ നീന്തുകയാണ്.

‘‘അമ്മുക്കുട്ടിയമ്മയ്ക്ക് വിശക്കുന്നുണ്ടാവും.’’ രാമചന്ദ്രൻ പറഞ്ഞു. ‘‘ആദ്യം നമുക്കവരെ വലിയ ടാങ്കിലേക്ക് മാറ്റുക. എന്നിട്ട് വല്ലതും തിന്നാൻ കൊടുക്കണം.’’

വിജു കുട്ടികളെ കൗതുകത്തോടെ, അത്ഭുതത്തോടെ നോക്കുകയാണ്. ഇതിനുമുമ്പും ആ ടാങ്കിൽ മത്സ്യങ്ങൾ പെറ്റിട്ടുണ്ട്. പക്ഷേ, ഓരോ പുതിയ പേറും വീണ്ടും വീണ്ടും അത്ഭുതമുളവാക്കുന്നു. അമ്മയുടെ ആകൃതിയിൽ, നിറത്തിൽ, ചെറിയ പതിപ്പുകൾ. പെറ്റു വീണ ഉടനെ അവ ജാതിസ്വഭാവം കാണിക്കാൻ തുടങ്ങുന്നു. ചെറിയ കണ്ണുകൾകൊണ്ട് ചുറ്റും നോക്കി ഭക്ഷണത്തിനു വേണ്ടി പരതുന്നു.

‘‘ഈ കുട്ടികള് ഇപ്പൊത്തന്നെ ഫൈറ്റ് ചെയ്യുന്നുണ്ട് അച്ഛാ.’’

‘‘അവർ കളിക്കുകയാണ് മോനെ.’’

എന്തെങ്കിലും സംഭവിക്കുന്നത് നല്ലതാണ്. ഇനി ഒരാഴ്ചയ്ക്ക് ഈ കുട്ടികളുടെ കളികൾ കണ്ടിരിക്കാം. ഓർമ്മകളുടെ നീരാളിപ്പിടുത്തത്തിൽ നിന്ന് അയാൾക്ക് താൽക്കാലിക ശാന്തി കിട്ടും. ഓഫീസിൽ പോയാൽ ജോലിയിൽ മുഴുകയായി. വീട്ടിലെ കാര്യങ്ങളെപ്പറ്റി ഓർക്കേണ്ട. രേണു നല്ല ജോലിക്കാരിയാണ്. വിജുവിനെ സ്കൂളിൽ കൊണ്ടുപോയാക്കുന്നതും കൂട്ടിക്കൊണ്ടുവരുന്നതും അവളാണ്. വീട്ടിലും അവനുവേണ്ട കാര്യങ്ങളെല്ലാം രേണു നോക്കിക്കൊള്ളും. രേണുച്ചേച്ചിയെ അവന് നല്ല ഇഷ്ടമാണ്.

ഫയലുകൾക്കിടയിൽ കണ്ണും നട്ടിരിക്കുമ്പോൾ ഇടയ്ക്ക് വേദന കൊണ്ടു പുളയുന്ന ഒരു മുഖം മനസ്സിൽ വരുന്നു. ഒരു കൊല്ലത്തിനു ശേഷവും ആ മുഖം അയാളെ തളർത്തുന്നു. വേദന സഹിക്കാതാവുമ്പോൾ രാഗിണി പറയുന്നു. ഇതിലും ഭേദം മരിക്ക്യാണ്. താൻ നിസ്സഹായനായി നോക്കി നിൽക്കുന്നു. അവളുടെ ദേഹത്ത് തൊടാൻ ധൈര്യമില്ലാതെ. ഒരു മൃദുസ്പർശം കൂടി വളരെ വേദനാജനകമായിരുന്നു.

ഒരു ദിവസം വിജു ചോദിച്ചു.

‘‘അച്ഛാ, മരിച്ചുപോയോര് ഒരു ദിവസം തിരിച്ചുവരില്ലേ?’’

അയാൾ ആലോചിച്ചു. മരിച്ചുപോയവർ തിരിച്ചുവരുമോ? മരണത്തെപ്പറ്റി, മരണാനന്തരത്തെപ്പറ്റി, അവന്റെ മനസ്സിൽ എന്തു സങ്കൽപ്പങ്ങളാണുള്ളതെന്നറിയില്ല. താൻ എന്തെങ്കിലും പറഞ്ഞാൽ അത് അവന്റെ ഭാവനയെ നശിപ്പിക്കുമെന്നയാൾ ഭയപ്പെട്ടു. ശരിക്കു പറഞ്ഞാൽ രാഗിണി ഒരു ദിവസം തിരിച്ചുവരുമെന്നും വളരെ സ്വാഭാവികമായി, ഒന്നും സംഭവിച്ചിട്ടില്ലാത്ത പോലെ നിർത്തിവെച്ചേടത്തു നിന്ന് ജീവിതം തുടങ്ങുമെന്നും ഇതെല്ലാം ഒരു ദുസ്സ്വപ്നം മാത്രമാണെന്നും വിശ്വസിക്കാൻ അയാൾ ശ്രമിച്ചിരുന്നു. സ്വപ്നങ്ങളാൽ സ്വയം ചതിക്കപ്പെടാൻ അയാൾ ശ്രമിച്ചിരുന്നു.

മരണം എന്താണെന്ന് അയാൾ ആലോചിക്കാറുണ്ട്. ജീവിതത്തിന്റെ അവസാനമാണോ? അതോ വെറും ഒരു രൂപാന്തരപ്രാപ്തി മാത്രമാണോ മരണം? അല്ല, അതിലുമുപരിയായി ആത്മാവിന്റെയും പുനർജ്ജനിയുടെയും പരമ്പരയിലുള്ള ഒരു കണ്ണി മാത്രമാണോ മരണം?

''തിരിച്ചു വരാൻ പറ്റ്വോ?'' വിജു ചോദിക്കുകയാണ്.

''നമുക്കൊന്നും അറിയില്ല മോനേ.'' അയാൾ വിജുവിന്റെ പുറം തലോടിക്കൊണ്ട് പറഞ്ഞു. ''ഈ പ്രപഞ്ചത്തിൽ നമുക്കറിയാത്തത് അറിയുന്നതിനേക്കാൾ എത്രയോ അധികാണ്.''

''എനിക്കു തോന്നണത് അമ്മ തിരിച്ചു വരുംന്നാണ്. അമ്മയുടെ കൈയും പിടിച്ച് നടക്കണത് ഞാൻ സ്വപ്നം കാണാറുണ്ട്. എങ്ങോട്ടാ പോണത്ന്നറിയില്ല്യാ. നടന്നോണ്ടിരിക്ക്യാണ്. എവിടീം എത്ത്ണില്ല്യ.''

രാത്രി ഉറങ്ങുന്നതിനു മുമ്പ് മോന് കഥ പറഞ്ഞുകൊടുക്കണം. അധികവും അയാൾ ഭാവനയിൽ അപ്പപ്പോൾ കെട്ടിച്ചമയ്ക്കുന്ന കഥകളായിരിക്കും. ഒരു വാചകം പറയുമ്പോൾ അറിയില്ല, അടുത്ത വാചകം എന്തായിരിക്കുമെന്ന്. പറഞ്ഞു കഴിഞ്ഞാൽ ആ വാചകത്തിന്റെ ഘടനയും അർത്ഥവും സർവോപരി വിജുവിന്റെ പ്രതികരണവും അടുത്ത വാചകമുണ്ടാക്കാൻ സഹായിക്കുന്നു. വിജുവിന്റെ താൽപര്യത്തോടൊത്ത് കഥ നീണ്ടുപോകുന്നു. പക്ഷേ, കഴിഞ്ഞ പതിനഞ്ചു ദിവസമായി അവന് കഥകൾ വേണ്ട; മറിച്ച് പുതുതായി വാങ്ങാൻ പോകുന്ന വീടിനെപ്പറ്റിയുള്ള വർണ്ണനകളാണ് കേൾക്കേണ്ടത്. ഒരു ദിവസം പറഞ്ഞതുതന്നെ പിറ്റേന്നും ആവർത്തിക്കുന്നു. അതിൽ എന്തെങ്കിലും വിട്ടുപോയാൽ അവൻ പിടിക്കും.

''അപ്പോൾ ബാൽക്കണിടെ കാര്യം പറഞ്ഞില്ലല്ലോ.''

''ശരി, ശരി.'' രാമചന്ദ്രൻ പറഞ്ഞു. ബാൽക്കണിയിൽ അലൂമിനിയത്തിന്റെ റെയിലിങ്ങിൽ ഉരസി നീക്കാവുന്ന സ്ഫടികവാതിലുകളുണ്ട്. അതിലൂടെ നോക്കിയാൽ വളരെ ദൂരം തടസ്സമില്ലാതെ കാണാൻ പറ്റും. താഴെ വൃക്ഷത്തലപ്പുകൾ ഒരു പച്ചപ്പരവതാനി പോലെ. മീതെ നീലാകാശം. ഇടയ്ക്കിടയ്ക്ക് വെള്ള മേഘങ്ങൾ. അവയ്ക്കിടയിൽ പറന്നു കളിക്കുന്ന പക്ഷികൾ...

പുതിയ വീട് ശരിക്കു പറഞ്ഞാൽ തയ്യാറായിരിക്കുന്നു. മൂന്നാം നിലയിലെ ഫ്ളാറ്റ് തന്റെ വിവരണങ്ങളിൽ ചിത്രീകരിക്കും പോലെത്തന്നെയായിരുന്നു. വൈദ്യുതി കണക്ഷൻ കൂടി കിട്ടിയാൽ പാർപ്പാക്കാം. അയാൾ ദുഃഖത്തോടെ ഓർത്തു. ഈ വീട്ടിൽ രാഗിണിയുടെ കാൽപ്പാടുകളുണ്ട്. അവളുടെ നിശ്വാസം അലിഞ്ഞു ചേർന്ന വായുവാണീ വീട്ടിൽ. ഓർമ്മകളിൽ നിന്നു രക്ഷപ്പെടാൻ താൻ വീടു മാറാൻ തീർച്ചയാക്കിയതിൽ അയാൾ വേദനിച്ചു.

വിജുവിനും ഇടയ്ക്കിടയ്ക്ക് അമ്മയുടെ ഓർമയുണ്ടാവാറുണ്ട്. ഒരു ദിവസം രാവിലെ എഴുന്നേറ്റപ്പോൾ അവൻ കാസറ്റുകളിട്ട ഡ്രോയർ തപ്പുകയായിരുന്നു.

അയാൾ ചോദിച്ചു. ''എന്താണ് മോനെ നോക്കുന്നത്?''

''ഒരു കാസറ്റ്.''

ഏതു കാസറ്റെന്നു പറയുവാൻ അവനു കഴിഞ്ഞില്ല. അവസാനം ഒരു പൊടി പിടിച്ച കാസറ്റെടുത്തു പൊന്തിച്ചു കാണിച്ചു.

ശ്രീ വെങ്കിടേശ സുപ്രഭാതം!

അത് രാഗിണിയുടെ ചുരുക്കം ചില ദൗർബല്യങ്ങളിൽ ഒന്നായിരുന്നു.

വിജു ആ കാസറ്റും പിടിച്ചുകൊണ്ട് നിൽക്കുകയാണ്.

''ഇതു നല്ല കാസറ്റാണോ അച്ഛാ?''

കഴിഞ്ഞ ഒരു കൊല്ലമായി സുബ്ബലക്ഷ്മിയുടെ ശബ്ദം വീട്ടിൽ ഉണ്ടായിരുന്നില്ല. അതവന്ന് അറിയാം. അതിന്റെ കാരണമെന്തെന്നും ഊഹിച്ചു കാണണം.

''മോന് ഇത് കേൾക്കണോ?''

അവന്റെ മുഖം തെളിഞ്ഞു.

പിറ്റേന്ന് പുലർച്ചെ വിജു ഉണരുന്നതിനു മുമ്പ് അയാൾ ആ കാസറ്റ് പാടിച്ചു. പുറത്ത് അപ്പോഴും ഇരുട്ടായിരുന്നു. ക്ലാവുപിടിച്ച ഒരു ഓട്ടുനിലവിളക്ക് അയാൾ ഷെൽഫിൽ നിന്ന് തപ്പിയെടുത്തു. പുളി കൂട്ടി കഴുകിയപ്പോൾ ആ വിളക്ക് തിളങ്ങി. എണ്ണയൊഴിച്ച് തിരിയിട്ട് അയാൾ വിളക്കു കൊളുത്തി. രാഗിണിയുടെ നിറം ഓട്ടു വിളക്കിന്റെ നിറമായിരുന്നു. തളത്തിൽ ചുവരിൽ തറച്ച സ്റ്റാൻഡിൽ പൊടി പിടിച്ച ശ്രീകൃഷ്ണ പ്രതിമ തുടച്ചു വൃത്തിയാക്കി. നിലവിളക്ക് വെച്ചു. ചന്ദനത്തിരി പുകച്ചു സുബ്ബലക്ഷ്മി പാടുകയായിരുന്നു.

വിജു അപ്പോഴും ഉറങ്ങുകയായിരുന്നു.

ഉണർന്നെഴുന്നേറ്റു വന്നപ്പോൾ വിജു ചോദിച്ചു.

''അച്ഛൻ ഇന്നു രാവിലെ ആ കാസറ്റ് വെച്ചിരുന്നോ?''

ഉവ്വെന്ന് അയാൾ തലയാട്ടി.

ഞാൻ വിചാരിച്ചു സ്വപ്നം കണ്ടതാവുംന്ന്.

ഞായറാഴ്ച അവധി ദിവസങ്ങളിൽ സ്വതവേ അയാൾ വൈകിയാണ് എഴുന്നേൽക്കാറ്. ഏഴര മണിക്ക് എഴുന്നേറ്റു വന്നപ്പോഴേക്ക് വിജുവിന്റെ കുളി കഴിഞ്ഞു. രേണു അവനെ പുറപ്പെടുവിക്കുന്നു. അയാൾക്ക് അത്ഭുതം തോന്നി. അവന്ന് പൗഡറിന്റെ വാസനയുണ്ടായിരുന്നു. അയാൾ അവനെ അരികിൽ ചേർത്തു പിടിച്ചു.

''മോൻ ഇന്ന് നല്ല കുട്ടിയായി നേർത്തെ കുളിച്ചിട്ടുണ്ടല്ലോ.''

''അച്ഛൻ മറന്നോ?''

അവൻ ചോദിച്ചു. അയാൾ ചോദ്യഭാവത്തോടെ അവനെ നോക്കി.

''ഇന്നല്ലേ പുതിയ വീട് കാണാൻ പോവാംന്ന് പറഞ്ഞിട്ടുള്ളത്?''

ശരി തന്നെ. അയാൾ മറന്നുപോയിരുന്നു. ഈ ഞായറാഴ്ച എന്തായാലും അവനെ കൊണ്ടുപോകാമെന്നേറ്റിരുന്നു. കഴിഞ്ഞ രണ്ടു ഞായറാഴ്ചയും കഴിഞ്ഞില്ല.

''അച്ഛൻ എണീറ്റ് കുളിക്കൂ.''

''ഇതാ എണീറ്റു.'' അയാൾ എഴുന്നേറ്റു.

''ആട്ടെ, നീ ഇന്ന് മത്സ്യക്കുട്ടികളെ നോക്കിയോ?''

''ഇല്ല.'' അവൻ ക്ഷമാപണത്തോടെ പറഞ്ഞു. ''മറന്നു പോയില്ലേ? ഞാൻ നോക്കി വരാം. അപ്പോഴേക്കും അച്ഛൻ കുളിച്ചു വരണം.''

''ശരി.''

പക്ഷേ, കുളിമുറിയിലേക്ക് കടന്ന ഉടനെ അയാൾ മോന്റെ വിളി കേട്ടു. കുറച്ചു കാര്യമായ എന്തോ ആവശ്യത്തിനാണ് വിളിക്കുന്നതെന്ന് തോന്നി. നോക്കിയപ്പോൾ അവൻ ഡോക്ടർ ഗുറാമിയുടെ ആശുപ ത്രിക്കു മുമ്പിലാണ്.

''അച്ഛാ, ഇതിലെ വെള്ളം കണ്ടിട്ടില്ലേ കലങ്ങീരിക്കണത്? നമുക്ക് വെള്ളം മാറ്റാം.''

വെള്ളം കലങ്ങിയിരിക്കുന്നു, ശരിയാണ്. അത് കുട്ടികൾക്ക് വിഷമ മുണ്ടാക്കുന്നുമുണ്ട്. കുട്ടികൾ ജലപ്പരപ്പിനു തൊട്ടുതാഴെ ശ്വാസം കിട്ടാൻ വിഷമമുള്ള മട്ടിൽ നീന്തുകയാണ്. അപ്പോഴാണ് അയാൾ കണ്ടത്. ഫിൽട്ടർ പ്രവർത്തിക്കുന്നില്ല. ഒരു പക്ഷേ രാത്രി മുഴുവൻ അത് പ്രവർത്തിച്ചിട്ടുണ്ടാവില്ല. അതാണ് വെള്ളം കലങ്ങാൻ കാരണം.

''നമുക്ക് ഇപ്പൊത്തന്നെ വെള്ളം മാറ്റാം അച്ഛാ.''

അയാൾ ആലോചിച്ചു. ഇപ്പോൾ വെള്ളം മാറ്റിയാൽ ആ പാവ ങ്ങളെ ഉപദ്രവിക്കലാവും. ഒരു പക്ഷേ, അസുഖം ബാധിച്ച് എല്ലാം ചത്തെന്നു വരും. അയാൾ പറഞ്ഞു.

''അങ്ങനെ വെള്ളം മാറ്റാൻ പാടില്ല മോനേ. ഒരു ദിവസം പ്രായ മായ കുട്ടികളല്ലേ? അവയ്ക്കിപ്പോഴും അമ്മടെ ഗന്ധമുള്ള വെള്ളം തന്നെ വേണം, നീന്തിക്കളിക്കാൻ. നമുക്കീ ഫിൽട്ടർ ശരിയാക്കാം. രണ്ടു മണിക്കൂറിനുള്ളിൽ വെള്ളം തെളിയും.''

''ഈ വെള്ളത്തിന് അമ്മമത്സ്യത്തിന്റെ വാസനയുണ്ടാവോ?''

''ഉണ്ടാവും. ഒരാഴ്ച ആ മത്സ്യം ഈ ടാങ്കിൽ കിടന്നതല്ലേ? ഈ കുഞ്ഞുങ്ങൾ അമ്മേയുടെ വയറ്റിൽ കിടന്നപ്പോഴുള്ള ഗന്ധം തന്നെ

വേണം കുറച്ചു വലുതാവണവരെ. നമ്മൾ വെള്ളം മാറ്റിയാൽ പാപമാണ്.''

വിജു നിശ്ശബ്ദനായി, ടാങ്കിനുള്ളിലേക്ക് നോക്കിനിന്നു.

അയാൾ പതുക്കെ കുളിമുറിയിലേക്ക് വലിഞ്ഞു. കുളിമുറിയിൽ കടന്ന് വാതിലടച്ചപ്പോൾ അയാൾ എന്തുകൊണ്ടോ രാഗിണിയെ ഓർത്തു. ഒരു ദിവസം രാമചന്ദ്രൻ ഓഫീസിൽനിന്ന് വരുമ്പോൾ രാഗിണി ചെറിയ ടാങ്കിനു മുമ്പിലിരിക്കയായിരുന്നു. അന്ന് ആ ടാങ്കിനു 'ഡോക്ടർ ഗുറാമിയുടെ ആശുപത്രി' എന്നു പേരിട്ടിട്ടില്ല. അതൊരു സ്ഥിരം പ്രസവ വാർഡാക്കിയതിനു ശേഷമാണ് വിജു ആ പേരിട്ടത്. അയാൾ അടുത്തു ചെന്നപ്പോൾ ശബ്ദമുണ്ടാക്കരുതെന്ന് അവൾ ആംഗ്യം കാട്ടി. അവൾ പതുക്കെ പറഞ്ഞു.

''നോക്കൂ. ഇതു പ്രസവിക്ക്യാണ്.''

അയാൾ അനങ്ങാതെ അവളുടെ അടുത്തു പോയിരുന്നു. അതൊരു സ്വോഡ്ടെയ്ൽ ആയിരുന്നു. ചുവന്നു തടിച്ചു സുന്ദരിയായ ഒരു മത്സ്യം. കുറച്ചുനേരം അത് നീന്തിനടക്കും. പിന്നെ അടിത്തട്ടിലെ കല്ലുകൾക്ക് ഒരിഞ്ചു മുകളിലായി അത് അനങ്ങാതെ നിൽക്കും. അടിവയറ്റിൽ നിന്ന് രണ്ടു മൂന്നു കുട്ടികൾ പുറത്തേക്ക് തെറിക്കും. പിന്നെ ഒരു പിടച്ചിലാണ് ആ മത്സ്യം ടാങ്കിൽ മുകളിലേക്കും ചുവട്ടിലേക്കും പിടച്ചിലോടെ കുതിക്കുന്നു.

''പാവം അവൾക്ക് നല്ല വേദനണ്ടെന്നാണ് തോന്നണത്.''

രാഗിണി പറഞ്ഞു. അവളുടെ സ്വരത്തിൽ അനുതാപമുണ്ടായിരുന്നു. അതയാളെ വിഷമിപ്പിച്ചു. കുറച്ചു നേരത്തെ പിടച്ചിലിനു ശേഷം ആ മത്സ്യം വീണ്ടും ഒരു മാതിരി ശാന്തമായി നീന്തുന്നു. വീണ്ടും ഒരിടത്ത് അനങ്ങാതെ നിൽക്കുന്നു. അടിവയറ്റിൽ നിന്ന് കുട്ടികൾ പുറത്തേക്ക് തെറിക്കുന്നു.

അയാൾ അരമണിക്കൂറോളം ആ ടാങ്കിനു മുമ്പിൽ ഇരുന്നു. പേറു കഴിഞ്ഞപ്പോഴേക്ക് അവൾ അവശയായിരുന്നു.

പെട്ടെന്നൊരു തേങ്ങൽ കേട്ടപ്പോഴാണ് രാമചന്ദ്രൻ ശ്രദ്ധിച്ചത്. രാഗിണി കരയുകയായിരുന്നു. സാരിയുടെ തുമ്പുകൊണ്ട് കണ്ണീർ തുടച്ച് അവൾ നിശ്ശബ്ദയായി കരയുകയായിരുന്നു.

രാഗിണിയുടെ പ്രസവം കുറച്ച് വിഷമം പിടിച്ചതായിരുന്നു. അവൾ സ്വതവേ ക്ഷീണിതയായിരുന്നു. പ്രസവവേദന തുടങ്ങിയപ്പോഴാണ് ആസ്പത്രിയിൽ പ്രവേശിപ്പിച്ചത്. നീണ്ട പത്തു മണിക്കൂറുകൾ അവൾ വേദന സഹിച്ചുകിടന്നു. അവസാനം അവൾ പറഞ്ഞു. ''എനിക്ക് സഹിക്കാൻ വയ്യ.'' ഒരു മണിക്കൂർകൂടി കാത്തശേഷം കുട്ടിയെ എടുക്കുകയാണുണ്ടായത്.

കുളി കഴിഞ്ഞ് അയാൾ വേഗം പുറപ്പെട്ടു. ദോശ തയ്യാറായെന്ന് രേണു അറിയിച്ചു. അയാൾ വിജുവിനെ വിളിക്കാനായി ചെന്നു. അവൻ ടാങ്കിനു മുമ്പിൽ അതേ നില്പാണ് അവന്റെ മുഖം വാടിയിരുന്നു.

‘‘എന്തുപറ്റി വിജു?’’ അയാൾ ചോദിച്ചു.

അവൻ ഒന്നും പറഞ്ഞില്ല. മത്സ്യക്കുട്ടികളെ നോക്കിക്കൊണ്ടിരിക്കുക മാത്രം ചെയ്തു. അവൻ എന്തോ ആലോചിക്കുകയായിരുന്നു.

‘‘അച്ഛാ, ഈ മത്സ്യക്കുട്ടികൾക്ക് ശരിക്കും വെള്ളത്തിൽ അമ്മടെ വാസന കിട്ട്വോ?’’

‘‘കിട്ടും മോനേ. എല്ലാ ജീവികൾക്കും അങ്ങനെയാണ്. കുട്ടികൾക്ക് അമ്മയുടെ വാസന മനസ്സിലാവും.’’

പെട്ടെന്ന് അയാൾ നിർത്തി. വിജുവിന്റെ മുഖം ഇരുളുന്നതും കണ്ണിൽ വെള്ളം ഉരുണ്ടു കൂടുന്നതും അയാൾ കണ്ടു. ആ കണ്ണീർ തുടയ്ക്കാൻ അയാൾ അശക്തനായിരുന്നു. സാന്ത്വനവാക്കുകളൊന്നും പറയാൻ കഴിയാതെ അയാൾ അവനെ തന്നിലേക്കടുപ്പിക്കുകമാത്രം ചെയ്തു. അയാളുടെ കണ്ണുകളും നിറയുന്നുണ്ടായിരുന്നു. പിന്നെ തേങ്ങലുകൾക്കിടയിൽ അവൻ പറഞ്ഞു.

‘‘അച്ഛാ, നമുക്കീ വീട് മാറേണ്ട. നമുക്കിവിടെത്തന്നെ താമസിക്കാം.’’

■

ദൂരെ ഒരു നഗരത്തിൽ

വളരെ മുമ്പ്, ദൂരെ ഒരു നഗരത്തിൽ...

ആസ്പത്രിയിലെ പന്ത്രണ്ടാം നിലയിൽ ന്യൂറോളജി വാർഡിൽ എട്ടാം നമ്പർ മുറിയിൽ ചെറുപ്പക്കാരൻ ബോധമില്ലാതെ കിടക്കുകയാണ്. അയാളുടെ ജീവൻ നിലനിർത്തിയിരുന്നത് മൂക്കിലൂടെ കയറ്റിയിരിക്കുന്ന ഓക്സിജൻ കുഴലും രക്തധമനിയിലേക്ക് മുകളിലെ കുപ്പിയിൽനിന്ന് കുഴൽവഴി ഇറങ്ങിക്കൊണ്ടിരിക്കുന്ന മരുന്നുകലർന്ന സലൈനുമാണ്. ഒരു മാസം മുമ്പ് കഴുത്തിൽ താലികെട്ടി ജീവിതസഖിയാക്കിയ പെൺകുട്ടി ഒരു ദിവസം മുഴുവൻ മരണവുമായി മല്ലിട്ട് യാത്ര പറയാതെ പോയത് അയാൾ അറിഞ്ഞിട്ടില്ല. ഒരുപക്ഷേ ആ വിവരം അറിയാതെത്തന്നെ ചെറുപ്പക്കാരനും യാത്രയായേക്കും.

ചിരിച്ച് തമാശ പറഞ്ഞുകൊണ്ട് ബൈക്കിൽ നടത്തിയ അവസാന യാത്ര അയാൾക്ക് ഇനി ഓർമ്മിക്കേണ്ടി വരില്ല. അതിനുമുമ്പ്, പുറപ്പെടുന്ന സമയത്ത് അമ്മായിയമ്മയുടേയും കൊച്ചളിയന്റേയും കണ്ണുവെട്ടിച്ച് മുകളിലെ കിടപ്പുമുറിയിൽവച്ച് പകർന്നുകൊടുത്ത സ്നേഹത്തിന്റെ മാധുര്യവും ഇനി അയാൾക്ക് ഓർമ്മിക്കേണ്ടി വരില്ല. സ്കാൻ റിപ്പോർട്ട് വളരെ മോശമായിരുന്നു. തലച്ചോറിന്റെ മുക്കാൽ ഭാഗവും കിനിഞ്ഞിറങ്ങിയ രക്തം കട്ടപിടിച്ച് കമ്പ്യൂട്ടറിന്റെ മോണിറ്ററിൽ വികൃതരൂപങ്ങൾ സൃഷ്ടിച്ചു. ചെറുപ്പക്കാരന്റെ അച്ഛൻ കട്ടിലിന്റെ കാൽക്കൽ ഇട്ട കസേലയിൽ ശൂന്യമായ മുഖത്തോടെ, ഇരമ്പുന്ന മനസ്സോടെ ഇരുന്നു.

നഗരസഭയുടെ മീറ്റിങ് നടന്നുകൊണ്ടിരിക്കയാണ്. എമർജൻസി മീറ്റിങ്ങാണ്. റോഡിൽ അപകടമുണ്ടാക്കാൻ കാരണമായ കല്ല് എങ്ങനെ അവിടെ വന്നു എന്നതാണ് വിഷയം. നഗരസഭ ചുമതലപ്പെടുത്തിയ അഞ്ചംഗക്കമ്മിറ്റി രാവിലെ അപകടസ്ഥലം പരിശോധിക്കുകയും അപകടകാരണം റോഡിന്റെ വശത്തായി, എന്നാൽ വാഹനങ്ങൾ പോകുന്ന വഴിയിൽത്തന്നെ ടാറിൽ ഉറച്ചുപോയ കരിങ്കല്ലാണെന്ന നിഗമനത്തിൽ എത്തുകയും ചെയ്തിരുന്നു. ഇനി തീർച്ചയാക്കേണ്ടത്

കല്ലവിടെ വരാൻ ആരാണുത്തരവാദിയെന്നു മാത്രമാണ്. നഗരസഭയോ അതിന്റെ കീഴിലുള്ള വകുപ്പുകളോ അല്ലെന്ന നിഗമനത്തിൽ അവർ ആദ്യംതന്നെ എത്തിച്ചേർന്നു. ഇത്രയും നിരുത്തരവാദപരമായി നഗരസഭ പ്രവർത്തിക്കുകയില്ല. സ്വാഭാവികമായും സംശയത്തിന്റെ നിഴൽ വീണത് വൈദ്യുതിബോർഡിന്റേയും ടെലിഫോൺ വകുപ്പിന്റേയും മേലാണ്. നിഴൽ നല്ലവണ്ണം കറുപ്പിച്ച് ഒരു റിപ്പോർട്ടും തയ്യാറാക്കി അഞ്ചംഗകമ്മിറ്റി അവരുടെ കർത്തവ്യം ഭംഗിയായി നിർവ്വഹിച്ചു. ഈ രണ്ടു സ്ഥാപനങ്ങളിൽ ഏതാണ് ശരിക്കും ഉത്തരവാദിയെന്നു കണ്ടുപിടിക്കാൻ വേറൊരു കമ്മീഷനെ നിയമിക്കണം. ആ ജോലി ഈ കമ്മിറ്റിയുടെ പരിധിയിൽപ്പെടുന്നതല്ല.

മാധ്യമങ്ങൾ വെറുതെയിരിക്കുകയായിരുന്നില്ല. അവർ അവരുടേതായ വഴിയിൽ അന്വേഷണങ്ങൾ തുടങ്ങിക്കഴിഞ്ഞിരുന്നു. റിപ്പോർട്ടർമാർ തുണിസഞ്ചിയിൽ ടേപ്റെക്കോർഡർ ഒളിപ്പിച്ചുവച്ചു സ്ഥലവാസികളുമായി കൂടിക്കാഴ്ച നടത്തി. ചാനൽ ടിവികൾ കാമറയും നീണ്ടുവണ്ണമുള്ള മൈക്കുകളുമായി സ്ഥലത്തെത്തി. ടിവിസ്ക്രീനിൽ മുഖം കാണുമെന്ന കാരണംകൊണ്ട് അവർക്ക് കൂടുതൽ സ്വീകരണം കിട്ടി. ആ കല്ലിനെപ്പറ്റി, അതിന്റെ ഉദ്ഭവത്തെപ്പറ്റി, അതുണ്ടാക്കിയ വിനാശത്തെപ്പറ്റിയെല്ലാം ആൾക്കാർ വാതോരാതെ സംസാരിച്ചു. അത് സ്വയംഭൂവാണെന്നും അവിടെ വളച്ചുകെട്ടി ഒരമ്പലം പണിയണമെന്നും ചിലർ പറഞ്ഞു. ആ അഭിമുഖം പുറത്തുവന്നതിന്റെ പിറ്റേന്നുതന്നെ സ്ഥലത്തെ കത്തോലിക്കർ ആകെ ഇളകിവശായി. ഞായറാഴ്ച കുർബാനയുടെ സമയത്ത് വികാരിയച്ചൻ, പേരെടുത്തു പറയാതെ, ചില അന്യമതസ്ഥർ സാമുദായികമൈത്രി തകർക്കാൻ ശ്രമിക്കുന്നതിനെ കർശനമായി വിമർശിച്ചു. വർഷങ്ങളായി ഊട്ടിവളർത്തിയ മതമൈത്രി തകർക്കാൻ വർഗ്ഗീയശക്തികൾ ഒരുമ്പെട്ടിരിക്കയാണെന്ന് ഇടതുപക്ഷവും വലതുപക്ഷവും ഒരേ ശബ്ദത്തിൽ പ്രഖ്യാപിച്ചു. അതിനെതിരായി ഇടതുപക്ഷം മനുഷ്യച്ചങ്ങല തീർത്തപ്പോൾ വലതുപക്ഷം കൂട്ട ഓട്ടം നടത്തി. അതോടെ സ്ഥിതിഗതികൾ ഒരുവിധം ശാന്തമായി.

ആ കല്ല് നാലു വർഷം മുമ്പ് നിരത്ത് ടാറിടുന്ന സമയത്ത് ടാറിന്റെ വീപ്പ ചൂടാക്കാൻ അടുപ്പുണ്ടാക്കിയതിൽ ഒരു കല്ലാണെന്നും പിന്നീടുണ്ടായ ടാറിടലിലൊന്നും അത് എടുത്തു മാറ്റാൻ ആരും ശ്രമിച്ചില്ലെന്നുമുള്ള സത്യം ഒരാൾ മാത്രം പറഞ്ഞു. ആ കല്ലിൽതട്ടി കൃത്യം ഏഴ് അപകടങ്ങൾ ഉണ്ടായിട്ടുണ്ടെന്നും അദ്ദേഹം പറഞ്ഞു. ആറ് അപകടങ്ങളും വലിയ ഗൗരവമുള്ളതായിരുന്നില്ല. തലയിൽ ഏതാനും സ്റ്റിച്ചുകൾ, കൈയിലോ കാലിലോ പ്ലാസ്റ്റർ, അത്രമാത്രം. ഏഴാമത്തെ അപകടം മാത്രമേ ഗൗരവമായുള്ളൂ. ആ മനുഷ്യൻ ഒരു റിട്ടയർഡ്

സ്കൂൾ മാസ്റ്ററായിരുന്നു. ദിവസേന രണ്ടു നേരം ദേവീക്ഷേത്രത്തിലേക്ക് ആവഴി നടന്നുപോകാറുണ്ട്. കല്ലിനെപ്പറ്റി മാസ്റ്റർ കൊടുത്ത വിവരം സത്യസന്ധമാണെങ്കിലും സ്തോഭജനകമല്ലാത്തതുകൊണ്ട് മാധ്യമങ്ങൾക്ക് ആവശ്യമില്ലായിരുന്നു. അദ്ദേഹവുമായുള്ള ഇന്റർവ്യൂ അതുകൊണ്ട് വെളിച്ചം കാണുകയുണ്ടായില്ല. അവർക്ക് തങ്ങൾ ജോലിയെടുക്കുന്ന പത്രങ്ങളുടെ സർക്കുലേഷനും നോക്കണമല്ലോ. രാത്രി, ടിവിയിൽ താനുമായുണ്ടായ ഇന്റർവ്യൂ കാണാൻ പേരക്കുട്ടികളുമായി കാത്തിരുന്ന മാസ്റ്റർക്ക് നിരാശനാകേണ്ടിവന്നു.

വൈദ്യുതി ബോർഡും ടെലഫോൺ ഡിപ്പാർട്ട്മെന്റും നഗരസഭയുടെ ആരോപണങ്ങളെ ശക്തമായി നിഷേധിച്ചു. ചാനൽ ടിവിക്കാരുടെ കാമറയ്ക്കും സ്പോട്ട്ലൈറ്റിനും മുമ്പിൽ എയർകണ്ടീഷൻ ചെയ്ത മുറിയിൽ തലവന്മാർ നഗരസഭയ്ക്കെതിരായി ആക്ഷേപങ്ങൾ തൊടുത്തുവിട്ടു. മെയറുടെ ഭാവന കാടു കയറിയിരിക്കയാണെന്നും ഇത്തിരി സംയമം നഗരസഭയും വൈദ്യുതി ബോർഡും തമ്മിലുള്ള ബന്ധങ്ങൾ മെച്ചമാക്കുമെന്നും അദ്ദേഹം അഭിപ്രായപ്പെട്ടു. നിരത്തിൽ കല്ലുകൾ സ്ഥാപിക്കുന്നതിനേക്കാൾ മെച്ചപ്പെട്ട ജോലികൾ തങ്ങൾക്കു ചെയ്യാനുണ്ടെന്ന് ടെലിഫോൺ വകുപ്പും അഭിപ്രായപ്പെട്ടു.

ആസ്പത്രിയിൽ അനക്കമില്ലാതെ കിടക്കുന്ന മകന്റെ അടുത്തിരുന്നു കൊണ്ട് അച്ഛൻ, കലുഷമായ മനസ്സോടെ വാർത്തകൾ വായിച്ചു. വീട്ടിൽ ഭാര്യ അബോധാവസ്ഥയിൽ കഴിയുകയാണ്. മകന്റെ അപകടത്തെപ്പറ്റി കേട്ടപ്പോൾ വീണതാണവർ. ഭാഗ്യമുള്ള സ്ത്രീ.

തെളിവുകൾ നഗരസഭയ്ക്കെതിരായിരുന്നു. പ്രതിപക്ഷം അവരുടെ ശക്തി മുഴുവൻ സ്വരൂപിച്ച് ആഞ്ഞടിച്ചു. ഭരണകക്ഷിക്ക് തോൽവി സമ്മതിച്ചുകൊടുക്കേണ്ടിവന്നു. എത്രയും വേഗം വാഹനയാത്രികർക്ക് അപകടകരമായ ആ കല്ല് അവിടെനിന്ന് മാറ്റാമെന്ന് ഉറപ്പുകൊടുക്കേണ്ടതായും വന്നു.

റോഡിന്റെ നടുവിൽ ഉറച്ചുപോയ ഒരു കല്ല് അവിടെനിന്ന് എടുത്തുമാറ്റണം. അത്രമാത്രം. പക്ഷേ ഒരു ജനാധിപത്യത്തിൽ അതിന് ചില സമ്പ്രദായങ്ങളൊക്കെയുണ്ട്. നിയമപ്രകാരമേ നടക്കാൻ പാടുള്ളൂ. ടെണ്ടർ പരസ്യം കൊടുക്കണം. ആറു സെന്റിമീറ്റർ ഇരട്ട കോളത്തിൽ പരസ്യം കൊടുക്കപ്പെട്ടു. ചുരുങ്ങിയത് അഞ്ചു പത്രങ്ങളിലെങ്കിലും പരസ്യം കൊടുക്കണമെന്നാണ് നിയമം. പരസ്യക്കമ്പനിയുടെ ചാർജടക്കം പരസ്യച്ചിലവിന്റെ ബില്ല് 22,500 രൂപ എളുപ്പം പാസാക്കിക്കിട്ടി. പരസ്യക്കമ്പനി നഗരസഭയ്ക്കുവേണ്ടി സ്ഥിരം പരസ്യങ്ങൾ കൊടുക്കുന്നത് ഒരു കൗൺസിലറുടെ അളിയന്റെ സ്ഥാപനമാണ്. എങ്ങനെ ഒരു ബില്ല് രായ്ക്കുരാമാനം പാസാക്കികിട്ടുമെന്നവർക്കറിയാം.

മകന്റെ കട്ടിലിന്റെ കാൽക്കലിരുന്നുകൊണ്ട് അച്ഛൻ പരസ്യങ്ങൾ വായിച്ചു. ദർഘാസ് പരസ്യം എന്ന തലക്കെട്ടിനു താഴെ ഇങ്ങനെ എഴുതിയിരിക്കുന്നു.

മഹാത്മാഗാന്ധിറോഡിൽ പോസ്റ്റോഫീസിനു മുമ്പിൽ അപകടകാരിയായി നിൽക്കുന്ന കരിങ്കല്ല് പുഴക്കിയെടുത്തു മാറ്റാനും മാറ്റിയ സ്ഥലത്ത് നിരത്ത് റിപ്പയർ ചെയ്യുവാനുമായി ടെണ്ടർ ക്ഷണിച്ചുകൊള്ളുന്നു. നിരതദ്രവ്യം 1500 രൂപ. ദർഘാസ് ഫോറങ്ങൾ നഗരസഭയുടെ പർച്ചേസ് വകുപ്പിൽനിന്ന് 22/ രൂപയുടെ (20/ + 10% സെയ്ൽസ് ടാക്സ്) പോസ്റ്റൽ ഓർഡർ നൽകി വാങ്ങാവുന്നതാണ്.

ടെണ്ടർഫോറം വാങ്ങാൻ സാധാരണപോലെ തിരക്കുണ്ടായിരുന്നു. സൈക്ലോസ്റ്റൈൽ ചെയ്ത ആ ഫോറത്തിന് പന്ത്രണ്ടു പേജുണ്ട്. അതിൽ പതിനൊന്നര പേജും നഗരസഭയുടെ നിയമങ്ങളും ടെണ്ടറിൽ പങ്കെടുക്കുമ്പോൾ പാലിക്കേണ്ട നടപടിക്രമങ്ങളും മറ്റു ഭീഷണികളുമാണ്. വില മാത്രമല്ല ചെയ്യുന്ന ജോലിയുടെ സാങ്കേതിക മേന്മകൂടി പരിഗണിക്കുമെന്ന കാര്യം ഒരു പ്രത്യേക ഖണ്ഡത്തിൽ എടുത്തുപറഞ്ഞിട്ടുണ്ട്. ചുളിവിൽ ഈ ടെണ്ടർ ആരും അടിച്ചെടുക്കാൻ നോക്കേണ്ട എന്നതിനുള്ള മുന്നറിയിപ്പുകൂടിയായിരുന്നു ആ ഖണ്ഡം. ചെയ്യുന്ന ജോലി എന്തെല്ലാമാണെന്നും അതിനുള്ള യന്ത്രസാമഗ്രികൾ ഏതൊക്കെയാണെന്നും വിശദമായി കാണിക്കേണ്ടതാണ്. അവയുടെ ഗുണനിലവാരത്തിനെപ്പറ്റി ഏതെങ്കിലും അംഗീകൃത പരിശോധനാലയത്തിന്റെ സാക്ഷ്യപത്രം മൂന്നു കോപ്പി തഹസിൽദാരോ അതിനു മീതെയുള്ള ആപ്പീസറോ ഒപ്പിട്ടതും ടെണ്ടർ സമർപ്പിക്കുമ്പോൾ ഒപ്പം നൽകേണ്ടതാണ്. ടെണ്ടർ കുറ്റമറ്റതാണെന്ന കാര്യത്തിൽ ആർക്കും സംശയമുണ്ടാവാൻ വയ്യ.

ആസ്പത്രിയിലെ കനത്ത അന്തരീക്ഷത്തിൽനിന്ന് രക്ഷപ്പെടാൻ അച്ഛൻ ആഗ്രഹിച്ചു. ജനലിലൂടെ അദ്ദേഹം പുറത്തേക്കു നോക്കി. താഴെ, വളരെ താഴെ തെരുവുവിളക്കുകളുടെ പ്രകാശത്തിൽ നഗരം ചലിക്കുകയാണ്. എട്ടുമണിയായിട്ടും വാഹനങ്ങളുടെ തിരക്ക് കുറഞ്ഞിട്ടില്ല. സിഗ്നലിനു പിന്നിൽ അവ അടിഞ്ഞുകൂടുന്നു. നിരത്ത് നിവർന്നു കിടക്കുകയാണ്. അവിടെയെവിടേയോ ഒരു ശപിക്കപ്പെട്ട കല്ല് വിധിയുടെ ക്രൂരമായ ദൗത്യവും പേറിക്കൊണ്ട് തലപൊക്കിക്കിടക്കുന്നുണ്ട്. അതിലൂടെ പോയാൽ അഞ്ചു സ്റ്റോപ്പുകൾക്കപ്പുറമുള്ള വീടെത്താം. അവിടെ ബോധമില്ലാതെ കിടക്കുന്ന അമ്മയെ ശുശ്രൂഷിച്ചു കൊണ്ട് തന്റെ മൂത്ത മകൾ ഇരിക്കുന്നുണ്ടാവും. മരുമകൻ ഇപ്പോൾ തിരിച്ച് വീട്ടിലെത്തിയിട്ടുണ്ടാവില്ല. അയാൾ ഈ തിരക്കിൽ എവിടെയെങ്കിലും ഏതെങ്കിലും ബസ്സിനുള്ളിൽ, അല്ലെങ്കിൽ ഒരു ഓട്ടോവിൽ ഉണ്ടാവും. അയാൾ കൊണ്ടുവന്നുവച്ച സഞ്ചിക്കുള്ളിൽ

രാത്രിഭക്ഷണമുണ്ടാവും. അച്ഛൻ ഒന്നും കഴിക്കാൻ പോകുന്നില്ലെന്നറിഞ്ഞു കൊണ്ടുതന്നെ മകൾ ഭക്ഷണം കൊടുത്തയയ്ക്കുന്നു.

അയാളുടെ പിന്നിൽ കട്ടിലിൽ മകൻ തലച്ചോറിൽ രക്തം കട്ടപിടിച്ച് ബോധമില്ലാതെ കിടക്കുന്നു. അയാൾ തിരിഞ്ഞുനോക്കാതിരുന്നു. അങ്ങിനെ നിന്നാൽ മകൻ എഴുന്നേറ്റ് തന്റെ അടുത്തു വരുമെന്നും അച്ഛാ എന്നു വിളിക്കുമെന്നും വിശ്വസിക്കാൻ, സ്വയം കബളിപ്പിക്കപ്പെടാൻ, അയാൾ ശ്രമിച്ചു. ഉള്ളിന്റെ ഉള്ളിൽ മകൻ നഷ്ടപ്പെട്ടുവെന്ന കാര്യം അയാൾക്കറിയാമായിരുന്നു. 'നാൽപ്പത്തെട്ടു മണിക്കൂറിൽ എന്തെങ്കിലും ഇംപ്രൂവ്മെന്റ് ഉണ്ടെങ്കിൽ നമുക്ക് ശ്രമിച്ചു നോക്കാം.' ഡോക്ടർ പറഞ്ഞിരുന്നു. 'അതില്ലെങ്കിൽ പിന്നെ ശ്രമിച്ചിട്ടു കാര്യമില്ല.' ഇപ്പോൾ നാലു ദിവസം കഴിഞ്ഞു. പോരാത്തതിന് സ്കാൻ റിപ്പോർട്ടും വളരെ മോശമായിരുന്നു. ആശയ്ക്ക് ഒരു വകയുമില്ല.

നഗരസഭയുടെ മീറ്റിങ് പതിവുപോലെ ശബ്ദമയമായിരുന്നു. ടെണ്ടർ തുറന്നിട്ട് ഒരാഴ്ചയായി. ഇരുപത്തെട്ട് രജിസ്റ്റേർഡ് കോൺട്രാക്ടർമാരും ഒരു രജിസ്റ്റർ ചെയ്യാത്ത കോൺട്രാക്ടറും പങ്കെടുത്തിരുന്നു. രജിസ്റ്റർ ചെയ്യാത്ത കോൺട്രാക്ടറുടെ ടെണ്ടർ ആദ്യമേ തള്ളിക്കളഞ്ഞു. നഗരസഭയുടെ ചിട്ടവട്ടങ്ങൾക്കനുസരിച്ച് രജിസ്റ്റർ ചെയ്തിട്ടില്ല എന്നു മാത്രമല്ല, അതു തള്ളിക്കളയാൻ കാരണം. അയാളുടെ ക്വട്ടേഷൻ ഏറ്റവും താഴ്ന്നതും ഉപകരണങ്ങൾ ഉദ്ദേശിച്ച ജോലി ചെയ്യാൻ അപര്യാപ്തവുമാണെന്ന് കമ്മിറ്റി വിലയിരുത്തി. 500 രൂപയാണ് അയാൾ ക്വാട്ട് ചെയ്തിരിക്കുന്നത്. ആയുധങ്ങളും ഉപകരണങ്ങളും എന്ന കോളത്തിൽ അയാൾ ഇത്രമാത്രം എഴുതി. 'പിക്കാസ്, ചുറ്റിക'. ഈ ക്വട്ടേഷൻ ഗൗരവമായെടുക്കേണ്ടതില്ലെന്ന നിഗമനത്തിലെത്തി കമ്മിറ്റി.

മറ്റുള്ള ക്വട്ടേഷനുകൾ വളരെ മതിപ്പുണ്ടാക്കുന്നതായിരുന്നു. ന്യൂമാറ്റിക് ഹാമർ തൊട്ട് പൊക്ലാൻ എർത്മൂവേഴ്സ് വരെ ഉപയോഗിച്ചുകൊണ്ടുള്ള പണി. തുകയാകട്ടെ 25,000/ തൊട്ട് ഒന്നേകാൽ ലക്ഷംവരെ. രണ്ടു മണിക്ക് തുടങ്ങിയ മീറ്റിങ് രാത്രി പത്തു മണിയായിട്ടും അവസാനിച്ചിരുന്നില്ല. വൈകുന്നേരത്തെയും രാത്രിയിലെയും ഭക്ഷണം, മിനറൽവാട്ടർ എന്നിവ ഒരു ഗ്രേഡ് വൺ റെസ്റ്റോന്റിൽ ഏല്പിച്ചിരുന്നതു കാരണം മീറ്റിങ് അവിരാമം തുടർന്നു. അവസാനം പന്ത്രണ്ടു മണിയോടെ ഏതാണ്ടൊക്കെ ഒരു തീരുമാനത്തിലെത്തി. രണ്ടുപേരുകൾ തെരഞ്ഞെടുക്കപ്പെട്ടു. ഒരാൾ 75,000 രൂപയും മറ്റേയാൾ 78,000 രൂപയുമാണ് ക്വാട്ട് ചെയ്തിട്ടുള്ളത്. അവസാന തീരുമാനം മേയർ എടുക്കണമെന്നും തീരുമാനമായി. ഈ രണ്ടു പേരും ഭരണകക്ഷിയിലെ കൗൺസിലർമാരുടെ ബന്ധുക്കളാണെന്നത് തികച്ചും

യാദൃച്ഛികമായിരുന്നു. ക്വട്ടേഷന്റെ സാങ്കേതികവും സാമ്പത്തികവുമായ മേന്മകൾ മാത്രമേ പരിഗണിച്ചിട്ടുള്ളൂ എന്ന് പ്രത്യേകം പറയേണ്ടിയിരിക്കുന്നു.

മീറ്റിങ് പിരിയുന്നതിനുമുമ്പ് റെസ്റ്റോറന്റിന്റെ ബിൽ തുകയായ 728രൂപ 50 പൈസ കൊടുത്തു. നഗരസഭയ്ക്കെന്നല്ല തിരുസഭയ്ക്കുപോലും കടം കൊടുക്കില്ലെന്ന് റെസ്റ്റോറന്റുകാരൻ ആദ്യമേ വ്യക്തമാക്കിയിരുന്നു.

ഇത് എത്രാമത്തെ ദിവസമാണ്? അച്ഛൻ ആലോചിച്ചു. പതിനാലോ പതിനഞ്ചോ? അദ്ദേഹത്തിന് എണ്ണം തെറ്റിയിരുന്നു. എത്രയായാലെന്താണ്. ഭാര്യയ്ക്ക് ബോധം തെളിഞ്ഞെന്നും മകനെപ്പറ്റി ചോദിക്കുന്നുണ്ടെന്നും അറിഞ്ഞപ്പോൾ ഒരിക്കൽ വീട്ടിൽ പോയതാണ്. പിന്നെ ബാഹ്യലോകവുമായി ബന്ധമൊന്നുമുണ്ടായിട്ടില്ല. മകൻ ആസ്പത്രിയിലാണെന്നും ഭേദമായിവരുന്നുണ്ടെന്നും അമ്മയെ ധരിപ്പിച്ചിരിക്കയാണ്. ഇന്ന് രാവിലെ മകന്റെ ഭാര്യയുടെ അച്ഛൻ വന്നിരുന്നു. മകളുടെ ശവശരീരം ആംബുലൻസിൽ കൊണ്ടുപോയശേഷം ആദ്യമായി വരികയാണ് ആ സാധു മനുഷ്യൻ. കുറേനേരം കട്ടിലിന്നടുത്ത് നിന്നു. ഒന്നും പറഞ്ഞില്ല. അരമണിക്കൂർ മരുമകന്റെ നിലയെപ്പറ്റി പറയുന്നത് കേട്ടുനിന്നു, മകളെ ഓർത്തിട്ടായിരിക്കണം, കണ്ണീർ ധാരയായി ഒഴുകി.

ഇപ്പോൾ സന്ദർശകർ കുറവായിരുന്നു. ആദ്യത്തെ മൂന്നുനാലു ദിവസം സന്ദർശനസമയത്ത് അവർ വന്നു. അകത്തുവന്ന് കട്ടിലിന്റെ അരികിൽ കനത്ത മുഖവുമായി കുറച്ചുനേരം നിൽക്കും, പിന്നെ പുറത്തു കടന്ന് വരാന്തയിൽ നിൽക്കുന്ന സ്നേഹിതന്മാരുമായി ഓഫീസു കാര്യങ്ങളോ മറ്റു തമാശകളോ പറഞ്ഞ് ചിരിച്ച് സ്ഥലം വിടുകയും ചെയ്യും. പിന്നെപ്പിന്നെ മുഖം കനപ്പിച്ചു നിർത്തുന്ന വിഷമം ആലോചിച്ചോ വൈകുന്നേരത്തെ മറ്റു പരിപാടികൾ ഒഴിവാക്കാൻ വയ്യാത്തതിനാലോ അവർ ക്രമേണ വരാതായി. മകന്റെ ഏറ്റവും അടുത്ത സ്നേഹിതൻ മാത്രം എന്നും രണ്ടുനേരം വരും, അച്ഛനെ സമാധാനിപ്പിക്കും. കാന്റീനിൽപോയി ചായ വാങ്ങിക്കൊണ്ടുവന്ന് രണ്ടുപേരുംകൂടി കുടിക്കും. അയാൾ പറയും ''അങ്ക്ൾ ഇന്ന് വീട്ടിൽ പോയി വിശ്രമിക്കൂ. ഞാൻ കിടക്കാം ഇവിടെ.'' പക്ഷേ അച്ഛൻ സമ്മതിക്കില്ല. അത് എന്റെ നിയോഗമാണ്. ഞാൻ മാത്രം ചെയ്യേണ്ടത്. മകൻ കുട്ടിയായിരിക്കുമ്പോൾ അവനെ മാറിൽ ചേർത്തുപിടിച്ച് കിടക്കാറുള്ളത് ഓർമ്മ വരും. മുഖംതിരിച്ച് ഷർട്ടിന്റെ കൈയിൽ കണ്ണുതുടയ്ക്കും.

ഒരിക്കൽ അയാൾ പോയിക്കഴിഞ്ഞപ്പോൾ അച്ഛൻ ആലോചിച്ചു. എന്തിനാണ് മകനെ ഇവിടെ ഇങ്ങനെ കിടത്തുന്നത്? ഡോക്ടർമാർ

നല്ലവരായിരുന്നു. കിടത്തിയിട്ട് കാര്യമില്ലെന്ന് അവർ ഭംഗിയായി പറഞ്ഞു. "ശ്രമിച്ചു നോക്കാം, കാര്യമുണ്ടെന്നു തോന്നുന്നില്ല. ഹിയീസ് വെജിറ്റേറ്റിങ്. ഇങ്ങനെ വർഷങ്ങൾ കിടന്നേക്കാം, ഫീലിങ്സ് ഒന്നുമില്ലാതെ, വെന്റിലേറ്ററിന്റെ പിൻബലത്തിൽ." ഡോക്ടർ അടുത്തു തന്നെ നിൽക്കുന്ന നഴ്സിന്റെ ട്രേയിൽ നിന്ന് ഒരു സൂചിയെടുത്തു കിടക്കയിലെ ചലനമറ്റ ദേഹത്തിൽ കുത്തി. മുഖത്ത് ഒരു വികാരവുമില്ല, ദേഹത്തിൽ ഒരു ചലനവും. "കണ്ടില്ലേ? അവന്റെ തലച്ചോർ തീരെ നശിച്ചിരിക്കുന്നു."

അവന്റെ ജീവൻ ഒരു വാശിപോലെ പിടിച്ചു നിൽക്കുകയാണ്. ഈ ജന്മത്തിൽ ചെയ്യാനുള്ളതു മുഴുവൻ ചെയ്തുകഴിഞ്ഞിട്ടില്ലാത്ത പോലെ. ഏതോ ജന്മത്തിലെ കടം ഇനിയും വീട്ടാനുള്ളപോലെ അവന്റെ ഹൃദയം തുടിച്ചുകൊണ്ടിരുന്നു.

മേയറുടെ സ്ഥിതി കഷ്ടമായിരുന്നു. രണ്ടു കരാറുകാരിൽനിന്ന് ആരെ തെരഞ്ഞെടുക്കും. മൂവ്വായിരം രൂപയുടെ വ്യത്യാസമേയുള്ളൂ. രണ്ടും വേണ്ടപ്പെട്ടവരാണ്. രണ്ടു ദിവസം അദ്ദേഹം ഈ വിഷയത്തെ പ്പറ്റി ആലോചിച്ചു. അവസാനം ഇങ്ങിനെ ഒരു തീരുമാനമെടുത്തു. കരാർ ഒന്നാമന്, അതായത് 75,000 രൂപ പറഞ്ഞ ആൾക്ക് കൊടുക്കാം. രണ്ടാമന് അടുത്ത മാസം ചെയ്യാനുദ്ദേശിച്ച ഒരു ജോലി വാഗ്ദാനവും ചെയ്യാം. അതും ഏകദേശം ഒരു ലക്ഷത്തിന്റെ അടുത്ത് മതിപ്പു വരുന്ന ജോലിയാണ്. ഈ തീരുമാനം പൊതുവേ സ്വീകരിക്കപ്പെട്ടു. കരാറുസംഖ്യയുടെ 50 ശതമാനം മുൻകൂറായി നൽകാനുള്ള ധാരണ യുമുണ്ടായി. ജോലിയുടെ അടിയന്തിരസ്വഭാവം കണക്കിലെടുത്ത് മറ്റെല്ലാം നിർത്തിവച്ച് ഈ കരാർ തീർക്കാൻ കരാറുകാരനോട് ആവശ്യപ്പെടണമെന്ന് മേയർ പ്രത്യേക നിർദ്ദേശം നൽകി. പതിനഞ്ചു ദിവസങ്ങൾക്കകം പണി പൂർത്തിയാക്കി സർട്ടിഫിക്കറ്റ് ഹാജരാക്കണം.

അച്ഛൻ രാവിലെ എന്നും താഴേക്കിറങ്ങി വന്നു. ഒരു ചായ കുടി ക്കണം, പിന്നെ ഒരഞ്ചു മിനിറ്റ് റോഡിന്നരികിൽ പോയി നിൽക്കണം. വെറുതെ, രാവിലെകൾക്കു മാത്രം തരാൻ പറ്റുന്ന ആശയുടെ നറും പ്രകാശത്തിനുവേണ്ടി. ആശുപത്രിക്കെതിർവശത്തുള്ള തട്ടുകടയിൽ നല്ല ചായ കിട്ടും. അതു കുടിച്ചുകൊണ്ട് ജീവൻവച്ചുവരുന്ന നഗരത്തെ നോക്കും. നേരിയ തണുത്ത കാറ്റ് വീശുന്നുണ്ടാവും. നോക്കിനിൽക്കേ നഗരത്തിന്റെ സ്വഭാവം ഭീഷണമാവും. അദ്ദേഹം ഒരു വർത്തമാന പത്രം വാങ്ങി തിരിച്ചുപോവുകയും ചെയ്യും.

തിരിച്ച് ആശുപത്രിയിലേക്കു കടന്നപ്പോഴാണ് കണ്ടത്. കാഷ്വാൽ ട്ടിക്കു മുമ്പിൽ ഒരു സ്ട്രെച്ചറിൽ ഒരു ചെറുപ്പക്കാരന്റെ ദേഹം. ചോര പുരണ്ട ആ ദേഹം ഒന്നേ നോക്കിയുള്ളൂ. ബൈക്കപകടമാണെന്ന്

ആരോ പറഞ്ഞു. റോഡിനു നടുവിലെ കരിങ്കല്ലിൽ തട്ടിത്തെറിച്ചതാണ്. വീണത് ഓടുന്ന ബസ്സിന്റെ അടിയിൽ. അപ്പോൾതന്നെ കഴിഞ്ഞു.

അയാൾ മുകളിൽ പന്ത്രണ്ടാം നിലയിലെ മുറിയിൽ പോയി കസേലയിൽ ഇരുന്നു. അയാൾ ക്ഷീണിച്ചിരുന്നു. രണ്ടു നഴ്സുമാർ മകന്റെ ദേഹം വൃത്തിയാക്കുകയാണ്. 'ഇതാ ബെഡ്സോറ് വന്നിരിക്കുന്നു.' ഒരുത്തി പറഞ്ഞു. അയാൾ നോക്കിയില്ല. മകന്റെ നഗ്നശരീരം, അതും വ്രണങ്ങൾ വന്നു തുടങ്ങിയ ശരീരം നോക്കാനയാൾ ഇഷ്ടപ്പെട്ടില്ല. താഴെ കാഷ്വാൽട്ടിക്കു മുമ്പിൽ നിർത്തിയ സ്ട്രെച്ചറിലെ ജീവനറ്റ ശരീരം ഓർമ്മ വന്നു. അവൻ ഭാഗ്യവാൻ. ഒരു നിമിഷംകൊണ്ട് എല്ലാം കഴിഞ്ഞു.

തെരുവുകൾക്കപ്പുറം ഒരു വീട്ടിൽ, ടിവിയിൽ ക്രിക്കറ്റ് കണ്ടുകൊണ്ടിരുന്ന കുട്ടികൾ, കളിയവസാനിച്ചപ്പോൾ എഴുന്നേറ്റു. ''നമുക്ക് കളിക്കാം'', അതിലൊരുത്തൻ പറഞ്ഞു. ''ശരി'', എല്ലാവരും ഒപ്പം പറഞ്ഞു. അവർ ബാറ്റും ടെന്നീസ് പന്തുമായി പുറത്തിറങ്ങി. റോഡിന്റെ നിരവധി ഉപശാഖയിൽ ഒന്നിലായിരുന്നു പിച്ച്. സ്റ്റംപ്സ് അന്വേഷിച്ച് ആ കുട്ടികൾ നടന്നു. ഒരു കല്ല്, അല്ലെങ്കിൽ എന്തെങ്കിലും മരക്കഷ്ണം, ഇതൊക്കെയായിരുന്നു സ്റ്റംപ്സായി ഉപയോഗിക്കാറ്. അന്വേഷണത്തിന്റെ അവസാനം അവരെത്തിച്ചേർന്നത് മെയിൻറോഡിലായിരുന്നു. അവിടെ ഒരു കരിങ്കല്ല് കിടക്കുന്നു. ടാറിൽ ഉറച്ചുനിന്നിരുന്ന ആ കല്ല് രാവിലെയുണ്ടായ ബൈക്കപകടത്തിൽ ഇളകിപ്പോയിരുന്നു. രണ്ടു കുട്ടികൾ അപ്പുറത്തും ഇപ്പുറത്തും നിന്ന് ഒന്ന് ആട്ടിയപ്പോൾ ആ കല്ല് പുഴങ്ങിവന്നു. അവർ അത് താങ്ങിക്കൊണ്ടുപോയി പിച്ചിൽ സ്ഥാപിച്ചു കളി തുടങ്ങി.

എട്ടാമത്തെ അപകടവും കണ്ട സ്കൂൾ മാസ്റ്റർ കുട്ടികളുടെ അന്വേഷണവും കല്ല് താങ്ങിപ്പിടിച്ചുകൊണ്ടുപോകലും കണ്ടിരുന്നു. സമീപത്തുള്ള ഇരുമ്പുകടയിൽനിന്ന് അദ്ദേഹം പത്തുരൂപയ്ക്ക് അര കിലോ ടാർ വാങ്ങി ഉരുക്കി. ചുറ്റും നടന്ന് കരിങ്കൽക്കഷ്ണങ്ങൾ പെറുക്കിയെടുത്ത് അദ്ദേഹം ആ ചെറിയ കുഴി തൂർത്തു, മീതെ ഉരുക്കിയ ടാറും ഒഴിച്ചു.

രാത്രി.

അച്ഛൻ ഉറങ്ങാതെ മുറിയിൽ തലങ്ങും വിലങ്ങും നടക്കുകയാണ്. ഉറക്കം ആ മനുഷ്യനെ കൈ വെടിഞ്ഞ് ആഴ്ചകളായി. നടന്ന് നടന്ന് ക്ഷീണിച്ചാൽ കസേലയിൽ പോയിരിക്കും. ഒന്ന് മയങ്ങിയെന്നിരിക്കും. ഇന്ന് ആ മയക്കവും അദ്ദേഹത്തെ ഉപേക്ഷിച്ചിരിക്കുന്നു. ഇരുന്നാൽ ഓർമ്മയിൽ വരുന്നത് രാവിലെ സ്ട്രെച്ചറിൽ കിടത്തിയ ചെറുപ്പക്കാരന്റെ ദേഹമാണ്. തന്റെ മകന്റേയും മരുമകളുടെയും ജീവിതം നശിപ്പിച്ച അതേ കല്ലുതന്നെയാണ് ആ ചെറുപ്പക്കാരന്റേയും

ജീവനെടുത്തത്. ഒരു മാസമായെങ്കിലും ആർക്കും അതെടുത്തുമാറ്റാൻ കഴിഞ്ഞിട്ടില്ല. ഇനി എത്ര ഇളംചോര ആ മൂർത്തിയുടെ മുമ്പിൽ ഹോമിക്കണമോ ആവോ.

പെട്ടെന്ന് അവിടെ ആ മുറിയിൽ ചടഞ്ഞുകൂടിയിരിക്കുന്നതിന്റെ അർത്ഥശൂന്യത അദ്ദേഹത്തിന് ബോധ്യപ്പെട്ടു. തനിക്ക് ഒരുപാടു കാര്യങ്ങൾ ചെയ്തുതീർക്കാനുണ്ട്. അയാൾ മകന്റെ കട്ടിലിന്റെ അടുത്തേക്കു നടന്നു. അവൻ കണ്ണടച്ചുകിടക്കുകയാണ്. ഉറങ്ങുകയെന്നേ തോന്നൂ. അയാൾ കുനിഞ്ഞ് അവന്റെ കവിളിൽ ഒരുമ്മ കൊടുത്തു, നെറ്റിമേൽ തലോടി. പിന്നെ സാവധാനത്തിൽ ജീവൻ നിലനിർത്തുന്നതിനുള്ള സഹായങ്ങൾ ഓരോന്നായി എടുത്തുമാറ്റി. ഡ്രിപ്, വെന്റിലേറ്റർ.

അയാൾ ജനലിനടുത്തു വന്നുനിന്നു. പുറത്ത് നഗരത്തിന്റെ ഉറങ്ങുന്ന മുഖം. സമയം ഒരു മണിയായിട്ടേ ഉള്ളൂ. രാത്രിക്ക് ഇനിയും നീളമുണ്ട്. അയാൾ മറുവശത്തിട്ട കട്ടിലിൽ പോയി ഇരുന്നു. പിന്നെ സാവധാനത്തിൽ അതിൽ നീണ്ടുനിവർന്നു കിടന്നു, ഒരു മിനിറ്റികം സുഖമായ ഉറക്കത്തിലായി.

■

ഒരു വിശ്വാസി

ഓർമ്മകളുടെ ചിത്രങ്ങൾ പൂപ്പൽ പിടിച്ചിരിക്കയാണ്. ഇടയ്ക്ക് പൂപ്പൽ തുടച്ചു വൃത്തിയാക്കുമ്പോൾ അവ കുറച്ചു നേരത്തേക്ക് വീണ്ടും തെളിയുന്നു. ഇത് സ്വയംപീഡനമാണെങ്കിലും ഞാൻ ഇട യ്ക്കിടയ്ക്ക് ചെയ്യുന്നതാണ്.

അതോടെ ആ സംഭാഷണ ശകലം ചെവിയിലെത്തുന്നു.

താനില്ലെങ്കിൽ എന്റെ കമ്പനി നടക്കുമോ എന്നു നോക്കട്ടെ.

വർഗ്ഗീസ് മാപ്പിളയായിരുന്നു അത്. നന്ദികേടിന്റെയും അഹന്ത യുടെയും ശബ്ദം. അയാൾ മാടിക്കുത്തിയ കൈലിമുണ്ടിന്നടിയി ലൂടെ കാണുന്ന കറുത്ത രോമാവൃതമായ കാലുകൾ ഞാൻ ഇന്നു മോർക്കുന്നു. താടിയിലെ കുറ്റിരോമങ്ങൾ ചൊറിഞ്ഞ് മുഖം കോട്ടി ക്കൊണ്ടാണയാൾ സംസാരിച്ചത്.

ഞാൻ പടികൾക്കു താഴെയാണ് നിന്നിരുന്നത് നിരാശനായി അമർഷം നിറഞ്ഞ മനസ്സോടെ.

നിങ്ങളുടെ ജോലിയില്ലെങ്കിൽ ജീവിക്കാൻ പറ്റുമോ എന്നു ഞാനും നോക്കട്ടെ.

പിന്നെ തിരിഞ്ഞു നടക്കുമ്പോൾ പിന്നിൽ വാതിൽ കൊട്ടിയട യ്ക്കുന്ന ശബ്ദം, ഇതെല്ലാം നാലു കൊല്ലങ്ങൾക്കുമുമ്പാണ്. ഇന്നു ഞാൻ എന്റെ സ്വന്തം കടയിൽ ഇരിക്കുന്നു. ചെറുതാണെങ്കിലും എന്റേതു മാത്രം. ആരും എന്നോടു കൽപ്പിക്കാനില്ല.

ഓടിട്ട വീടിന്റെ ഒരരുകിൽ അസ്ബസ്റ്റോസു കൊണ്ടുണ്ടാക്കിയ ഒരു ചെറിയ മുറിയാണ് കട. നിരത്തിലേക്ക് അധിക ദൂരമില്ല. ഗെയ്റ്റു കടന്നാൽ നാലഞ്ചടി നടന്നാൽ മതി. മുമ്പിൽ പ്ലൈവുഡും ഗ്ലാസും ഉപയോഗിച്ച് ഒരു കൗണ്ടറും ഷോകേസും ഉണ്ടാക്കിയിട്ടുണ്ട്. മൂന്നു ഭിത്തികളിലും ഗ്ലാസിന്റെ ഷോകേസ് നിറയെ ചന്ദനത്തിരി പാക്കറ്റു കൾ നിറച്ചിരിക്കയാണ്. കൗണ്ടറിനു പിന്നിൽ ഒരു സ്റ്റൂളിലാണ് എന്റെ സ്ഥാനം. ഞാനില്ലാത്തപ്പോൾ എന്റെ ഭാര്യ ഇരിക്കും. അതുമല്ലെങ്കിൽ

മകൻ. രവി ഇരിക്കുമ്പോൾ പുറത്തുള്ളവർക്ക് അവന്റെ കൊച്ചു തല മാത്രമേ കാണാൻ പറ്റൂ. ആരെങ്കിലും ഗേയ്റ്റു കടന്നു വന്നാൽ ഉടനെ അവൻ ചാടിയെഴുന്നേൽക്കുന്നു. ഒരു ചിരിയോടെ അവരെ നേരിടുന്നു. പിന്നെ അവന്റെ ക്രിയകളെല്ലാം ഞാൻ കണിശമായി പഠിപ്പിച്ചിട്ടുള്ളതും അവൻ ഒരു മാതിരി വിജയകരമായി നടത്തുന്ന തുമാണ്.

അവൻ ഞങ്ങളുടെ മൂന്നു ബ്രാണ്ടുകൾ കൗണ്ടറിൽ നിരത്തുന്നു.

''ഏതാണ് വേണ്ടത്?''

''തിരുവാതിരയുണ്ടോ?''

അത് വേറൊരു കമ്പനിയുടെ ബ്രാന്റാണ്. അവന്റെ മുഖം മങ്ങുന്നു.

''ഇതു നല്ലതാണു ചേട്ടാ. നല്ല വാസനയുണ്ട്. ഇത് റോസാണ്. ഇത് മുല്ലപ്പൂ, ഇത്...''

''തിരുവാതിര ഇല്ലേ?'' അയാൾ അക്ഷമനായി അന്വേഷിക്കുന്നു.

''ഇല്ല.''

''ശരി പിന്നെ വരാം.''

അയാൾ ഇറങ്ങി നടക്കുന്നു. എന്റെ മകന്റെ മുഖം വാടുന്നു. വളരെ സാവധാനത്തിൽ കൗണ്ടറിൽ നിരത്തിയ ചന്ദനത്തിരി പാക്കറ്റുകൾ ഒന്നു വാസനിച്ച്, തിരിച്ച് ഷോക്കേസിലേക്കു തന്നെ വെയ്ക്കുന്നു.

ഒരു പാക്കറ്റെങ്കിലും വിൽക്കാൻ പറ്റിയാൽ അവന്റെ മുഖം വികസി ക്കുന്നു. ഞാനോ ഭാരതിയോ അവനെ കടയിൽ നിന്നൊഴിവാക്കാൻ ചെന്നാൽ അവൻ കൃത്രിമമായി വ്യസനം നടിച്ചു പറയും.

''ഒന്നും ചെലവായിട്ടില്ല.''

അപ്പോൾ ഞങ്ങൾക്ക് മനസ്സിലാവും. അവൻ ഡ്രോയർ തുറന്ന് ഏതാനും നോട്ടുകൾ ആഹ്ലാദത്തോടെ കാണിച്ചു തരും.

''ഇനി മോൻ പോയി പഠിച്ചോ. ഹോം വർക്ക് ചെയ്തു കഴി ഞ്ഞുവോ?''

ഒരു കസ്റ്റമർ ഒന്നും വാങ്ങാതെ തിരിഞ്ഞു നടക്കുമ്പോഴും വല്ലതും വാങ്ങിപ്പോകുമ്പോഴും ഞങ്ങൾക്കുള്ളിൽ അത്രയധികം ഓളങ്ങൾ ഉണ്ടാവാറില്ല. അനുഭവങ്ങൾ ഞങ്ങളുടെ മനസ്സിനെ ഈ വിധം നിസ്സാര സുഖ ദുഃഖങ്ങൾ ഏശാത്ത വിധം മരവിപ്പിച്ചിരിക്കുന്നു.

രാത്രി, ഭക്ഷണം കഴിഞ്ഞ് ചന്ദനത്തിരി തെറുത്തുണ്ടാക്കുമ്പോൾ രവിയും സഹായിക്കുന്നു. അവൻ പറയും.

''നമുക്ക് ധാരാളം പരസ്യം കൊടുക്കണം. കണ്ടില്ലേ 'തിരുവാതിര'ക്കാർ എത്ര പരസ്യാണ് കൊടുക്കണത്. അതുകൊണ്ടാണ് എല്ലാവരും 'തിരുവാതിര' അന്വേഷിച്ചു വരുന്നത്. നമ്മുടെ 'ഓടക്കുഴലും' 'തുളസി'യും ഒന്നും ചെലവാകാത്തത്.''

അതു പറഞ്ഞപ്പോഴാണ് പുതുതായി പരിചയപ്പെട്ട മോഹൻ പിള്ളയുടെ കാര്യം ഓർമ്മ വന്നത്. അയാളും പറഞ്ഞു ധാരാളം പരസ്യം കൊടുക്കണം, നിങ്ങളുടെ കൈയിലുള്ള സാധനത്തിന്റെ മേന്മ എന്താണെന്ന് ജനങ്ങളോടു പറയണം. അല്ലാതെ അവരെങ്ങനെ അറിയാനാണ്. ഒരാഴ്ച മുമ്പാണ് അയാൾ കടയിൽ വന്നത്.

വൈകുന്നേരം ഞാൻ കടയിൽ ഇരിക്കുകയായിരുന്നു. അയാൾ ഗേറ്റിൽ ഒരു നിമിഷം സംശയിച്ചു നിന്നു. പിന്നെ നടന്നുവന്ന് കടയുടെ മുമ്പിൽ ഒരു ചിരിയോടെ നിന്നു. അയാൾക്ക് ഉയരം കുറവായിരുന്നു. മീശയില്ലാത്ത കാരണം മേൽചുണ്ടിനു മുകളിൽ അല്പം വീർത്ത പോലെ തോന്നി. ഒരു പക്ഷേ, മീശ അടുത്തൊരു ദിവസം എടുത്തുകളഞ്ഞതാവാനും മതി. ക്രോപ്പു ചെയ്ത മുടി. ചെമ്മൺ നിറത്തിലുള്ള നീണ്ട ഖദർ ജുബ്ബയും കരയുള്ള ഖദർ മുണ്ടും.

സാധാരണ പതിവുകാരുടെ ധൃതിയും അക്ഷമയും ഒന്നുമില്ല. അയാൾ ക്ഷമയോടെ കടയുടെ ഉള്ളു മുഴുവൻ നോക്കിപ്പഠിക്കുകയായിരുന്നു. ഒരു ആർട്ട് ക്രിട്ടിക്ക്, ശിൽപപ്രദർശിനിയിലെന്നപോലെ ഓരോ റാക്കിലും മുക്കിലും നോക്കുമ്പോഴെല്ലാം അയാളുടെ മുഖത്ത് വിവിധ രസങ്ങൾ ഉദിച്ചിരുന്നു. രണ്ടു മിനിറ്റ് എന്നെ ഒരനിശ്ചിതത്വത്തിൽ വിട്ട ശേഷം അയാൾ അടുത്തു വന്ന് കൗണ്ടറിൽ കൈവെച്ചുകൊണ്ട് പറഞ്ഞു.

''എനിക്ക് നിങ്ങളുടെ കട വളരെ ഇഷ്ടപ്പെട്ടു.''

ഞാൻ ഒന്ന് വല്ലാതായി, പ്രശംസ കിട്ടി തീരെ പരിചയമില്ലാത്തതിനാൽ ആരെങ്കിലും പ്രശംസിക്കുമ്പോൾ ഞാൻ സ്വാത്മബോധമുള്ളവനാകുന്നു. മുഖത്തെ പേശികൾ വലിഞ്ഞു മുറുകി ഒരു വികൃതമായ ചിരിയോടെ നിൽക്കുന്നു. പോരാത്തതിന് കടയെപ്പറ്റി പ്രശംസിക്കാൻ മാത്രം ഒന്നുമില്ലെന്നത് എനിക്കു തന്നെ അറിയാവുന്നതായതുകൊണ്ട്, ആ പ്രശംസ എന്റെ വിഷമങ്ങളെ ഇരട്ടിപ്പിക്കുകയാണ് ചെയ്തത്. അത് വെറും സാധാരണ പെട്ടിക്കട മാത്രമായിരുന്നു.

''ഇതാണ് പാകം.'' അയാൾ പറഞ്ഞു. ''വലിയ കടകൾ എത്ര വൾഗർ ആണ്. സ്മാൾ ഈസ് ബ്യൂട്ടിഫുൾ.''

ഞാൻ വെറുതെ ചിരിച്ചുകൊണ്ടുനിന്നു.

അയാൾ വീണ്ടും കടയുടെ ഉള്ളിലേക്കു നോക്കി.

''നിങ്ങൾ മൂന്നു തരം ചന്ദനത്തിരിയാണുണ്ടാക്കുന്നത് അല്ലേ?''

‘‘അതെ. മൂന്ന് വ്യത്യസ്ത ഗന്ധമാണ്. മൂന്നു പേരിട്ടിരിക്കയാണ്. ഞങ്ങൾ തന്നെയാണവ ഉണ്ടാക്കുന്നത്.’’

‘‘അതേയോ? അപ്പോൾ ഫാക്ടറിയും ജോലിക്കാരെല്ലാമുണ്ടാവുമല്ലോ.’’

‘‘ഇല്ല.’’ ഞാൻ തെല്ലൊരു വല്ലായ്മയോടെ പറഞ്ഞു. ‘‘ഇപ്പോൾ തുടങ്ങിയിട്ടല്ലേയുള്ളൂ. ഞങ്ങൾ തന്നെയാണുണ്ടാക്കുന്നത്. ഒരു ചെറിയ ബാങ്ക് ലോൺ കിട്ടിയിട്ടുണ്ട്.’’

എല്ലാം മനസ്സിലായെന്ന അർത്ഥത്തിൽ അയാൾ തല കുലുക്കി.

‘‘ഒഴിവു സമയങ്ങളിൽ നിങ്ങൾ രണ്ടു പേരും കൂടി അദ്ധ്വാനിച്ച് ചന്ദനത്തിരികൾ ഉണ്ടാക്കുന്നു. ഒരു പക്ഷെ രാത്രി വളരെ വൈകും വരെ, കാരണം പകൽ നിങ്ങൾക്ക് കടയിലിരിക്കണം. അല്ലെങ്കിൽ വിൽക്കാൻ നടക്കണം. ഭാര്യയ്ക്ക് അടുക്കളപ്പണിയുണ്ടാകും, ശരിയല്ലേ?’’

ഞാൻ അത്ഭുതത്തോടെ, എന്റെ ഉള്ളുകള്ളികൾ മറ്റൊരാൾ മനസ്സിലാക്കിയ വല്ലായ്മയോടെ തലയാട്ടി.

‘‘അങ്ങനെയാണ് ജീവിതം.’’ അയാൾ വളരെ ഗൗരവമായി പറഞ്ഞു. ‘‘ഒരു സമരം തന്നെയാണ്. എ വെരിറ്റബ്ൾ സ്റ്റ്രഗ്ൾ.’’

അയാളെ എന്നിലേക്കടുപ്പിക്കുന്ന എന്തോ ഉണ്ടായിരുന്നു. അയാളുടെ കണ്ണുകൾ, അതിലുള്ള ‘നമ്മൾ രണ്ടുപേരും, അല്ലേ’ എന്ന ഭാവം.

‘‘എന്റെ പേര് മോഹൻ പിള്ള.’’ അയാൾ പറഞ്ഞു. ‘‘നമ്മടെ പേര്?’’

‘‘രാഘവൻ.’’

‘‘രാഘവൻ?’’ അയാൾ ഊന്നിച്ചോദിച്ചു.

‘‘ഞങ്ങൾ നായന്മാരാണ്. പക്ഷേ ഞാൻ ടൈറ്റിലൊന്നും ഉപയോഗിക്കാറില്ല.’’

‘‘ശരിയാണ്.’’ അയാൾ ഗൗരവമായി ആലോചിച്ചു കൊണ്ടു പറഞ്ഞു. ‘‘അല്ലെങ്കിൽ ജാതിയിലും മതത്തിലുമൊക്കെ എന്തു കിടക്കുന്നു? നമ്മുടെ ചുറ്റും കാണുന്ന വൃത്തികേടിൽ പലതിന്റെയും ഉത്ഭവം ജാതിമതങ്ങളല്ലേ?’’

വീണ്ടും അയാൾ എന്റെ ഭാഗത്താണെന്നു പറയുന്നു. നമ്മുടെ വികാരങ്ങൾ എന്തെന്നറിയാതെതന്നെ മറ്റൊരാൾ അവ ഏറ്റുപറയുമ്പോൾ നാം പ്രശംസിക്കപ്പെടുന്നു. നമുക്കവരുമായി ഒരു സ്വകാര്യ ബന്ധം ഉണ്ടാവുന്നു. മനസ്സും മനസ്സുമായി ഒരടുക്കൽ. ആ മനുഷ്യൻ പിന്നെ, കാണാൻ ഭംഗിയില്ലെങ്കിലും ഇടാൻ സുഖമുള്ള ഒരു ഷർട്ടു പോലെ സ്വീകാര്യനാവുന്നു.

അയാൾ വാച്ചു നോക്കി.

''ഓ, എനിക്കു പോകണം.''

പിന്നെ യാതൊരു മുന്നറിയിപ്പും, ലോഹ്യം ചോദിക്കലുമില്ലാതെ അയാൾ പോയ്ക്കഴിഞ്ഞു.

അകത്ത് ഭാരതി ചന്ദനത്തിരിക്കുള്ള കൂട്ട് കുഴയ്ക്കുകയായിരുന്നു. എന്നെ കണ്ടപ്പോൾ അവൾ നടുനിവർത്തു.

''നടു വേദനിച്ചിട്ട് വയ്യ. എന്താ ഇത്ര വൈകിയത്. വരാൻ? കുറച്ചു വെള്ളം വേണ്ടിയിരുന്നു.''

ഞാൻ പാത്രത്തിൽ വെള്ളമെടുത്തു കൊണ്ടുവന്നു.

കടയിൽ ഒരു കസ്റ്റമർ വന്നിരുന്നു.

''വല്ലതും വാങ്ങിയോ?''

അയാൾക്ക് നമ്മുടെ കട നല്ല ഇഷ്ടമായി.

അതേയോ എന്ന അർത്ഥത്തിൽ അവൾ മൂളി. കൂട്ട് കുഴച്ച ശേഷം എഴുന്നേറ്റ് കരിപിടിച്ച കൈകൾ കഴുകി.

''സമയമെത്രയായി?''

''എട്ടുമണി.''

''കട അടച്ചുവോ?''

''മോനോട് പറഞ്ഞിട്ടുണ്ട്.''

ഭാരതി കസേരയിൽ ഇരുന്നു. അരക്കെട്ടിനു പിന്നിൽ കൈവെച്ചു.

''ഇന്ന് വേദന കൂടിയിട്ടുണ്ട്.''

ഞാൻ ഒന്നും പറയാതെ ഉണങ്ങാൻ വിരിച്ചിട്ട ചന്ദനത്തിരികൾ നോക്കി. എന്താണ് ആശ്വസിപ്പിക്കേണ്ടത്, രാവിലെ അഞ്ചു മണിക്ക് തുടങ്ങിയതാണ് ഈ ജോലി. അതിനിടയ്ക്ക് അടുക്കളപ്പണിയും. ഇനി കുഴച്ചുവെച്ചതു മുഴുവൻ തെറുത്തു കഴിയുമ്പോൾ ഒരു മണിയെങ്കിലുമാവും. വീണ്ടും അഞ്ചുമണിക്ക്...

കുറച്ചുകൂടി ക്ഷമിക്കൂ. ഞാൻ മനസ്സിൽ പറഞ്ഞു. എല്ലാം ശരിയാവും. ചന്ദനത്തിരി വിൽക്കുന്ന കാര്യത്തിൽ മിടുക്കില്ലെങ്കിലും ഞാൻ സ്വപ്നങ്ങൾ വിൽക്കുന്നതിൽ നല്ല സെയിൽസ്മാൻ ആയിരുന്നു.

എന്റെ ഒരു കസ്റ്റമർ ഭാരതിയാണ്. ഞാൻ അവൾക്ക് ദിവസേന മധുരമുള്ള സ്വപ്നങ്ങൾ വിൽക്കുന്നു.

കുറച്ചുകൂടി കഴിഞ്ഞാൽ നമുക്ക് രണ്ടു മൂന്നു പെൺകുട്ടികളെ ചന്ദനത്തിരിയുണ്ടാക്കാൻ ഏർപ്പാടു ചെയ്യാം. എവിടെയെങ്കിലും ഒരു ചെറിയ ഷെഡ്ഡ് വാടകയ്ക്കെടുത്ത് അവിടെ ഒരു ഫാക്ടറി മാതിരി

തുടങ്ങാം. കടയിലിരിക്കാൻ ഒരു പയ്യനെ ഏർപ്പാടാക്കാം. ഒരാറു മാസം കൊണ്ട് നമുക്ക് ഇതെല്ലാം സാധിക്കും. പിന്നെ നമുക്ക് ഒരു സ്കൂട്ടർ വാങ്ങണം. ചന്ദനത്തിരികൊണ്ട് കടകളിൽ കയറിയിറങ്ങുമ്പോൾ യാത്ര ഒരു സ്കൂട്ടറിലാവുമ്പോൾ സൗകര്യമാണ്. പിന്നെ അവർക്കും ഒരു മതിപ്പുണ്ടാവും എന്നെപ്പറ്റി. വെറും സെയിൽസ് മാൻമാരോടെന്നപോലെ വൃത്തികേടായി പെരുമാറില്ല.

ഭാരതി സ്വപ്നം കാണാൻ തുടങ്ങുന്നു. ഇളംനീല നിറമുള്ള സ്കൂട്ടറിന്റെ പിന്നിൽ ഇരുന്ന് ഞായറാഴ്ചകളിൽ സിനിമ കാണാൻ പോവുക. മാസങ്ങളായി കണ്ടിട്ടില്ലാത്ത ബന്ധുക്കളുടെയും സ്നേഹിതരുടെയും വീട്ടിൽ പോവുക. സ്വപ്നം തുടരവേ അവൾ യാന്ത്രികമായി ജോലി ചെയ്യുന്നു.

ചെറുപ്പത്തിൽ അമ്മ പശുക്കൾക്ക് കാടിവെള്ളം കൊടുക്കുന്നതു കണ്ടിട്ടുണ്ട്. സ്വാദില്ലെങ്കിൽ ആ പാവങ്ങൾ പിണ്ണാക്കിട്ട് കുതിർത്തതാണെങ്കിലും ആ വെള്ളം കുടിക്കാറില്ല. അമ്മപോയി കുറച്ച് ഉപ്പ് എടുത്തുകൊണ്ടു വന്ന് വെള്ളത്തിൽ നനച്ച് കുടിക്കാൻ സമ്മതിക്കാതെ തലയാട്ടുന്ന ആ മൃഗത്തിന്റെ വായിൽ വെച്ചുകൊടുക്കുന്നു. ഒപ്പം അതിന്റെ തലയും വെള്ളത്തിലേക്ക് താഴ്ത്തിക്കൊടുക്കുന്നു. ഉപ്പിന്റെ സ്വാദോർത്ത് പശു കാടി വെള്ളം മുഴുവൻ അകത്താക്കുന്നു. പിന്നെ അമ്മയുടെ സ്നേഹമയമായ ശകാരങ്ങളാണ്.

അപ്പൊ അതങ്ങട് നേർത്തെ കുടിക്ക്യായിരുന്നില്ലേ. കൊഞ്ചാൻ നിക്കണത്.

അമ്മ സ്വന്തം മക്കളേക്കാൾ മിണ്ടാപ്രാണികളെ സ്നേഹിച്ചു. അപ്പോൾ അല്പ സ്വല്പം ചതിയായാലും കുഴപ്പമില്ല.

ഭാരതി സ്വപ്നത്തിന്റെ ഉപ്പുരസം ആസ്വദിച്ച് വെള്ളം കുടിക്കയാണ്. എനിക്ക് എന്റെ കാടിവെള്ളം കുടിക്കേണ്ടതുണ്ട്, ഉണങ്ങിയ ചന്ദനത്തിരികൾ എണ്ണി പാക്കറ്റുകൾ നിറയ്ക്കുക, ഡസന്റെ പാക്കറ്റുകൾ ഒന്നായി പാക്കു ചെയ്യുക. ഓർഡർ അനുസരിച്ച് വേർതിരിച്ചു വെയ്ക്കുക.

മോഹൻപിള്ള പിറ്റേന്നും വന്നു ഒരു ചിരിയോടെ അയാൾ കൗണ്ടറിൽ കൈ കുത്തി നിന്നു. ഞാനുണ്ട് നിങ്ങളുടെ ഭാഗത്തെന്ന് സാന്ത്വനിപ്പിക്കുന്ന ഭാവം.

‘‘എനിക്കു നിങ്ങളുടെ ചന്ദനത്തിരിയുടെ വാസന ഇഷ്ടമായി. നല്ല വാസനയുണ്ട്.’’

മൂക്കു വിടർത്തി, ചന്ദനത്തിരിയുടെ വാസന ആസ്വദിക്കാൻ വേണ്ടി അയാൾ നിർത്തി.

‘‘നിങ്ങളുടെ ഗെയ്റ്റിന്റെ പത്തുവാര അകലെയെത്തിയാൽ ഈ

വാസന കിട്ടുന്നുണ്ട്. പിന്നെ എന്റെ നടത്തം നിലത്തല്ല. ഈ വാസന എന്നെ ഒരു സ്വർഗ്ഗലോകത്തേക്ക് നയിക്കുന്നു.''

അയാൾ വാസന എന്ന വാക്ക് ഉപയോഗിക്കുന്നത് ഞാൻ ശ്രദ്ധിച്ചു. മണം, ഗന്ധം എന്ന വാക്കുകൾ അയാൾ ഉപയോഗിച്ചില്ല. നാട്ടുകാർ സ്ഥിരം ഉപയോഗിക്കുന്ന വാക്കുകളാണിവ. നല്ല മണം അല്ലെങ്കിൽ ചീത്തമണം സുഗന്ധം അല്ലെങ്കിൽ ദുർഗന്ധം. നാറ്റം അല്ലെങ്കിൽ വാട. വാസന എന്ന പദം കുറച്ച് പ്രശംസനീയമായിരുന്നു. മറ്റാർക്കുമില്ലാത്ത ഒന്ന് നമുക്കുണ്ടെന്ന് അംഗീകരിക്കുന്ന ആ അഭിപ്രായ പ്രകടനം നമ്മെ വീണ്ടും അയാളിലേക്കടുപ്പിക്കുന്നു.

''വിൽപ്പനയൊക്കെ എങ്ങനെയുണ്ട്?''

''തരക്കേടില്ല. കടയിൽ വലിയ വിൽപ്പനയൊന്നുമില്ല. മൊത്തക്കച്ചവടക്കാർക്കാണ് ഞങ്ങൾ കാര്യമായി കൊടുക്കുന്നത്.''

''ഞാൻ ഒന്നു പറയട്ടെ ഒരു സജഷൻ മാത്രം.''

അയാൾ നിർത്തി. എന്റെ മറുപടിക്കായി, അനുവാദത്തിനായി കാത്തുനിന്നു. എന്റെ മുഖത്തുനിന്ന് അയാൾക്കു കിട്ടാനുള്ളതു കിട്ടിയെന്നു തോന്നുന്നു. അയാൾ തുടർന്നു. ''ഈ നഗരത്തിൽ ചുരുങ്ങിയത് അമ്പത് ഉഡുപ്പി റസ്റ്റോറന്റുകളെങ്കിലുമുണ്ടാവും. ഇവരെല്ലാം ചുരുങ്ങിയത് ഓരോ പാക്കറ്റെങ്കിലും ഒരു ദിവസം പുകച്ചു കളയുന്നുണ്ട്. എന്നുവെച്ചാൽ അമ്പത് പായ്ക്കറ്റ് ഒരു ദിവസം. നിങ്ങൾക്ക് മൊത്തവിലയ്ക്ക് കൊടുത്താലും ലാഭമല്ലേ? ആഴ്ചയിൽ പത്തുമുന്നൂറു പാക്കറ്റിന്റെ ബിസിനസ്സ് മോശമാണോ?''

ആഴ്ചയിൽ മൂന്നൂറു പാക്കറ്റിന്റെ ബിസിനസ്സ് ഞങ്ങളെ സംബന്ധിച്ചിടത്തോളം നല്ല ബിസിനസ്സു തന്നെയാണ്. പക്ഷേ അതു പ്രകടിപ്പിക്കാതെ ഞാൻ ആണെന്നും അല്ലെന്നും അർത്ഥം വരുന്ന മുഖഭാവവുമായി നിന്നു.

''ഒന്നു പരീക്ഷിച്ചു നോക്കൂ.''

ഇനിയും ഒന്നും പറഞ്ഞില്ലെങ്കിൽ അയാളുടെ നിർദ്ദേശം മാനിക്കാതിരിക്കയാണെന്ന് അയാൾ ധരിക്കുമെന്നു കരുതി ഞാൻ പറഞ്ഞു.

''നോക്കാം.''

''പിന്നെയുമുണ്ട് സ്ഥലങ്ങൾ...'' അയാൾ ആലോചിക്കുകയായിരുന്നു.

''ഞാൻ പിന്നെ പറയാം. ഇത്രയും മനോഹരമായൊരു സാധനം വിൽക്കാൻ അത്ര പണിപാടൊന്നുമില്ല. പരസ്യം ചെയ്യണം ധാരാളം പരസ്യം. നിങ്ങളുടെ ബ്രാന്റ് ആൾക്കാരുടെ കണ്ണിൽ പെടണം.''

അയാൾ വാച്ചു നോക്കി.

''ഓ, സമയം. ഞാൻ വരാം.''

അയാൾ പൊയ്ക്കഴിഞ്ഞു.

ഭാരതിയുടെ കണ്ണുകൾ വിടർന്നു. ആഴ്ചയിൽ മുന്നൂറു പാക്കറ്റ്. അതും മൊത്തവിലയിൽ. നമുക്ക് ഒരു പാക്കറ്റിൽ അമ്പതു പൈസ കൂടുതൽ കിട്ടും. എന്താ മോശം നാളെത്തന്നെ ഒന്നു പോയി നോക്കൂ.

കാര്യങ്ങൾ അത്ര എളുപ്പമല്ലെന്ന് എനിക്കറിയാം. അത് അനുഭവങ്ങളെക്കൊണ്ട് കിട്ടിയ അറിവാണ്. വളരെ എളുപ്പമാണെന്നു തോന്നിയ കാര്യങ്ങൾ, അടുക്കുമ്പോൾ വിലങ്ങുതടികൾ നിറഞ്ഞതാണെന്നു മനസ്സിലാവുന്നു ഭാരതിയുടെ ശുഭാപ്തിവിശ്വാസം എന്തിനു കളയണം. പോരാത്തതിന് ഒന്നു ശ്രമിച്ചു നോക്കാൻ ഞാനും തീർച്ചയാക്കിയിരുന്നു. ഞാൻ പറഞ്ഞു.

''നാളെ പോയി നോക്കാം.''

തയ്യാറായ പാക്കറ്റുകൾ കുന്നുകൂടിയിരുന്നു, ഓർഡറുകൾ പ്രതീക്ഷിച്ച്. ശ്രമിക്കുന്നതിൽ യാതൊരു കുഴപ്പവുമില്ല. എന്തു കിട്ടിയാലും അതൊരു നേട്ടമാണ്.

നിറച്ച സഞ്ചിയുമായി ഞാനിറങ്ങി. തൊട്ടടുത്തുള്ള ഉഡുപ്പി റസ്റ്റോറന്റ് ഞാൻ ഒഴിവാക്കി. ഞങ്ങൾ വല്ലപ്പോഴും ഒരു ഞായറാഴ്ച മസാലദോശ കഴിക്കാൻ പോകാറുള്ള ഇടമാണത്. ഇനിയൊരു സെയ്ൽസ് മാൻ എന്ന നിലയ്ക്ക് എന്നെ സ്വയം പരിചയപ്പെടുത്താൻ ഒരു സങ്കോചം. രണ്ടു സ്റ്റോപ്പു കഴിഞ്ഞാൽ ഒരു വലിയ ഉഡുപ്പി റെസ്റ്റോറന്റുണ്ട്. തുടക്കം അവിടെത്തന്നെയാവട്ടെ ഞാൻ നടന്നു.

മാർബിൾ പതിച്ച ചുമരുള്ള ആ റെസ്റ്റോറണ്ടിൽ തണുപ്പായിരുന്നു. ചന്ദനത്തിരിയുടെ മണവും നെയ്റോസ്റ്റിന്റെ മണവും ചേർന്ന് വളരെ സുഖകരമായ ഒരു വാസന അന്തരീക്ഷത്തിൽ ഉണ്ടായിരുന്നു. ഉഡുപ്പി റെസ്റ്റോറന്റിൽ എപ്പോഴും ഈ വാസന ഉണ്ടാവാറുണ്ടെന്നത് ഞാൻ ഓർത്തു. പക്ഷേ അത് ശ്രദ്ധിക്കാറുണ്ടായിരുന്നില്ല. ജനിച്ച മുതൽ ഞാൻ അനുഭവിക്കാൻ തുടങ്ങിയതാണീ മണം. വീട്ടിൽ ത്തന്നെയായിരുന്നു അച്ഛൻ ചന്ദനത്തിരികൾ ഉണ്ടാക്കിയിരുന്നത്. വീട്ടിന്റെ കോലായിൽ തന്നെ കച്ചവടവും. ക്ലാസിലെ സ്നേഹിതന്മാരാരെങ്കിലും 'തന്റെ വീട്ടിൽ എന്തു വാസനയാണ്' എന്നു പറയുമ്പോൾ ഞാൻ അത്ഭുതപ്പെടാറുണ്ട്. ചന്ദനത്തിരി വാസനയുള്ള ഒരു സാധനമാണെന്ന കാര്യം കൂടി ഞാൻ മറന്നിരുന്നു.

ഇപ്പോൾ, ഇതൊരു പുതിയ മണമായതുകൊണ്ടോ അത് നെയ്റോസ്റ്റിന്റെ മണവുമായി കുഴഞ്ഞതു കൊണ്ടോ എന്തോ അത് വളരെ ഹൃദ്യമായി തോന്നി. ഞാൻ ആവോളം ആ മണം ആസ്വദിച്ചു.

കൗണ്ടറിനു മുകളിൽ വാടാത്ത പൂമാലയണിഞ്ഞ സ്വാമിയുടെ ചിത്രത്തിനു മുമ്പിൽ ഒരു കുറ്റിയിൽ നിറയെ ചന്ദനത്തിരി കത്തിച്ചിരിക്കുന്നു. അഞ്ചെട്ടെണ്ണമുണ്ടാവും. മോഹൻപിള്ള പറഞ്ഞതു ശരിയാണ്. ഇവർ ദിവസേന ഒരു പാക്കറ്റെങ്കിലും ഉപയോഗിക്കുന്നുണ്ടാവും.

കൗണ്ടറിൽ വെളുത്തു തടിച്ച ഒരാൾ ഇരുന്നിരുന്നു. കഴുത്തിൽ സ്വർണ്ണമാല, നെറ്റിയിൽ ചന്ദനക്കുറി, ചെവിയിൽ പൂക്കൾ. ഞാൻ ബാഗിൽ നിന്ന് മൂന്നു പാക്കറ്റുകൾ പുറത്തെടുത്ത് കൗണ്ടറിൽ നിരത്തി. അപ്പോഴേക്ക് രണ്ടുപേർ ബില്ലുമായി വന്നു. അയാൾ പാക്കറ്റുകൾ പതുക്കെ ഒരരുകിലേക്ക് മാറ്റി. അവരുടെ പണം വാങ്ങി ചില്ലറ കൊടുത്തു.

''നല്ല ചന്ദനത്തിരിയാണ്. മൂന്നു വ്യത്യസ്ത വാസനയാണ് മുല്ലപ്പൂ, റോസ്, പിന്നെ ഇന്റിമേറ്റ്.''

അയാൾ പറഞ്ഞു.

''താങ്ക്സ്, ഇപ്പോൾ വേണ്ട. പിന്നെ ഇവിടെ ഒരാൾ കൊണ്ടുവന്നു തരുന്നുണ്ട്. ഒരു പഴയ ആളാണ്. ആട്ടെ, നിങ്ങളുടെ വില എന്താണ്?''

''പാക്കറ്റിന് മൂന്ന് അമ്പത്. മുപ്പതു ചന്ദനത്തിരികളുണ്ടാവും.''

''വില അധികമൊന്നുമില്ല.'' അയാൾ പറഞ്ഞു. ''ഇതാണ് കാര്യം. ഒരു പറ്റുകാരനുണ്ട്. കുറച്ച് വയസ്സായ ആളാണ്. ഇതാ ഇപ്പൊ തന്ന് പോയിട്ടേള്ളൂ. ഒരു പക്ഷേ ഇതിനുള്ളിൽത്തന്നെ എവിടെയെങ്കിലുമുണ്ടാവും.''

അയാൾ ഹാളിൽ തിരഞ്ഞു.

നല്ല തിരക്കുണ്ടായിരുന്നു. വെള്ള ലാമിനേറ്റിട്ട മേശയ്ക്കു മുമ്പിലിരുന്ന് ഭക്ഷണം കഴിക്കുന്ന ആൾക്കാർക്കിടയിൽ എനിക്കറിയാത്ത ഒരു ചന്ദനത്തിരിക്കാരനെ ഞാൻ തിരഞ്ഞു.

''അതാ, ആ വരുന്നില്ലേ, അയാളാണ് ആൾ.''

ഞാൻ നോക്കി. വളരെ വയസ്സായ ഒരാൾ ഒരു കാൻവാസ് സഞ്ചിയും തൂക്കി വരുന്നു. വയസ്സൻ കൗണ്ടറിനു മുമ്പിൽ നിന്നു. സഞ്ചി താഴെ വെച്ച് കീറിത്തുടങ്ങിയ ഷർട്ടിന്റെ പോക്കറ്റിൽ നിന്ന് ഒരു ഒറ്റ ഉറുപ്പിക നോട്ടെടുത്ത് കൊടുത്തു. സഞ്ചിയെടുത്തു തോളത്തു വെച്ചു.

''ശരി വരട്ടെ മുതലാളി. അടുത്ത ആഴ്ച കാണാം.''

തിരിയുമ്പോഴാണ് കിഴവൻ കണ്ടത്, ഞാൻ കൗണ്ടറിൽ വെച്ച മൂന്നു പാക്കറ്റ് ചന്ദനത്തിരികൾ. അയാളുടെ മുഖം മങ്ങി. അയാൾ ദൈന്യ ഭാവത്തിൽ എന്നെ നോക്കി. പിന്നെ താഴെ വെച്ച എന്റെ സഞ്ചിയും. ആ നോട്ടം വളരെ വിഷമിപ്പിക്കുന്നതായിരുന്നു.

കിഴവൻ പോയി.

''ഒരു സാധു മനുഷ്യനാണ്. ഇതൊണ്ടാക്ക്യാണ് അയാൾ ജീവിക്കണത്. ഞാൻ വേണങ്കി അയാളെ ഒഴിവാക്കി നിങ്ങൾക്ക് ബിസിനസ്സ് തരാം.''

''വേണ്ട.'' ഞാൻ ആ മൂന്നു പാക്കറ്റുകളും എടുത്തു.

''ആ മൂന്നു പാക്കറ്റുകൾ വേണമെങ്കിൽ വെച്ചോളു. നിങ്ങൾ കുറച്ചു സമയം ഇവിടെ നഷ്ടപ്പെടുത്തിയതല്ലേ?''

''അതു സാരല്ല്യ.'' പാക്കറ്റുകൾ സഞ്ചിയിലേക്കിടുമ്പോൾ ഞാൻ പറഞ്ഞു.

''ശരി, കാണാം.''

''ശരി.'' വേറൊരു കസ്റ്റമറുടെ പണം വാങ്ങുന്നതിനിടയിൽ ചിരിച്ചുകൊണ്ട് മുതലാളി പറഞ്ഞു.

അയാൾ വളരെ മര്യാദക്കാരനായിരുന്നു, അയാളുടെ മര്യാദ എന്നെ നിരായുധനാക്കി, മൂന്നു പാക്കറ്റാണെങ്കിൽ മൂന്നു പാക്കറ്റ്. അത്രയും വിൽക്കാമായിരുന്നു. പക്ഷേ, അയാളുടെ സംസാരത്തിലെ എന്തോ ഒന്ന് എന്നെ നിർവീര്യനാക്കിയിരുന്നു. അയാൾക്കത് ആവശ്യമില്ലെന്നും ഞാൻ എന്റെ പണ്ടങ്ങൾ അയാളുടെ തലയിലിടുകയാണെന്നും ഉള്ള ഒരു ബോധം എനിക്കുണ്ടായി. അയാൾ ഒന്ന് മുഖം ചുളിക്കുകയോ എന്നെ അവഗണിക്കുകയോ ചെയ്തിരുന്നെങ്കിൽ എനിക്കതു ചെയ്യാമായിരുന്നു.

പിന്നെ ആ വയസ്സന്റെ നോട്ടം. അതു ദയനീയമായിരുന്നു. എന്റെ ബിസിനസ്സ് തട്ടിയെടുക്കല്ലേ എന്ന പ്രാർത്ഥനയുണ്ടായിരുന്നു അതിൽ.

ഞാൻ അച്ഛനെ ഓർത്തു. അവസാന കാലങ്ങളിൽ ബിസിനസ്സ് വളരെ മോശമായിരുന്നു. വളരെ മോശമെന്നു വെച്ചാൽ, ചില ദിവസം ഒന്നോ രണ്ടോ പാക്കറ്റുകൾ വിറ്റാലായി, അത്രമാത്രം.

പെട്ടെന്നാണ് അതെല്ലാം ഉണ്ടായത്. ആ പരിസരത്തെങ്ങും വേറെ കടകളില്ലായിരുന്നു. ഒരു മാതിരി നല്ല ബിസിനസ്സ് ഉണ്ടായിരുന്നതാണ് ദൂരെയുള്ള മറ്റു കടകളിലേക്കും അച്ഛൻ ഒരു പയ്യനെ വെച്ച് വിതരണം നടത്തിയിരുന്നു. പെട്ടെന്ന് അച്ഛന് മാർക്കറ്റ് നഷ്ടപ്പെട്ടു, ഒരു സായുധ വിപ്ലവം പോലെയായിരുന്നു അത്. ചുറ്റും പുതിയ കടകൾ ഉയർന്നുവന്നു. ഒരു കുട്ടി കളിപ്പാട്ടങ്ങൾ നിരത്തുന്ന വേഗത്തിലാണതുണ്ടായത്. നിരത്തു നിറയെ അറിയാത്ത ആൾക്കാർ ഉരസി നടന്നു. സ്വന്തം നാട്ടിൽ അന്യനായതുപോലെ അച്ഛനു തോന്നിക്കാണണം. ഇതിനിടയിൽ തന്റെ ചന്ദനത്തിരിക്കുള്ള പ്രിയം കുറഞ്ഞു വന്നതദ്ദേഹത്തെ അത്ഭുതപ്പെടുത്തി. കുറേക്കാലമായി വാതത്തിന്റെ ശല്യം കാരണം അച്ഛൻ പുറത്തിറങ്ങാറില്ല. അതുകൊണ്ട് പട്ടണത്തിന്റെ

മറ്റു ഭാഗങ്ങളിൽ എന്താണ് സംഭവിച്ചുകൊണ്ടിരുന്നതെന്ന് അച്ഛന് മനസ്സിലായില്ല. വലിയ ഗ്ലാസ് ഷെൽഫുകളുള്ള കടകളിൽ പലതരം നിത്യോപയോഗ സാധനങ്ങൾ നിരന്നു. ചന്ദനത്തിരികൾ പല ആകർഷ മായ പാക്കറ്റുകളിൽ എത്തി. പുതിയ മണം, പുതിയ പാക്കറ്റുകൾ തേടി ആൾക്കാർ ഈ പുതിയ കടകൾ കയറിയിറങ്ങി. ഇതൊന്നും അച്ഛന് മനസ്സിലായില്ല. അച്ഛന്റെ കണ്ണ് തിമിരത്തിന് ഓപ്പറേറ്റ് ചെയ്തി രുന്നു. കട്ടിയുള്ള കണ്ണടയിലൂടെ അച്ഛന്റെ കണ്ണുകൾ വളരെ വലുതും വിരൂപവുമായി തോന്നിയിരുന്നു. ആ കണ്ണുകളും പായിച്ച് അച്ഛൻ കടയിൽ വരാത്ത പതിവുകാരെ പ്രതീക്ഷിച്ച് നിരത്തിലേക്ക് നോക്കി യിരുന്നു.

അടുത്ത ഉഡുപ്പി റെസ്റ്റോറന്റിലേക്കു കുറച്ചധികം ദൂരമുണ്ടായി രുന്നു. ബസ്സ് പിടിക്കണോ എന്നാലോചിച്ച് ഞാൻ ഒരു നിമിഷം നിന്നു. രാവിലത്തെ പോക്കു കണ്ടാൽ ബസ്സുകൂലി കൂടി നഷ്ടമാ ണെന്നു തോന്നി ഞാൻ നടക്കാൻ തുടങ്ങി.

അത് ആദ്യത്തെ റെസ്റ്റോറന്റിന്റെ അത്രതന്നെ വലുതായിരുന്നി ല്ല. ചന്ദനത്തിരിയുടെ മൂന്നു പാക്കറ്റുകൾ മേശമേൽ വെക്കുമ്പോ ഴേക്കും മുതലാളി പറഞ്ഞു.

''എടുത്തു വെച്ചോ ബാഗിൽ തന്നെ, ഇവിടെ ധാരാളം സ്റ്റോക്കുണ്ട്.''

''ഇതൊന്നു പരീക്ഷിച്ചു നോക്കൂ, ഞങ്ങൾ സ്വന്തമുണ്ടാക്കുന്ന താണ്.''

അയാൾ എന്നെ ഒന്നു നോക്കി. അതിൽ അവജ്ഞയുമുണ്ടായി രുന്നു; ധാർഷ്ട്യവും. ആ നോട്ടത്തിൽ ഞാൻ ചെറുതായി വന്നു. അയാൾ ഒരു പടുകൂറ്റൻ മരം പോലെ വലുതാവുകയും. അല്പം നല്ല പെരുമാറ്റത്തിനായി, സമത്വത്തിനായി ഞാൻ തല ഉയർത്തി അയാളെ നോക്കി. അയാൾ തന്റെ പുതിയ ഔന്നത്യത്തിൽ നിന്ന് എന്നെ കൂടുതൽ അവജ്ഞയോടെ, നീ എന്തൊരു പുഴു എന്ന മട്ടിൽ നോക്കുകയാണ്.

ഞാനൊരു വെറും സെയിൽസ്മാനല്ലെന്നും വിൽക്കാൻ കൊണ്ടു വന്ന സാധനങ്ങളുണ്ടാക്കുന്ന കമ്പനിയുടെ ഉടമസ്ഥനാണെന്നും അയാളോട് പറയണമെന്നും അതുവഴി അയാളിൽ കുറച്ചെങ്കിലും ബഹുമാനം ജനിപ്പിക്കണമെന്നും ഞാൻ ആശിച്ചു. പക്ഷേ, ഒന്നും പറയാൻ വയ്യ. ഞാനും അയാളും തമ്മിലുള്ള അകലം വർദ്ധിച്ചു വരുന്നു. ഈ കേൾക്കാദൂരത്തു നിന്ന് ഞാനയളോടെന്തു പറയാൻ? ഞാനൊരു വിഷമം പിടിച്ച അവസ്ഥയിലായിരുന്നു. എനിക്കു വേണ മെങ്കിൽ ചന്ദനത്തിരി പാക്കറ്റുകൾ തിരിച്ചുവെച്ച് സഞ്ചിയും തൂക്കി പുറത്തു കടക്കാം. പക്ഷേ, ഈ ദൂരം കുറയ്ക്കാതെ എനിക്കു തിരിച്ചു പോകാനും വയ്യ. അതെനിക്ക് വല്ലായ്മയുണ്ടാക്കുന്നു. പരാജയത്തേ ക്കാൾ വൃത്തികെട്ട ഒരു ബോധം.

"ആ സഞ്ചിയൊന്നു മാറ്റുമോ?"

കൗണ്ടറിൽ ധൃതിയായ വ്യാപാരമാണ്. അയാൾ ഒരു താളത്തോടെ ആൾക്കാരിൽ നിന്ന് നോട്ടുകൾ വാങ്ങി അവരുടെ കൈയിലുള്ള ബിൽ നോക്കി. ആദ്യം ചില്ലറയും പിന്നെ നോട്ടുകളും മേശപ്പുറത്ത് ഒരു ശബ്ദത്തോടെ വെച്ചു. പിന്നെ അടുത്ത ആളുടെ നോട്ട്, ബിൽ, ഞാൻ അയാളുടെ താളം തെറ്റിച്ചുവെന്ന് തോന്നുന്നു. കുറച്ചൊരു ഒഴിവു കിട്ടിയപ്പോൾ അയാൾ പറഞ്ഞു.

"ആ സഞ്ചിയൊന്ന് മാറ്റണം. പിന്നെ ഞാൻ പറഞ്ഞില്ലേ, ഇപ്പൊ വേണ്ടാന്ന്."

ഞാൻ ചന്ദനത്തിരി പാക്കറ്റുകൾ സഞ്ചിയിലിട്ട് സഞ്ചി കൈയി ലെടുത്തു. പിന്നെ പോക്കറ്റിൽ നിന്ന് ഒരു വിസിറ്റിംഗ് കാർഡ് എടുത്ത് അയാളുടെ നേരെ നീട്ടി.

P. Raghavan

Proprieter

Sweet Dreams Agarbathy Works

Cochin - 682 016

ഒരു ചെറിയ സ്ഥാപനത്തിന്റേതായാലും ഞാൻ ഒരു ഉടമസ്ഥ നാണെന്നയാൾ അറിയട്ടെ. അതുവഴി ഞാനും അയാളും തമ്മിലുള്ള ഉയരത്തിന്റെ അന്തരം കുറയട്ടെ.

എന്റെ കണക്കുകൂട്ടലുകളെല്ലാം തെറ്റായിരുന്നു. അയാൾ എന്റെ കാർഡ് വാങ്ങി നോക്കുകപോലും ചെയ്യാതെ മേശയ്ക്കു താഴേ ക്കിട്ടു. മേശവലിപ്പിലേക്കോ അല്ലെങ്കിൽ ചവറ്റുകുട്ടയിലേക്കോ.

ഞാൻ പുറത്തു കടന്നു.

മോഹൻപിള്ള വീണ്ടും വന്നു. കൗണ്ടറിൽ കൈ വെച്ച് ഒരു ചിരിയോടെ അയാൾ എന്നെ നോക്കി, ഒരു ചോദ്യഭാവത്തോടെ.

"ഞാൻ പറഞ്ഞ കാര്യം വല്ലതും ചെയ്തുവോ?"

ഹോം വർക്ക് ചെയ്തുവോ എന്നു ചോദിക്കുന്ന അദ്ധ്യാപകന്റെ ലാഘവത്തോടെ അയാൾ ചോദിച്ചു.

ഞാൻ പെട്ടെന്ന് ഓർത്തപോലെ പറഞ്ഞു. "ആ, ഉഡുപ്പി റെസ്റ്റോ റന്റിന്റെ കാര്യമല്ലേ? ഞാൻ മറന്നുപോയി, ഇന്നു നല്ല തിരക്കായി രുന്നു കടയിൽ അടുത്തൊരു ദിവസം പോകാം."

"പോകാതിരിക്കരുത്. നമുക്ക് നഷ്ടപ്പെടാനൊന്നുമില്ല. പത്തു മുന്നൂറു പാക്കറ്റിന്റെ ബിസിനസ്സ് അത്ര മോശമൊന്നുമല്ല."

ഞാൻ തലയാട്ടി. ഇയാൾ എന്തിനെന്നെ ഭരിക്കുന്നു. ഒരമർഷ ത്തോടെ ഞാൻ ഓർത്തു. രാവിലെയുണ്ടായ അനുഭവങ്ങൾ അത്ര

സുഖകരമായിരുന്നില്ല. എന്റെ മുഖത്തുണ്ടായ നീരസം അയാൾക്ക് മനസ്സിലായെന്നു തോന്നുന്നു. അയാൾ ചിരിച്ചുകൊണ്ടു ചോദിച്ചു.

''ഞാനൊരു മാഷ്ടെപോലെയാണല്ലേ? വല്ലാതെ നിർബന്ധിക്കുണു അല്ലേ?''

ഞാനോർത്തു എന്റെ നന്മയ്ക്കുവേണ്ടി പറയുന്നതാണ്. അല്ലാതെ അയാൾക്ക് ഇതിൽ മറ്റെന്തു താല്പര്യമാണുള്ളത്?

ക്രമേണ എന്റെ മുഖത്തെ വലിഞ്ഞു മുറുകിയ പേശികൾ അയഞ്ഞുവന്നു. ഞാൻ ശാന്തനായി. തലവേദന നിവാരണി ഗുളികകളുടെ പരസ്യത്തിലെ മോഡലുകളെപ്പോലെ ഞാൻ ചിരിച്ചു.

''ഞാൻ നിങ്ങൾക്കുവേണ്ടി വേറൊരു കാര്യം അന്വേഷിക്കുന്നുണ്ട്. കുറച്ചു വലിയ ബിസിനസ്സായിരിക്കും. അതെപ്പറ്റി പിന്നീട് പറയാം.''

അയാൾ വാച്ചുനോക്കി, ഒരു നിമിഷത്തിനുള്ളിൽ അപ്രത്യക്ഷനാവുകയും ചെയ്തു.

അകത്ത് ഭാരതി ചന്ദനത്തിരികളുടെ നടുവിലായിരുന്നു. അവൾ തലയുയർത്തി ചോദിച്ചു.

''കട അടച്ചുവോ? സമയമെത്രയായി?''

അവളുടെ സ്വരം ക്ഷീണിച്ചിരുന്നു. ഭൂതകാലത്തെവിടെയോ ഉള്ള ഒരു കല്ലറയിലെ തടവുകാരിയെപ്പോലെ തോന്നിച്ചു അവൾ. കാറ്റും വെളിച്ചവും കടക്കാത്ത കല്ലറയിലെ സ്ഥലകാലബോധം നശിച്ച ഒരു തടവുകാരി.

''ഈ മുറിയിലെ ബൾബു മാറ്റണം. വല്ലാതെ മങ്ങിയിരിക്കുന്നു.'' ഞാൻ പറഞ്ഞു.

'സമയമെത്രയായി' എന്ന അവളുടെ ചോദ്യത്തിന് ഞാൻ മറുപടി പറഞ്ഞില്ലെന്നോർത്തു. അവൾ മറുപടി പ്രതീക്ഷിച്ചിരുന്നോ? നഷ്ടപ്പെട്ട അവസരങ്ങളുടെയും യാദൃച്ഛികതയുടെയും തടവറയിൽക്കിടക്കുന്ന അവൾക്ക് അതിന്റെ ആവശ്യമുണ്ടോ?

ഒരു പുതിയ വ്യക്തിയെ കാണുന്ന പോലെ ഞാൻ ഭാരതിയെ നോക്കി. അവൾ കുനിഞ്ഞിരുന്ന് ജോലി ചെയ്യുന്നു. അവൾ അവളുടേതായ ഒരു ലോകത്താണ്. ഞാനവളെ നോക്കി പഠിച്ചു. ഒതുക്കമില്ലാത്ത തലമുടി നെറുകയിൽ കെട്ടിവച്ചിരിക്കുന്നു. കാതിലിട്ട കമ്മലുകൾ ചെവിയിൽ പറ്റിപ്പിടിച്ചിരിക്കുന്നു. മഞ്ഞയിൽ ചെറിയ ചുവന്ന പൂക്കളായ സാരിയാണവൾ ഉടുത്തിരുന്നത്. തീരെ അപരിചിതയായ ഒരു സ്ത്രീയെയെന്ന പോലെ ഞാൻ അവളെ കൗതുകത്തോടെ നോക്കി. ഞാനും അവളും തമ്മിലെന്താണു ബന്ധം? ഒപ്പം താമസിക്കുക, സമയവും സന്ദർഭവും കിട്ടുമ്പോൾ ഇണചേരുക

എന്നതല്ലാതെ അവളുടെ വികാരങ്ങളെന്തെല്ലാമാണെന്നറിയാൻ ഞാൻ ശ്രമിച്ചിരുന്നോ? ഞാൻ എപ്പോഴും എന്റെ വികാരങ്ങൾക്കു മാത്രമേ ശ്രദ്ധ കൊടുത്തിരുന്നുള്ളൂ. ഇപ്പോൾ ഈ സമയത്ത് അവൾ എന്തായിരിക്കും ആലോചിക്കുന്നുണ്ടാവുക? അവൾ എനിക്കു തീരെ അപരിചിതയായിരുന്നു.

അവൾക്ക് വികാരങ്ങളുണ്ടെന്നു പരിഗണിക്കാത്ത ഞാൻ, എന്റെ സ്വകാര്യഭയങ്ങളും വേദനകളും അപമാനഭാരങ്ങളും അവളുമായി പങ്കിട്ടിരുന്നില്ല. ഒരു വിശ്വാസമില്ലായ്മ, കാര്യമുണ്ടോ എന്ന സംശയം അത്രമാത്രം. ഒരുപക്ഷേ അവളോട് പറഞ്ഞാൽ അതിനെപ്പറ്റി സംസാരിക്കാൻ ഒരവസരമുണ്ടാകുകയും അതിൽനിന്ന് എന്തെങ്കിലും പരിഹാരം ഉരുത്തിരിയുകയും ചെയ്യുമായിരിക്കും. അതിനുപകരം അവ ഞാൻ തന്നെ സ്വയം ചവച്ചരച്ച് പാകമാക്കുന്നു. രാവിലെയു ണ്ടായ അനുഭവങ്ങൾ ഞാൻ ഭാരതിയോടു പറഞ്ഞില്ല. അവർക്ക് തൽക്കാലം ചന്ദനത്തിരികൾ ആവശ്യമില്ലെന്നു മാത്രം പറഞ്ഞു.

വൈകുന്നേരംവരെ ആ സംഭവം എന്റെ മനസ്സിൽ ഉറങ്ങാതെ ജോലിയെടുത്തു കൊണ്ടിരിക്കയായിരുന്നു. അതുകൊണ്ട് എനിക്കി പ്പോൾ അതു കുറച്ചുകൂടി വ്യക്തമായി വിശകലനം ചെയ്യാൻ പറ്റി. എനിക്ക് എവിടെയാണ് തെറ്റുപറ്റിയതെന്നു മനസ്സിലായി. ചന്ദനത്തിരി വിൽക്കാൻ പോകേണ്ടിയിരുന്നത് പി. രാഘവൻ എന്ന കമ്പനിയുടമയല്ല. എന്നിലെ സെയിൽസ്മാനായിരുന്നു. എന്നിലെ സെയിൽസ്മാൻ മാത്രമേയുണ്ടായിരുന്നുള്ളൂവെങ്കിൽ സംഭവങ്ങൾ വ്യത്യസ്തമായേനേ.

മോഹൻപിള്ള എന്റെ ഒരു സ്വഭാവമായി മാറിയിരുന്നു. രാത്രി ഏഴുമണി കഴിഞ്ഞാൽ ഞാൻ ഗെയ്റ്റിലേക്കു നോക്കിയിരുന്നു. അയാൾ വരാത്ത ദിവസങ്ങളിൽ എനിക്കു വിഷമമുണ്ടാവുന്നു.

ചില ദിവസം അയാളെ കാത്തിരുന്ന് മടുത്ത് കുറച്ചു വെള്ളം കുടി ക്കാൻ അകത്തു പോകുമ്പോഴായിരിക്കും അയാൾ വരിക. ഞാൻ തിരിച്ചുവരുമ്പോൾ മോഹൻപിള്ള ചിരിച്ചുകൊണ്ടു നിൽക്കുന്നുണ്ടാവും.

ഒരു ദിവസം അയാൾ ചോദിച്ചു.

‘‘എന്തു ധൈര്യത്തിലാണ് നിങ്ങൾ കട തുറന്നിട്ട് പോകുന്നത്?’’

ഞാൻ ചിരിക്കുക മാത്രം ചെയ്യും.

‘‘ഞാൻ സത്യസന്ധനായതുകൊണ്ട് നിങ്ങളുടെ കട കൊള്ളയ ടിച്ചില്ല. എന്റെ അത്ര തന്നെ സത്യസന്ധരല്ലാത്തവരും ഇല്ലേ. ഈ ലോകത്ത്?’’

‘‘എനിക്കു മനുഷ്യനെ വിശ്വാസമാണ്. ഞാൻ പറയുന്നു. മറ്റൊ ന്നിനെ വിശ്വസിച്ചില്ലെങ്കിലും ഞാൻ മനുഷ്യനിലും അവന്റെ നന്മയിലും വിശ്വസിക്കുന്നു.’’

''നിങ്ങൾക്കു ഭ്രാന്താണ്.'' മോഹൻപിള്ള പറഞ്ഞു. ചിരിച്ചുകൊണ്ടു തന്നെ, എന്നെ കളിയാക്കുന്ന മട്ടിൽ. ''മനുഷ്യൻ മനുഷ്യനെ ചതിക്കുന്നു. നാലു കാശിനുവേണ്ടി കൊല്ലുന്നു. കിഴവന്മാർ എട്ടും പത്തും വയസ്സുള്ള കുട്ടികളെ ബലാത്സംഗം ചെയ്യുന്നു. സ്വന്തം കീശ നിറയ്ക്കാൻ വേണ്ടി ആളുകൾ പൊതുവനം വെട്ടി നശിപ്പിക്കുന്നു. അതു വളരുന്ന തലമുറയുടെ ഭാവി നശിപ്പിക്കുകയാണെന്ന് ഓർക്കുന്നില്ല. മരുന്നു കമ്പനിക്കാർ മറ്റു രാജ്യങ്ങളിൽ നിരോധിച്ച വിഷമരുന്നുകൾ വിറ്റ് കാശാക്കുന്നു. വൻരാജ്യങ്ങൾ അന്യോന്യം നൂറിരട്ടി നശിപ്പിക്കാൻ മാത്രം അണുബോംബുകൾ ഉണ്ടാക്കി വെച്ചിരിക്കുന്നു. ഇത്രയൊക്കെയായിട്ടും നിങ്ങൾക്ക് മനുഷ്യനിലുള്ള വിശ്വാസം നശിച്ചിട്ടില്ലെന്നോ. നിങ്ങളൊരു സ്വപ്നജീവിയാണ് ഹേ...''

മോഹൻപിള്ള പറയുന്നതെല്ലാം ശരിയാണെന്നറിയാം. എന്നാലും മനുഷ്യൻ. അവനെ സ്നേഹിക്കാതിരിക്കാനും വിശ്വസിക്കാതിരിക്കാനും വയ്യ. അതെന്റെ ബലഹീനതയാണ്.

പൂപ്പൽ പിടിച്ച ചിത്രം ഒരിക്കൽകൂടി വൃത്തിയാക്കപ്പെട്ടു. പത്തു കൊല്ലം ചെറിയ കച്ചവടക്കാരനെ വലിയ മുതലാളിയാക്കാൻ രാവു പകൽ ശ്രമിച്ച് അതിൽ വിജയം വരിച്ചു. സ്വന്തം വീട്ടിൽ ഒരു ചെറിയ മുറിയിൽ മേശയും രണ്ടു കസേരയും റാക്കിൽ ഏതാനും പാക്കറ്റ് സാബിംൾ ചെരിപ്പുകളും കാൻവാസ് ഷൂകളും കുട്ടികളുടെ ഉടുപ്പുകളുമായി വർഗ്ഗീസ് മാപ്പിള തുടങ്ങിയ ബിസിനസ്സ് ഞാൻ എന്റെ പരിശ്രമഫലമായി എം.ജി റോഡിൽ ഒരു വലിയ കടയിൽ എത്തിച്ചു. അതോടെ വർഗ്ഗീസ് മാപ്പിള എന്നോടു തന്ന വാഗ്ദാനങ്ങൾ മറന്നു.

തന്റെ അടുത്ത് എന്താണ് രേഖയുള്ളത് തന്നെ പാർട്ടണറാക്കാമെന്ന്.

എന്റെ കൈയിൽ രേഖയൊന്നും ഉണ്ടായിരുന്നില്ല. എത്രയോ പ്രാവശ്യം വർഗ്ഗീസ് മാപ്പിള നേരിട്ടു പറഞ്ഞതല്ലാതെ എന്റെ കൈയിൽ രേഖയൊന്നുമില്ല.

എല്ലാം വിശ്വാസത്തിന്റെ പേരിലാണ് ചെയ്തത്. കമ്പനിയിൽ കാശില്ലാതെ വന്നപ്പോൾ സ്വന്തം പോക്കറ്റിൽ നിന്ന് പണമെടുത്തു. ബന്ധുക്കളിൽ നിന്നും സ്നേഹിതരിൽനിന്നും കടം വാങ്ങി വർഗ്ഗീസ് മാപ്പിളയെ സഹായിച്ചു.

അവസാനം ഒരു ദിവസം പ്രതീക്ഷിക്കാത്ത ഏറ്റുമുട്ടലുണ്ടായി. വർഗ്ഗീസ് മുതലാളിയുമായി തീർക്കാത്ത കണക്കുമായി പുറത്തിറങ്ങുമ്പോൾ തീർച്ചയാക്കി, ഇനി ആരുടെ കീഴിലും ജോലിയെടുക്കില്ല. വർഗ്ഗീസ് മുതലാളി തരാനുള്ള നാലു മാസത്തെ ശമ്പളം വാങ്ങാൻ പോകലുണ്ടായില്ല. അയാൾക്ക് മര്യാദയുണ്ടെങ്കിൽ ആ പണം ഒരു

ചെക്കോ ഡ്രാഫ്റ്റോ ആയി അയച്ചുതരാമായിരുന്നു. ഏതായാലും നാലു കൊല്ലങ്ങൾക്കു ശേഷവും ഇടയ്ക്കിടയ്ക്ക് തീരാത്ത കണക്കിന്റെ ഓർമ്മ വരുമ്പോൾ, എന്റെ നിസ്സഹായതയോർത്ത് ഞാൻ അമർഷം കൊള്ളുന്നു.

പുതിയ ബിസിനസ്സിനെപ്പറ്റി മോഹൻപിള്ള പറയുന്നു. ''തന്റെ ഒരു സ്നേഹിതൻ ഐലന്റിൽ കയറ്റുമതി ബിസിനസ്സ് നടത്തുന്നു. ഗൾഫിലേക്കാണ് കാര്യമായ കയറ്റുമതി. അയാൾക്ക് ചന്ദനത്തിരികൾ വളരെയധികം ആവശ്യമാകും. ഞാൻ പരിചയപ്പെടുത്തി തരാം. പക്ഷേ വളരെ വലിയ ക്വാണ്ടിറ്റി വേണ്ടി വരും. പതിനായിരക്കണക്കിന് പാക്കറ്റുകൾ ഒരു സമയത്ത് കൊടുക്കേണ്ടി വരും.''

''അതു ചെയ്യാൻ വിഷമമില്ല. ഞാൻ രണ്ടു പെൺകുട്ടികളെ നിയമിക്കുന്നുണ്ട്. പിന്നെ നമുക്ക് ലോക്കലായി കുറച്ചു വാങ്ങുകയും ചെയ്യാമല്ലോ.''

''ഇത് ഒരു ഷുവർ ബിസ്സിനസ്സാണ്.'' മോഹൻപിള്ള പറയുന്നു. ''പുള്ളിക്കാരൻ എന്റെ വളരെ അടുത്ത സ്നേഹിതനാണ്. ഇപ്പോഴുള്ള സപ്ലയറെ മാറ്റിയിട്ടെങ്കിലും നിങ്ങൾക്കു ബിസിനസ്സു തരും.''

രാത്രി ഊണുകഴിക്കുമ്പോൾ ഭാരതിയോട് പറയുന്നു.

''മോഹൻപിള്ളയുടെ സ്നേഹിതന് കയറ്റുമതി ബിസിനസ്സാണ് കയറ്റുമതി ചെയ്യാൻ ധാരാളം ചന്ദനത്തിരികൾ വേണ്ടിവരുമത്രെ. അയാൾ ശരിയാക്കാമെന്ന് ഏറ്റിട്ടുണ്ട്.''

''എത്ര വേണ്ടി വരും?''

''ഒരേ സമയത്ത് പതിനായിരക്കണക്കിന് വേണ്ടിവരുമത്രെ.''

ഞാൻ എന്റെ ശബ്ദത്തിൽ ഉത്തേജനമുണ്ടാവാതിരിക്കാൻ ശ്രദ്ധിച്ചു. ഒരു സാധാരണ കാര്യം പറയുന്ന പോലെ, അങ്ങനെയൊക്കെയാണ് കാര്യങ്ങൾ എന്ന മട്ടിൽ.

ഭാരതിയുടെ കണ്ണുകൾ വിടർന്നു.

''പതിനായിരം? നമുക്കത്രയധികം എങ്ങനെയാണുണ്ടാക്കാൻ പറ്റുക? രാത്രി ഒരു മണി വരെ ജോലി ചെയ്തിട്ട് എത്ര കുറച്ചാണ് ഉണ്ടാക്കാൻ പറ്റുന്നത്.''

''അതിനെന്താ, നമുക്ക് രണ്ടു പെൺകുട്ടികളെ ജോലിക്കു വെയ്ക്കാം. അങ്ങനെയാവുമ്പോൾ നിനക്ക് കുറച്ചൊരു ഒഴിവു കിട്ടും.''

ഞാൻ വീണ്ടും സ്വപ്നങ്ങൾ വിൽക്കുന്ന സെയിൽസ്മാനായി. എന്റെ കച്ചവടച്ചരക്കുകൾ നിരത്തി. ഭാരതി അതിന്റെ തന്മയത്വത്തിൽ മുഴുകി.

ഞാനും സ്വന്തം വാക്കുകളാൽ വഞ്ചിക്കപ്പെടാൻ തുടങ്ങിയിരിക്കുന്നു. ഭാരതിയുടെ ലോകം വർണ്ണശബളമാക്കാൻ ഉപയോഗിക്കുന്ന

ചായങ്ങളിൽ ഞാൻ തന്നെ ആകൃഷ്ടനാവുന്നു. ക്രമേണ അവ സ്വയം വിശ്വസിക്കുന്നു. അവയുടെ യുക്തിരാഹിത്യം എന്റെ തലയിൽ കയറുന്നില്ല. ഉദാഹരണമായി പതിനായിരം പാക്കറ്റുകൾ ഉണ്ടാക്കാൻ ആവശ്യമുള്ള മുതൽമുടക്കിനെപ്പറ്റി ഞാൻ ചിന്തിച്ചിട്ടേ ഇല്ല. ജോലിക്കാർക്ക് കൊടുക്കേണ്ട ശമ്പളം, ഇതെല്ലാം കഴിഞ്ഞ് വല്ല ലാഭമുണ്ടാകുമോ എന്നൊന്നും എന്റെ മനസ്സിൽ പോകുന്നില്ല. എന്റെ ഉള്ളിൽ വലിയ ഒരു കയറ്റുമതി ഓർഡർ മാത്രമാണ് നിറഞ്ഞു നിൽക്കുന്നത്. ആ ഓർഡർ കൂടുതൽ ഓർഡറുകളിലേക്കുള്ള ഏണിപ്പടിയാകും. അങ്ങിനെ അധികം അകലെയല്ലാതെ കുറച്ചുകൂടി മെച്ചപ്പെട്ട ഒരു ജീവിതം. ഭൂതകാലം സമ്മാനിച്ച ഓർമ്മകൾ മായ്ക്കാൻ കഴിവുള്ള ഒരു ഭാവിയുണ്ടാക്കാൻ.

ഭാരതി ചിലപ്പോൾ എന്റെ സ്വപ്നാടനം തകർക്കുന്നു.

അവൾ പറയുന്നു.

''മോഹൻപിള്ള ഒരു തരികിടയാണെന്നാണ് എനിക്കു തോന്നുന്നത്.''

''കാരണം?''

''ഒന്നാമതായി അയാൾ ഇതുവരെ സ്വന്തം ആവശ്യത്തിനായി ഒരു പാക്കറ്റ് ചന്ദനത്തിരി പോലും വാങ്ങിച്ചിട്ടില്ല.''

''അതുകൊണ്ട്?''

''ഞാനുദ്ദേശിക്കുന്നത്...''

ഭാരതി നിർത്തി എന്റെ മുഖത്തേക്കു നോക്കി. എന്നെ വിഷമിപ്പിക്കാൻ പോകുന്നുവെന്നവൾക്കറിയാം. പക്ഷേ അതിനേക്കാൾ പ്രധാനമായത് കാര്യം പറയലാണ്.

''അയാൾക്ക് നമ്മുടെ കാര്യത്തിൽ ഇത്ര താത്പര്യമുണ്ടാവാൻ എന്താണ് കാര്യം? നമ്മുടെ നിരത്തടിക്കുന്ന തൂപ്പുകാരി കൂടി ഇവിടെ നിന്ന് ചന്ദനത്തിരി വാങ്ങാറ്ണ്ട്. വേറെ എവിടീം കിട്ടാത്തതുകൊണ്ടാണോ? നമ്മെ പരിചയമുള്ളതുകൊണ്ടിവിടെ നിന്നു വാങ്ങുന്നു. നാലുറുപ്പികയുടെ ബിസിനസ്സാണെങ്കിൽത്തന്നെ അത് പരിചയമുള്ളവർക്ക് കൊടുക്കാമല്ലോ എന്നു കരുതിയാണത്. ഇയാളെന്താണ് ചെയ്യുന്നത്? വൈകുന്നേരമായാൽ വരുന്നു. സംസാരിച്ച് സമയം കളയുന്നു. എനിക്ക് നിങ്ങളോട് എന്തെങ്കിലും ചോദിക്കാനും കൂടി പറ്റില്ല. ഏതോ ഒരു കാര്യം ചോദിക്കാൻ മോനെ വിട്ടതിന് നിങ്ങൾ അവനെ എത്ര ചീത്ത പറഞ്ഞു.''

ഞാൻ ഒന്നും പറയാതെ നിന്നു. മോനെ കഴിഞ്ഞ ആഴ്ച ഒരു ദിവസം ചീത്ത പറഞ്ഞത് ശരിയാണ്. മോഹൻപിള്ളയുമായി സംസാരിച്ചിരിക്കുമ്പോഴാണ് അവൻ കടയുടെ പിന്നിലെ കിളിവാതിൽ

തുറന്നു വന്നത്. അവന്റെ മുഖത്ത് കരിയുണ്ടായിരുന്നു. കൈകളിലും കരിപുരണ്ടിരുന്നു.

അവൻ അമ്മയെ സഹായിക്കുകയായിരുന്നു. മോഹൻപിള്ളയെ കണ്ടപ്പോൾ അവൻ തിരിച്ചുപോകുകയും ചെയ്തു.

''മോൻ നിങ്ങളെ സഹായിക്കുന്നുണ്ടല്ലേ?'' അയാൾ ചോദിച്ചു.

''അതെയതേ,'' ഞാൻ ഒരു ഇളിഞ്ഞ ചിരിയോടെ പറഞ്ഞു. ''ചിലപ്പോൾ ധാരാളം ജോലിയുണ്ടാവും. അപ്പോൾ അവൻ സഹായിക്കാറുണ്ട്.''

''ചൈൽഡ് ലേബറിന്റെ മറ്റൊരു മുഖം.'' മോഹൻപിള്ള പറഞ്ഞു.

എന്തുകൊണ്ടോ എനിക്കാ അഭിപ്രായ പ്രകടനം ഇഷ്ടമായില്ല. ഞാൻ ഒന്നും പറയാതെ ഇരുന്നു. മോഹൻ പിള്ള വീണ്ടും വരാൻ പോകുന്ന എക്സ്പോർട്ട് ഓർഡറിനെപ്പറ്റി സംസാരിക്കുകയും സാധാരണ മട്ടിൽ പെട്ടെന്ന് ഇറങ്ങിപ്പോകുകയും ചെയ്തു.

ഞാൻ അകത്തുപോയി രവിയുടെ ചെവി പിടിച്ചു. പകച്ചുനിന്ന അവന്റെ നേരെ ശകാരങ്ങൾ ഉതിർത്തു. നമ്മൾ വീടിന്റെ ഒരു ഭാഗത്താണ് കട തുറന്നിരിക്കുന്നതെങ്കിലും വരുന്ന കസ്റ്റമർക്ക് അതു തോന്നരുതെന്നും മെയിൻ റോഡിലെവിടെയെങ്കിലുമുള്ള മറ്റേത് കടയിൽ കേറിയ മാതിരി തോന്നണമെന്നും അതിനുള്ള വസ്ത്രധാരണങ്ങളും മര്യാദകളും നമ്മൾ അനുഷ്ഠിക്കണമെന്നും മറ്റുമായിരുന്നു ഞാൻ പറഞ്ഞിരുന്നത്. പതിനഞ്ചു മിനിറ്റ് നേരം ശകാരിച്ചിട്ടും അവന് അവന്റെ തെറ്റെന്തെന്ന് മനസ്സിലായില്ലെന്ന് സ്പഷ്ടമായിരുന്നു. ഇതിനകം എന്റെ മനസ്സിൽ ഒരു കുറ്റബോധം വളരാനും തുടങ്ങിയിരുന്നു. അവൻ പലപ്പോഴും ഞങ്ങളെ സഹായിച്ചിരുന്നത് ഞങ്ങൾ ആവശ്യപ്പെടാതെ തന്നെയായിരുന്നു. ഇന്നും വൈകുന്നേരം നാലരയ്ക്ക് സ്കൂൾ വിട്ടു വന്ന ഉടനെ ഇരുന്നതാണവൻ അമ്മയുടെ അടുത്ത്. ചായയുണ്ടാക്കാൻ അമ്മയെ ഒഴിവാക്കി ആ ജോലി ചെയ്യാൻ തുടങ്ങിയതാണ്. ആ ഇരിപ്പ് രാത്രി എട്ടുമണി വരെ നിന്നു. അതിനിടയ്ക്ക് എന്തോ ചോദിക്കാനാണ് അവൻ കടയിൽ വന്നത്. മോഹൻപിള്ളയെ കണ്ടപ്പോൾ അവൻ ഒന്നും ചോദിക്കാതെ തിരിച്ചുപോവുകയും ചെയ്തു.

മോഹൻപിള്ള അവനെ ആ വേഷത്തിൽ കണ്ടതാണ് എനിക്കു ദേഷ്യം പിടിക്കാൻ കാരണം. രവിയെ നല്ല വേഷത്തിൽ മറ്റുള്ളവർ കാണണമെന്ന ആഗ്രഹമായിരുന്നു അതിനു പിന്നിൽ. പോരാത്തതിന് 'ചൈൽഡ്ലേബർ' എന്ന മോഹൻപിള്ളയുടെ അഭിപ്രായ പ്രകടനവും. മോഹൻപിള്ളയെ പിണക്കാൻ ഞാൻ തയ്യാറായിരുന്നില്ല. ഒരു വലിയ ഓർഡർ അയാളെ ആശ്രയിച്ചാണിരിക്കുന്നത്.

ഞാൻ ആ വലിയ ഓർഡർ സ്വീകരിക്കാൻ തയ്യാറെടുക്കുകയായിരുന്നു. ചന്ദനത്തിരിയുണ്ടാക്കാൻ ആവശ്യമായ സാധനങ്ങൾ വാങ്ങി ശേഖരിച്ചു തുടങ്ങി. പലരിൽ നിന്നുമായി കടം വാങ്ങേണ്ടിവന്നു. ഈ ഒരു സപ്ലൈ മാത്രം മതി ഞങ്ങളെ എല്ലാ കടങ്ങളിൽ നിന്നും രക്ഷിക്കാൻ.

ഭാരതിയും ഞാനും രാത്രി ഏകദേശം മുഴുവനും ജോലി ചെയ്തു. പുലർച്ചെ നാലു മണിയാകുമ്പോൾ ക്ഷീണിച്ചു കിടന്നുറങ്ങും. ആറു മണിക്ക് വീണ്ടും എഴുന്നേൽക്കണം.

''എത്ര കാലമായി ഇങ്ങനെ രാവുപകൽ ജോലി.'' ഭാരതി പറയുന്നു. അതിൽ ആക്ഷേപമില്ല നൈരാശ്യം മാത്രം. ''മുമ്പ് രാത്രി ഒരുമണിക്കെങ്കിലും കിടക്കാമായിരുന്നു. ഇപ്പോൾ അതും പറ്റുന്നില്ല.''

അവളുടെ സ്വരത്തിൽ ആക്ഷേപമുണ്ടെങ്കിലെന്ന് ഞാൻ ആശിച്ചു.

''കുറച്ചുകാലം കൂടി ക്ഷമിക്കൂ.'' ഞാൻ പറയുന്നു. ''ഒന്നു രണ്ടു വലിയ ഓർഡറുകൾ കിട്ടിയാൽ മതി. പിന്നെ നമുക്ക് ഈ ബിസിനസ്സ് കുറച്ചു കൂടി നന്നായിട്ട് കൊണ്ടു നടത്താം.''

ഭാരതിയുടെ മുഖത്ത് പ്രതികരണമൊന്നുമില്ല. അവൾക്ക് എന്റെ വാക്കുകളിൽ വിശ്വാസം നഷ്ടപ്പെട്ടിരിക്കുന്നു. അവളുടെ മുഖത്ത് ക്ഷീണത്തിന്റെ വരകൾ. അവൾക്ക് എന്റെ സാഹസികത എത്ര ദിവസം കൂടി താങ്ങാനാവും? ക്ഷീണിച്ചുവരുന്ന അവളുടെ ദേഹം ഞാൻ വല്ലായ്മയോടെ നോക്കി. ലക്ഷ്യം വളരെ അടുത്തെത്തിക്കാണുന്ന ഒരു ഓട്ടക്കാരന്റെ മാതിരിയായിരുന്നു ഞാൻ. കാലുകൾ നീങ്ങുന്നില്ല. എങ്കിലും ഓടാതെ വയ്യ. ഏതാനും മീറ്ററുകൾ മാത്രം. അവസാനത്തെ കുതിക്കലിന് തയ്യാറാവുക തന്നെ വേണം.

മോഹൻ പിള്ള വീണ്ടും വന്നു.

''എല്ലാം ശരിയായിട്ടുണ്ട്.'' അയാൾ പറഞ്ഞു. ''ഞാൻ നാളെ അയാളെ കൂട്ടിവരാം. വിശദാംശങ്ങളെല്ലാം നിങ്ങൾ സംസാരിച്ചാൽ മതി. പ്രൊഡക്ഷനൊക്കെ എങ്ങനെയുണ്ട്? പറഞ്ഞ സമയത്തു തന്നെ സപ്ലൈ നടത്തണം. എക്സ്പോർട്ട് ബിസിനസ്സിൽ അതു വളരെ പ്രധാനമാണ്.''

''അതൊന്നും സാരമില്ല.'' ഞാൻ നുണ പറയുന്നു. ''മൂന്നു പെൺകുട്ടികളെ ജോലിക്കു വെച്ചിട്ടുണ്ട്. പ്രൊഡക്ഷനൊക്കെ ഫുൾ സ്വിങ്ങിലാണ്.''

പിന്നെ അല്പം ആലോചിച്ച ശേഷം പറഞ്ഞു.

''നിങ്ങൾക്ക് ഒരു ചെറിയ കട്ട് എടുക്കാം. നിങ്ങളല്ലേ മറ്റെ ആളെ പരിചയപ്പെടുത്തുന്നത്. ഒന്നോ രണ്ടോ ശതമാനം എടുത്താൽ വലിയ വ്യത്യാസമൊന്നും വരാൻ പോകുന്നില്ല. വലിയ ഓർഡറുകളാണെങ്കിൽ നിങ്ങൾക്ക് ഒരു മാതിരി നല്ല സംഖ്യ കിട്ടുകയും ചെയ്യും.''

ഞങ്ങളുടെ കാര്യങ്ങളിൽ എടുക്കുന്ന ശുഷ്കാന്തിയിൽ മോഹൻ പിള്ളയ്ക്ക് എന്തെങ്കിലും തരത്തിൽ പ്രത്യുപകാരം ചെയ്യണമെന്ന് എനിക്കു തോന്നി. മോഹൻപിള്ള ഒരു നിമിഷം ആലോചിച്ചു, പിന്നെ പറഞ്ഞു.

''വേണ്ട, പല കാരണങ്ങൾ കൊണ്ട്. ഒന്നാമതായി ഞാൻ ഒന്നും മനസ്സിൽ കണ്ടുകൊണ്ടല്ല നിങ്ങളെ സഹായിക്കാനുദ്ദേശിച്ചത്. നമ്മളെല്ലാം തന്നെ അന്യോന്യം സഹായിക്കാൻ ബാദ്ധ്യസ്ഥരാണ്. ഈ വക ചെറിയ ഉപകാരങ്ങൾക്കുകൂടി പ്രതിഫലം വാങ്ങാൻ തുടങ്ങിയാൽ ലോകത്തിന്റെ അവസ്ഥ എന്താവും? പിന്നെ രണ്ടാമത് എക്സ്പോർട്ട് ഓർഡറുകളിൽ ഒന്നു രണ്ടു ശതമാനങ്ങൾ വളരെ വ്യത്യാസമുണ്ടാക്കും. അതുപോട്ടെ, നിങ്ങൾ ഈ ഓർഡറും ഇനി വരാൻ പോകുന്ന ഓർഡറും നന്നായി എക്സിക്യൂട്ട് ചെയ്താൽ മതി, എനിക്കു സന്തോഷമായി.''

അയാൾ പോയി.

അതു തിങ്കളാഴ്ചയായിരുന്നു.

ചൊവ്വാഴ്ച അയാൾ വന്നില്ല. ബുധനാഴ്ചയും ഞാൻ കാത്തു. വ്യാഴാഴ്ചയും വെള്ളിയാഴ്ചയും ശനിയാഴ്ചയും കാത്തു. മോഹൻ പിള്ള വന്നില്ല. അതിനിടയ്ക്ക് രവി അയാളെ അടുത്തു തന്നെയുള്ള പുതിയ കടയ്ക്കു മുമ്പിൽ കണ്ടതായി പറഞ്ഞു.

''എന്തെങ്കിലും വാങ്ങുകയായിരുന്നോ?'' ഞാൻ ചോദിച്ചു.

''അല്ല വെറുതെ നടക്കുകയായിരുന്നു.''

പുതിയ കട ഞങ്ങളിൽ പലവിധ വികാരങ്ങളാണുണ്ടാക്കിയിരുന്നത്. ഞങ്ങളുടെ ചെറിയ ഇടനിരത്ത് മെയിൻ റോഡിൽ ചെന്നു മുട്ടുന്നിടത്താണ് ആ കട.

അതിന് മെയിൻ റോഡിലേക്ക് രണ്ടും ഞങ്ങളുടെ ഇടനിരത്തിലേക്ക് ഒന്നും മുറികളുണ്ട്. വളരെ വലിയ കട ഒരു ഡിപ്പാർട്ടുമെന്റ് സ്റ്റോറു തന്നെ. തുണിത്തരങ്ങളും ഇരുമ്പുസാധനങ്ങളും മരുന്നുമല്ലാത്ത എന്തും അവിടെ കിട്ടും. നന്നായി അലങ്കരിച്ച് നിറയെ ട്യൂബ് ലൈറ്റുകളും ചില്ലിട്ടു ലാമിനേറ്റു ചെയ്ത ഷോകേസുകളും. മെയിൻ റോഡിൽ അങ്ങിനത്തെ ഒരു കട തുടങ്ങണമെങ്കിൽ അയാൾ ചുരുങ്ങിയത് മുപ്പതു മുപ്പത്തഞ്ചു ലക്ഷം ഉറുപ്പിക ഇറക്കിയിട്ടുണ്ടാവും. ഇത്രയും വലിയ സംഖ്യ എങ്ങനെ ഒരാൾക്കു ഉണ്ടാക്കാൻ കഴിയുന്നു എന്ന് ഞങ്ങൾ അത്ഭുതപ്പെടുന്നു. ഞങ്ങളെ സംബന്ധിച്ചിടത്തോളം മുപ്പത്തഞ്ചുറുപ്പിക വരെ പ്രശ്നമാവാറുണ്ട്. ഞങ്ങൾക്കു വേണ്ട പല വ്യഞ്ജനമെല്ലാം അവിടെ കിട്ടുമെന്ന മെച്ചമുണ്ട്. മുമ്പ് ഒരു കിലോ മീറ്റർ പോകണം എന്തെങ്കിലും വാങ്ങാൻ. ഞങ്ങൾക്കിഷ്ടമാവാത്തത്

അയാൾ ഞങ്ങളുടെ കോംപീറ്റിറ്റർ കൂടിയാണെന്നതു കൊണ്ടാണ്. ഈ മത്സരത്തിൽ യാതൊരു താരതമ്യവുമില്ല എന്നാലും ആ കട വരുന്നതിനു മുമ്പ് കുറച്ചെങ്കിലും വില്പന ഞങ്ങളുടെ കടയിൽ നടന്നിരുന്നു. ഇപ്പോൾ ആൾക്കാർക്ക് അതായത് ഞങ്ങളുടെ കട പരിചയമുള്ള ആൾക്കാർക്കു കൂടി ഉള്ളിലേക്കു വരാതെ മെയിൻ റോഡിലെ കടയിൽ നിന്നു തന്നെ ചന്ദനത്തിരിയും വാങ്ങാം, മറ്റു സാധനങ്ങൾ വാങ്ങുന്നതിനൊപ്പം. ഞങ്ങളുടെ ചന്ദനത്തിരി ആ കടയിൽ വെക്കാൻ പറയാൻ ഇതുവരെ തരപ്പെട്ടിട്ടുമില്ല.

ആ കടയ്ക്കു മുമ്പിലാണ് രവി മോഹൻപിള്ളയെ കണ്ടത്. അപ്പോൾ മോഹൻപിള്ള സ്ഥലത്തു തന്നെയുണ്ട്.

''ഒരു പക്ഷേ അയാളുടെ സ്നേഹിതന് സമയം കിട്ടിയിട്ടുണ്ടാവില്ല.''

''അതെയതെ!'' ഭാരതി അമർഷത്തോടെ പറഞ്ഞു. ''ഞാൻ ആദ്യമേ പറയാറുണ്ട്. അയാളൊരു തരികിടയാണെന്ന്. ഇനി അയാളെ കണ്ടെങ്കിലല്ലേ?''

നമ്മൾ ഭയപ്പെടുന്ന കാര്യങ്ങൾ നമ്മോട് മറ്റുള്ളവർ പറയുന്നത് നമുക്ക് എത്ര അലോസരമുണ്ടാക്കും. ഇതെല്ലാം ഞാൻ ഓരോ നിമിഷവും ഭയപ്പെട്ടിരുന്ന കാര്യങ്ങളാണ്. അഥവാ മോഹൻ പിള്ള കാര്യമായി പറയുന്നതല്ല ഇതൊന്നും എങ്കിൽ? ചന്ദനത്തിരിയുണ്ടാക്കാനുള്ള പണം കടം വാങ്ങുമ്പോഴും സാധനങ്ങൾ വാങ്ങുമ്പോഴും ചന്ദനത്തിരി പാക്ക് ചെയ്ത് അട്ടിയട്ടിയായി വെയ്ക്കുമ്പോഴും ഞാൻ ആലോചിച്ചിരുന്നത് ഇതുതന്നെയാണ്. അഥവാ മോഹൻ പിള്ള പെട്ടെന്ന് അപ്രത്യക്ഷനായാലോ? പിന്നെ ആശ്വസിക്കുകയും ചെയ്തു. മനുഷ്യനെ വിശ്വസിക്കാൻ പറ്റിയില്ലെങ്കിൽ പിന്നെ എന്തിനെയാണ് വിശ്വസിക്കുക?

ഞങ്ങൾ ചന്ദനത്തിരിയുണ്ടാക്കൽ തുടർന്നു. മനുഷ്യനെ വിശ്വസിക്കുക എന്നാണ് ഞാൻ ഭാരതിയോട് പറഞ്ഞിരുന്നത്. നീ ചെകുത്താനേയും ദൈവങ്ങളേയും വിശ്വസിക്കേണ്ട. പക്ഷേ മനുഷ്യനെ വിശ്വസിക്കൂ.

പത്തു ദിവസങ്ങൾ മോഹൻ പിള്ളയെ കാത്തു നിന്നതുകൊണ്ട് കട അടച്ചത് വൈകിട്ടായിരുന്നു. ഇനി അയാൾ വരുമ്പോൾ കട അടച്ചു കണ്ട് തിരിച്ചു പോകാൻ ഇടയാവേണ്ട. ഒമ്പതര മണിയോടെ കട അടച്ച് തികച്ചും വിജനമായ നിരത്തിൽ ഇറങ്ങി നിന്ന് രണ്ടു ഭാഗത്തേക്കും നോക്കി ആരുമില്ലെന്നുറപ്പാക്കിയ ശേഷം ഞാൻ വീട്ടിലേക്കു നടക്കും.

ആ മനുഷ്യന് എന്തെങ്കിലും പ്രശ്നങ്ങളുണ്ടായിട്ടുണ്ടാവണം.

ഞാൻ ആശ്വസിച്ചു. അധിക ദിവസം ആശ്വസിച്ച് ഇരിക്കേണ്ടി വന്നില്ല പക്ഷേ.

ശനിയാഴ്ച വൈകുന്നേരം ഞാൻ എട്ടുമണിക്കു തന്നെ കട അടച്ചു. കുറച്ചു സാധനങ്ങൾ വാങ്ങാനുണ്ട്. കുറെ ദിവസമായി സാധനങ്ങളൊന്നും വാങ്ങാൻ പറ്റിയിരുന്നില്ല, കട വിട്ട് പുറത്തിറങ്ങിയാൽ മോഹൻപിള്ളയെ കാണാൻ പറ്റിയില്ലെങ്കിലോ എന്ന ഭയം. നാളെ ഞായറാഴ്ച കടകൾ മുടക്കമായതുകൊണ്ട് ഇന്നുതന്നെ സാധനങ്ങൾ വാങ്ങണം. സഞ്ചിയുമെടുത്ത് ഞാൻ പുറത്തിറങ്ങി. പുതിയ കട പ്രകാശത്തിൽ മുങ്ങിക്കിടക്കുന്നു. എട്ടു മണിക്കും നല്ല തിരക്കാണവിടെ. പലചരക്കു തൂക്കിക്കൊടുക്കാൻ രണ്ടു പേരുണ്ട്. രണ്ടുപേരും തിരക്കിലാണ്. ആരെങ്കിലും ഒരാളുടെ കൈയൊഴിയാൻ കാത്തുകൊണ്ട് ഒരു തൂണും ചാരി നിന്നു. അപ്പോഴാണ് സുപരിചിതമായ ആ ശബ്ദം കേട്ടത്.

‘‘എനിക്ക് നിങ്ങളുടെ കട ഇഷ്ടപ്പെട്ടു.’’

തിരിഞ്ഞു നോക്കാൻ ധൈര്യമില്ലാതെ ഞാൻ അവിടെ മരവിച്ചു നിന്നു.

‘‘ഇതാണ് ശരിക്കുള്ള വലിപ്പം, ഒട്ടും വലുതാകേണ്ട, ചെറുതും. എല്ലാം ഒരു കൂരയ്ക്കു താഴെ. ഒരു വീട്ടിലേക്കു വേണ്ട സാധനങ്ങൾ മുഴുവൻ.’’

കടക്കാരൻ മറുപടി പറഞ്ഞു. അയാൾ വളരെ പതിഞ്ഞ സ്വരത്തിലാണ് സംസാരിക്കാറ്.

വീണ്ടും പരിചിതമായ ആ ശബ്ദം.

‘‘അതെയതെ, എനിക്കറിയാം. ഇതിനു പിന്നിലുള്ള പരിശ്രമങ്ങൾ, അദ്ധ്വാനം എല്ലാം മനസ്സിലാക്കാവുന്നതേയുള്ളൂ...’’

ഞാൻ കടയിൽ നിന്നിറങ്ങി. സാധനങ്ങൾ നാളെ വാങ്ങാം. അല്ലെങ്കിൽ തിങ്കളാഴ്ച. മോഹൻപിള്ള ആ നിമിഷത്തിൽ എന്നെ കാണാൻ പാടില്ല. കണ്ടാൽ അയാളുടെ മുഖം, എങ്ങനെയുണ്ടാവുമെന്ന് ഞാൻ ഊഹിച്ചു. അയാൾക്ക് വിഷമമുണ്ടാവാതിരിക്കട്ടെ.

രവിയാണ് വാതിൽ തുറന്നത്. അവന്റെ കൈയിൽ മഷി പുരണ്ടിരുന്നു. ഹോം വർക്ക് ചെയ്യുകയായിരിക്കും. സാധാരണ മട്ടിൽ കയ്യിൽ മഷിയാക്കിയതിന് അവനെ ശാസിച്ചേനേ. പുറത്ത് ഇരുട്ടായിരുന്നു ഇപ്പോൾ മനസ്സിൽ നിറയെ കരിമഷിയുമായി വന്ന ഞാൻ അവന്റെ കൈവിരലിലെ മഷിയെപ്പറ്റി എന്തു പറയാനാണ്?

അകത്തു ഭാരതി ചുമരിൽ ചാരി ഉറക്കമായിരിക്കുന്നു. തല ചുമരിൽ ചാരി, വായ അല്പം തുറന്ന് അവൾ ഉറങ്ങുകയാണ്. അല്പം തുറന്ന കൈയിൽ ചന്ദനക്കൂട്ടിന്റെ ഒരു ഉരുള ബലമില്ലാതെ പിടിച്ചിരിക്കുന്നു. നോക്കിക്കൊണ്ടിരിക്കെ അത് നിലത്തുരുണ്ടു വീണു.

ഞാൻ അവളുടെ തോളിൽ തൊട്ടു. അവൾ ഉണർന്നില്ല. ഞാൻ ഒരു പാത്രത്തിൽ വെള്ളം കൊണ്ടുവന്ന് അവളുടെ കൈകഴുകി തോർത്തി നല്ല ഉറക്കം. ഞാൻ അവളെ എടുത്ത് കിടക്കയിൽ കിടത്തി പുതപ്പിച്ചു. അവൾ പുതപ്പ് കഴുത്തുവരെയാക്കി ചുരുണ്ടു കിടന്നു.

ഞാൻ അടുക്കളയിലേക്കു നടന്നു. മോന് വിശക്കുന്നുണ്ടാവും. രവി അടുക്കളയിൽ തന്നെയായിരുന്നു. ഓരോ പാത്രങ്ങളുടെ അടപ്പും പൊന്തിച്ചു നോക്കിക്കൊണ്ട് അവൻ വിഷണ്ണനായി നിൽക്കുകയാണ്.

‘‘അമ്മ ഇന്ന് ചോറും കൂട്ടാനും ഉണ്ടാക്കാൻ മറന്നൂന്ന് തോന്നുന്നു.’’

അവൻ പറഞ്ഞു.

‘‘മോന് വിശക്ക്ണ്ണ്ടോ?’’

ഉണ്ടെന്നവൻ തലയാട്ടി,

‘‘മോൻ പോയി പഠിക്കൂ. ഞാൻ അര മണിക്കൂറിനുള്ളിൽ എല്ലാം ഉണ്ടാക്കി വിളിക്കാം. അമ്മ പാവം കുറെ ദിവസായി ഉറങ്ങിയിട്ട്. ഇപ്പോൾ കുറച്ചുനേരം ഉറങ്ങട്ടെ.’’

ഞാൻ അരി കഴുകി അടുപ്പത്തിട്ടു. കഷ്ണം എന്നു പറയാൻ ഉരുളക്കിഴങ്ങും സബോളയും മാത്രമേയുള്ളൂ. പരിപ്പിന്റെ പാത്രം ഒരു മാതിരി ഒഴിഞ്ഞിരുന്നു. ഒരു നേരത്തേക്ക് കഷ്ടിയാവും. മസാലയുടെ പാത്രങ്ങളുടെയും സ്ഥിതി അതുതന്നെ. ഭാരതി ഇത്രയും പരിമിതികൾ വെച്ചുകൊണ്ട് എങ്ങനെയാണ് ഈ അടുക്കള കൊണ്ടു നടക്കുന്നത്? അത്ഭുതം തന്നെ, എന്തായാലും അരമണിക്കൂർ കൊണ്ട് ചോറും സാമ്പാറെന്നു പറയാവുന്ന കൂട്ടാനും ഉണ്ടാക്കി. കൂട്ടാൻ വറവിടുന്ന വാസന കേട്ടിട്ടാണെന്നു തോന്നുന്നു ഭാരതി എഴുന്നേറ്റു വന്നു.

‘‘ഞാൻ ഉറങ്ങിപ്പോയി അല്ലേ?’’

‘‘സാരമില്ല. ഊണു തയ്യാറാക്കിയിരിക്കുന്നു. ഊണു കഴിച്ച് വേഗം പുറപ്പെട്ടോളൂ. നമുക്കിന്ന് ഒരു സിനിമയ്ക്കു പോകാം. വേഗം വേണം സമയം ഒമ്പതാവുന്നു.’’

‘‘സിനിമയോ?’’

ഭാരതിയുടെ മുഖം വികസിച്ചു. അര മണിക്കൂർ നേരത്തെ ഉറക്കം അവളെ വീണ്ടും ഉന്മേഷവതിയാക്കിയിരിക്കുന്നു.

‘‘പിന്നെ, ഞാനിന്ന് സാധനങ്ങളൊന്നും വാങ്ങിയില്ല. ഞാൻ പറഞ്ഞു കടയിൽ നല്ല തിരക്കായിരുന്നു.’’

‘‘സാരമില്ല.’’ അവൾ പറഞ്ഞു. ‘‘നമുക്ക് തിങ്കളാഴ്ച വാങ്ങാം.’’

രാത്രി ഉറങ്ങാൻ കിടക്കുമ്പോൾ ഞാൻ വീണ്ടും എന്നിലേക്കു തിരിച്ചുവരുന്നു. എല്ലാം ആദ്യം മുതൽ തുടങ്ങണമെന്നാലോചിച്ചപ്പോൾ വിഷമം തോന്നി. പക്ഷെ ഈ നൂലാമാലകളിൽ നിന്ന് ഊരി

പുറത്തു കടക്കാൻ പറ്റുമെന്ന് എനിക്കുറപ്പുണ്ടായിരുന്നു. പിന്നെ ഉറക്കം വന്ന് കണ്ണുകളടഞ്ഞപ്പോൾ ഒരു പുതിയ ഓർമ്മ കാലത്തിന്റെ ഈർപ്പം നിറഞ്ഞ വഴികളിൽ പൂപ്പൽ പിടിക്കാൻ വിട്ടുകൊണ്ട്, മനുഷ്യനിൽ ഒരിക്കലും നശിക്കാത്ത വിശ്വാസവും മുറുകെപ്പിടിച്ചുകൊണ്ട് ഏകനായി നടന്നകലുന്ന ഒരു മനുഷ്യനെ ഞാൻ കണ്ടു. പിന്നെ അത്ഭുതമെന്നു പറയട്ടെ, മനസ്സ് യാതൊരു പകയ്ക്കും വിദ്വേഷത്തിനും ഇടകൊടുക്കാതെ ശാന്തമാവുന്നത് ഞാനറിഞ്ഞു.

■

കറുത്ത തമ്പ്രാട്ടി

അമ്മയെ കൂട്ടിക്കൊണ്ടുവരാമെന്നു പറഞ്ഞ് അപ്പ ഇറങ്ങുമ്പോൾ സുലു പൊട്ടിപ്പൊളിഞ്ഞ ഇരുത്തിമേൽ ഇരിക്കുകയായിരുന്നു. അപ്പയുടെ തല ഇടവഴിയിൽ, വേലിക്കപ്പുറത്ത് മറഞ്ഞപ്പോൾ അവൾ ഇരുത്തിമേൽ കിടന്നുകൊണ്ട് രാത്രി കണ്ട സ്വപ്നത്തെപ്പറ്റി ആലോചിച്ചു. അമ്മ വന്ന് അവളെ കെട്ടിപ്പിടിക്കുകയാണ്. ഇപ്പോൾ ഇടയ്ക്കിടയ്ക്ക് ഈ സ്വപ്നം കാണുന്നുണ്ട്. അമ്മയുടെ മുഖം ഓർമ്മയിൽ വരുന്നില്ല. അമ്മയുടെ തലോടൽ മാത്രം, അമ്മയുടെ സാമീപ്യം മാത്രം അവളുടെ സ്വപ്നങ്ങളിൽ കടന്നുവന്ന് അവളെ സന്തോഷിപ്പിച്ചു. രാവിലെ എഴുന്നേറ്റാൽ അവൾ പറയും, ''അപ്പാ, ഞാങ്കണ്ടു സ്വപ്നം.'' എന്തു സ്വപ്നമാണെന്ന് താമി ചോദിക്കില്ല. അയാൾക്കറിയാം. ഇരുത്തിമേൽ കിടന്നുകൊണ്ട് അവൾ സ്വപ്നത്തിൽ മാത്രം വരുന്ന അമ്മയെ കാത്തിരിക്കാൻ തുടങ്ങി. ഇനി പകൽ മുഴുവൻ അവൾ ഒറ്റയ്ക്കായിരിക്കും. അപ്പ പണിക്കുപോയി തിരിച്ചെത്തുമ്പോൾ ഇരുട്ടിയിരിക്കും. കുടിലിൽ ആ നാലു വയസ്സുകാരി ഒറ്റയ്ക്കിരുന്നു, ഒറ്റയ്ക്കു കളിച്ചു. വിശക്കുമ്പോൾ കലത്തിൽനിന്ന് കഞ്ഞിയെടുത്ത് കുടിച്ചു.

താമി മാളികയുടെ മുറ്റത്ത് ചുറ്റിപ്പറ്റി നിന്നു. അയാളുടെ തലയ്ക്കു മുകളിൽ മൊട്ട വെയിലാണ്. പറമ്പിലുള്ള മരങ്ങൾ അയാളെ മാടിവിളിച്ചു. അവിടെ തണലാണ്, തണുപ്പാണ്. പക്ഷേ അയാൾക്ക് അനങ്ങാൻ പറ്റിയില്ല. തമ്പ്രാൻ പുറത്തു വരാതിരിക്കില്ല. 'ഇന്നിനിക്കണ്ട താമി, നീ പോയ്ക്കോ' എന്നാണ് തമ്പ്രാൻ പറഞ്ഞത്. അര മണിക്കൂർ നേരത്തെ യാചനയ്ക്ക് ഫലമൊന്നുമുണ്ടായില്ല. അങ്ങനെയങ്ങു പോവാൻ പറ്റണ കാര്യമാണോ?

ഏൽപ്പിക്കുമ്പോൾ പറഞ്ഞത്, 'പണം കൊണ്ടന്നാൽ എന്നു വേണങ്കിലും വന്നു കൊണ്ടുപൊയ്ക്കോ' എന്നാണ്. ഇന്ന് പണണ്ടാക്കിക്കൊണ്ടുവന്നിട്ടൊന്നുല്യ. എവിടന്നുണ്ടാക്കാനാണ് രണ്ടായിരം രൂപ. പലിശ എത്രയായിട്ടുണ്ടാവും എന്നറിയില്ല. എന്നാലും

ചോദിക്കുകയാണ്, ഒരാഴ്ചത്തേക്കെങ്കിലും കൊണ്ടുപൊയ്ക്കോട്ടെ എന്ന്. വയ്യ, ഇനിയും ഇങ്ങനെയൊരു ജീവിതം വയ്യ.

തുറന്നു കിടക്കുന്ന വടക്കേ വാതിലിനുള്ളിൽ പുറത്തുനിന്നു നോക്കുമ്പോൾ ഇരുട്ടാണ്. അതുകൊണ്ട് തമ്പ്രാട്ടി വാതിലിനു പുറത്തു കടന്നിട്ടേ താമി കണ്ടുള്ളൂ.

''എന്താ താമി ഇങ്ങനെ നിക്കണത്?''

''ഒന്നുംല്ല്യമ്പ്രാട്ടി.''

''നന്ദിനിപ്പശു പെറ്റൂന്നല്ലേ കഴിഞ്ഞ ആഴ്ച നീ പറഞ്ഞത്? എന്നാ അതിനെ കൊണ്ടരണത്?''

''രണ്ടീസം കഴിയട്ടെ തമ്പ്രാട്ടി, അയിന് കൊടുക്കാൻ ഒരു മരുന്ന് പറഞ്ഞിട്ട്ണ്ട് വേലായുധൻ വൈദ്യര്.''

''വേഗം കൊണ്ടരണം കെട്ടോ, ഇവിടെ പാലിന് ആവശ്യക്കാര് കൂടിവരാണ്.''

''ശരിമ്പ്രാട്ടി.''

''അപ്പോ നീയെന്തിനാ കാത്ത് നിക്കണത് ന്ന് പറഞ്ഞില്ലല്ലോ?''

താമി ഒന്നും പറയാതെ തല ചൊറിഞ്ഞുനിന്നു.

''എന്താച്ചാ പറഞ്ഞോ.''

''അടിയൻ ലച്മീടെ കാര്യം തമ്പ്രാനോട് പറഞ്ഞിര്ന്ന്.''

തമ്പ്രാട്ടിയുടെ മുഖഭാവം പെട്ടെന്നു മാറി. അവർ പെട്ടെന്ന് ഒന്നും പറയാതെ തിരിഞ്ഞ് അകത്തേക്കു പോയി. അകത്തെ ഇരുട്ടിൽ താമിയുടെ കണ്ണുകൾ ഒരു നിമിഷം പരതി നടന്നു. സാധാരണ ദിവസങ്ങളിൽ അടുക്കള ഭാഗത്തു വിളിച്ച് എന്തെങ്കിലും ഭക്ഷണം കഴിപ്പിച്ചേ വിടാറുള്ളൂ. ഒപ്പംതന്നെ വീട്ടിൽ കാത്തിരിക്കുന്ന മകൾക്ക് കൊടുക്കാൻ എന്തെങ്കിലും പലഹാരം പൊതിഞ്ഞ് തരികയും ചെയ്യും. ഇന്ന് അതൊന്നുമുണ്ടായില്ല. ഇനി തിരിച്ചുപോകാം, വീട്ടിലെത്തിയാൽ മകളുടെ ചോദ്യത്തിന് 'മോടെ അമ്മ ഞ്ഞിയൊരീസം വരാംന്ന് പറഞ്ഞ്' എന്ന് മറുപടി കൊടുക്കാം. അയാൾ തിരിഞ്ഞു നടന്നു.

മുകളിലെ വരാന്തയിൽ നിന്ന് ഉറ്റുനോക്കിയിരുന്ന രണ്ടു കണ്ണുകൾ താമി പടികടന്ന് മരങ്ങൾക്കിടയിൽ മറഞ്ഞപ്പോൾ പിൻവലിഞ്ഞു. അവൾ ധൃതിയിൽ താഴേക്കു കോണിയിറങ്ങി. തമ്പ്രാൻ ഊണു കഴിഞ്ഞ് വരേണ്ട സമയമായിരിക്കുന്നു. ഇടനാഴികയിൽനിന്ന് നരിച്ചീറുകൾ തൂങ്ങിക്കിടക്കുന്ന മച്ചിനകത്തേക്ക് ലക്ഷ്മി കടന്നു. രാവിലെ അടുക്കളമുറ്റത്തെ പുളിമാവിൽ പടർത്തിയ വള്ളിയിൽ നിന്ന് പറിച്ചെടുത്ത തളിർവെറ്റിലയുടെ ഒപ്പം വാസനചുണ്ണാമ്പും അടക്കയും

പുളിയിട്ടു തേച്ചു മിനുക്കിയ പിച്ചളത്താലത്തിൽ നിറച്ചു. ചുമരിലെ കരയാമ്പുവിന്റെ മണമുള്ള കൊച്ചലമാറിയിൽ ഒളിപ്പിച്ചുവച്ച പനിനീർ ദേഹത്തു തളിച്ച് അവൾ താലവുമെടുത്ത് മുകളിലേക്കു നടന്നു. തേക്കിന്റെ, വണ്ണമുള്ള ചതുരൻ അഴികളുള്ള വലിയ ജനലുകളിൽ ക്കൂടി പറമ്പിൽനിന്ന് മരച്ചില്ലകളെ തൊട്ടുതലോടിയ കാറ്റ് ഒഴുകി വന്നു. അവൾ കിടക്കയിലെ വിരിയെടുത്തു കുടഞ്ഞ് ചുളിവില്ലാതെ വിരിച്ചിട്ടു. തലയിണയെടുത്ത് പതംവരുത്തി. ഇനി തമ്പ്രാൻ വരുന്നതുവരെ അവൾക്കൊന്നും ചെയ്യാനില്ല. ലക്ഷ്മി ജനലിന്നടുത്തു പോയി കാവിതേച്ചു മിനുപ്പിച്ച നിലത്ത് ഇരുന്നു. പുറത്ത് മരങ്ങൾക്കപ്പുറം വയലാണ്. തന്റെ കെട്ടിയോൻ ഇപ്പോൾ വീട്ടിലെത്തിയിരിക്കുമെന്നവൾ ഊഹിച്ചു. നാലു വയസ്സുള്ള മകൾ അവളെപ്പറ്റി ചോദിക്കുന്നുണ്ടാവും. അച്ഛൻ മറുപടി പറയുന്നുമുണ്ടാവും. അടുത്ത് തന്നെ അമ്മ വരുംട്ടോ മോളെ. സുലുമോള് എന്തായിരിക്കും മറുപടി പറഞ്ഞിട്ടുണ്ടാവുക?

കോണിമേൽ കനത്ത കാലടി പതിയുന്ന ശബ്ദം കേട്ടപ്പോൾ ലക്ഷ്മി എഴുന്നേറ്റു. കാലടി ശബ്ദം ഇടനാഴിയിൽക്കൂടി അടുത്തു വന്നു. തുറന്നിട്ട വാതിലിലൂടെ തമ്പ്രാൻ അകത്തുകടന്നു വാതിലടച്ചു, ഓടാമ്പലിട്ടു. ചുമലിലിട്ട വേഷ്ടി ചുവരിൽ ഘടിപ്പിച്ച മരത്തിന്റെ അയലിൽ തൂക്കിയിട്ട് തമ്പ്രാൻ നേരെ കുളിമുറിയിലേക്ക് പോയി. ലക്ഷ്മി കട്ടിലിന്റെ ഒരറ്റത്തിരുന്ന് മുറുക്കാനുള്ളത് കൂട്ടുവാൻ തുടങ്ങി.

തമ്പ്രാൻ തോർത്തുകൊണ്ട് നരച്ച രോമങ്ങളുള്ള മാറിൽ തോർത്തി കുളിമുറിയിൽനിന്ന് പുറത്തു കടന്നു. കട്ടിലിൽ ഇരുന്ന് തലഭാഗത്ത് കയറ്റിവച്ച തലയിണയിൽ ചാരിയിരുന്ന് ലക്ഷ്മിയെ നോക്കി. അയാൾ അവളുടെ ഭാവമെന്താണെന്ന് പഠിക്കുകയായിരുന്നു. അവൾ ഒന്നും പറയാതെ മുറുക്കാൻ ചുരുട്ടിയത് അയാളുടെ കൈയിൽ കൊടുത്ത് അടുത്തിരുന്നു. അതു വായിലിട്ട ശേഷം അയാൾ സംസാരിക്കാൻ തുടങ്ങി.

''താമി വന്നിരുന്നു.''

ലക്ഷ്മി ഒന്നും പറഞ്ഞില്ല.

''എന്തിനാ വന്നത്ന്ന് നിശ്ശണ്ടോ?''

''ഉം.''

''നെന്നെ അങ്ങനെയങ്ങട്ട് പറഞ്ഞയയ്ക്കും ഞാൻന്ന് തോന്ന് ണ്ണ്ടോ?''

അവൾ ഒന്നും പറയാതെ അയാളുടെ മാറിൽ കൈയോടിച്ചു. അവളുടെ കറുത്ത വിരലുകൾ അയാളുടെ വെളുത്ത മാറിലെ രോമങ്ങളിൽ പരതി നടന്നു. അയാൾ അവളുടെ ബ്ലൗസിന്റെ കുടുക്കുകൾ

അഴിക്കുകയാണ്. അവൾ ബ്ലൗസഴിച്ചുമാറ്റി. അയാൾ നീങ്ങിയിരുന്ന് അവൾക്ക് സ്ഥലമുണ്ടാക്കിക്കൊടുത്തു.

വെറ്റിലയുടെ രൂക്ഷഗന്ധം അവൾക്കിഷ്ടമായിരുന്നു. തമ്പ്രാന്റെ ദേഹത്തിന്റെ ഗന്ധത്തോടു ചേരുമ്പോൾ അത് തടുക്കാനാവാത്ത ആകർഷണം കൊണ്ടവളെ വീർപ്പുമുട്ടിക്കുന്നു. അയാൾ വലതുകൈ കൊണ്ടവളെ വരിഞ്ഞ് ഇടതു കൈകൊണ്ട് അവളുടെ മുണ്ടിന്റെ കുത്ത് അഴിക്കുകയാണ്. അയാളുടെ കൈകൾ അവളുടെ മിനുത്ത, ഉറപ്പുള്ള അടിവയറിന്മേൽ അമർന്നു.

വായിലുള്ള വെറ്റിലനീര് പകുതി ഇറക്കിയശേഷം തമ്പ്രാൻ പറഞ്ഞു.

''ഞാനേയ് രണ്ടായിരം ഉറുപ്പിക എണ്ണിക്കൊടുത്തതാണ് താമിക്ക്, നിശ്ശണ്ടോ?''

അവൾ മൂളി. മൂളാതിരിക്കുന്നത് തമ്പ്രാനിഷ്ടമല്ല.

''അപ്പോ താമി എന്താ പറഞ്ഞത്, ഓർമ്മണ്ടോ?''

അവൾ മൂളാൻ മറന്നു. തന്നെ മുമ്പിൽവച്ചുകൊണ്ടാണ് താമി സമ്മതിച്ചത്. താമി മുറ്റത്തിനു നടുക്കു നിൽക്കുകയായിരുന്നു. അവൾ അയാളുടെ പിന്നിൽ പരിഭ്രമിച്ചു നിൽക്കുകയും. തമ്പ്രാൻ മാളിക മുകളിൽ നിന്ന് താഴത്തേക്കിറങ്ങിവന്നതവളോർത്തു.

''പറഞ്ഞതൊക്കെ ഓർമ്മണ്ടല്ലോ താമീ?'

തമ്പ്രാൻ ചോദിച്ചു.

''ഓ.''

''പണം പലിശേര്യാടുകൂടി എന്നു കൊണ്ടരാൻ പറ്റ്വോ, അന്ന് നെന്റെ കെട്ട്യോളെ കൊണ്ടുപൊയ്ക്കൊ. മനസ്സിലായോ?''

''ഓ.'' തോളത്തിട്ട തോർത്തുമുണ്ടിന്റെ ഒരറ്റം കൂട്ടിപ്പിടിച്ച കൈയാൽ വായ പകുതി പൊത്തിക്കൊണ്ട് താമി പറഞ്ഞു.

''ന്നാ അങ്ങനെയാവട്ടെ.'' പിന്നെ തമ്പ്രാൻ തന്റെ നേരെ നോക്കി പറഞ്ഞു. ''എന്താ നെന്റെ പേര്?''

''ലക്ഷ്മി.''

''ലക്ഷ്മി വടക്കോറത്തേയ്ക്ക് പൊയ്ക്കൊ. അവടെ തമ്പ്രാട്ടി ണ്ടാവും.''

വടക്കോറം അവളെ എതിരേറ്റത് സമ്മിശ്രവികാരങ്ങളോടെയായിരുന്നു. ഉരൽപ്പുരയിൽ നെല്ലുകുത്തുന്ന സ്ത്രീകൾ അവളെ അവഗണനയോടെ നോക്കി. പലരും അവൾക്ക് പരിചയമുള്ളവരായിരുന്നു. പക്ഷേ നെല്ലുകുത്തുപുരയിൽ അവൾ അന്യയായി. ഉലക്ക ഉണങ്ങിയ നെല്ലിൽ വീഴുമ്പോഴുള്ള കനത്തശബ്ദം സ്ത്രീകളുടെ

ശ്വാസത്തിന് അകമ്പടി സേവിച്ചു. മുറത്തിൽ അരി ചേറുമ്പോഴു ണ്ടാവുന്ന ശബ്ദം അതിനോടു ചേർന്ന് ഒരു സദിരായി മാറി.

ഉച്ചയ്ക്കവൾ മറ്റു സ്ത്രീകളുടെ ഒപ്പം പയർ വേവിച്ചതുകൂട്ടി കഞ്ഞികുടിച്ചു. വൈകുന്നേരം മറ്റു സ്ത്രീകൾ വല്ലി വാങ്ങി പോയ പ്പോൾ അവൾ ഒറ്റയ്ക്കായി. അവൾ മകളെ ഓർത്തു, ഭർത്താവിനെ ഓർത്തു. ചുറ്റും പരക്കുന്ന ഇരുട്ടിനോടൊപ്പം വളർന്നുവന്ന വേദന സഹിക്കാതായപ്പോൾ അവൾ കരയാൻ തുടങ്ങി.

രാത്രി എന്താണ് ചെയ്യേണ്ടതെന്നവൾക്കറിയില്ലായിരുന്നു. തമ്പ്രാട്ടി ഒട്ടും ദാക്ഷിണ്യമില്ലാതെയാണ് പെരുമാറിയത്. അവർ അവളെ ഒരു നികൃഷ്ടജന്തുവിനെപ്പോലെ അവഗണിക്കുകയായി രുന്നു. അടുക്കളയിൽ അവരും മറ്റൊരു ജോലിക്കാരിയുംകൂടി സംസാരിക്കുന്നത് അവൾക്കു കേൾക്കാം. ജോലിക്കാരിയുടെ പേര് മാധവിയെന്നാണെന്ന് അവൾക്കു മനസ്സിലായി. കത്തിച്ചുവച്ച വിള ക്കിന്റെ പ്രകാശത്തിൽ ചുട്ടഴിയിലൂടെ തമ്പ്രാട്ടിയും മാധവിയും ഭക്ഷണം പാകം ചെയ്തുകൊണ്ട് അങ്ങോട്ടുമിങ്ങോട്ടും നടക്കുന്നത് അവൾക്കു കാണാൻ കഴിഞ്ഞു.

ഒരു റാന്തലിന്റെ വെളിച്ചം പടിഞ്ഞാറെ മുറ്റത്തുകൂടെ അരിച്ചു വന്നു. നേരിട്ടു പോയിരുന്ന വെളിച്ചം അവളെ കണ്ടപ്പോൾ വഴിമാറി അടുത്തേക്കു വന്നു. റാന്തൽ മുഖത്തിനുനേരെ ഉയർത്തപ്പെട്ടു. തമ്പ്രാന്റെ മുഖം ചോദ്യങ്ങൾ നിറഞ്ഞതായിരുന്നു. ഒരക്ഷരം ഉരി യാടലുണ്ടായില്ല. റാന്തലിന്റെ വെളിച്ചം അകന്നുപോയി. ഒരഞ്ചു മിനിറ്റിനുള്ളിൽ അടുക്കളയിൽനിന്ന് ജോലിക്കാരിയും തമ്പ്രാട്ടിയും പുറത്തേക്കു വന്നു. എണ്ണക്കിണ്ണത്തിൽ എണ്ണ, വാസനസോപ്പ്, തോർത്ത്, വെളുത്തേടൻ അലക്കിത്തേച്ച മുണ്ട്, രണ്ടാം മുണ്ട് മുത ലായവ ഏറ്റിയ ജോലിക്കാരിയോടൊപ്പം അവൾ കുളത്തിലേക്ക് ആനയിക്കപ്പെട്ടു. കുളികഴിഞ്ഞ് കൂറഗുളികയുടെ വാസനയുള്ള മുണ്ടുടുത്ത് അവൾ ജോലിക്കാരിയുടെ ഒപ്പം തിരിച്ചുവന്നു. അടു ക്കളയിൽ അവൾക്കായി പ്രത്യേകം ചോറു വിളമ്പപ്പെട്ടു. ജോലി ക്കാരിയുടെ പെരുമാറ്റത്തിൽ മാറ്റമുണ്ടായിരുന്നു. ഉച്ചയ്ക്ക് മറ്റു ജോലിക്കാരികളുടെ ഒപ്പമിരിക്കുമ്പോൾ കഞ്ഞി വിളമ്പിത്തരുമ്പോൾ മുഖത്തുണ്ടായിരുന്ന ധാർഷ്ട്യം മയപ്പെട്ടിരുന്നു. തമ്പ്രാട്ടിയും അവ ളോട് ദയാപൂർവ്വം പെരുമാറി.

ഇപ്പോൾ തമ്പ്രാന്റെ കിടക്കയിൽ, തമ്പ്രാന്റെ കൈകളിൽ കിട ക്കുമ്പോൾ താൻ കടന്നുവന്ന വഴികളെപ്പറ്റി അവൾ ആലോചിച്ചു. ഉരപ്പുരയിൽനിന്ന് അടുക്കളയിലേക്ക്, അടുക്കളയിൽനിന്ന് ഇട നാഴികയിലൂടെ കോണിമുറിയിൽക്കൂടി, മാളികമോളിലേക്ക്, കിട പ്പറയിലേക്ക്, ദിവസങ്ങളുടെ, മാസങ്ങളുടെ സാവകാശത്തിൽ അവൾ

സ്വയമറിയാതെ എത്തപ്പെട്ടു. കാലത്തിന്റെ കൈവിരുത് എല്ലാം സ്വാഭാവികമാക്കി. താൻ എന്താണ് ചെയ്യുന്നതെന്ന അറിവുപോലും യാഥാർത്ഥ്യത്തിന്റെ എരിവെയിലിൽ മറഞ്ഞില്ലാതായി. ഇടയ്ക്ക് തന്റെ കുടിലിൽ കാത്തിരിക്കുന്ന ഭർത്താവിനേയും മകളേയും ഓർമ്മ വരുമ്പോൾ അവൾ ആലോചിക്കും, എന്താണ് ഇതിനൊക്കെ അർത്ഥം?

“എന്താ ഒന്നും മിണ്ടാത്തത്. താമി എന്താ പറഞ്ഞത്ന്ന് ഓർമ്മ ഇല്ലേ?” തമ്പ്രാൻ വീണ്ടും ചോദിച്ചു.

“ഉം.” അവൾ മൂളി. “ന്നാലും എനിക്ക് ന്റെ മോളെ ഒന്ന് കാണ ണംന്ന്ണ്ട്.”

തമ്പ്രാൻ ഒന്നമർത്തി മൂളി.

പിറ്റേന്ന് അടുക്കളയിൽ തമ്പ്രാനു വേണ്ടി ചായ കൂട്ടുമ്പോൾ തമ്പ്രാട്ടി ചോദിച്ചു.

“ഇന്നല്ലേ നെന്റെ മോളെ കൊണ്ടരാൻ പറഞ്ഞിട്ടുള്ളത്?”

“അത്യോ?” അവൾ ചോദിച്ചു.

“നെന്നോടൊന്നും പറഞ്ഞില്ലേ?”

“തമ്പ്രാൻ ഒന്നും പറഞ്ഞില്ലാ.”

“താമിടെ അടുത്തേക്ക് ആളയച്ചിട്ട്ണ്ട്.”

“എത്ര കാലായി മോളെ കണ്ടിട്ട്?”

രണ്ടു കൊല്ലം, അല്ലെങ്കിൽ മൂന്നു കൊല്ലം. വർഷങ്ങളുടെ കണക്ക് അവൾക്ക് നഷ്ടപ്പെട്ടിരുന്നു. മോൾ വലുതായിട്ടുണ്ടാവും. അവൾ ചായയുമെടുത്ത് മാളികപ്പുറത്തേക്കു നടന്നു. തമ്പ്രാൻ എഴുന്നേറ്റ് അവളെ കാത്തിരിക്കയാണ്. കട്ടിലിന്റെ തലയ്ക്കൽ ചാരിയിരുന്ന് തമ്പ്രാൻ ചായ കുടിക്കുമ്പോൾ അവൾ കട്ടിലിന്റെ കാൽക്കൽ ഭാഗത്ത് ഇരുന്നു.

“മോളെ കൊണ്ടരാൻ പറഞ്ഞിട്ട്ണ്ട് അല്ലേ?” അവളുടെ സ്വര ത്തിൽ കൃതജ്ഞതയുണ്ട്.

“ഉം,” അയാൾ കനത്തിൽ മൂളി. “രാവിലെ വന്നിട്ട് ഉച്ചതിരിഞ്ഞ് പൊയ്ക്കോട്ടെ.”

“ശരി.”

“നെന്റെ മോൾക്ക് കൊടുക്കാൻ രണ്ടുടുപ്പ് വാങ്ങാൻ കണാരനെ ഏൽപ്പിച്ചിട്ട്ണ്ട്.”

“അത്യോ?” അവളുടെ മുഖം വികസിക്കുന്നത് സംതൃപ്തിയോടെ തമ്പ്രാൻ നോക്കിയിരുന്നു.

“ഒക്കെ ഞാൻ എന്തിനാ ചെയ്യണതന്നറിയ്യോ?”

''ഉം.''

''എന്തിനാ?''

''ന്നോട്ള്ള ഇഷ്ടം കൊണ്ട്.''

''മനസ്സിലായല്ലോ, അതുപോലെയൊക്കെ പെരുമാറ്വാ.''

''ഉം.''

അവൾ വെറുതെ നടക്കുകയാണ്. ഇടനാഴികയിലൂടെ, ഓരോ മുറികളിലൂടെ, അടുക്കളയിലൂടെ. അവളുടെ നോട്ടം പടിക്കലേക്കായിരുന്നു. അതിനുമപ്പുറത്തായിരുന്നു. വെയിൽ ഓളമടിക്കുന്ന വയലുകളിൽ, പിന്നെ അതിനുമപ്പുറത്ത് അവളുടെ മനസ്സിനു മാത്രം കാണാൻ കഴിയുന്ന പ്രദേശങ്ങളിൽ, ഒരു കൊച്ചു കുട്ടിയുടെ പാദങ്ങൾ ഇപ്പോൾ നടന്നുവരുന്നുണ്ടാകുന്ന വഴികളിൽ. പറമ്പിലേക്കിറങ്ങി വേലിക്കടുത്ത് വയലുകൾ തുടങ്ങുന്ന സ്ഥലത്തേക്ക് കണ്ണും നട്ട് നിൽക്കാൻ അവൾക്ക് കൊതി തോന്നി. പക്ഷേ അതെല്ലാം അവൾക്ക് വിലക്കപ്പെട്ട മേഖലകളാണ്. തമ്പ്രാൻ പറഞ്ഞിട്ടുണ്ട്.

''കുളിക്കാൻ കുളത്തിലേക്കല്ലാതെ പുറത്ത് ഇറങ്ങാൻ പാടില്ല. മുറ്റത്തേക്കുകൂടി ഇറങ്ങരുത്. അതുപോലെ താമി വന്നാൽ നിന്നെ കാണുകയുമരുത്. മനസ്സിലാവുന്നുണ്ടോ?''

അതിനുശേഷം പലപ്പോഴും താമി വന്ന് പറമ്പിൽ ജോലി ചെയ്യുന്നത് അവൾ കാണാറുണ്ട്. ഒരിക്കലും അയാളുടെ കണ്ണിൽ പെടാതിരിക്കാൻ അവൾ ശ്രമിച്ചു. ഇടയ്ക്ക് കിളച്ചുകൊണ്ടിരിക്കുന്ന കൈക്കോട്ട് നിലത്തുവച്ച് താമി മാളികയുടെ നേരെ നോക്കും. മുകളിലേതെങ്കിലും ജനലിനടുത്ത് അയാളെ നോക്കിക്കൊണ്ടിരിക്കുന്ന ലക്ഷ്മി പെട്ടെന്ന് ഉള്ളിലേക്കു വലിയും. അവൾക്ക് തമ്പ്രാനെ പേടിയായിരുന്നു. പേടി മാത്രമല്ല എന്താണെന്നു പറയാൻ കഴിയാത്ത ഒരു വികാരം. തമ്പ്രാനെപ്പറ്റി അവൾ പുറത്തു കേട്ടിട്ടുള്ള കഥകൾ വളരെ മോശമായിരുന്നു. എല്ലാവർക്കും അയാളെ പേടിയായിരുന്നു. പക്ഷേ അവളെ സംബന്ധിച്ചേടത്തോളം അയാൾ മറ്റൊന്നായിരുന്നു. മനസ്സിലാക്കാൻ പറ്റാത്ത എന്തോരൂട്ടം. എന്നെങ്കിലും താമി കൊടുക്കാനുള്ള രണ്ടായിരം രൂപ പലിശയടക്കം കൊണ്ടുവന്നു കൊടുക്കുമെന്നും അവൾക്ക് പോകേണ്ടിവരുമെന്നും ഓർത്തപ്പോൾ അവൾക്കുണ്ടായത് വിഷമമാണെന്നവൾ കണ്ടു. അപ്പോൾത്തന്നെ തമ്പ്രാൻ പറഞ്ഞതുമോർത്തു. ''നെന്നെ അങ്ങനെയങ്ങട്ട് പറഞ്ഞയയ്ക്കും ഞാൻന്ന് തോന്ന്ണ്ണ്ടോ?'' അത് എന്തർത്ഥത്തിലാണ് തമ്പ്രാൻ പറഞ്ഞതെന്ന് അവൾക്കറിയില്ലായിരുന്നു. തരാനുള്ള പണം തരാതെ പറഞ്ഞയയ്ക്കില്ലെന്നായിരിക്കുമോ. അപ്പോ തരാനുള്ള പണം താമി കൊണ്ടുവന്നാൽ തന്നെ പറഞ്ഞയയ്ക്കുമോ? അങ്ങിനെയാവരുതെന്നവൾക്കു തോന്നും. പെട്ടെന്നു തന്നെ മകളുടെ ഓമനമുഖവും

ഓർമ്മ വരും. താൻ അങ്ങനെയൊക്കെ ആലോചിച്ചതിൽ പ്രയാസവും തോന്നും.

കണാരൻ അടുക്കളയുടെ വാതിൽക്കൽ വന്ന് അവളെ വിളിച്ച് ഒരു പൊതി ഏൽപ്പിച്ചു. അവൾ പൊതി തുറന്നു. രണ്ട് ഭംഗിയുള്ള ഉടുപ്പുകൾ. നീലയിൽ ചുവപ്പു പൂക്കളും മഞ്ഞയിൽ പച്ച ചിത്രങ്ങളുമുള്ള ഉടുപ്പുകൾ. രണ്ടു ഷെഡ്ഡികൾ. ഇത് അവൾക്കിട്ടാൽ നല്ല ഭംഗിയായിരിക്കും. അവൾക്കിതുവരെ ഇത്രയും നല്ല ഉടുപ്പുകൾ കിട്ടിയിട്ടില്ല.

താമി മോളെ വടക്കോറത്ത് എത്തിച്ചപ്പോൾ മാധവിയാണ് അവളെ അകത്തേക്കു കൊണ്ടുവന്നത്. അടുക്കളയിൽ നിന്ന് ഭക്ഷണമുറിയിലേക്ക് മാധവിയുടെ കൈ പിടിച്ചു വരുന്ന മോളെ കണ്ടപ്പോൾ ലക്ഷ്മിക്കുണ്ടായത് ഒരു തേങ്ങലായിരുന്നു. അവളുടെ മുഖച്ഛായ കൂടി താൻ മറന്നുതുടങ്ങിയെന്നതവൾക്കു വിഷമമുണ്ടാക്കി. അവൾ അമ്മയെ അത്ഭുതത്തോടെ നോക്കുകയായിരുന്നു. മനസ്സിലായ ലക്ഷണമൊന്നുമില്ല. അവൾ ചുറ്റും നോക്കുകയാണ്. ആർക്കോ വേണ്ടി പരതുകയാണ്.

''മോളെ ഇവിടെ വാ.'' അവൾ ഇരുന്നുകൊണ്ട് സുലുവിനെ അടുപ്പിച്ചു പിടിച്ചു. തന്നെ ഇത്ര സ്നേഹത്തോടെ കെട്ടിപ്പിടിക്കുന്ന ഈ സ്ത്രീ ആരാണെന്ന മട്ടിൽ അവൾ നോക്കി. അവരെ കാച്ചിയ എണ്ണയുടെയും സോപ്പിന്റെയും വാസനയുണ്ടായിരുന്നു. അവർ ഭംഗിയുള്ള ബ്ലൗസും മുണ്ടും ആണുടുത്തിരിക്കുന്നത്. ഇത്രയും നന്നായി വസ്ത്രം ധരിച്ച ആരെയും അവൾ കണ്ടിട്ടുണ്ടായിരുന്നില്ല.

അകത്തുനിന്ന് മറ്റൊരു തമ്പ്രാട്ടി വന്ന് അവളുടെ മുമ്പിൽ നിന്നു.

''ലക്ഷ്മിയുടെ മോള് വന്നോ?'' അവൾ ചോദിച്ചു.

സുലു പകച്ചു നിൽക്കുക തന്നെയാണ്. അവൾക്ക് അവളുടെ അമ്മയെയാണ് കാണേണ്ടത്.

നിലത്തു പ്ലേയ്റ്റിൽ വച്ചുകൊടുത്ത പലഹാരങ്ങൾ ആർത്തിയോടെ തിന്നുമ്പോഴും അവൾ ആലോചിച്ചു. ആരൊക്കെയാണിവർ?

ഭക്ഷണത്തിനുശേഷം ലക്ഷ്മി അവളെ എണ്ണതേപ്പിച്ചു നല്ല വാസനയുള്ള സോപ്പുകൊണ്ട് കുളിപ്പിച്ചു. കുളികഴിഞ്ഞശേഷം അവൾ അഴിച്ചുവച്ച ഉടുപ്പുതന്നെ ഇടാൻ ഭാവിച്ചപ്പോൾ ലക്ഷ്മി പറഞ്ഞു. ''മോളെ, അമ്മ മോൾക്ക് പുത്യ ഉടുപ്പ് വാങ്ങീട്ട്ണ്ട്.''

സുലുവിന് സന്തോഷമായി. പുതിയ ഉടുപ്പ് കിട്ടിയെന്നതു മാത്രമായിരുന്നില്ല അവൾക്ക് സന്തോഷമുണ്ടാക്കിയത്. അമ്മയാണത് വാങ്ങിയത് എന്നതുകൂടി അവളെ സന്തോഷിപ്പിച്ചു. അകത്തു കൊണ്ടുപോയി ഉടുപ്പിടുവിക്കുമ്പോഴും സുലു ചുറ്റും ആർക്കോ വേണ്ടി

തിരയുകയായിരുന്നു. പക്ഷേ ഒന്നും ചോദിക്കാൻ ധൈര്യമില്ലാതെ അവൾ നിന്നു.

മുണ്ടിയാൻ പാടത്ത് നിഴൽ വീണു. അതിനുമപ്പുറത്ത് കാരക്കുന്നിൻ ചരുവിലെ മരങ്ങളിൽ ചേക്കേറിയ ഇരുട്ടിൽനിന്ന് പുറത്തു കടക്കുന്ന നെല്ലുകുത്തുകാരികൾ വരമ്പുകളുടെ അറ്റങ്ങളിൽ അലിഞ്ഞില്ലാതായി. വയലുകളുടെ അരുകിൽ ഒറ്റപ്പെട്ടുകിടക്കുന്ന കുടിലുകളിൽ ഓരോന്നിലായി വെളിച്ചം വീണു. പറമ്പിൽ അടിച്ചുകൂട്ടിയ ചവറുകൾ വാരിക്കത്തിച്ച് കഞ്ഞിയുണ്ടാക്കുകയാവും. ഇരുട്ടിന്റെ ഒരു കൊച്ചുസങ്കേതത്തിൽ മകളേയും കാത്ത് താമി നിന്നു. സുലുവിനു വേണ്ടി തമ്പുരാൻ ഉടുപ്പു വാങ്ങിവച്ചിട്ടുണ്ടെന്ന് കണാരൻ അയാളോട് പറഞ്ഞിരുന്നു. ''നെന്റെ പെമ്പ്രന്നോര് ഭാഗ്യം ചെയ്തോളാ'', കണാരൻ പറഞ്ഞു. ''ഇനി താൻ അതിന്റെ അന്നം മൊടക്കണ്ട. ഓള് വഴിക്ക് നെന്റെ മോളും ഒരു പാട്ടിലായ്ക്കോളും.''

താമി കണാരനോട് ഒന്നും പറഞ്ഞില്ല. എന്തു പറയാനാണ്. രണ്ടായിരം രൂപ പലിശയോടുകൂടി കൊടുക്കാൻ തനിക്ക് എന്നാണ് പറ്റുക? അതൊരിക്കലും കൊടുക്കലുണ്ടാവില്ല. ലക്ഷ്മി ഒരിക്കലും തന്റെ കുടിലിൽ മടങ്ങി വരികയുമുണ്ടാവില്ല.

പാടത്തിന്റെ നടുവിലൂടെ നടന്നുവരുന്ന നെല്ലുകുത്തുകാരികളുടെ ഇടയിൽ താമി സുലുവിനെ തിരിച്ചറിഞ്ഞു. അവൾ ഉറക്കെ സംസാരിക്കുകയായിരുന്നു. ഇടവഴിയിൽ നിന്ന് കയറിയ മകളെ താമി എടുത്തു. ഒപ്പം വന്ന പെണ്ണുങ്ങൾ അവളുടെ ഉടുപ്പുകളുള്ള സഞ്ചി അയാളുടെ കൈയിൽ കൊടുത്തു. ''മോക്ക് രണ്ടുടുപ്പ് കിട്ടീട്ട്ണ്ട്.'' അവർ ധൃതിയിൽ നടന്നുപോകുന്നതിനിടയിൽ വിളിച്ചു പറഞ്ഞു.

അയാൾ ആർത്തിയോടെ അവളെ ഉമ്മവച്ചു.

''അമ്മേ കണ്ടോ?'' അയാൾ ചോദിച്ചു.

''അമ്മ്യോ?'' അവൾ അദ്ഭുതത്തോടെ ചോദിച്ചു. ''ഞാങ്കണ്ടില്ല അമ്മേനെ.''

''പിന്നെ ആരാണവ്ടെണ്ടായിര്ന്നത്, മോളേ?''

''അതോ, അവ്ടെ ഒരു വെളുത്ത തമ്പ്രാട്ടിണ്ട്, ഒരു കറുത്ത തമ്പ്രാട്ടിംണ്ട്.'' അവൾ ഒന്നു നിർത്തികൊണ്ട് തുടർന്നു. ''ആ കറുത്ത തമ്പ്രാട്ടിയാ എന്നെ കുളിപ്പിച്ചത്, ഈ ഉടുപ്പ് ഇടീച്ചുതന്നത്. നല്ല തമ്പ്രാട്ടി.''

''അത് മോള്ടെ അമ്മ്യല്ലേ?''

''അല്ലപ്പാ, അതവ്ടത്തെ തമ്പ്രാട്ട്യാ, കറുത്ത തമ്പ്രാട്ടി.''

അവൾ പെട്ടെന്ന് സംസാരം നിർത്തി. അവൾ ആലോചിക്കുകയായിരുന്നു. താമി മുട്ടവിളക്കു കത്തിച്ചു. അതിന്റെ വെട്ടത്തിൽ

എണ്ണമയമുള്ള ആ കൊച്ചുമുഖം അയാൾ നോക്കിക്കണ്ടു. അവൾ അപ്പോഴും ആലോചിക്കുകയായിരുന്നു. പിടികിട്ടാത്ത ഒരുപാടു കാര്യങ്ങൾ ആ കൊച്ചുമനസ്സിൽക്കൂടി കടന്നു പോകുകയായിരുന്നു. ആരാണാ കറുത്ത തമ്പ്രാട്ടി? എന്തിനാണവർ തന്നോട് സ്നേഹത്തോടെ പെരുമാറിയത്? ഉടുപ്പു വാങ്ങിത്തന്നത്? ആലോചന ഒരിടത്തും ചേക്കേറുന്നില്ലെന്നു മനസ്സിലായപ്പോൾ അവൾ ചോദിച്ചു.

"അപ്പാ..."

"എന്താമ്മൂ?"

"ന്റമ്മ എപ്പഴാ വര്വാ?"

■

പച്ചപ്പയ്യിനെ പിടിക്കാൻ

മുറ്റത്തെ പന്തലിൽ ആൾക്കാർ നിറഞ്ഞു. നടുവിൽ നിറപറയും തെങ്ങിൻ പൂക്കുലയും കൊണ്ടലങ്കരിച്ച മണ്ഡപം. അതിഥികൾ വരന്റെ പാർട്ടിക്കാർ വരുന്നതും കാത്ത് അക്ഷമരായി ഇരുന്നു. പന്തലിന്റെ ഒരറ്റത്ത് നാദസ്വരക്കാർ വാദ്യം തുടങ്ങാനുള്ള അടയാളത്തിനായി കാത്തിരുന്നു. മണ്ഡപത്തിനു മുമ്പിലിരുന്ന കുട്ടികളിൽ ഒരുവൾക്ക് മുഷിഞ്ഞു. അഞ്ചു വയസ്സു പ്രായമുള്ള അവൾ വധുവിന്റെ കൊച്ചനുജത്തിയായിരുന്നു. അവൾ തന്റെ കൂട്ടുകാരികളോടു പറഞ്ഞു.

''വാ, നമുക്ക് പച്ചപ്പയ്യിനെ പിടിക്കാം.''

പച്ചപ്പയ്യിനെപ്പറ്റി അവർ കേട്ടിട്ടില്ല. ''എന്താണ് പച്ചപ്പയ്യെന്നു പറഞ്ഞാൽ?''

''വാ, ഞാൻ കാട്ടിത്തരാം.''

അവർ എഴുന്നേറ്റു പുറത്തേക്കു കടന്നു.

''എങ്ങോട്ടാ നാല് കന്യകമാരുംകൂടി?'' ഒരാൾ ചോദിച്ചു.

''ഞങ്ങള് പച്ചപ്പയ്യിനെ പിടിക്കാൻ പോവ്വാണ്.'' ശാലിനി പറഞ്ഞു.

''പച്ചപ്പയ്യോ?'' അയാൾ പരിഹസിച്ചുകൊണ്ട് ചോദിച്ചു.

''അതേ.'' അവൾ ഗൗരവത്തോടെ പറഞ്ഞു. പച്ചപ്പയ്യിനെ പിടിക്കുക എന്നത് അത്ര ലഘുവായി തള്ളേണ്ട കാര്യമല്ല.

അടുത്ത പറമ്പായിരുന്നു ലക്ഷ്യം. മതിൽ പൊളിഞ്ഞുണ്ടായ വിടവിലൂടെ അവർ കടന്നു. വിശാലമായ ഒരു പറമ്പാണത്. രണ്ടു മാവും കുറേ കുറ്റിച്ചെടികളും ഒഴിച്ചാൽ കാര്യമായൊന്നും ആ പറമ്പിലില്ല. ഒരു പഴയ തറവാട് നിലംപൊത്തിയതിന്റെ അസ്ഥിമാടം നടുവിൽ അവശേഷിച്ചിരുന്നു. പറമ്പിന്റെ രണ്ടു വശത്തും കായലാണ്. അവർ വന്ന കാര്യം മറന്ന് കായലിന്റെ ഭംഗി നോക്കിനിന്നു. കല്യാണവീട്ടിലെ തിരക്ക് അകന്നുപോയി. മതിലിന്നപ്പുറത്ത് പന്തലിന്റെ മുകൾഭാഗം കാണാം. അവിടെനിന്ന് നോക്കുമ്പോൾ സ്വതവേ ചെറുതായ വീട് കുറേക്കൂടി ചെറുതായപോലെ തോന്നി ശാലിനിക്ക്.

എന്താണ് ചേച്ചിയെ കല്യാണം കഴിക്കാൻ പോകുന്ന ചേട്ടൻ വരാത്തതെന്ന് അവൾ ആലോചിച്ചു.

''എവിട്യാണ് പച്ചപ്പയ്യിനെ കിട്ട്വാ.'' മിനി ചോദിച്ചു. ആ പറമ്പിലേക്കു വന്നതിന്റെ ഉദ്ദേശ്യം അപ്പോഴെ ശാലിനി ഓർത്തുള്ളൂ.

''ഇവിടെണ്ടാവും.'' ചുറ്റും നോക്കിക്കൊണ്ട് അവൾ പറഞ്ഞു. അവൾ തിരച്ചിൽ തുടങ്ങി. ''ഞാനും ചേച്ചീം ഇവിട്യാണ് കളിക്കാൻ വര്വാ.''

രാവിലെ ചേച്ചിയാണ് അവളെ കുളിപ്പിച്ച് പുതിയ ഉടുപ്പ് ഇട്ടുകൊടുത്തത്. നെറ്റിമേലുള്ള കൊച്ചുപൊട്ടുകൂടി ചേച്ചിയാണ് തൊടീച്ചത്. അവൾ നെറ്റിമേൽ തൊട്ടുനോക്കി. ഉണ്ട്, അവിടെത്തന്നെയുണ്ട്. പുറപ്പെടുവിക്കുമ്പോൾ ചേച്ചി പറഞ്ഞു.

''നാളെത്തൊട്ട് മോള് സ്വന്തം കുളിക്ക്യേം സ്വന്തം ഉടുപ്പ് ഇടേം വേണം കേട്ടോ. ചേച്ചി കല്യാണം കഴിക്കാൻ വരണ ചേട്ടന്റെ കൂടെ പോവും.''

''അപ്പോ ആ ചേട്ടന് നമ്മടെ ഒപ്പം താമസിച്ചൂടെ?''

ചേച്ചി പോയാലുണ്ടാവുന്ന ശൂന്യതയെപ്പറ്റിയൊന്നും ആലോചിക്കാനുള്ള കഴിവുണ്ടായിരുന്നില്ല അവൾക്ക്. അങ്ങനെയൊക്കെ ആലോചിച്ചിരുന്നെങ്കിൽ അവൾക്ക് വിഷമമായേനേ. എപ്പോഴും അസുഖമായിക്കിടക്കുന്ന അമ്മ അവളെ സംബന്ധിച്ചേടത്തോളം ഒരു നിഴൽ മാത്രമായിരുന്നു. ചേച്ചിയാണവളുടെ കാര്യങ്ങളെല്ലാം നോക്കിയിരുന്നത്. ചേച്ചിയുടെ മറുപടിയൊന്നും വന്നില്ല. ചേച്ചി അവളുടെ തലമുടി മെടഞ്ഞിടുകയാണ്. അവൾ ചോദ്യമാവർത്തിച്ചു. ഒരു ദീർഘനിശ്വാസം. അവൾ ചേച്ചിയെ നോക്കി. ചേച്ചിയുടെ കണ്ണിൽ വെള്ളമുണ്ടായിരുന്നു.

''നമ്മുടെ ഈ കൊച്ചു വീടൊന്നും ആ ചേട്ടന് പിടിക്ക്യേണ്ടാവില്ല.''

കൊച്ചു വീടും അതിന്റെ നിത്യശാപമായ ദാരിദ്ര്യവും എന്നാണ് ബിന്ദു പറയാൻ ഓങ്ങിയത്. ദാരിദ്ര്യം അവൾക്കൊരിക്കലും വിഷമമുണ്ടാക്കിയിരുന്നില്ല. പക്ഷേ അതിനോടൊപ്പം സ്നേഹമില്ലായ്മയും വരുമ്പോഴോ? അവൾക്ക് എങ്ങനെയെങ്കിലും ആ വീട്ടിൽനിന്ന് രക്ഷപ്പെട്ടാൽ മതിയെന്നായിരുന്നു. സ്വാർത്ഥതയാണെന്നറിയാം. അവൾ രക്ഷപ്പെടാൻ മോഹിക്കുന്നത് ദാരിദ്ര്യത്തിൽ നിന്നായിരുന്നില്ല, സ്നേഹരാഹിത്യത്തിൽനിന്നായിരുന്നു. കൊച്ചനുജത്തിയുടെ ഓമനമുഖം നോക്കിനിന്നപ്പോൾ അവൾക്ക് വിഷമമായി. അവൾ പറഞ്ഞു.

''മോള് വലുതായാൽ ഒരു ഭംഗിള്ള ചേട്ടൻ വന്ന് മോളേം കല്യാണം കഴിച്ചു കൊണ്ടുപോകും. അങ്ങനെ മോൾക്കും ഇവിടുന്ന് രക്ഷപ്പെടാം.''

''എപ്പഴാ ആ ചേട്ടൻ വരാ?''

''മോള് വലുതാകുമ്പോ.''

അതൊരു സാന്ത്വനമരുളുന്ന അറിവായിരുന്നു. ആ അറിവിൽ അവൾ മയങ്ങിനിന്നു.

പച്ചപ്പയ്യുകൾ ഒളിച്ചിരിക്കയായിരുന്നു. ചേച്ചിയുടെ കല്യാണ നിശ്ചയദിവസം രജനിയുടെ കൂടെ ആ പറമ്പിൽ നടക്കുമ്പോൾ എത്ര പച്ചപ്പയ്യുകളെയാണവൾ കണ്ടത്. ഇന്ന് അവയൊക്കെ എവിടെ പ്പോയി? മീനുവും മിനിയും സജിയും തിരയുകയാണ്. എന്താണ് തിരയുന്നതെന്നവർക്കറിയില്ല. എന്തെങ്കിലും ഒരു സാധനം അവർക്കു മുമ്പിൽ വന്നുപെടുമെന്ന പോലെ അവർ തിരഞ്ഞു. സജി ചോദിച്ചു.

''എത്ര വലുപ്പംണ്ടാവും പച്ചപ്പയ്യിന്?''

''ഇതാ ഇത്ര.'' ശാലിനി അവളുടെ കൊച്ചു ചൂണ്ടാണിവിരൽ കാണിച്ചു. ''പച്ച നെറാ. പക്ഷേ അതു പിടിച്ചാൽ ചാടും.''

ചൂണ്ടാണിവിരൽ നീളത്തിൽ പച്ച നിറവും പിടിച്ചാൽ ചാടുന്ന സ്വഭാവവുമുള്ള ഒരു ജന്തുവിനെ അന്വേഷിച്ച് ആ പെൺകിടാങ്ങൾ വെയിലത്തു നടന്നു.

മിനി ചോദിച്ചു. ''എന്തിനാണ് പച്ചപ്പയ്യിനെ പിടിക്കണത്?''

''അതോ,'' ശാലിനി പറഞ്ഞു. ''പണംണ്ടാവാൻ. പച്ചപ്പയ്യിനെ പിടിച്ച് വീട്ടിൽ കൊണ്ടുവന്നാൽ ധാരാളം പണംണ്ടാവും. ചേച്ചി പറഞ്ഞതാ.''

ചേച്ചിക്ക് ഈ അറിവ് കുറച്ചുകൂടി മുമ്പെ പറഞ്ഞുതന്നാൽ മതി യായിരുന്നു. കഴിഞ്ഞ പ്രാവശ്യം എത്ര പച്ചപ്പയ്യിനെയാണവൾ എണ്ണി യത്. സ്നേഹിതകൾക്കു മതിപ്പായെന്ന് ശാലിനിക്കു മനസ്സിലായി. പണമുണ്ടാക്കാമെന്നുണ്ടെങ്കിൽ കുറച്ചുനേരം അദ്ധ്വാനിച്ചാലും വിഷമമില്ല. അവരുടെ വീട്ടിലും ദാരിദ്ര്യത്തിന്റെ അശ്ലീല സാന്നി ദ്ധ്യവും കുടിക്കുന്ന അച്ഛന്മാരും ഉണ്ട്. കുറേ സമയം തിരഞ്ഞിട്ടും ഒരൊറ്റ പച്ചപ്പയ്യിനേയും കാണാൻ കഴിയാഞ്ഞപ്പോൾ മറ്റു മൂന്നു പെൺകുട്ടികൾക്കും മുഷിഞ്ഞെന്നു തോന്നുന്നു. അവർ പറഞ്ഞു.

''നമുക്ക് തിരിച്ചു പോവ്വാ.''

''കൊറച്ചുനേരം കൂടി നോക്കീട്ടു പോവാം.'' അവൾ പറഞ്ഞു. ''നമക്ക് കിട്ടാതിരിക്കില്ല.''

ശാലിനിക്ക് കൂട്ടുകാരെ എങ്ങനെയെങ്കിലും പിടിച്ചുനിർത്തണ മെന്നുണ്ട്. പച്ചപ്പയ്യിനെ പിടിക്കാൻ സഹായം ആവശ്യമാണ്. പിടി ക്കാതെ തിരിച്ചുപോകാൻ അവൾക്കു താത്പര്യമുണ്ടായിരുന്നില്ല.

അകത്ത് ബിന്ദു ഗുരുക്കളെ വന്ദിക്കുന്ന കർമ്മത്തിലായിരുന്നു. വെറ്റിലയിൽ നാണ്യം വെച്ച് ദക്ഷിണ കൊടുത്ത് ഓരോരുത്തരുടെ

കാൽക്കൽ വീഴുകയാണവൾ. ഗുരുജനങ്ങൾ നിരന്നു നിന്നിരുന്നു. വല്ല്യച്ഛനായിരുന്നു ആദ്യം. ഓരോരുത്തരുടേയും കാൽക്കൽ വീഴുമ്പോൾ അവരെപ്പറ്റിയുള്ള ഓർമ്മകൾ മനസ്സിൽ വന്നു നിറയുകയായിരുന്നു. അച്ഛന്റെ പ്രാരബ്ധങ്ങളുടെ തുടക്കം ഈ മനുഷ്യനിൽ നിന്നായിരുന്നു എന്ന് അവൾ ഓർത്തു. വയസ്സായ അമ്മയെയും അച്ഛനേയും നോക്കാമെന്നു പറഞ്ഞ് തറവാടും സ്വത്തിന്റെ തൊണ്ണൂറു ശതമാനവും അടിച്ചെടുത്ത മനുഷ്യൻ. അവസാനം ആർക്കും വേണ്ടാതെ കിടന്നിരുന്ന ഈ സ്ഥലം പോലും അർഹതപ്പെട്ടതല്ലെങ്കിലും ദാനമായി തരുന്നു എന്ന മട്ടിൽ വീതിച്ചു കിട്ടിയതുകൊണ്ട് സംതൃപ്തനാകേണ്ടിവന്നു അച്ഛന്ന്. രണ്ടു ചിരട്ട കുഴിച്ചാൽ ഓരു വെള്ളം കിനിയുന്ന ഈ പറമ്പിൽ അവൾ ഒരു കള്ളിച്ചെടിപോലെ വളർന്നു.

രണ്ടാമത് നിന്നിരുന്നത് അമ്മാവനായിരുന്നു. അമ്മയുടെ അനിയൻ. അയാൾ പുതിയ പാന്റും ഷർട്ടും ധരിച്ച് ഷൂസുപോലും അഴിക്കാതെ അവളുടെ മുമ്പിൽ നിന്നു. തൊട്ടടുത്തു നിന്നിരുന്ന അമ്മായിയും ധരിച്ചിരുന്നത് പുതിയ കാഞ്ചീപുരം സാരിയായിരുന്നു. നാലായിരം രൂപ വിലയുള്ള സാരി. ആ സാരിയെപ്പറ്റി അവർ പറഞ്ഞിരുന്നു. ‘‘എന്നോട് ആറായിരത്തിന്റെ സാരി വാങ്ങിക്കോളാൻ ചേട്ടൻ പറഞ്ഞതാ. എനിക്ക് പക്ഷേ ഇഷ്ടായത് ഇതാണ്. അപ്പോ ചേട്ടൻ പറഞ്ഞു ബാക്കി രണ്ടായിരം കൊണ്ട് നീയൊരു കമ്മലെടുത്തോന്ന്. എനിക്കിപ്പോ കമ്മലൊന്നും വേണ്ട. എട്ടുജോടി കമ്മലുതന്നെ ഇടാൻ നേരം വേണ്ടേ? ഞാൻ പറഞ്ഞു കുറച്ചുകൂടി ചേർത്ത് രജനിക്ക് ഒരു വള വാങ്ങാംന്ന്...’’

ബിന്ദു എല്ലാം കേട്ടിരുന്നു. എന്തിനാണ് ഇവരെല്ലാം എന്റെ മനഃസ്വാസ്ഥ്യം നശിപ്പിക്കാനായി വരുന്നത്? അവളുടെ കല്യാണപ്പുടവയ്ക്ക് ആയിരത്തിൽ താഴേയേ വിലയുള്ളൂ. അവൾക്കിഷ്ടമായത് രണ്ടായിരത്തഞ്ഞൂറിന്റെ ഒരു സാരിയായിരുന്നു. കുങ്കുമ നിറത്തിൽ കസവു ബോർഡറും ഭംഗിയുള്ള മുന്താണിയുമുള്ള സാരി. അവൾ കുറേ നേരം കടയിൽ ആ സാരിയും കൈയിൽപിടിച്ചു കൊണ്ടിരുന്നു, വാങ്ങാൻ പറ്റില്ലെന്നു മനസ്സിലായിട്ടും.

ബിന്ദു കല്യാണനിശ്ചയദിവസം ഓർത്തു. അന്നു വൈകുന്നേരം അച്ഛന്റെ വക കുടി പാർട്ടിയായിരുന്നു. വല്ല്യച്ഛനും ഈ അമ്മാവനും രണ്ടുനാലു കൂട്ടുകാരും ചേർന്ന് രാത്രി വൈകുംവരെ കുടിയായിരുന്നു. അമ്മാവൻ കുടിക്കിടയിൽ എഴുന്നേറ്റു നിന്നുകൊണ്ട് പ്രഖ്യാപിച്ചു.

‘‘എന്റെ മരുമകളുടെ കല്യാണം ഈ ഞാൻ നടത്തിക്കൊടുക്കും. ഈ ഞാൻ.’’ നെഞ്ചിൽ ഉറക്കെ അടിച്ചുകൊണ്ട് കുഴഞ്ഞു തുടങ്ങിയ

നാവുമായി അയാൾ പ്രഖ്യാപനം ആവർത്തിച്ചു. അച്ഛന്ന് സന്തോഷ മായി. അളിയന് ഒരു പെഗ്ഗുകൂടി ഒഴിച്ചുകൊടുത്തു. വല്ല്യച്ഛനും നല്ല ഫോമിലായിരുന്നു. അയാൾ പ്രഖ്യാപിച്ചു. ''കല്യാണ സദ്യ എന്റെ വകയാണ്. വേറെ ആരും അതന്വേഷിക്കണ്ട.'' ഇനിയെന്താണ് വേണ്ടത്?

രാത്രി മൂന്നു മണിയോടെ എല്ലാവരും ഒരു വിധം ഉറക്കമായി. ബിന്ദു അവളുടെ മുറിയിൽ നിലത്ത് പായവിരിച്ചു എവിടേയോ തളർന്നുറങ്ങിയ കൊച്ചനുജത്തിയേയുമെടുത്ത് ഒപ്പം കിടത്തി. തന്റെ കട്ടിൽ നേരത്തെതന്നെ അമ്മായി കയ്യേറിയിരുന്നു. അവൾ ഉറങ്ങി യില്ല. ഇന്ന് തന്റെ കല്യാണനിശ്ചയമായിരുന്നു. തന്റെ ദിവസം. അവൾ രാത്രി രണ്ടുമണിവരെ മറ്റുള്ളവർ ഭക്ഷണം കഴിച്ചിട്ട പാത്രങ്ങൾ കഴുകിയും കുടിക്കുന്നവർക്ക് ചൂടോടെ മീൻ പൊരിച്ചു കൊടുത്തും ഒരുത്തൻ ഛർദ്ദിച്ചത് കോരിക്കളഞ്ഞും തളർന്നു. അതിനിടയ്ക്ക് ഓരോരുത്തർക്ക് കിടക്കാൻ വേണ്ടി കിടക്കയും പായയും തേടി ക്കൊടുത്തു. പൊള്ളയായ വാഗ്ദാനങ്ങളും പൊങ്ങച്ചങ്ങളും നിശ്ശ ബ്ദമായി. ഉച്ചയ്ക്കു നടന്ന ചടങ്ങിൽ തന്റെ വിരലിൽ മോതിരമണി യിച്ച ചെറുപ്പക്കാരനെ അവൾ ഓർത്തു. പ്രകാശത്തിന്റെ ചെറിയൊരു നാളം. അവൾക്ക് ഉറക്കെ കരയാൻ തോന്നി.

പന്തലിൽ ബഹളം തുടങ്ങിയിരുന്നു. അതിനിടയ്ക്ക് നാദസ്വര ത്തിന്റെ ശബ്ദം കേട്ടു.

''കല്യാണം തൊടങ്ങീന്നു തോന്നുണു.'' മിനി പറഞ്ഞു.

''അപ്പോ നമക്ക് പോണ്ടെ?'' സജി ചോദിച്ചു. അവൾക്ക് പരിഭ്രമം തുടങ്ങിയിരുന്നു. ''അമ്മന്നെ നോക്കുന്നുണ്ടാവും.''

''ഞാൻ പോവ്വാണ്.'' മീനു പറഞ്ഞു.

മൂന്നു കൂട്ടുകാരും സാവധാനത്തിൽ വീടിനെ ലക്ഷ്യമാക്കി നടന്നു പോകുന്നത് ശാലിനി സങ്കടത്തോടെ നോക്കി നിന്നു. പച്ചപ്പയ്യിനെ പിടിക്കാതെ അവൾക്കു പോകാൻ തോന്നിയില്ല. ഒരാഴ്ച മുമ്പാണ തുണ്ടായത്. സന്ധ്യയ്ക്കു വിളക്കു വച്ചു നാമം ചെല്ലിക്കൊണ്ടിരി ക്കെയാണതു വന്നത്. പച്ച നിറത്തിൽ നീണ്ട കാലുകളുള്ള ഒരു ജന്തു. അവൾ ആ ജന്തുവിനെ ഓടിക്കാൻ നോക്കി. മുമ്പൊരിക്കൽ അതുപോലൊരു ജന്തു അവളുടെ ഉടുപ്പിനുള്ളിൽ കയറി പ്രശ്നമു ണ്ടാക്കിയതാണ്. ഒരു ഈർക്കിലെടുത്ത് അതിനെ ചാടിക്കാൻ നോക്കിയപ്പോഴാണ് ചേച്ചി പറഞ്ഞത്.

''മോളെ അതിനെ ഓടിക്കാൻ പാടില്ല.''

''എന്താ കാരണം?''

''അതേയ്, അത് പച്ചപ്പയ്യാണ്. അത് വന്നാൽ വന്ന വീട്ടില് ധാരാളം പണംണ്ടാവും.''

കഷ്ടിച്ചു രക്ഷപ്പെട്ടു. ചേച്ചി അതു പറയാൻ കുറച്ചുകൂടി താമസിച്ചിരുന്നെങ്കിൽ കുഴപ്പമായേനെ. ചെമ്പോത്തിന്റെ കാര്യവും പറഞ്ഞു തന്നത് ചേച്ചിയാണ്. ചെമ്പോത്തിനെ കാണുന്നത് ഭാഗ്യമാണ്, പക്ഷേ കണ്ട കാര്യം ആരോടും പറയരുത്. പറഞ്ഞാൽ ഭാഗ്യം മുഴുവൻ പോകും.

പച്ചപ്പയ്യ് പക്ഷേ എന്തുകൊണ്ടോ ചാടിപ്പോയി, പണമൊന്നും കൊണ്ടുവരാതെത്തന്നെ. ചേച്ചി അച്ഛനോട് വഴക്കിലായിരുന്നു. ഒരു മാങ്ങാമാലയ്ക്കു വേണ്ടി.

''ഞാനൊന്നും ചോദിക്കിണില്ല, ഒരു മാങ്ങാമാല മാത്രം. അതെങ്കിലും കല്യാണത്തിന് വാങ്ങിത്തരാൻ വയ്യേ അച്ഛന്?''

തേങ്ങലുകൾ, പരിഭവങ്ങൾ...

''ഞാനെങ്ങനാ ഈ ഒറ്റമാല മാത്രം ഇട്ടുകൊണ്ട് പന്തലില് എല്ലാരടേം മുമ്പിലിരിക്കണത്? വരന്റെ വീട്ടുകാര് ഒന്നും ആവശ്യപ്പെട്ടിട്ടില്ലാന്നു വച്ച് ഒന്നും വാങ്ങേണ്ടേ?''

''എനിക്ക് ഇനിയും ഒരു പെൺകുട്ടിയെ കെട്ടിച്ചുകൊടുക്കാനുണ്ടന്ന് നീയോർക്കണം.''

''ഇനി പതിനഞ്ചുകൊല്ലം കഴിഞ്ഞുള്ള കാര്യമാണ് അച്ഛൻ പറേണത്. അതോണ്ടൊന്നും അല്ല. അച്ഛന് എന്നെ സ്നേഹല്ല്യാ, അതു തന്നെ.''

അമ്മ ഒന്നും മിണ്ടാതെ നിൽക്കും. അമ്മ എന്തെങ്കിലും പറയുമെന്ന് ശാലിനി ആശിക്കും. ചേച്ചിക്കുവേണ്ടി. ചേച്ചിയെ സമാധാനിപ്പിക്കാനെങ്കിലും. ഒന്നുമുണ്ടാവില്ല. ഒരു വാടിയ ചെടി പോലെ ചേച്ചി കുഴഞ്ഞിരിക്കുന്നത് അവൾ നോക്കിനിൽക്കും.

നിശ്ചയത്തിന്റെ ദിവസം ഉണ്ടായ പ്രഖ്യാപനങ്ങളും വാഗ്ദാനങ്ങളും നേരം പുലർന്നതോടെ ലഹരിയോടൊപ്പം അലിഞ്ഞില്ലാതായി. പണസ്സഞ്ചിയുമായി മരുമകളുടെ കല്യാണം നടത്തിക്കാൻ വരുന്ന അളിയന്റേയും അനുജന്റെ മകളുടെ കല്യാണസ്സദ്യയ്ക്കുള്ള പണവുമായി വരുന്ന ചേട്ടന്റേയും വരവു കാത്ത് അച്ഛൻ ഇരുന്നു. കാത്തിരിപ്പ് വെറുതെയാണെന്നു മനസ്സിലായപ്പോൾ അച്ഛൻ പണത്തിനുവേണ്ടി നെട്ടോട്ടമോടാൻ തുടങ്ങി.

ചേച്ചി അമ്മയോട് വക്കാലത്തിനു പോകാറില്ല. കാര്യമില്ലെന്നറിയാം. അത് ശാലിനിക്കും അറിയാം. അതുകൊണ്ട് അച്ഛന്റെ കൈയിൽനിന്നു നേരിടുന്ന അനീതികൾ അവളും കണ്ണടച്ചു സഹിച്ചു. രാത്രി വൈകിവരുന്ന അച്ഛന്റെ ചുവന്ന കണ്ണുകൾ നേരിടാനാവാതെ അവൾ ഒളിച്ചിരുന്നു. ഇടറിയ കാലുകളോടെ അച്ഛൻ നടന്നു വരുന്നതു കണ്ടാൽ അവൾ കിടക്കയിൽ പോയി കിടക്കും. അമ്മ വലിവു

കാരണം നേരത്തെത്തന്നെ കിടക്കും. ചേച്ചി അച്ഛനു ചോറു വിളമ്പിക്കൊടുക്കും, ചീത്തകൾ കേട്ടുകൊണ്ടു തന്നെ. മഴക്കാലത്ത് നിരന്തരം കേൾക്കാറുള്ള തവളകളുടെ മൊരത്ത ശബ്ദം പോലെ ചേച്ചിക്കതു സ്വീകാര്യമായിരിക്കുന്നു.

''ഇന്നെന്തായാലും എനിക്ക് മാങ്ങാമാല വാങ്ങണം.'' ബിന്ദു പറഞ്ഞു.

അച്ഛൻ ഒന്നും പറയാതെ പുറത്തേക്കിറങ്ങി. കല്യാണത്തിന് ഒരാഴ്ചയേയുള്ളൂ. എവിടെനിന്നെങ്കിലും പണമുണ്ടാക്കുമെന്നും നെക്‌ലേസ് വാങ്ങുമെന്നും പ്രതീക്ഷിച്ച് അവൾ കാത്തിരുന്നു. രാത്രി വൈകുംതോറും മങ്ങലേറ്റ പ്രതീക്ഷകൾ അച്ഛന്റെ വരവോടെ അവൾ കുഴിച്ചുമൂടി. അയാൾ നല്ലവണ്ണം കുടിച്ചിട്ടായിരുന്നു വന്നത്. ചോറു വിളമ്പിക്കൊടുക്കുമ്പോൾ അച്ഛൻ എന്തെങ്കിലും പറയുമെന്നവൾ ആശിച്ചു. ഇല്ല, ഒന്നും പറഞ്ഞില്ല. അവൾ ചോദിച്ചു.

''അച്ഛൻ മാങ്ങാമാല വാങ്ങിയില്ല അല്ലേ?''

''തേങ്ങാമാലയാണ്, എന്നെക്കൊണ്ട് പറയിക്കണ്ട.'' അയാൾ പറഞ്ഞു.

''അച്ഛന്ന് കുടിക്കാനും കുടിപ്പിക്കാനും പണമുണ്ടല്ലോ, എനിക്കു വേണ്ടി എന്തെങ്കിലും വാങ്ങാൻ മാത്രേ പണംല്ല്യായള്ളു.''

''എന്താടീ നീ പറഞ്ഞത്?'' അയാൾ ക്രുദ്ധനായി ചോദിച്ചു.

''ഞാൻ പറഞ്ഞത് ശരിയല്ലേ? നിശ്ചയത്തിന്റന്ന് കുടിച്ചുതുലച്ച പണമുണ്ടെങ്കിൽ എനിക്ക് കുറച്ചുകൂടി നല്ല സാരി വാങ്ങായിരുന്നില്ലേ? ഇപ്പോ അച്ഛന്റെ അളിയനും ചേട്ടനുമെവിടെ? അവരാരെങ്കിലും തിരിഞ്ഞു നോക്കുന്നുണ്ടോ? അന്നു കുടിപ്പിച്ചു വിട്ടതല്ലേ?''

അച്ഛൻ അടുത്തു വന്നതും കനത്ത കൈ തന്റെ മേൽ വീഴുന്നതും മാത്രമേ അവൾ അറിഞ്ഞുള്ളൂ. തല എവിടേയോ പോയി ഇടിച്ച ഓർമ്മയുണ്ട്. ഓർമ്മ വന്നപ്പോൾ അവൾ നിലത്തു കിടക്കയാണ്. നെറ്റിമേൽ വേദനയുള്ള സ്ഥലത്ത് തൊട്ടപ്പോൾ ചോരയുടെ നനവ്. കൈ കഴുകാൻ കൂടി മെനക്കെടാതെ അവൾ കുറേ നേരം ഇരുന്നു. രാവിലെ നെറ്റിമേലുള്ള മുറിവിനെപ്പറ്റി ആരും അന്വേഷിച്ചില്ല. കുളിപ്പിക്കുന്ന സമയത്താണ് ശാലിനി, ചേച്ചിയുടെ നെറ്റിയിലെ മുറിവു കാണുന്നത്. അവൾ ചോദിച്ചു.

''എന്താ ചേച്ചീടെ നെറ്റീമ്മല് മുറി?''

''അതോ, അത് അച്ഛൻ ചേച്ചിക്ക് തന്ന കല്യാണസമ്മാനാണ്.''

ശാലിനിക്ക് വിഷമമായി. അവളുടെ ചുണ്ടുകൾ വിറച്ചു. അവൾ കരച്ചിലിന്റെ വക്കത്തെത്തിയിരുന്നു. അവൾ ചേച്ചിയെ കെട്ടിപ്പിടിച്ച് മുഖത്ത് ഉമ്മവച്ചുകൊണ്ട് ചോദിച്ചു.

''ചേച്ചിക്ക് വേദനിച്ചോ?''

പച്ചപ്പയ്യുകൾ തന്നെ കബളിപ്പിക്കുകയാണെന്ന് ശാലിനിക്ക് മനസ്സിലായി. അല്ലെങ്കിൽ ഇത്ര പെട്ടെന്ന് അവ അപ്രത്യക്ഷമാകാൻ കാരണമെന്ത്? അവൾ തിരച്ചിൽ തുടർന്നു. പുല്ലുകൾക്കിടയിൽ, ചെടികളുടെ ചില്ലമേൽ എല്ലാം അവളുടെ സൂക്ഷ്മമായ കണ്ണുകൾ പരതി. അവൾ വീട്ടിൽനിന്നും വളരെ അകന്നുപോയിരുന്നു. അതവളെ വേദനിപ്പിച്ചു. ചേച്ചിയുടെ കല്യാണസമയത്ത് അവിടെയുണ്ടാകണമെന്നുണ്ടായിരുന്നു അവൾക്ക്. പക്ഷേ പച്ചപ്പയ്യിനെ പിടിക്കാതെ എങ്ങനെയാണ്? അവസാനം ഒരു തുമ്പച്ചെടിയുടെ ഇലയുടെ മേലെ അവൾ ഒരു കൊച്ചു പച്ചപ്പയ്യിനെ കണ്ടെത്തി. ചെറുതാണെങ്കിലും പച്ചപ്പയ്യ് അതിന്റെ ധർമ്മം നിർവ്വഹിക്കുമെന്നവൾ ആശിച്ചു. ഇനി അതിനെ പിടിക്കുകയാണാവശ്യം. കൂട്ടുകാരികളുടെ അഭാവം അവളെ തളർത്തി. മൂന്നുപേരും ഉണ്ടായിരുന്നെങ്കിൽ സംഗതി എളുപ്പമായിരുന്നു. അവൾ സാവധാനത്തിൽ ശബ്ദമുണ്ടാക്കാതെ പച്ചപ്പയ്യിനെ സമീപിച്ചു, അവളുടെ കൊച്ചുവിരലുകൾ കൊണ്ട് അതിന്റെ വാലിൽ പിടിച്ചു. അവൾ ഉറക്കെ ശബ്ദമുണ്ടാക്കി ചാടി, കാരണം പച്ചപ്പയ്യ് വിരൽസ്പർശമേറ്റ ഉടനെ ഒരു ചാട്ടം ചാടിയത് അവളുടെ മുഖത്തേക്കായിരുന്നു. ഒരു നിമിഷം അവിടെ തങ്ങിനിന്ന് അത് നിലത്തേക്കു തന്നെ ചാടി.

പച്ചപ്പയ്യിനെ പിടിക്കുക എന്നത് അപകടം പിടിച്ച ജോലിയായിരുന്നു. താൻ അതിനു തയ്യാറെടുത്തിട്ടല്ല വന്നത് എന്നവൾക്കു മനസ്സിലായി. ഒരു വലപോലെ എന്തെങ്കിലും വേണം, പിന്നെ പിടിച്ചാൽ ഇട്ടുവെക്കാൻ ഒരു ഉറ. ഇതൊന്നുമില്ലാതെ വിഷമം തന്നെ. പിന്നെയുണ്ടായ അഭ്യാസത്തിൽ പച്ചപ്പയ്യ് ആ അഞ്ചു വയസ്സുകാരിയെ ഇട്ടു വട്ടം കറക്കി. പതിനഞ്ചുമിനിറ്റു നീണ്ടുനിന്ന വേട്ടയിൽ ശാലിനി ക്ഷീണിച്ചു. അവസാനം ഒരു കുതിക്കൽ കഴിഞ്ഞു നോക്കുമ്പോൾ പച്ചപ്പയ്യ് അപ്രത്യക്ഷമായിരുന്നു. അവൾ ക്ഷീണിച്ച് ഒരു മാവിൻ ചുവട്ടിൽ പോയിരുന്നു. കായലിൽ നിന്നുള്ള കാറ്റ് തണുത്തതാണ്.

കല്യാണമണ്ഡപത്തിൽ വരനൊരുമിച്ചിരിക്കുമ്പോൾ ബിന്ദു കൊച്ചനുജത്തിക്കുവേണ്ടി ചുറ്റും നോക്കി. അവളുടെ സ്നേഹിതകളെ പലരേയും കണ്ടെങ്കിലും അവളെ മാത്രം കണ്ടില്ല.

എവിടേയെങ്കിലും ഇരിക്കുന്നുണ്ടാവും അല്ലെങ്കിൽ ഓടിക്കളിക്കുന്നുണ്ടാവും. മോതിരം മാറി, മാലയിട്ടു. എല്ലാം യാന്ത്രികമായി നടക്കുന്നു. അവളുടെ മനസ്സ് വളരെ അകലെയായിരുന്നു. അതിനിടയ്ക്ക് വരൻ എന്തോ ചോദിച്ചത് അവൾ കേട്ടില്ല. അയാൾ ചിരിച്ചുകൊണ്ട് ചോദിച്ചു. ''നീ എവിട്യാണ്?''

''എന്നോടെന്തെങ്കിലും ചോദിച്ചുവോ?'''

''നീ എവിട്യാണ്ന്ന്?''

''ഞാൻ മോളെ അന്വേഷിക്കുകയായിരുന്നു. ചേച്ചീടെ കല്യാണം കാണണംന്ന് പറഞ്ഞ് മുമ്പിൽത്തന്നെയിരിക്കുമെന്ന് പറഞ്ഞതായിരുന്നു. കാണാനില്ല.''

''എഴുന്നേൽക്കൂ രണ്ടു പേരും... എന്നിട്ട് വരൻ വധുവിന്റെ കൈ പിടിച്ച് പ്രദക്ഷിണം വയ്ക്ക്യാ... അതെ അങ്ങനെ... ആ പെൺകുട്ടികള് വെളക്കും പിടിച്ചു മുമ്പില് നടക്കാ.''

ഊണുകഴിക്കാനിരുന്നപ്പോൾ ബിന്ദു വീണ്ടും ശാലിനിയുടെ കാര്യം ഓർത്തു. ആരോടാണ് ചോദിക്കുക എന്നാലോചിക്കുമ്പോഴേക്ക് മിനിയേയും മീനുവിനേയും കണ്ടു.

''ശാലിനി എവിടെ?'' അവൾ ചോദിച്ചു.

''ആ, ഞങ്ങക്കറിയില്ല.''

''അപ്പോ നിങ്ങള് നാലുപേരും കൂടീട്ടല്ലേ പുറത്തേക്കു പോണത് കണ്ടത്?'' ഒരാൾ ചോദിച്ചു. നാലു കന്യകമാരുടെ പര്യടനത്തിനു ദൃക്സാക്ഷിയായിരുന്നു അയാൾ.

''ആ,'' മിനിക്ക് ഓർമ്മ വന്നു. അവൾ പറഞ്ഞു. ''ശാലിനി പച്ചപ്പയ്യിനെ പിടിക്കാൻ പോയിരിക്ക്യാ.''

''പച്ചപ്പയ്യിന്യോ?''

''അതെ. അടുത്ത പറമ്പില്ണ്ട്.''

പെട്ടെന്നുയർന്നു വന്ന തേങ്ങലടക്കാൻ ബിന്ദു പാടുപെട്ടു. ഇവിടെ ചേച്ചിയുടെ കല്യാണം നടന്നു കൊണ്ടിരിക്കുമ്പോൾ ശാലിനി പച്ചപ്പയ്യിനെ പിടിക്കാൻ പോയിരിക്കയാണ്. എന്തിനാണവൾ അതു ചെയ്യുന്നതെന്ന അറിവ് ബിന്ദുവിനെ വേദനിപ്പിച്ചു. അവൾ എഴുന്നേറ്റു നടന്നു. വരനും ഒപ്പം കൂടി. അടുത്ത പറമ്പിൽ ഒരു മാവിൻ ചുവട്ടിൽ അവർ അവളെ കണ്ടു.

ചുരുണ്ടുകൂടി കിടക്കുകയാണവൾ. നല്ല ഉറക്കത്തിലാണ്. കായലിൽനിന്നുള്ള തണുത്ത കാറ്റിൽ അവളുടെ അളകങ്ങൾ ചാഞ്ചാടി. ഉറക്കത്തിലവൾ പച്ചപ്പയ്യുകളെ സ്വപ്നം കാണുകയായിരുന്നു. ധാരാളം പച്ചപ്പയ്യുകൾ. കോരിയെടുക്കാം. അത്രയധികം പച്ചപ്പയ്യുകൾ നിലത്തു നിറയെ.

ബിന്ദു കുറച്ചുനേരം കൊച്ചനുജത്തിയെ നോക്കിനിന്നു. അപ്പോഴാണവൾ കണ്ടത്. ശാലിനിയുടെ മുഖം ഉറ്റുനോക്കിക്കൊണ്ടെന്ന പോലെ ഒരു ചെറിയ പച്ചപ്പയ്യ് നിന്നിരുന്നു. അവൾ ശാലിനിയെ കോരിയെടുത്തു. അവൾ കണ്ണുതുറന്നു.

''മോള് എന്തെടുക്കുവായിരുന്നു ഇവിടെ?''

''ഞാനോ...'' അവൾ പകച്ചുകൊണ്ടു ചുറ്റും നോക്കി. ''ഞാൻ പച്ചപ്പയ്യിനെ പിടിക്കാൻ വന്നതാ. ചേച്ചീടെ കല്യാണം കഴിഞ്ഞോ?'' അവൾ കുണ്ഠിതത്തോടെ ചോദിച്ചു.

''ഇതാ, നിന്നെക്കാത്ത് ഒരുത്തൻ നിൽക്കുന്നു.'' അവൾ പച്ചപ്പയ്യിനെ കാണിച്ചുകൊടുത്തുകൊണ്ട് പറഞ്ഞു. ശാലിനി ചിരിച്ചു. എന്നെ കുറേ നേരം ഇട്ടോടിച്ചിട്ട് താൻ കിടന്നുറങ്ങി അല്ലേ എന്നു ചോദിക്കുകയായിരുന്നു അത്. അവൾ ചേട്ടനെ അപ്പോഴാണ് കണ്ടത്. അവൾക്ക് അയാളെ ഇഷ്ടമായി. അവൾ പറഞ്ഞു.

''എനിക്ക് ഈ ചേട്ടനെ നല്ല ഇഷ്ടംണ്ട്.''

വരൻ അവളെ എടുക്കാൻ കൈനീട്ടി.

ശാലിനി അയാളുടെ കൈയിലേക്ക് ചാടി.

''നോക്കൂ ബിന്ദൂ.'' അയാൾ പറഞ്ഞു. ''നമുക്ക് ഇവളെ കൊണ്ടുപോയി നമ്മുടെ ഒപ്പം താമസിപ്പിക്കാം എന്താ? അവിടെ ധാരാളം പച്ചപ്പയ്യുകളുണ്ട്. പിടിക്കാൻ ആളില്ലാതെ കിടക്ക്വാണ്.'' അയാൾ ശാലിനിയോട് ചോദിച്ചു. ''എന്താ ഈ ചേട്ടന്റെ കൂടെ വരുന്നോ?''

അവൾ എന്നേ തയ്യാറായിരുന്നു.

ബിന്ദുവിന്റെ കണ്ണുകൾ വികസിച്ചു. രണ്ടുവിധത്തിലും അയാൾ പറഞ്ഞത് ശരിയാവുകയാണെങ്കിലെന്ന് അവൾ ആശിച്ചു. ശാലിനിയെ ഒപ്പം താമസിപ്പിക്കാമെന്നതും അവിടെ ധാരാളം പച്ചപ്പയ്യുകളുണ്ടെന്നതും. ■

പ്രാകൃതനായ തോട്ടക്കാരൻ

പ്രഭു തോട്ടക്കാരനോടു പറഞ്ഞു:

''ഞാൻ നിങ്ങളെ എന്റെ തോട്ടക്കാരനാക്കിയിട്ട് ഏതാണ്ടു രണ്ടു കൊല്ലമായി. തോട്ടം ഏല്പിച്ചുതന്നപ്പോൾ അതു വെറുമൊരേക്കർ തരിശുനിലമായിരുന്നെന്ന് ഞാൻ സമ്മതിക്കുന്നു. അതുകൊണ്ടു തന്നെയാണ് ഞാനതു നിങ്ങളെ ഏല്പിച്ചു തന്നതും. അവിടെ എന്റെ പുതിയ മാളികയുടെ ഔദ്ധത്യത്തിനുയോജ്യമായ ഒരുദ്യാനം ഉണ്ടാക്കണമെന്നായിരുന്നു ഞാൻ പറഞ്ഞത്. അതിന് എത്ര പണം വേണമെങ്കിലും ചെലവിടാൻ ഞാൻ തയ്യാറുമായിരുന്നു. നിങ്ങളോടു കിട്ടാവുന്നേടത്തോളം എല്ലാത്തരം പൂച്ചെടികളുടെയും വിത്തുകൾ നെഴ്സറിയിൽ നിന്നു വാങ്ങിക്കോളാൻ ഞാൻ പറഞ്ഞിരുന്നില്ലേ? അതുപോലെ ആവശ്യമുള്ള വളങ്ങളും വാങ്ങാൻ ഏല്പിച്ചിരുന്നില്ലേ?

എന്റെ മനസ്സിലുണ്ടായിരുന്ന തോട്ടത്തിൽ റോസാപ്പൂക്കളും സൂര്യകാന്തികളും പാരിജാതവുമാണുള്ളത്. എന്റെ ഓർമ്മ ശരിയാണെങ്കിൽ ഞാൻ നിങ്ങളോടു പറഞ്ഞിരുന്നത് തോട്ടത്തെ കള്ളികളായി ഭാഗിച്ചു മൈലാഞ്ചിച്ചെടികൾകൊണ്ട് ഒരേ ഉയരത്തിൽ മതിലിട്ട് ഓരോ കള്ളിയിലും ഓരോ തരം പൂച്ചെടികൾ തടങ്ങളായി വളർത്താനായിരുന്നു.

ഇന്നലെ വൈകുന്നേരമാണ് ഞാൻ ആദ്യമായി തോട്ടത്തിൽ ഇറങ്ങി നോക്കിയത്. ആദ്യമെല്ലാം എന്റെ മാളികയുടെ മട്ടുപ്പാവിലിരുന്നു നോക്കിയതല്ലാതെ തോട്ടത്തിനുള്ളിലേക്കു കടന്നിരുന്നില്ല. മട്ടുപ്പാവിലിരുന്നു നോക്കുമ്പോഴാകട്ടെ, തോട്ടത്തിൽ നിറയെ പച്ചപ്പുമുണ്ടായിരുന്നു. അവയെല്ലാം പൂച്ചെടികളായിരിക്കുമെന്നു ഞാൻ ന്യായമായും ഊഹിച്ചു. അവ മൊട്ടിടുവാനും പൂക്കുവാനും ഞാൻ കാത്തിരുന്നു. പക്ഷേ, പച്ചപ്പ്, ഋതുക്കളുടെ മാറ്റത്തിനനുസരിച്ച് നിറം മാറി പഴുക്കുകയും കരിയിലകളാകുകയും, മഴയ്ക്കുശേഷം വീണ്ടും പ്രത്യക്ഷപ്പെടുകയും ചെയ്തു. വീണ്ടും ഞാൻ ആശയോടെ കാത്തിരുന്നതല്ലാതെ ഒരൊറ്റ പൂവും വിരിഞ്ഞില്ല.

ദിവസവും രാവിലെ ഉദയത്തിനു മുമ്പുതന്നെ നിങ്ങൾ കൈക്കോട്ടുമായി തോട്ടത്തിലെത്തി പണി തുടങ്ങുന്നതു ഞാൻ കാണാറുണ്ട്. വളം വാങ്ങാൻ ഞാൻ തന്ന പണം കൊണ്ടു നിങ്ങൾ സത്യസന്ധമായി വളം വാങ്ങി തോട്ടത്തിൽ ഇടുന്നതു ഞാൻ കണ്ടിട്ടുണ്ട്. അതുപോലെ, വിത്തുകൾക്കായി തരുന്ന പണംകൊണ്ടു നിങ്ങൾ വിത്തുകൾ വാങ്ങി പാകുന്നതും ഞാൻ കാണുന്നുണ്ട്. നിങ്ങൾ സത്യസന്ധനാണെന്നു കാണുന്നതിൽ എനിക്കു സന്തോഷംതന്നെ. പക്ഷേ, എനിക്ക് സന്തോഷമുണ്ടാക്കാത്ത കാര്യം തോട്ടത്തിന്റെ കിടപ്പാണ്.

ഇന്നലെ വൈകുന്നേരം എന്റെ ക്ഷമയുടെ അവസാനവും കണ്ടപ്പോൾ ഞാൻ ബാൽക്കണിയിൽ നിന്നിറങ്ങി. മുറ്റത്തെ മണൽ എന്റെ കാലടികൾ വേദനിപ്പിച്ചുവെങ്കിലും അതു സാരമാക്കാതെ ഞാൻ നടന്നു. കാരണം, ഞാൻ അത്രയധികം അക്ഷമനും ഉൽക്കണ്ഠിതനുമായിരുന്നു.

തോട്ടത്തിലെത്തിയപ്പോൾ കണ്ടതെന്താണെന്നോ? പറയുന്നതിനേക്കാൾ ഭേദം നിങ്ങളെ കൊണ്ടുപോയി കാണിക്കലാണ്. പക്ഷേ ഇനിയും അതിനുവേണ്ടി മണൽ ചവിട്ടി കാലടികൾ വേദനിപ്പിക്കാൻ വയ്യ. പോരാത്തതിന് നിങ്ങൾക്കറിയാത്തതൊന്നുമല്ലല്ലോ തോട്ടത്തിലുള്ളത്!

ഞാൻ കണ്ടതെന്താണെന്നോ? വെറും കളകൾ മാത്രം! രാക്ഷസന്മാരെപ്പോലെ നിവർന്നു നിൽക്കുന്ന കള്ളിച്ചെടികൾ. തൊട്ടാൽ നാറ്റം പുറപ്പെടുവിക്കുന്ന അപ്പച്ചെടികൾ.

എവിടെ എന്റെ റോസാച്ചെടികൾ? എന്റെ സ്വപ്നങ്ങളിലെ സൂര്യകാന്തികൾ? എവിടെ എന്റെ സന്ധ്യകളിൽ ശ്വസിക്കാനുദ്ദേശിച്ച പാരിജാതം? എവിടെ ഞാൻ ആവശ്യപ്പെട്ട തോട്ടം?

ഞാൻ നിരാശനായിരിക്കുന്നു. ഞാനിനി ഏതാനും വർഷങ്ങളേ ജീവിച്ചിരിക്കൂ. അതിനിടയിൽ എന്റെ സ്വപ്നം യാഥാർത്ഥ്യമാക്കണമെന്നുള്ളതുകൊണ്ട് ഞാൻ വേറൊരു തോട്ടക്കാരനെ നിയമിക്കാൻ തീർച്ചപ്പെടുത്തിയിരിക്കയാണ്. നിങ്ങൾക്കു പോകാം.''

മട്ടുപ്പാവിനുമീതെ അരിച്ചെത്തിയ വരണ്ട കാറ്റ് ഏതാനും കരിയിലകളേന്തി പ്രതിമപോലെ നിശ്ശബ്ദനായി നിൽക്കുന്ന തോട്ടക്കാരന്റെ അടുത്തെത്തി. തോട്ടക്കാരൻ അനങ്ങിയില്ല. അയാൾക്ക് അനങ്ങാനുള്ള ശക്തി നഷ്ടപ്പെട്ടിരുന്നു. പ്രഭു തോട്ടക്കാരനോടു തുടർന്നു പറഞ്ഞു.

''എനിക്കു നിങ്ങളുടെ കഷ്ടപ്പാടുകൾ അറിയാം. ഈ ജോലി നഷ്ടപ്പെട്ടാൽ നിങ്ങളുടെ കെട്ടിയവളും മൂന്നു കുട്ടികളും പട്ടിണിയാവുമെന്ന് എനിക്കറിയാം. കാരണം, കഴിഞ്ഞ ഏതാനും മാസങ്ങളായി

നിങ്ങൾ ജോലി ചെയ്തു കൊണ്ടിരുന്ന നാലു വീടുകളിൽ നിങ്ങളുടെ സേവനം ആവശ്യമില്ലെന്നു പറഞ്ഞ് നിങ്ങളെ പിരിച്ചു വിട്ടതു ഞാനറിയുന്നു. അവിടെയെല്ലാം നിങ്ങൾ പരാജയമായിരുന്നു. അവരെല്ലാം എന്നേക്കാൾ മുമ്പു നിങ്ങളുടെ പരാജയം ഗ്രഹിച്ചിരുന്നു. നിങ്ങളുടെ കെട്ടിയവളേയും കുട്ടികളേയുംപറ്റി എനിക്കനുകമ്പയുണ്ട്. പക്ഷേ, എന്റെ താത്പര്യങ്ങളെ നിലനിർത്തിക്കൊണ്ടു നിങ്ങളെ ഇനിയും ഇവിടെ നിർത്താൻ കഴിയില്ല.''

തോട്ടക്കാരൻ നിശ്ചലനായി, നിശ്ശബ്ദനായി നിന്നു. അയാൾ സ്വയം മനസ്സിലാക്കിയിട്ടില്ലാത്ത, പ്രാകൃതനായ ഒരു തോട്ടക്കാരനായിരുന്നു. മോശക്കാരനായ പരാജയപ്പെട്ട ഒരു തോട്ടക്കാരൻ.

പ്രഭുവും മട്ടുപ്പാവിൽ നിന്നു. ഇത്രയും പറയുവാനുള്ള അദ്ധ്വാനം അദ്ദേഹത്തെ സംബന്ധിച്ചിടത്തോളം വളരെ ക്ഷീണിപ്പിക്കുന്നതായിരുന്നു. അദ്ദേഹത്തിന്റെ കാലുകൾക്കു നീങ്ങുവാനുള്ള ശക്തി നഷ്ടപ്പെട്ടിരുന്നു.

അവരുടെ തലയ്ക്കുമുകളിലൂടെ സൂര്യന്റെ ഘോഷയാത്ര കടന്നുപോയി. വെയിലിൽ പ്രഭു വാടി. തോട്ടക്കാരൻ വാടി. ഭൂമിയിലുള്ള സകല ജീവജാലങ്ങളും വാടി. പിന്നെ കാറ്റിൽ വാടിയ അപ്പച്ചെടികളുടെ ഗന്ധം അരിച്ചുവന്നപ്പോൾ തോട്ടക്കാരൻ ഉണർന്നു. അയാൾ ഇളകി. അയാൾ തിരിഞ്ഞു നടന്നു. വാടിയ അപ്പച്ചെടികളുടെ ഗന്ധം വന്നിരുന്നത് അയാളുടെ തോട്ടത്തിൽ നിന്നായിരുന്നു. ഒരു നായയെപ്പോലെ മണം പിടിച്ച് അയാൾ നടന്നു തോട്ടത്തിലെത്തി.

അയാൾ പാപഭാരത്തോടെ തോട്ടത്തിലേക്കു കടന്നു. രാവിലെ മുതൽ നനവില്ലാതെ ഉണങ്ങിക്കിടക്കുന്ന തോട്ടം. എന്തൊരക്രമമാണു താൻ കാണിച്ചത്? അയാൾ വാത്സല്യത്തോടെ ചെടികളെ നോക്കി. ക്ഷീണിച്ചു വാടിയ അപ്പച്ചെടികളുടെ കുഴഞ്ഞു തൂങ്ങിയ തലകൾ കൈയിലെടുത്തു. മക്കളെ, ഇത്ര വേഗം വാടിയാലോ? അതിനടുത്തുതന്നെ ഒരാഴ്ചമുമ്പു സൂര്യകാന്തിപ്പൂ വിത്തു പാകിയ തടത്തിൽ തഴച്ചുവളരുന്ന ആര്യോഗ്യമുള്ള പുല്ലുകൾ അയാൾ കൗതുകപൂർവ്വം നോക്കി. പിന്നെ കള്ളിച്ചെടികൾ. അവ തോട്ടത്തിനകത്തും വേലിക്കരുകിലും അചഞ്ചലരായി നിലകൊണ്ടു. വെള്ളമില്ലായ്മ അവർക്ക് ഒരു വിഷമവും ഉണ്ടാക്കുന്നില്ല.

തോട്ടക്കാരൻ തൊട്ടിയെടുത്ത് കിണറ്റുകരയിലേക്കു നടന്നു. വെള്ളം മുക്കി തോട്ടത്തിൽ നന തുടങ്ങി. ചൂടുള്ള മണ്ണിൽ വെള്ളം വീണപ്പോൾ മാദകമായ മണം പൊങ്ങി. സാവധാനത്തിൽ അപ്പച്ചെടികൾ തലയുയർത്തി, ചിരിച്ച്, കാറ്റിലാടി വാസന പുറത്തുവിട്ടു.

അയാൾ ചിരിച്ചു. അയാൾ ചുറ്റും മറന്നു. സ്വയം മറന്നു. തോട്ടത്തിലെ കാടന്മാരായ മക്കളെ അയാൾ പുണർന്നു. അവരെ ഉമ്മ വെച്ചു.

പിന്നെ സൂര്യൻ അസ്തമിക്കാൻ തയ്യാറായപ്പോൾ ആ തോട്ടക്കാരൻ വീണ്ടും പരിസരബോധമുള്ളവനായി ചുറ്റും നോക്കി. മാളികയുടെ മട്ടുപ്പാവിൽ പ്രഭു അനക്കമില്ലാതെ നിൽക്കുന്നു. സൂര്യപ്രകാശം പിന്നിൽനിന്നു വരുന്നതിനാൽ അദ്ദേഹത്തിന്റെ മുഖം വ്യക്തമല്ല. തോട്ടക്കാരൻ ഞെട്ടി. അയാൾ ഓർമ്മിച്ചു. അയാളുടെ ആഹ്ലാദം പറന്നു. ദുഃഖവും പേറി അയാൾ തോട്ടത്തിന്നു പുറത്തു കടന്ന്, മാളികയുടെനേർക്കു നടന്നു. മാളികയുടെ ഔന്നത്യം നിഴൽവിരിച്ച മുറ്റത്ത് അയാൾ നിന്നു; തലയുയർത്തി നോക്കി. പ്രഭുവിന്റെ മുഖം അപ്പോഴും സ്പഷ്ടമല്ല. തലകുനിച്ചുകൊണ്ടു തോട്ടക്കാരൻ പറഞ്ഞു.

''പ്രഭോ! അവിടുന്ന് എന്റെ കുടുംബത്തെപ്പറ്റി പറഞ്ഞതു ശരിയാണ്. എന്റെ കെട്ടിയവളും മക്കളും ഇപ്പോൾത്തന്നെ പകുതിപ്പട്ടിണിയാണ്. അവിടുന്നു തരുന്ന ശമ്പളവും കിട്ടിയില്ലെങ്കിൽ അവർ മുഴുപ്പട്ടിണിയുമാകും. സാരമില്ല. അവർ അങ്ങനെ വളരുന്നതിൽ എനിക്കു വിഷമമില്ല. പക്ഷേ, ഈ തോട്ടം വിട്ടുപോകുന്നതിൽ എനിക്കു സങ്കടമുണ്ട്. അങ്ങ് എനിക്കു ശമ്പളം തന്നില്ലെങ്കിലും വേണ്ടില്ല, ഞാൻ ഈ തോട്ടത്തിൽ പണി ചെയ്തോട്ടെ?

അയാൾ സ്വയം മനസ്സിലാക്കിയിട്ടില്ലാത്ത പ്രാകൃതനായ ഒരു തോട്ടക്കാരനായിരുന്നു.

■

ബസ്സ് തെറ്റാതിരിക്കാൻ

കല്യാണം കഴിഞ്ഞ് ഭർത്താവിന്റെ വീട്ടിലെത്തിയ ആശയെ എതിരേറ്റത് രണ്ട് കഥാപാത്രങ്ങളായിരുന്നു. ഒന്ന് സ്വർണ്ണഫ്രെയിമുള്ള കണ്ണടയിലൂടെ അവളെ നിരാകരിച്ചുകൊണ്ട് നോക്കിയ അമ്മായിയമ്മ. അവർ അടുത്തുവന്ന് അവളുടെ തൊട്ടുമുമ്പിൽനിന്ന് അവളുടെ ഓരോ അംഗങ്ങളും പഠിക്കാൻ തുടങ്ങി. വലത്തെ കൈകൊണ്ട് കണ്ണട കുറച്ചുയർത്തി കണ്ണുകൾ ചുളിച്ച് അവർ ഒരു പത്തു മിനിറ്റു നേരം നോക്കി പഠിച്ചു. അവസാനം മകന്റെ നേരെ തിരിഞ്ഞ് നിനക്കു ഇങ്ങനത്തെ ഒരുത്തിയെ കിട്ടിയുള്ളോടാ എന്ന ഒരു നോട്ടവും എറിഞ്ഞ് തിരിഞ്ഞു നടന്നു.

രണ്ടാമത്തെ കഥാപാത്രം ഭർത്താവിന്റെ അനുജത്തി രമണിയായിരുന്നു. അവൾക്ക് തന്നേക്കാൾ പ്രായമായിട്ടുണ്ടാകുമെന്ന് ആശ ഊഹിച്ചു. അവൾ ഓടി വന്ന് ചേട്ടനെ കെട്ടിപ്പിടിച്ച് കഴുത്തിൽ തൂങ്ങി. എന്താ ചേട്ടൻ ഇത്ര നേരം വൈകിയത് എന്നൊരു ചോദ്യവും. ഗോപി അവളെ അരക്കെട്ടിലൂടെ പിടിച്ച് കൊഞ്ചിച്ചുകൊണ്ട് എന്തോ പറഞ്ഞ് അകത്തേക്കു പോയി. അതോടെ അവൾക്ക് നേരിടേണ്ടിവന്ന കഥാപാത്രങ്ങളുടെ എണ്ണം മൂന്നായി. ആശ കുറച്ചുനേരം ഉമ്മറത്തു തന്നെ ചുറ്റിപ്പറ്റി നിന്നു. പിന്നെ അവിടെത്തന്നെയുള്ള ഒരു കസേരയിൽ ഇരുന്നുകൊണ്ടാലോചിച്ചു. കല്യാണം കഴിഞ്ഞ അന്നുതന്നെ കൂട്ടിക്കൊണ്ടുവരലും കൊണ്ടാക്കലും കഴിഞ്ഞിരുന്നു. അന്നു വന്നപ്പോൾ വിളക്കും താലവും പിടിച്ചിരുന്നത് വേറെ ഏതോ പെൺകുട്ടികളായിരുന്നു. ഈ അമ്മയും മകളും അല്ല, തീർച്ച. അമ്മായിയമ്മയുടെ പെരുമാറ്റത്തിൽ അവൾക്ക് അസാധാരണമായി ഒന്നും തോന്നിയില്ല. എല്ലാ അമ്മായിയമ്മമാരും ഒരു പക്ഷേ അങ്ങനെതന്നെയായിരിക്കും പെരുമാറുക.

സ്വന്തം സൗന്ദര്യത്തെപ്പറ്റി ആശയ്ക്കു നല്ല ബോധമുണ്ട്. ചെമ്പകത്തിന്റെ നിറമാണ് അവളുടേത്. സിൽക്കുപോലത്തെ തലമുടി, ഭംഗിയുള്ള മൂക്ക്, പ്രകാശം പരത്തുന്ന കണ്ണുകൾ. അതുപോലെ വടിവൊത്ത

ദേഹവും. ഇതെല്ലാം തനിക്കുണ്ടെന്ന് അവൾക്കറിയാം. ഇതെല്ലാം ഏതു പ്രതിസന്ധിയിലും ആത്മവിശ്വാസം കൊടുക്കുന്നതായിരുന്നു. പിന്നെ ഒരു അമ്പതുകാരി അമ്മായിയമ്മ തന്നെ നോക്കി പുരികം ചുളിച്ചപ്പോൾ അവൾക്ക് വലിയ വിഷമമൊന്നുമുണ്ടായില്ല. ഭർത്താവ് അനിയത്തിയുടെ അരക്കെട്ടിലൂടെ കൈയിട്ട് അകത്തേക്കു പോയപ്പോഴും അവൾക്ക് അസാധാരണമായി ഒന്നും തോന്നിയില്ല. പക്ഷേ ഒറ്റയ്ക്ക് ഇരിക്കേണ്ടിവന്ന വിഷമം കാരണം അവൾ അകത്തേക്ക് പോകാൻ തീരുമാനിച്ചു. ഉമ്മറത്തുനിന്ന് തളത്തിലേക്കാണ് കടക്കുന്നത്. തളത്തിൽ നിന്ന് രണ്ടു വാതിലുകളുണ്ട്. ഒന്ന് അടുക്കളയിലേക്കുള്ളതും മറ്റൊന്ന് ഒരു കിടപ്പുമുറിയിലേക്കുള്ളതും. തളത്തിന്റെ ഇടതുവശത്ത് മുകളിലേക്കുള്ള കിടപ്പുമുറിയിൽ കട്ടിലിന്റെ തലയ്ക്കൽ അമ്മ ഇരിക്കുന്നു. കാൽഭാഗത്ത് ഗോപിയും. അയാളുടെ തോളത്ത് കൈയിട്ടുകൊണ്ട് അനിയത്തി നിൽക്കുകയാണ്. ആശ കടന്നുവന്ന ഉടനെ സംസാരം പെട്ടെന്നു നിലച്ചു.

ആശ കാൽ പിന്നോക്കംവെച്ച് തിരിഞ്ഞുപോകാൻ ഭാവിച്ചു. അപ്പോൾ ഗോപി വിളിച്ചു.

''ആശ വരൂ, ഇവിടെ ഇരുന്നോളൂ.''

ആശ നോക്കിയപ്പോൾ അവിടെ കട്ടിലല്ലാതെ ഇരിക്കാൻ വേറെ സ്ഥലമൊന്നുമില്ല. വേണമെങ്കിൽ കട്ടിലിന്മേൽ അമ്മയുടെയും മക്കളുടെയും നടുവിലിരിക്കാം. അങ്ങനെയിരുന്നാൽ രണ്ടു പക്ഷത്തുനിന്നുമുള്ള നോട്ടത്തിന്റെ നടുവിൽ ചൂളി ഇരിക്കേണ്ടിവരും. അവൾക്ക് ഭർത്താവിന്റെ പിന്നിൽ അയാളുടെ അനിയത്തി നിൽക്കുന്നപോലെ നിൽക്കാൻ തോന്നി. അതൊരു അഭയസ്ഥാനമാണ്. ഒന്നുമില്ലെങ്കിലും താൻ ആക്രമിക്കപ്പെടുന്നുണ്ടോ എന്ന് മനസ്സിലാക്കാമല്ലോ. അവൾ വാതിൽപ്പടിമേൽ നിന്നു. അപ്പോൾ അമ്മായിയമ്മ സംസാരിക്കാൻ തുടങ്ങി.

''ഈ വാതിൽപ്പടിയിന്മേൽ നിൽക്കാ മുതലായതൊക്കെ നിങ്ങടെ നാട്ടിൽ നല്ല സ്വഭാവമായിരിക്കും. ഞങ്ങടെ നാട്ടിൽ ഇതൊന്നും പതിവില്ല. ഇവിടെ ഇതൊക്കെ അശ്രീകരായിട്ടാണ് കണക്കാക്കുന്നത്.''

അവൾ പിന്മാറി, തളത്തിൽ ഒരു കസേരയിൽ പോയി ഇരുന്നു. ഭർത്താവിന്റെ വീട്ടിൽ അവളുടെ ജീവിതം എങ്ങനെയായിരിക്കുമെന്ന ഒരു ഏകദേശരൂപം ഒരു മുന്നറിയിപ്പായി അവൾക്ക് കിട്ടിക്കഴിഞ്ഞു.

''കുറച്ച് തണ്ടുള്ള കൂട്ടത്തിലാണെന്ന് തോന്നുണു.''

അമ്മായിയമ്മയുടെ ശബ്ദം അവൾ കേട്ടു. ഗോപി അപ്പോൾ എന്തായിരിക്കും മറുപടി പറഞ്ഞിരിക്കുക എന്നവൾ ഊഹിച്ചു. ഒരുപക്ഷേ ഒന്നും പറഞ്ഞില്ലായിരിക്കും. വിവാഹം കഴിഞ്ഞ രണ്ടു രാത്രികളുടെ പരിചയത്തിൽ അയാൾക്കവളോട് സ്നേഹമുണ്ടെന്ന

ധാരണയാണ് അവൾക്കുണ്ടായിരുന്നത്. അയാൾ അവളോട് കൂടുതൽ അടുത്തിരുന്നില്ല. അത് കുറച്ച് ലജ്ജാശീലനായതു കൊണ്ടായിരിക്കുമെന്നവൾ സമാധാനിച്ചു.

അമ്മായിയമ്മയുടെ ശബ്ദം ഉയർന്നു വന്നു. ആശയെപ്പറ്റിത്തന്നെയാണ് സംസാരിച്ചിരുന്നത്. അവൾ എഴുന്നേറ്റ് ഉമ്മറത്തേക്കു തന്നെ നടന്നു. ശബ്ദകോലാഹലങ്ങളിൽ നിന്നകന്നിരിക്കാമല്ലോ. മിറ്റത്ത് അപ്പോഴും പോക്കുവെയിൽ. പുഷ്പിച്ചു നിൽക്കുന്ന തെച്ചിമരങ്ങൾ, അലറിമരങ്ങൾ. അവൾ ഒരു രക്ഷാകേന്ദ്രം തേടുകയായിരുന്നു. തനിക്കാവശ്യമാവും. അവൾ സാധാരണ ചെയ്യാറുള്ളതാണത്. മനസ്സ് അലയാൻ വിടുക. പ്രത്യേകിച്ചും ഉച്ചതിരിഞ്ഞ സമയങ്ങളിൽ. അവൾ മരിച്ചുപോയ അമ്മമ്മയെ ഓർക്കും. വീട്ടിലെ പല ഓർമ്മകളും അവരോട് ബന്ധപ്പെട്ടിട്ടുള്ളതാണ്. പുറംചുമരിൽ ഒരു തേനീച്ചക്കൂട്, ജനലിലൂടെ വന്ന്, കറുത്ത സിമന്റിട്ട നിലത്ത് പതിക്കുന്ന സൂര്യപ്രകാശം, ആ പ്രകാശം പ്രതിഫലിക്കുന്ന ദൈവങ്ങളുടെ ചിത്രങ്ങൾ ചുമരിൽ. ഈ ഓർമ്മകൾ അവളെ എപ്പോഴും ശാന്തമാക്കാറുണ്ട്.

അങ്ങനെയിരിക്കുമ്പോൾ ഒരാൾ പടികടന്നു വരുന്നതവൾ കണ്ടു. നരച്ച കുറ്റി രോമങ്ങളുള്ള ഒരാൾ. കറുത്ത കരയുള്ള ഡബ്ബിൾ മുണ്ടാണുടുത്തിരിക്കുന്നത്. അടുത്തു വന്നപ്പോൾ ആശയ്ക്ക് ആളെ മനസ്സിലായി. ഗോപിയുടെ അച്ഛൻ. വിവാഹാലോചനയുംകൊണ്ട് ആദ്യം വന്നപ്പോൾ ഇദ്ദേഹവുമുണ്ടായിരുന്നു. രണ്ടാമത് പെണ്ണുകാണാൻ വന്നപ്പോഴും. അപ്പോൾ അമ്മയും മകളും മാത്രമേ അകത്തുവന്ന് അവളെ കണ്ടുള്ളൂ.

അയാൾ ഉമ്മറത്തേക്കുള്ള പടികൾ കയറി വന്നപ്പോൾ ആശ എഴുന്നേറ്റു. അയാൾ ഉമ്മറത്തേക്കു കയറി ഒരു നിമിഷം അവളെ നോക്കി എന്തോ പറയണമോ എന്നു ശങ്കിച്ചു നിന്നു. പിന്നെ ധൃതിയിൽ വലത്തോട്ടുള്ള വാതിൽ കടന്ന് ഒരു മുറിയിലേക്ക് അപ്രത്യക്ഷനായി. ആ മുറി അവൾ അപ്പോഴാണ് ശ്രദ്ധിച്ചത്. വീടിന്റെ അകവുമായി യാതൊരു ബന്ധവുമില്ലാത്ത മട്ടിൽ ഒരു മുറി.

അച്ഛൻ പുറത്തു വരുന്നതും പ്രതീക്ഷിച്ച് അവൾ കുറച്ചുനേരം അവിടെ നിന്നു. ഒരു പതിനഞ്ചു മിനിറ്റോളം അങ്ങനെ നിന്നിട്ടുണ്ടാകും. അയാൾ പുറത്തു വരലുണ്ടായില്ല. ചാരിയ വാതിൽ അനങ്ങാതെ നിന്നു. അവൾ വീണ്ടും തിണ്ണമേൽ സിമന്റിന്റെ തണുപ്പിൽ ചാരിയിരുന്നു. ഇതിനകം വെയിൽനാളങ്ങൾ കെടുകയും നിഴലുകൾ മുറ്റത്താകെ പരക്കുകയും ചെയ്തിരുന്നു. അവൾക്ക് ഉറക്കം വന്നു. ഉറക്കം വരുന്നെന്ന വസ്തുത തന്നെ അവളെ രസിപ്പിച്ചു. കാരണം കഴിഞ്ഞ രണ്ടു രാത്രികളിലും ഉറക്കം കിട്ടാത്ത വിഷമം അവൾക്കുണ്ടായിരുന്നില്ല.

''നീയിവിടെ എന്തു ചെയ്യുകയായിരുന്നു?''

ഗോപിയുടെ ശബ്ദം. അവൾ ഞെട്ടിയുണർന്നു.

''നീ മുകളിൽ പോയിട്ടുണ്ടാകുമെന്നാണ് ഞാൻ വിചാരിച്ചിരുന്നത്.''

അങ്ങനെ വിചാരിക്കാനുള്ള കാരണങ്ങളൊന്നും അവൾ കണ്ടില്ല. അവൾ നടാടെയാണ് ഇവിടെ വരുന്നത്. രണ്ടാമത്തെ പ്രാവശ്യമെന്നു പറയാം. ആദ്യത്തെ പ്രാവശ്യം ഉച്ചയ്ക്കു ശേഷം ഇവിടെ എത്തി. നാലുമണിക്കു തിരിച്ചുപോവുകയും ചെയ്തു. ആ സമയത്ത് അവൾക്ക് വീട് കാണാനൊന്നും പറ്റിയില്ല.

എഴുന്നേറ്റ് ഗോപിയുടെ പിന്നാലെ അകത്തേക്കു കടക്കുമ്പോൾ അവൾ ആലോചിച്ചു. മുകളിൽ എന്നു പറയുന്നത് അവരുടെ കിടപ്പു മുറിയായിരിക്കും. അലങ്കരിച്ച ഒരു മണിയറ അവളുടെ ഓർമ്മയിൽ വന്നു. അതലങ്കരിച്ചത് അവളുടെ ഏട്ടനായിരുന്നു. അവൾ അമ്പലത്തിൽ പോയ തക്കം നോക്കി അയാൾ ജോലി തുടങ്ങി. അവൾ അമ്പലത്തിൽ നിന്ന് തിരിച്ചുവന്ന് അവളുടെ മുറിയിൽ കയറിയപ്പോൾ അത്ഭുതപ്പെട്ടു പോയി. അലങ്കരിച്ച ഒന്നാംതരം മണിയറ.

തളത്തിൽ വെളിച്ചം കുറവായിരുന്നു. മുകളിലേക്കുള്ള കോണി മേലും ഇരുട്ടു പരന്നിരുന്നു. മുകളിൽ കുറച്ചു കൂടി വെളിച്ചമുണ്ടായിരുന്നു. ആ വെളിച്ചത്തിൽ അവൾ അവരുടെ കിടപ്പുമുറി കണ്ടു. അവളുടെ മനസ്സിടിഞ്ഞു. ഒരു പഴയ കട്ടിൽ, അതിൽ മുഷിഞ്ഞ ഒരു വിരി വിരിച്ച കിടക്ക. അതിൽ കുറെക്കാലമായി ആരും കിടന്നിട്ടുള്ളതായി തോന്നിയില്ല.

വലിയ മുറിയായിരുന്നു അത്. മൂന്നു ഭാഗത്തും വലിയ ജനലുകൾ. മീതെ മരത്തിന്റെ വാർണീഷ് അടിച്ച തട്ട്. എല്ലാം ഒരു ഗതകാല സമൃദ്ധിയുടെ ലക്ഷണം കാണിച്ചു. വല്ല കാരണവന്മാരും സമ്പന്നതയുടെ കാലത്തുണ്ടാക്കി വെച്ചതായിരിക്കണം. ആ സമൃദ്ധിയുടെ അവശിഷ്ടങ്ങൾ പോലും ഇപ്പോൾ അവിടെ ജീവിച്ചിരിക്കുന്നവരിൽ കാണാൻ കഴിഞ്ഞില്ല. അവൾ ജനലിലൂടെ നോക്കി. പുറത്തെ കാഴ്ചകൾ വളരെ മനോഹരമായിരുന്നു. ഈ മുറി വൃത്തിയാക്കി എടുക്കണമെന്നവൾ തീർച്ചയാക്കി.

ഗോപി താഴത്തേക്കു തിരിച്ചുപോയി. അപ്പോഴാണ് അവൾക്കു മനസ്സിലായത്, അയാൾ വല്ലതുമൊക്കെ ചെയ്യുമെന്ന പ്രതീക്ഷ അവൾക്കുണ്ടായിരുന്നെന്ന്. തന്റെ പ്രകൃതി നിരീക്ഷണത്തിനിടയിലും അവൾ മറ്റു പലതും പ്രതീക്ഷിച്ചിരുന്നു.

ഗോപി അവരുടെ സൂട്ട്കേസുമായി തിരിച്ചു വന്നു. മുകളിൽ എത്തിയില്ല, അപ്പോഴേക്കും ചുവട്ടിൽ നിന്ന് അമ്മായിയമ്മയുടെ വിളി.

''ഗോപീ.''

അയാൾ സൂട്ട്കേസ് അവിടെ വെച്ച് പോകാനായി തിരിഞ്ഞു. അപ്പോൾ ആശ ചോദിച്ചു.

''കുറച്ചു കഴിഞ്ഞിട്ട് പോയാൽ പോരെ?''

ഗോപി ഒന്നു പരുങ്ങി.

അപ്പോഴേക്കും വീണ്ടും ആ വിളി, അക്ഷമയോടെ.

''ഗോപീ, നീ എന്താ അവിടെ ചെയ്യണത്?''

ഗോപി ഒരക്ഷരം മിണ്ടാതെ തിരിഞ്ഞ് കോണിയിറങ്ങി താഴേക്കു പോയി.

അപ്പോൾ അങ്ങനെയൊക്കെയാണ് സ്ഥിതികൾ. ആശ ആലോചിച്ചു.

അവൾ കോണിയിറങ്ങി താഴേക്കു വന്നു.

ഗോപി ഉമ്മറത്തിരിക്കുകയായിരുന്നു. അമ്മയും മോളും അടുക്കളയിൽ. അവൾ അടുക്കളയിലേക്കു നടന്നു. അമ്മയും മോളും ചായയുണ്ടാക്കുന്ന തിരക്കിലാണ്. അവളെക്കണ്ടപ്പോൾ രമണി പറഞ്ഞു.

''ഏടത്തിയമ്മ ഇരിക്കൂ.''

അവൾ ഇരുന്നു പക്ഷേ ചായക്കപ്പു കിട്ടിയപ്പോൾ അവൾ അതുമായി ഉമ്മറത്തേക്കു നടന്നു. ചായക്കപ്പു ഗോപിയുടെ നേരെ നീട്ടി. ഗോപി അത് വാങ്ങാൻ ഭാവിക്കുകയായിരുന്നു. അപ്പോഴേക്കും കേട്ടു. പിന്നിൽ നിന്ന് അമ്മായിയമ്മയുടെ ശബ്ദം.

''ഗോപി ഈ നേരത്ത് ചായ കുടിക്കാറില്ല. അവൻ പാലാണ് കുടിക്കാ.''

അപ്പോഴേക്കും രമണി ഒരു ഗ്ലാസിൽ പാലുമായി എത്തിയിരുന്നു.

ഗോപി ഒന്നും പറയാതെ പാൽ വാങ്ങി കുടിച്ചു.

ആറുമണി എന്നത് പാല് കുടിക്കാൻ കുറച്ചൊരസമയമാണെന്നു ആശയ്ക്കു തോന്നി. അവൾ പെട്ടെന്ന് ഗോപിയെ ചെറിയ ഒരു കുട്ടിയായി സങ്കല്പിച്ചു. കൈയും കാലുമിട്ടടിച്ച് അമ്മയുടെ മടിയിൽ കിടന്ന് കുപ്പിയിൽ നിന്ന് പാൽ കുടിക്കുന്ന ഒരു ചെറിയ കുട്ടി. അതവളെ രസിപ്പിച്ചു.

ക്രമേണ അവൾക്ക് ഒരു കാര്യം മനസ്സിലായി. ഗോപിയുടെ കാര്യത്തിൽ തനിക്കൊന്നും ചെയ്യാനില്ല. കാര്യങ്ങളെല്ലാം അമ്മയും മകളും കൂടി നടത്തുന്നുണ്ട്. താനതിൽ തലയിടുക എന്നതിനർത്ഥം കുഴപ്പം വരുത്തി വെക്കലാണ്. അവൾ മത്സരത്തിൽ നിന്നൊഴിവായി.

രാത്രി ഉറങ്ങാൻ കിടന്നപ്പോൾ അവൾ ഗോപിയോട് ചോദിച്ചു.

''എന്നെ ഇഷ്ടായില്ലേ?''

ഗോപി തലയിണ എടുത്ത് തട്ടിത്തട്ടി പതം വരുത്തുകയായിരുന്നു. അയാൾ ആശ്ചര്യത്തോടെ പറഞ്ഞു.

''ഇഷ്ടായല്ലോ!''

എന്തേ അത് ചോദിക്കാൻ എന്ന അർത്ഥത്തിൽ അയാൾ അവളെ നോക്കി. അവൾ ഒന്നും പറഞ്ഞില്ല. ശരിക്കും പറഞ്ഞാൽ അവൾക്ക്

പരാതികളൊന്നുമുണ്ടായിരുന്നില്ല. അലങ്കരിക്കാത്ത മണിയറയെപ്പറ്റി, വീട്ടിൽ എല്ലായിടത്തും മുനിഞ്ഞു കത്തുന്ന വിളക്കുകളെപ്പറ്റി എന്തു പരാതി പറയാനാണ്? മങ്ങിയ വിളക്കുകൾ അവൾ ഒരിക്കലും ഇഷ്ടപ്പെട്ടിരുന്നില്ല. അവളുടെ വീട്ടിൽ എല്ലാ മുറികളിലും വളരെ പ്രകാശമുള്ള വിളക്കുകളാണിട്ടിരുന്നത്. രാത്രിയായാൽ എല്ലാ മുറികളിലും വിളക്കു കത്തിക്കുകയും ചെയ്യും. ഇവിടെയാകട്ടെ, എല്ലാ വിളക്കുകളും മങ്ങിയതാണ്. ഇരുപത്തിയഞ്ചു വാട്ടിന്റെ ബൾബുകൾ, അതു തന്നെ ഒരാൾ മുറിയിൽനിന്ന് പോകുകയാണെങ്കിൽ കെടുത്തു കയും ചെയ്യും. പ്രകാശം അവരുടെ ഒപ്പം സഞ്ചരിക്കുന്നപോലെ.

ഗോപി കിടന്നിരുന്നു. അവൾ വിളക്കു കെടുത്തി വന്നു കിടന്നു.

ഗോപിയിൽനിന്ന് അനക്കമൊന്നുമുണ്ടായില്ല. അയാൾ ഉറക്കം നടിച്ചു കിടക്കുകയാണെന്നവൾക്കു മനസ്സിലായി. അവൾ പതുക്കെ ചോദിച്ചു.

''ഗോപി ഉറങ്ങിയോ?''

മറുപടിയില്ല.

അവൾ പകൽ ഉമ്മറത്തിരുന്ന് പോക്കുവെയിൽ നോക്കിയിരുന്ന തോർത്തു. അവളുടെ അഭയസ്ഥാനത്തെപ്പറ്റിയും. അങ്ങനെ അവൾ ഉറങ്ങിപ്പോയി.

പിറ്റേന്നു മുതൽ അവൾ ഭർത്താവിന്റെ വീട്ടിലെ എല്ലാവരേയും ശ്രദ്ധിക്കാൻ തുടങ്ങി.

രാവിലെ അവൾ എഴുന്നേറ്റു വന്നാൽ കാണുന്നത് മുഖം വീർപ്പിച്ചു കൊണ്ട് അടുക്കളയിൽ ചായയുണ്ടാക്കുന്ന അമ്മായിയമ്മയും നാത്തൂ നുമാണ്. മുഖം വീർപ്പിക്കുന്നതിന്റെ കാരണം അവൾക്കു മനസ്സി ലായില്ല. താൻ നേർത്തെ എഴുന്നേറ്റു ചായയുണ്ടാക്കാത്തതു കൊണ്ടാണോ എന്നു കരുതി അവൾ പിറ്റേന്നു നേർത്തെ എഴുന്നേറ്റ് അടുക്കളയിൽ കടന്നു. അപ്പോഴേക്കും അമ്മായിയമ്മ ഉണർന്നുവന്ന് അവളോടു പറഞ്ഞു.

''നീയെന്തിനാ ഇത്ര നേർത്തെ എഴുന്നേറ്റു വന്നത്? ചായയൊക്കെ ഞാൻ തന്നെ ഉണ്ടാക്കിക്കോളാം.''

''വേണ്ടമ്മേ, ഞാനുണ്ടാക്കാം.''

ആശ ചായയ്ക്കുള്ള വെള്ളം നിറയ്ക്കാൻ തുടങ്ങി. പക്ഷേ അമ്മായിയമ്മ അവളുടെ കൈയിൽനിന്ന് പാത്രം സ്വൽപം ബലംപ്ര യോഗിച്ചുതന്നെ വാങ്ങി.

ചായയുണ്ടാക്കിയാൽ രമണി രണ്ടു ഗ്ലാസ്സുമായി ഉമ്മറത്തേക്കു പോകും. ഒരു ഗ്ലാസ്സ് അപ്പോഴേക്കും താഴേക്കിറങ്ങിവന്ന് ഉമ്മറത്തി രുപ്പായ ഗോപിക്കും മറ്റേ ഗ്ലാസ്സ് പുറത്തെ മുറിയിലേക്കും കൊടുക്കും.

പിന്നീട് അവൾക്കു മനസ്സിലായി, അച്ഛനുള്ള ചായ മാത്രമല്ല ഭക്ഷണവും എല്ലാം പുറത്തെ മുറിയിലേക്ക് കൊണ്ടുപോയി കൊടുക്കലാണ് പതിവെന്ന്. അദ്ദേഹം കിണറ്റിനരികിലുള്ള കുളിമുറിയിൽ കുളിച്ച്, വസ്ത്രങ്ങൾ മാറ്റി എട്ടരമണിയോടെ ഒരു കുടയും തൂക്കി പുറത്തേക്കു പോകും. പിന്നെ വരിക വൈകുന്നേരം ആറുമണിക്കാണ്. അദ്ദേഹം ജോലിയെടുക്കുന്നത് ഏതോ ഗവർമ്മെന്റ് ഓഫീസിലാണ്. ഒരാഴ്ച ശ്രദ്ധിച്ചിട്ടും അച്ഛനും മറ്റുള്ളവരുമായി സംസാരിക്കുന്നത് ആശയ്ക്ക് കാണാൻ കഴിഞ്ഞില്ല. പണിക്കു വരുന്ന തള്ളപോലും ആ മുറി അടിച്ചുവാരി വൃത്തിയാക്കിയിരുന്നത് അച്ഛൻ കുളിക്കാൻ പോയ അവസരത്തിലാണ്.

ആദ്യത്തെ ആഴ്ചയിൽ രാത്രികൾ സംഭവരഹിതമായി കടന്നു പോയി. ഉറങ്ങാൻ നേരത്ത് ഗോപി കണ്ണടച്ചു കിടക്കും. ആശ ഒന്നുരണ്ടു പ്രാവശ്യം വിളിക്കും.

''ഉറങ്ങിയോ?''

മറുപടിയുണ്ടാവില്ല. അവളും കിടന്നുറങ്ങും.

ഇങ്ങനെ പോകുന്നത് അത്ര പന്തിയല്ലെന്ന് അവൾക്ക് തോന്നി. ഒരു ദിവസം രാത്രി ഗോപിക്ക് കണ്ണടക്കാൻ അവസരം കൊടുക്കുന്നതിനു മുമ്പ് അവൾ ചോദിച്ചു.

''ഗോപി കിടന്ന ഉടനെ ഉറങ്ങുന്നുണ്ടല്ലോ.''

ഗോപി വെറുതെ മൂളുകമാത്രം ചെയ്തു.

''എനിക്ക് വളരെ നേരം കഴിഞ്ഞിട്ടേ ഉറക്കം കിട്ടാറുള്ളൂ. നമുക്ക് കുറച്ചു നേരം സംസാരിച്ചിരുന്നൂടെ?''

ആശ ആലോചിച്ചു. പകൽ മുഴുവൻ അമ്മയും മോളും ഗോപിയുടെ രണ്ട് അരികിലായി ഉണ്ടാവും. അവൾക്ക് സംസാരിക്കാൻ അവസരം കിട്ടാറില്ല.

''സംസാരിച്ചോളൂ.'' ഗോപി പറഞ്ഞു.

സംസാരം തുടങ്ങേണ്ടത് ഗോപി തന്നെയാണെന്ന് അവൾ ഓർത്തു. ഗോപിയാണെങ്കിൽ സംസാരിക്കാൻ യാതൊരു താത്പര്യവുമില്ലാത്ത മട്ടിൽ ഇരിക്കുകയാണ്. അടുത്ത നിമിഷത്തിൽ അയാൾ നിവർന്നു കിടക്കുകയും ഉറങ്ങാൻ തുടങ്ങുകയും ചെയ്യുമെന്ന് അവൾ ഭയപ്പെട്ടു. അതൊഴിവാക്കാനെങ്കിലും അയാളെക്കൊണ്ട് സംസാരിപ്പിക്കണമെന്ന് അവൾ തീർച്ചയാക്കി. അവൾ ചോദിച്ചു.

''അമ്മയ്ക്കും രമണിക്കും എന്നെ ഇഷ്ടായില്ല അല്ലേ?''

''ആരു പറഞ്ഞു?''

''എനിക്കങ്ങനെ തോന്നി.''

ഗോപി ഒന്നും പറഞ്ഞില്ല. അയാൾക്ക് ആശ പറഞ്ഞത് നിഷേധിക്കാമായിരുന്നു. നിഷേധിക്കാൻ കൂടി അയാൾ തയ്യാറില്ലാതിരുന്നത് ഒരവഗണനയായി അവൾക്കു തോന്നി. അവൾക്ക് പിന്നെ ഒന്നും സംസാരിക്കാൻ തോന്നിയില്ല. അവൾ ചോദിച്ചു.

''വിളക്കണയ്ക്കട്ടെ?''

ഗോപി മൂളി.

ഒന്നു മയങ്ങിയപ്പോൾ പെട്ടെന്ന് ദേഹത്ത് എന്തോ സ്പർശിക്കുന്നതറിഞ്ഞ് അവൾ ഞെട്ടിയുണർന്നു. അത് ഗോപിയുടെ കയ്യുകളാണെന്ന് അവൾക്കു മനസ്സിലായി. അയാൾ അവളുടെ അരക്കെട്ടിൽ കൈ വെച്ചതായിരുന്നു. അവൾ ഉറക്കമുണർന്നത് അറിയിക്കാതിരിക്കാൻ സാധാരണ മട്ടിൽ ശ്വാസം കഴിച്ച് അനങ്ങാതെ കിടന്നു. ഗോപി കൈ അവളുടെ അരക്കെട്ടിൽ വെച്ച് പിന്നെ കുറെ നേരത്തേക്ക് അനങ്ങാതെ കിടന്നു. കുറച്ചു കഴിഞ്ഞപ്പോൾ കൈകൾ ഇളകാൻ തുടങ്ങി. പതുക്കെ മുകളിലേക്ക്. ബ്ലൗസിന്റെ കുടുക്കുകളിൽ വിരലുകൾ തടഞ്ഞു നിന്നു. ആശയുടെ ശ്വാസം ദ്രുതഗതിയിലായി. അവൾ അനങ്ങാൻ ധൈര്യമില്ലാതെ കിടക്കുകയായിരുന്നു. തനിക്കു വേണ്ടി ഒരു ബലൂൺ വീർപ്പിക്കുന്നതു കാണുമ്പോൾ ശ്വാസമടക്കി നോക്കി നിൽക്കുന്ന ചെറിയ ഒരു കുട്ടിയെപ്പോലെ. വീണ്ടും അഞ്ചു മിനിറ്റു നേരത്തേക്ക് അനക്കമില്ല. പിന്നെ വീണ്ടും അയാളുടെ വിരലുകൾ ചലിക്കാൻ തുടങ്ങി. പെട്ടെന്നവൾ അറിയാതെ അനങ്ങിപ്പോയി. അതോടെ ഗോപി കൈ പിൻവലിക്കുകയും ചെയ്തു. അവൾ പതുക്കെ വിളിച്ചു.

''ഗോപി.''

അനക്കമില്ല.

അവൾ ഒരിക്കൽക്കൂടി വിളിച്ചുനോക്കി.

അയാൾ ഉറങ്ങിയ മട്ടിൽ ശ്വാസം കഴിക്കുകയായിരുന്നു. അവൾക്ക് പെട്ടെന്ന് സങ്കടമായി. അവൾ ശബ്ദമില്ലാതെ കരഞ്ഞു. ഗോപിയുടെ പെരുമാറ്റം വളരെ വിചിത്രമായി അവൾക്കു തോന്നി. ചെയ്യാൻ പാടില്ലാത്ത ഒന്നു ചെയ്യുന്നപോലെ.

അവൾക്ക് അമ്മയെ കാണാൻ തോന്നി. പിറ്റേന്നു രാവിലെത്തന്നെ പോകണമെന്നു തീർച്ചയാക്കി. ഗോപി വരുമോ എന്നറിയില്ല. വന്നില്ലെങ്കിൽ ഒറ്റയ്ക്കു പോകണം. രാവിലത്തെ ബസ്സിനു പോയാൽ അവിടെ പത്തു മണിക്കെത്തും. വൈകുന്നേരമാകുമ്പോഴേക്കും തിരിച്ചു വരികയുമാവാം.

രാവിലെ ഇതു പറഞ്ഞപ്പോൾ ഗോപിക്ക് യാതൊരഭിപ്രായവുമുണ്ടായില്ല. അയാൾ പൊയ്ക്കൊള്ളാനോ പോകേണ്ടെന്നോ പറഞ്ഞില്ല. പക്ഷേ അമ്മ സമ്മതിച്ചില്ല.

''അങ്ങനെ അങ്ങട്ട് പോവാൻ പറ്റ്വോ?''

പിന്നെ അന്നു വൈകുന്നേരം തന്നെ തിരിച്ചു വരാമെന്നു പറഞ്ഞപ്പോൾ അവർ സമ്മതിച്ചു.

ഗോപി ഒപ്പമുണ്ടാകുമെന്നാണവൾ കരുതിയിരുന്നത്. പക്ഷേ അയാൾ പുറപ്പെട്ടിരുന്നില്ല. മാത്രമല്ല, അവൾ പുറപ്പെട്ടു തയ്യാറായി അയാളെ വിളിച്ചപ്പോൾ അയാൾ പറഞ്ഞു.

''ഞാൻ വരുന്നില്ല. എന്റെ ഒരു സ്നേഹിതൻ വരാമെന്നു പറഞ്ഞിട്ടുണ്ട്.''

അവൾ ഒതുക്കുകളിറങ്ങി.

അമ്മയ്ക്ക് അവളെ കണ്ടപ്പോൾ അത്ഭുതമായി. അതിലേറെ പരിഭ്രമവും. മകൾ ഒറ്റയ്ക്കു വരുന്നതു കണ്ട് അവർ മിറ്റത്തേക്ക് ഓടി വന്നു.

''ഗോപി എവിടെ മോളെ?''

''ഗോപി വന്നില്ല.''

''നീ എന്തേ വരാൻ കാരണം?''

''ഒന്നുമില്ലമ്മേ. അമ്മയെ കാണാൻ തോന്നി. വരുകയും ചെയ്തു.''

അവർക്കു വിശ്വാസമായില്ല. എന്തോ കുഴപ്പമുണ്ടെന്നവർക്കു തോന്നി. അവർ കുത്തിച്ചോദിച്ചപ്പോഴും ആശ ഒന്നും പറഞ്ഞില്ല. അന്നു തന്നെ അവൾ തിരിച്ചു പോകുകയാണെന്നറിഞ്ഞപ്പോൾ പാവം അമ്മയ്ക്കു കുറച്ചു സമാധാനമായി.

അവൾ ഗോപിയെപ്പറ്റി ഓർത്തു. ഗോപി തന്റെ ഒപ്പം വരാൻ മടി കാണിച്ചതിനെപ്പറ്റി ഓർത്തു. ഒരുപക്ഷേ സ്നേഹിതൻ വരുമെന്ന് പറഞ്ഞത് ശരിയായിരിക്കാം. അവൾ എപ്പോഴും മറ്റുള്ളവർക്ക് സംശയത്തിന്റെ ആനുകൂല്യം കൊടുത്തിരുന്നു. ഇവിടെനിന്നാലോചിക്കുമ്പോൾ ഭർത്താവിന്റെ വീട് അത്ര കുഴപ്പം പിടിച്ചതായി തോന്നിയില്ല. ഒരുപക്ഷേ തനിക്കുതന്നെ സാവധാനത്തിൽ എല്ലാം ശരിയാക്കുവാൻ പറ്റുമായിരിക്കും. എന്തുകൊണ്ടോ വൈകുന്നേരമായപ്പോഴേക്ക് അവൾക്ക് ഗോപിയെ കാണാൻ ധൃതിയായിരുന്നു.

വൈകുന്നേരം ആശ ഉദ്ദേശിച്ചിരുന്ന ബസ്സ് അവൾ ബസ് സ്റ്റാന്റിലെത്തിയപ്പോഴേക്കും പോയിരുന്നു. ഇനി അടുത്ത ബസ്സ് രാത്രി എട്ടരയ്ക്കാണ്. അത് അവിടെയെത്തുമ്പോൾ പത്തു മണിയാവും. അന്നു തന്നെ പോകണമെന്നവൾ തീരുമാനിച്ചു. തിരിച്ചു വീട്ടിൽ പോയാൽ പിന്നെ അന്നു പോകാൻ അമ്മ സമ്മതിക്കില്ല. പിന്നെ പോകണമെന്ന് നിർബന്ധം പിടിച്ചാൽതന്നെ അനിയനെ ഒപ്പം പറഞ്ഞയയ്ക്കും. സതീശനെ അപ്രസന്നമായ ആ അന്തരീക്ഷത്തിലേക്ക് കൊണ്ടുപോകാൻ അവൾക്ക് താത്പര്യമുണ്ടായിരുന്നില്ല. അതുകൊണ്ട്

എട്ടരയാവുന്നവരെ അവൾ ബസ്സ്സ്റ്റാന്റിൽത്തന്നെ കഴിച്ചുകൂട്ടി. എട്ടരയ്ക്ക് ബസ്സ് വന്നപ്പോഴേക്കും അവൾ ക്ഷീണിച്ചിരുന്നു. ഉച്ചയ്ക്ക് അവൾ കുറച്ചേ ഊണു കഴിച്ചിരുന്നുള്ളൂ. പിന്നെ വൈകുന്നേരം പുറപ്പെടുന്നതിനു മുമ്പ് ഒരു വെറും ചായ കുടിച്ചതേയുള്ളൂ. അമ്മ ഉണ്ടാക്കിയിരുന്ന പലഹാരങ്ങളൊന്നും കഴിക്കാൻ അപ്പോൾ അവൾക്ക് തോന്നിയില്ല. ബസ്സിലിരിക്കുമ്പോൾ അവൾക്ക് തലചുറ്റുന്നപോലെ തോന്നി. ഗോപി ഒപ്പമുണ്ടായിരുന്നെങ്കിലെന്നവൾ ആശിച്ചു.

ബസ്സ് വീട്ടുപടിക്കൽ തന്നെ നിർത്തുന്നതുകൊണ്ട് നടക്കാതെ കഴിഞ്ഞു. സമയം പത്തരയായിരുന്നു. അവൾ പടി കടന്ന് മിറ്റത്തെത്തിയപ്പോഴേ മനസ്സിലായി, എല്ലാവരും കിടന്നിരിക്കുന്നുവെന്ന്. അവൾ വാതിൽക്കൽ മുട്ടി വിളിച്ചു. ഒരഞ്ചു മിനിറ്റോളം അവൾക്ക് മുട്ടേണ്ടി വന്നു. വാതിലിന്റെ വിള്ളലിലൂടെ പെട്ടെന്ന് പ്രകാശം വന്നു. തളത്തിൽ വിളക്കു കത്തിച്ചതാണ്. വാതിൽ തുറന്നത് ഗോപിയായിരുന്നു. അയാൾ ഒരു ഡ്രോയർ മാത്രമേ ധരിച്ചിരുന്നുള്ളൂ.

ഓ, നീ വന്നുവോ എന്ന മുഖവുമായി അയാൾ അവിടെ നിന്നു. ആശ അകത്തു കടന്നപ്പോൾ അയാൾ വാതിലടച്ചു. ആശ നേരെ മുകളിലേക്കു നടക്കാൻ തുടങ്ങി. ഗോപി അമ്മയും രമണിയും കിടക്കുന്ന മുറിയിലേക്കു പോയി. ഉടനെത്തന്നെ ഒരു പുതപ്പുമായി അവളുടെ പിന്നാലെ കോണി കയറി വന്നു.

മുകളിലെത്തിയ ഉടനെ ആശയ്ക്കു മനസ്സിലായി. ഗോപി ആ മുറിയിലല്ല കിടന്നിരുന്നതെന്ന്. അവൾ രാവിലെ ധൃതി പിടിച്ചു പോകാനായി മാറ്റുമ്പോൾ അഴിച്ചിട്ട സാരി കിടക്കയിൽ അങ്ങനെത്തന്നെ കിടന്നിരുന്നു. ഗോപി എവിടെയായിരിക്കും കിടന്നിട്ടുണ്ടാവുക?

അയാൾ കൈയിൽ പിടിച്ചിരുന്നു പുതപ്പ് മേൽ ഒരു ഷാൾ പോലെ ഇട്ട് നിൽക്കുകയായിരുന്നു. താൻ വല്ലതും കഴിച്ചോ എന്ന് അന്വേഷിക്കുകയെങ്കിലും ചെയ്യുമെന്ന് ആശ പ്രതീക്ഷിച്ചു. അങ്ങനെ ഒരന്വേഷണവും ഗോപിയുടെ അടുത്തു നിന്ന് വന്നില്ല. അവൾക്ക് വിശക്കുന്നുണ്ടായിരുന്നു.

കിടക്കയിൽനിന്ന് സാരിയെടുത്തുമാറ്റി അവൾ പറഞ്ഞു.

‘‘കിടന്നോളൂ. ഞാൻ കുറച്ചു വെള്ളം കുടിച്ചിട്ടു വരാം.’’

അടുക്കളയിൽനിന്ന് വെള്ളം കുടിക്കുമ്പോഴെല്ലാം അവൾ ആലോചിച്ചിരുന്നത് ഗോപി എവിടെയാണ് കിടന്നിരുന്നതെന്നാണ്. അമ്മ കിടക്കുന്ന മുറിയിലായിരിക്കണം. പെട്ടെന്നവൾക്ക് കുറെ സംശയങ്ങളുണ്ടായി. അടുക്കളയിൽനിന്ന് തിരിച്ചുനടക്കുമ്പോൾ അവൾ അവരുടെ കിടപ്പുമുറിയിലേക്കു നടന്നു.

വേറൊരു കിടപ്പുമുറിയിലേക്ക് പതിഞ്ഞുനോക്കുന്നത് അവൾക്കിഷ്ടമല്ലാത്ത കാര്യമായിരുന്നു. അവൾ കുട്ടിക്കാലം തൊട്ടേ അമ്മയിൽ നിന്ന് മാറിയാണ് കിടന്നിരുന്നത്. രാത്രി അമ്മയെക്കൊണ്ട് വല്ല ആവശ്യമുണ്ടെങ്കിൽത്തന്നെ അവൾ മുറിക്കു പുറത്തുനിന്ന് അമ്മയെ വിളിക്കുകയാണ് പതിവ്. ആ ശീലം ഒരു മര്യാദയായി അവൾ വളർത്തിക്കൊണ്ടുവന്നതായിരുന്നു.

ഇപ്പോൾ അവൾക്ക് ചില സംശയങ്ങൾ തീർക്കേണ്ടതുണ്ട്. അവൾ മടിച്ചില്ല. മുറിയിൽ ഇരുട്ടായിരുന്നു. ചുമരിൽത്തപ്പി അവൾ സ്വിച്ചിട്ടു. ഇരുപത്തഞ്ചു വാൾട്ടിന്റെ ബൾബെരിഞ്ഞു. ആ വെളിച്ചത്തിൽ അവൾ കട്ടിലിൽ അമ്മയും മകളും കിടക്കുന്നതു കണ്ടു. അമ്മ വക്കത്തായിരുന്നു കിടന്നിരുന്നത്. രമണി ചുമരിന്നരുകിൽ ഇടത്തോട്ടു തിരിഞ്ഞും. രമണി പാവാടയും ബ്ലൗസും മാത്രമേ ഇട്ടിരുന്നുള്ളു. പാവാട മുകളിലേക്കു കയറി അവളുടെ തുടകൾ മുഴുവൻ കണ്ടിരുന്നു. കുടുക്കുകൾ വിട്ട് ബ്ലൗസും ബ്രേസിയേഴ്സും മുകളിലേക്കു കയറി അവളുടെ മാറിടം നഗ്നമായിരുന്നു. ആ സ്ഥിതിയിലും രമണിയുടെ അവയവങ്ങൾക്ക് ഭംഗിയുണ്ടെന്ന് സമ്മതിക്കാതിരിക്കാൻ ആശയ്ക്കു കഴിഞ്ഞില്ല. പിന്നെയാണ് ആശ കണ്ടത്, അമ്മയുടെയും രമണിയുടെയും നടുവിൽ ഉള്ള സ്ഥലത്ത് തലയിണയ്ക്കരികിൽ ഗോപിയുടെ വാച്ച്. തലയിണയാണെങ്കിൽ തല വെച്ചിടത്ത് കുഴിഞ്ഞിട്ടുമുണ്ട്.

ആ മുറിയിൽ വേറെ കിടക്കയൊന്നുമുണ്ടായിരുന്നില്ല. അപ്പോൾ ഗോപി കിടന്നിരുന്നത് വേറെ എവിടെയുമായിരുന്നില്ല.

ആശ പെട്ടെന്ന് തളർന്നുപോയി. അവൾ കഴിഞ്ഞ രണ്ടുമൂന്നു ദിവസമായി ഭയന്നിരുന്ന ചില കാര്യങ്ങൾ അവൾ ഭയന്നിരുന്നതിനേക്കാൾ അതിരൂക്ഷമായതായിരുന്നെന്ന അറിവ് അവളെ പെട്ടെന്ന് തളർത്തി. ആ മുറി ഒരു രാക്ഷസിയും മകളും താമസിക്കുന്ന ഗുഹയാണെന്നും പുറത്തേക്കു വഴിയറിയാതെ ആ ഗുഹയിൽ അവൾ ഒരു തടവുകാരിയാണെന്നും അവൾക്കു തോന്നി. പെട്ടെന്നുള്ള പ്രതികരണം അവിടെ നിന്നോടിപോകാനായിരുന്നു. പുറത്തുള്ള കാട്ടിലൂടെ, വന്യമൃഗങ്ങളെ കൂസാതെ ഓടുക.

അവൾ വിളക്കു കെടുത്തി മുറിക്കു പുറത്തു കടന്നു. ഗോപി ശരിക്കും ഉറക്കമായിരുന്നു. അവൾ സാരിമാറ്റി വിളക്കു കെടുത്താതെ കിടക്കയിൽ വന്നിരുന്ന് ഗോപിയെ നോക്കി. അയാൾ വളരെ സുമുഖനായിരുന്നു. പുതപ്പുകൊണ്ട് അരക്കെട്ട് മറച്ചിരുന്നു. നെഞ്ചിൽ നിറയെ രോമങ്ങൾ. കണ്ടാൽ നല്ല പൗരുഷമുള്ള പ്രകൃതിയാണ്. ഈ മനുഷ്യന് എന്തേ ഇങ്ങനെ പറ്റാൻ?

പിറ്റേന്നു മുതൽ ആശ അമ്മേയോടും രമണിയോടും സംസാരിക്കാൻ തുടങ്ങി. സംസാരിക്കാതിരിക്കുന്നതുകൊണ്ട് ഗുണമൊന്നുമില്ല. മറിച്ച്

സംസാരിച്ചാൽ സംഗതികൾ കൂടുതൽ മനസ്സിലാവുമെന്നും അവൾക്കു തോന്നി. ഇതൊരുപറ്റം മനോരോഗികളാണ്. ഇവർക്കു വേണ്ടത് നല്ല ചികിത്സയാണ്.

സംസാരിക്കാൻ തുടങ്ങിയപ്പോഴാണ് അവരുടെ ഓരോ കഴിവുകൾ പുറത്തുവരുന്നത്. ഒന്നാമത്തേത് എല്ലാവരേയും പുച്ഛിക്കാനുള്ള അവരുടെ കഴിവാണ്. ആരെപ്പറ്റി പറഞ്ഞാലും അവർക്ക് പുച്ഛമാണ്. സതീശൻ എഞ്ചിനീയറിംഗിനാണ് പഠിക്കുന്നത് എന്നു പറഞ്ഞപ്പോൾ അവരുടെ പ്രതികരണം ഇതായിരുന്നു.

''എഞ്ചിനീയർമാർക്കൊക്കെ എന്താ ഒരു വിലയുള്ളത്. ഇപ്പോൾ മുഴത്തിന് പത്ത് എഞ്ചിനീയർമാരെ കാണാം.''

എങ്ങനെയാണ് അവർക്കങ്ങനെ സംസാരിക്കാൻ പറ്റുന്നത്? അവരോട് സംസാരിക്കുന്നതുതന്നെ വിഷമമായിരുന്നു. എല്ലാം മനസ്സിടിവുണ്ടാക്കുന്നതായിരുന്നു. ആശ വില കൽപിച്ചിരുന്ന എന്തിനെയും ഇടിച്ചുതാഴ്ത്തുക എന്നതായിരുന്നു അവരുടെ ഉന്നമെന്ന് തോന്നും അവരുടെ സംസാരം കേട്ടാൽ.

അതിനിടയ്ക്ക് സംഭവരഹിതമായ രാത്രികൾ കടന്നു പോകുന്നത് അവൾ തെല്ലൊരു അവഗണനയോടെ നോക്കി. വൈവാഹിക ജീവിതം ഇങ്ങനെയുമായിക്കൂടെ? ഇടയ്ക്ക് ഗോപിയും രമണിയുമായുള്ള പെരുമാറ്റം അവൾക്ക് തീരെ അസഹനീയമായി തോന്നിയിരുന്നു. അവളുടെ മുമ്പിൽ വെച്ചുതന്നെ ഗോപി രമണിയുടെ മടിയിൽ കിടക്കാറുണ്ട്, അവളുടെ അരക്കെട്ടിൽ കൈയിട്ട് നടക്കാറുണ്ട്. ഒരിക്കൽ അവൾ ഗോപിയോടു ചോദിച്ചു.

''എന്തിനാണ് അങ്ങനെയൊക്കെ ചെയ്യുന്നത് മോശമല്ലേ?''

ഗോപി ഒരു ചെറിയ ചിരി പാസ്സാക്കുക മാത്രം ചെയ്തു. ആ സംസാരത്തിനു ശേഷം ആശ കാണാത്ത സമയത്തു മാത്രമേ ഗോപി ചെയ്തിരുന്നുള്ളൂ. അഥവാ ആശ കണ്ടുകൊണ്ടു വന്നാൽത്തന്നെ അയാൾ പെട്ടെന്ന് കൈയെടുക്കുകയും ചെയ്തിരുന്നു. ഒരുതരം കട്ടു തിന്നുന്ന ഭാവമായിരുന്നു അയാളുടേത്. രമണിയെ സംബന്ധിച്ചിടത്തോളം ആ വക വിഷമങ്ങളൊന്നുമില്ലാത്തതുകൊണ്ട് അവൾ ആശയുടെ മുമ്പിൽ വെച്ചുതന്നെ ഗോപിയെ കെട്ടിപ്പിടിക്കുകയും താലോലിക്കുകയും ചെയ്തിരുന്നു. അപ്പോഴൊക്കെ ഗോപി രമണിയെയും കൂട്ടി അവിടെ നിന്ന് നടന്നു മറയും. ആശയ്ക്ക് കൂടുതൽ അകൽച്ചയും ഏകാന്തതയും തോന്നുകയും ചെയ്യും.

അവൾക്ക് കുമ്പസാരിക്കേണ്ടിയിരിക്കുന്നു. അവൾക്ക് ആദ്യം തോന്നിയത് ഒരു മനോരോഗവിദഗ്ദ്ധന്റെ ഉപദേശം തേടാനായിരുന്നു. അവളുടെ ക്ലാസ്മേറ്റിന്റെ ജ്യേഷ്ഠൻ ഡോക്ടർ കുമാർ ഒരു മനോരോഗവിദഗ്ദ്ധനാണ്. അദ്ദേഹത്തെ കണ്ടാലോ? പെട്ടെന്നവൾക്ക് ആ

ആശയത്തിന്റെ പാകപ്പിഴയിൽ തമാശ തോന്നി. ഒരു പറ്റം ചിത്തരോഗി കളുമായി ഇടപഴകാൻ വേണ്ടി ഒരു മാനസികവിദഗ്ദ്ധനെ കാണുക! അവൾ മാനസികമായി വളരെ ആരോഗ്യവതിയായിരുന്നു. വിവാഹ നിശ്ചയം കഴിഞ്ഞ ഉടനെ അവൾ ചെയ്തത് ഹാവ്ലോക്ക് എല്ലിസിന്റെ പുസ്തകങ്ങൾ വായിക്കുകയായിരുന്നു. ലൈംഗികം എന്നത് എത്ര സങ്കീർണ്ണമായ ഒരു വിഷയമാണെന്ന് അവൾ മനസ്സിലാക്കിയിരുന്നു. അത് വിജയകരമായി നേടാനുള്ള ഉൾക്കാഴ്ചകളെല്ലാം അവൾക്കു ണ്ടായിരുന്നുതാനും. പക്ഷേ സംസാരിക്കാൻ കൂടി താൽപര്യമില്ലാത്ത ഭർത്താവിനെ നേരിടേണ്ടത് എങ്ങനെയെന്ന് അവൾക്കറിയില്ലായിരുന്നു.

അവൾ വിമലയ്ക്ക് കത്തെഴുതി. കുറച്ചു സംസാരിക്കാനുണ്ട്. സൗകര്യപ്പെടുമെങ്കിൽ ഒരു ദിവസം വരൂ.

വിമലയെ, ആശ സൈക്ക്യാട്രിസ്റ്റ് എന്നാണ് വിളിക്കാറ്. ജ്യേഷ്ഠന്റെ ഒപ്പം താമസിച്ച് അവളും ഒരു ചെറുകിട വിദഗ്ദ്ധയായിരിക്കുന്നു.

ഒരു ദിവസം വൈകുന്നേരം വിമല വന്നു. എല്ലാം കേട്ടപ്പോൾ വിമല പറഞ്ഞു.

''ഇത് വളരെ കോംപ്ലിക്കേറ്റഡ്ഡാണ്. നീ ചേട്ടനെത്തന്നെ കാണൂ. ഗോപിയേയുംകൂട്ടി വന്നു കൂടെ?''

ഗോപി വരുമെന്ന് തോന്നുന്നില്ല. കാരണം വീട്ടിലേക്കു ഒരു ദിവസം പോയപ്പോൾത്തന്നെ ഒപ്പം വന്നില്ല. പിന്നെയല്ലേ ഒരു സ്നേ ഹിതയുടെ വീട്ടിലേക്ക് വരുന്നത്? പോരാത്തതിന് ഒരു സൈക്ക്യാ ട്രിസ്റ്റിന്റെ അടുത്തേക്കാണ് പോകുന്നതെന്നു പറഞ്ഞാൽ എന്നെക്കൂടി പോകാൻ അനുവദിക്കില്ല.

''എന്നാൽ നീ ഒറ്റയ്ക്കു വരൂ. ഞാൻ നിന്റെ അമ്മായിയമ്മയോട് ശുപാർശ ചെയ്യാം. നിന്നെ ഈ ഞായറാഴ്ച വിടണമെന്ന്.''

ഡോക്ടർ കുമാർ ആശയോട് വളരെ ദയാപൂർവ്വം പെരുമാറി. അവളുടെ അറിവിൽ അയാൾക്ക് അത്ഭുതമാണുണ്ടായിരുന്നത്. സാധാരണ പെൺകുട്ടികളിൽനിന്നും ഇവൾ വളരെ വിഭിന്നയാ ണെന്നയാൾ കണ്ടു.

ഇത് വളരെ സാധാരണമായ ഒരു കുഴപ്പമാണ്. അയാൾ പറഞ്ഞു. ചികിത്സിച്ചു മാറ്റാവുന്നതേയുള്ളൂ. ഗോപിയെക്കൂട്ടി ഒരു ദിവസം വരൂ. ഇതൊരു മാനസികാസ്വാസ്ഥ്യമാണ്. യുഗങ്ങളായുള്ള ഒരു പതിവ് സംസ്കാരം വന്ന ശേഷവും മനുഷ്യന്റെ അടിമനസ്സിൽ കിടക്കുകയാണ്. മനുഷ്യൻ ഒരു സമൂഹമായി താമസിക്കാൻ തുടങ്ങി യപ്പോൾ അമ്മയായിരുന്നു ആ സമൂഹത്തിന്റെ അല്ലെങ്കിൽ കുടുംബ ത്തിന്റെ അധിപ. അവർ പ്രായപൂർത്തിയെത്തിയ ചെറുപ്പക്കാരുമായി, സ്വന്തം മക്കളടക്കം, ലൈംഗിക ബന്ധത്തിലേർപ്പെട്ടിരുന്നു. അച്ഛൻ എന്ന വ്യക്തിക്ക് വലിയ പ്രസക്തിയൊന്നുമുണ്ടായിരുന്നില്ല. ഇന്നും

ആൺമക്കളുടെ മേൽ അധീശാധികാരം നടത്തുന്ന അമ്മമാരുടെ അടിമനസ്സിൽ ആ പഴയ അമ്മ തന്നെയാണുള്ളത്.

അനുജത്തിയുമായുള്ള ഗോപിയുടെ ബന്ധം കൂടുതൽ സ്വഭാവികമാണ്. ഒരു ആൺകുട്ടി ലൈംഗികതയെപ്പറ്റി അറിയാൻ തുടങ്ങിയാൽ ആദ്യം അടുക്കുക സ്വന്തം സഹോദരിയോടായിരിക്കും. അത് വളർച്ചയുടെ ഒരു കാലഘട്ടം മാത്രമാണ്. പിന്നെ ലൈംഗിക ലക്ഷ്യം സഹോദരിയിൽനിന്ന് സ്നേഹിതന്മാരിലേക്കാവുന്നു. അപ്പോൾ ഒരു സ്വവർഗ്ഗ സ്നേഹത്തിന്റെ കാലഘട്ടം ഉണ്ടാവുന്നു. പിന്നെ അതും കടന്നു പോകുന്നു. ഇതെല്ലാം തന്നെ ആരോഗ്യകരമായ മാനസികവളർച്ചയുടെ ഓരോ ഘട്ടങ്ങളാണ്.

ഇതിലെവിടെയെങ്കിലും ഒരു സ്റ്റേജിൽ വളർച്ച നിന്നു പോകുമ്പോഴാണ് കുറച്ചൊരു വൈകൃതം കടന്നു വരുന്നത്. ഗോപിക്ക് പറ്റിയിട്ടുള്ളതും അതായിരിക്കണം.

ഇത്രയും ശരിയായി. ആശ ആലോചിച്ചു. ഇനി ഗോപിയെ ഡോക്ടറുടെ അടുത്തേക്ക് എങ്ങനെയാണ് കൊണ്ടുവരിക? വൈകുന്നേരം ഗോപിയോട് ഡോക്ടറെ കാണേണ്ട കാര്യം പറഞ്ഞപ്പോൾ ഗോപി ചോദിച്ചു.

‘‘നിനക്കെന്താണ് അസുഖം?’’

‘‘എനിക്കല്ല.’’

‘‘പിന്നെ?’’

‘‘നമുക്ക് ഗോപിയുടെ പ്രോബ്ലംസ് ഡോക്ടറുമായി സംസാരിക്കാം.’’

‘‘എന്റെ പ്രോബ്ലങ്ങളോ? എനിക്കെന്താണ് പ്രോബ്ലം?’’

‘‘ഗോപിക്കറിയാമല്ലോ അത്.’’

ഗോപി പിന്നെ ഒന്നും പറഞ്ഞില്ല.

ഗോപി സംസാരിക്കുമെന്നും അങ്ങനെ സംസാരിച്ചുകൊണ്ടു തന്നെ ഈ പ്രശ്നങ്ങളൊക്കെ പരിഹരിക്കാമെന്നും അവൾ കരുതിയിരുന്നു. പക്ഷേ ഗോപി സംസാരിച്ചില്ലെന്നു മാത്രമല്ല, അതിനുശേഷം ഒറ്റയ്ക്ക് അവളുടെ ഒപ്പമിരിക്കാൻ കൂടി മടി കാണിച്ചു. അയാൾ ആശയെ ഭയപ്പെടുന്നപോലെ തോന്നി. രാത്രികളിൽ അയാൾ വളരെ വൈകിയേ കിടപ്പറയിലേക്കു വരൂ. അതിനിടയ്ക്ക് ആശ ചിലപ്പോൾ ഉറങ്ങിപ്പോയിട്ടുണ്ടാകും.

ഗോപിയുടെ പെരുമാറ്റം അസഹനീയമായിരുന്നു. പക്ഷേ അത് എത്രത്തോളം മയമുള്ളതാണെന്ന് ആശയ്ക്കു മനസ്സിലായത്, അമ്മായിയമ്മയും നാത്തൂനും കൂടി അവൾക്കെതിരായി സമരം ചെയ്യാനിറങ്ങിയപ്പോഴാണ്. അതും വളരെ വക്രമായ തരത്തിൽ. ആശക്കില്ലാതിരുന്ന പല അസുഖങ്ങളും അവൾക്കുണ്ടെന്നവർ ആരോപിച്ചു.

ആദ്യം തുടങ്ങിയത് ഭക്ഷണസമയത്താണ് രണ്ടു ദിവസം തുടർച്ച യായി അവൾക്കു വേണ്ടി ഒരു പ്ലേറ്റും ഗ്ലാസ്സും മേശപ്പുറത്തു മാറ്റി വെച്ചു. അവൾ വേറെ ഏതെങ്കിലും പ്ലേറ്റിനു മുമ്പിലിരുന്നാൽ ആ പിഞ്ഞാണം മാറ്റി അവൾക്കായി വെച്ച പഴയ പിഞ്ഞാണം വെച്ചു കൊടുക്കും.

ആദ്യമൊന്നും ആശയ്ക്ക് ഇതിന്റെ അർത്ഥം മനസ്സിലായില്ല. പിന്നെ പണിക്കാരത്തിയാണ് ആശയോട് പറഞ്ഞത്.

''മോൾക്ക് എന്തൊക്കെയോ സുഖക്കേടുണ്ടെന്നാണ് അവർ പറയുന്നത്. എനിക്കൊന്നും തോന്നിയിട്ടില്ല.''

എനിക്കു സുഖക്കേടോ? തനിക്ക് എന്തെങ്കിലും സുഖക്കേടുണ്ടോ എന്നറിയാൻ അവർക്കെങ്ങനെ കഴിഞ്ഞു. താനാകട്ടെ, ഒന്നു തുമ്മുക കൂടി ചെയ്തിട്ടില്ല. പിന്നീട് ആലോചിച്ചപ്പോൾ അവൾക്കു മനസ്സിലായി, അമ്മയും മകനും മകളും വെവ്വേറെയാണെന്ന് അവൾ വിചാരിക്കുന്നത് ശരിയല്ല. ഗോപിയോട് ഡോക്ടറെ കാണാമെന്ന് താൻ പറഞ്ഞത് അമ്മയുടെയും മകളുടെയും അടുത്തെത്തിയിരിക്കുന്നു. മകന് മാന സികാസുഖമുണ്ടെന്ന് മരുമകൾ പറഞ്ഞതിന് തിരിച്ചടിയാണ് ഈ അഭിനയമെല്ലാം.

പെട്ടെന്നവൾക്ക് ദേഷ്യം തോന്നി. തനിക്കിതൊന്നും സഹിക്കേണ്ട ആവശ്യമില്ല. തനിക്ക് ഗോപിയോട് സ്നേഹമുണ്ടോ എന്നവൾ സ്വയം ചോദിച്ചു. വിവാഹം കഴിഞ്ഞ് രണ്ടു മാസമായിട്ടും തൊട്ടിട്ടു കൂടി യില്ലാത്ത ഒരാളോട് എന്തു കണ്ടിട്ടാണ് സ്നേഹം വെച്ചു പുലർ ത്തുന്നത്? ഇനി സ്നേഹമുണ്ടെങ്കിൽത്തന്നെ അവൾക്കെന്തു ചെയ്യാ നാണ്? മൂന്ന് മാനസികരോഗികളുടെ ഒപ്പം താമസിക്കാൻ അവൾ എന്തുകൊണ്ടും തയ്യാറുമല്ല. ഗോപി ഒറ്റയ്ക്കാണെങ്കിൽ എന്തെങ്കിലും ചെയ്യാമായിരുന്നു. ഒരു ഡോക്ടറെ കാണാൻ സമ്മതിപ്പിക്കാമായിരുന്നു.

രാത്രി അവൾ ഗോപിയോടു ചോദിച്ചു

''നമുക്ക് ഒറ്റയ്ക്ക് താമസിച്ചുകൂടെ?''

''അമ്മ സമ്മതിക്കില്ല.'' അയാൾ പറഞ്ഞു. ''എന്തിനാ ഒറ്റയ്ക്ക് താമസിക്കുന്നത്? ഇവിടെ നല്ല സൗകര്യാണല്ലോ?''

''ഇവിടെ എന്ത് സൗകര്യാണെന്നാണ് പറയുന്നത്? ആരും എന്നോട് സംസാരിക്കുന്നില്ല. എന്നെ അകറ്റി നിർത്താനാണ് ശ്രമിക്കുന്നത്. ഗോപിയടക്കം. കല്യാണം കഴിഞ്ഞാൽ ഒരു പെൺകുട്ടി ഇതൊന്നുമല്ല പ്രതീക്ഷിക്കുക. ഒരു പക്ഷേ നമ്മൾ രണ്ടു പേരും മാത്രമേയുള്ളൂവെങ്കിൽ കുറെയൊക്കെ മാറ്റമുണ്ടാവും.''

ഗോപി ഒന്നും പറഞ്ഞില്ല.

''പറയൂ. ഞാൻ അച്ഛനോട് ഒരു വീടന്വേഷിക്കാൻ പറയാം.''

''വീട് മാറാനൊന്നും അമ്മ സമ്മതിക്കില്ല.'' ഗോപി തറച്ചു പറഞ്ഞു.

''എന്തിനാണ് അമ്മയുടെ സമ്മതം നോക്കുന്നത്? ഗോപി കുട്ടിയൊന്നുമല്ലല്ലോ.''

അയാൾ ഒന്നും പറഞ്ഞില്ല. ഇതൊരു നല്ല അടവാണ്. തനിക്കെതിരായി സംസാരം വരുമ്പോൾ മൗനം ദീക്ഷിക്കുക.

ഇനി സംസാരിക്കുന്നതിൽ വലിയ അർത്ഥമൊന്നുമില്ല, ആശ വിചാരിച്ചു. ഈ രാത്രികൂടി ഇവിടെ കഴിയുക. പിന്നെ മകനെ അമ്മയുടെയും പെങ്ങളുടെയും ലാളനയ്ക്കു വിട്ട് തനിക്ക് സ്ഥലം വിടാം. ഇങ്ങനത്തെ ദാമ്പത്യത്തേക്കാൾ നല്ലത് വീട്ടിലിരുന്ന് തല നരയ്ക്കുന്നതാണ്. ഈ കഥകളെല്ലാം പറഞ്ഞാൽ മനസ്സിലാവുന്ന വല്ല ചെറുപ്പക്കാരും ഉണ്ടാവുമെന്നും അവരെ വിവാഹം ചെയ്താൽ ഇനിയും തനിക്കൊരു ജീവിതം കെട്ടിപ്പടുക്കാൻ പറ്റുമെന്നും അവൾക്കുറപ്പു തോന്നി. ഇനിയും വൈകിക്കാതിരിക്കുകയാണ് നല്ലത്.

അവൾ അന്നു സുഖമായി ഉറങ്ങി. അവൾ തീരുമാനമെടുത്തു കഴിഞ്ഞിരുന്നു.

രാവിലെ ഗോപി ഉണരുന്നതിനുമുമ്പ് അവൾ സൂട്ട്കേസിൽ അവളുടെ വസ്ത്രങ്ങൾ ഒരുക്കിവെച്ചു. ഗോപി ഉണർന്ന് താഴെ വരുന്നതും കാത്തു. ഗോപി താഴെ വന്നപ്പോൾ അവൾ പറഞ്ഞു.

''ഞാൻ പോണു.''

''നീ എങ്ങോട്ടാണ് യാത്ര?'' അമ്മായിയമ്മയുടെ ചോദ്യം.

''വീട്ടിലേക്ക്.''

''അങ്ങനെ ഇടയ്ക്കിടയ്ക്ക് വീട്ടിലേക്ക് പോകാനൊന്നും പറ്റില്ല.'' അവർ പറഞ്ഞു. ''നീയല്ലേ ഒരു മാസം മുമ്പ് പോയി വന്നത്.''

''ഞാൻ എന്റെ വീട്ടിലേക്കാണ് പോകുന്നത്.'' ആശ പറഞ്ഞു.

''ഒന്നുമില്ലെങ്കിൽ ആൾക്കാരെന്താ വിചാരിക്ക്യാ?'' അമ്മായിയമ്മ വീണ്ടും.

''കല്യാണം കഴിഞ്ഞ് രണ്ടുമാസത്തിനുള്ളിൽ ഭാര്യ ഭർത്താവിന്റെ വീട്ടിൽ നിന്ന് പോകുകയാണെങ്കിൽ അതിന്റെ കാരണവും ആൾക്കാർ ശരിക്കുതന്നെ ധരിക്കും.''

ആശ കുറച്ചുറക്കെ തന്നെ പറഞ്ഞു. അവൾ പറഞ്ഞ വാചകത്തിന്റെ അർത്ഥം പരതി ഗ്രഹിക്കുവാൻ സമയം കുറച്ചെടുത്തു കാണണം. അതിനിടയ്ക്ക് അമ്മയെയും മകളെയും മകനേയും ഒരു ഫാമിലി ഫോട്ടോ എടുക്കാൻ നിൽക്കുന്ന മട്ടിൽ നിർത്തി ആശ സൂട്ട്കേസുമായി പുറത്തിറങ്ങി. ദൂരെ അവൾ ബസ്സിന്റെ ഹോൺ കേട്ടിരുന്നു. ബസ്സ് തെറ്റാതിരിക്കാൻ അവൾ വേഗം നടന്നു. ■

വൃഷഭത്തിന്റെ കണ്ണ്

“ഒരു ബാധയാണിത്.” ഹിരൺ മേഹ്ത്ത പറഞ്ഞു.

അയാൾ ധരിച്ചിരുന്നത് സാധാരണ മട്ടിൽ പോളിസ്റ്റർ ഷർട്ടും പാന്റുമായിരുന്നു. നീട്ടി വെച്ച കാലുകളിൽ വിലപിടിച്ച ചെരിപ്പുകൾ. കൈയിലുള്ള ടിന്നിൽനിന്ന് സുപാരിയെടുത്ത് വായിലേക്കിട്ട് അയാൾ പറഞ്ഞു.

“ആനീവ്ൾ ഐ ഈവിൾ കാസ്റ്റ് ഓൺ ദിസ് ഹൗസ്.”

അയാൾ ഇംഗ്ലീഷിന്നുപകരം ഹിന്ദി സംസാരിച്ചിരുന്നെങ്കിൽ നന്നായിരുന്നു. അല്ലെങ്കിൽ ഗുജറാത്തി, അല്ലെങ്കിൽ മറാഠി; ഈ രണ്ടു ഭാഷകളും രാമചന്ദ്രനറിയില്ലെങ്കിൽ കൂടി. അതുപോലെ വസ്ത്രങ്ങളിലും കുറച്ചുകൂടി പൗരാണികത്വം ആവാമായിരുന്നു. ഇപ്പോൾ നരച്ച തലയുമായി അയാൾ ഒരു സിന്തറ്റിക് ജോത്സ്യനെപ്പോലെ തോന്നിച്ചു.

ഇത് ഈ കെട്ടിടത്തിൽ കഴിഞ്ഞ ആറു മാസത്തിനുള്ളിൽ നടക്കുന്ന നാലാമത്തെ മരണമാണ്. നാളേയ്ക്ക് ഒരുപക്ഷേ അഞ്ചാമത്തേതും സംഭവിക്കും. അവിനാശ് വളരെ സീരിയസ്സായി കിടക്കുകയാണ്. ഒരു കാൽ നഷ്ടപ്പെട്ടിരിക്കുന്നു. തലയ്ക്കും വലിയ മുറിവു പറ്റിയിട്ടുണ്ട്. ഞാൻ കേട്ടതിൽ വെച്ച് അതിദാരുണമായ അപകടമാണിത്.

ഇതൊരു ദൃഷ്ടിബാധ തന്നെയാണ്. അല്ലെങ്കിൽ ഈ കെട്ടിടത്തിൽ മാത്രം സംഭവിക്കാൻ?

മേഹ്ത്ത സുപാരി ടിൻ തുറന്ന് വെളിച്ചത്തിലേക്ക് പിടിച്ച് എന്തോ തിരഞ്ഞു.

കെട്ടിടത്തിനു മുകളിൽ ആകാശത്തിൽ ബീഭത്സമായ ഒരു വലിയ കണ്ണ് തങ്ങി നിൽക്കുന്നു. രാമചന്ദ്രൻ ആലോചിച്ചു. ഒരു ഭീഷണിയായി, സാർവ്വത്രികമായ ഒരു ഭീതിയായി.

“ഒരുപക്ഷേ, അവിനാശ് ഇപ്പോൾത്തന്നെ മരിച്ചിട്ടുണ്ടാകും.” മേഹ്ത്ത പറഞ്ഞു.

''എനിക്ക് ആസ്പത്രിയിൽ പോണം.'' രാമചന്ദ്രൻ പറഞ്ഞു.

''കാണാതിരിക്ക്യാണ് ഭേദം.'' മേഹ്ത്ത പറഞ്ഞു.

''അവിനാശ് രണ്ട് ബ്ലഡ് ട്രാൻസ് ഫ്യൂഷൻ കഴിഞ്ഞെന്നാണ് പറഞ്ഞു കേട്ടത്. ഹീയീസെ ടോട്ടൽ റെക്ക്. ഒരു സ്കൂട്ടർ കൊണ്ട് ഇത്രയും മാരകമായ അപകടം ഉണ്ടാവുമെന്ന് ഊഹിക്കാൻ പറ്റു ന്നില്ല. പക്ഷേ മുമ്പിൽ നിന്ന് വന്നിടിച്ചത് ഇരുമ്പുബാർ നിറച്ച ഒരു വലിയ ട്രക്കായിരുന്നു.''

ഡോർ ബെൽ.

മേഹ്ത്തയുടെ മകൻ വാതിലിന്നടുത്തു തന്നെയാണ് ഇരുന്നത്. അയാൾ എഴുന്നേൽക്കാതെ മുന്നോട്ടാഞ്ഞ് വാതിൽ തുറന്നു.

മിസ്സിസ്സ് മൽഹോത്രയുടെ പന്ത്രണ്ടു വയസ്സുള്ള മകൾ. കൈയിൽ ഒരു നീണ്ട കടലാസ്സുമുണ്ട്.

''അങ്കൾ ഒരു സംഭാവന തരൂ. പൂജയ്ക്കാണ്.''

''പൂജ?'' അയാൾ നെറ്റി ചുളിച്ചു.

''അതെ അങ്കൾ. നാളെ ഒരു പൂജയുണ്ട്. പണ്ഡിറ്റ്ജി പറയുന്നത് ഈ വീടിന് എന്തോ ബാധ പറ്റിയിട്ടുണ്ടെന്നാണ്. അത് ഒഴിപ്പിക്കാൻ ഒരു പൂജയും ഹോമവും നടത്തണത്രെ.''

അവൾ നീട്ടിയ കടലാസ് അയാൾ വാങ്ങി വായിച്ചു. ലിസ്റ്റിൽ കുറെ പേരുകളുണ്ട്. ഓരോ പേരിനുമെതിരെ അവരുടെ ഫ്ളാറ്റ് നമ്പറും സംഭാവനത്തുകയും.

''എല്ലാവരും അമ്പത് വീതം തന്നിട്ടുണ്ട്. അങ്കൾ ഒറ്റയ്ക്കല്ലേ. അപ്പോൾ ഇരുപത്തഞ്ചു തന്നാൽ മതി. നോക്കു മേഹ്ത്താജിയും തന്നിട്ടുണ്ട്.''

സ്വന്തം പേരെഴുതുന്നതിനിടയിൽ അയാൾ പറഞ്ഞു.

''ഞാനതിൽ വിശ്വസിക്കുന്നില്ല.''

''പൂജകൊണ്ട് വലിയ കാര്യമൊന്നുമില്ല.'' ഹിരൺ മേഹ്ത്ത പറഞ്ഞു. അതൊരു മനസ്സമാധാനത്തിനു മാത്രമാണ്. കാരണം നാം ചെയ്യുന്ന ഈ ചെറിയ പൂജകൾക്കൊന്നും ഈ വലിയ തേജോ ഗോളങ്ങൾ ഉണ്ടാക്കുന്ന ഫലത്തെ മാറ്റാൻ കഴിയില്ല. അവ താനേ ഗതിമാറുന്നവരെ ഇതൊക്കെ സഹിക്കയേ നിവൃത്തിയുള്ളൂ. വരാൻ പോകുന്നതൊക്കെ വരും. നമുക്കതിനു ഒന്നും ചെയ്യാൻ ഇല്ല. അവിനാശ് മുപ്പതാം വയസ്സിൽത്തന്നെ മരിക്കാനാണ് വിധിച്ചതെങ്കിൽ അയാൾ മുപ്പതാം വയസ്സിൽത്തന്നെ മരിക്കും. ഒരു പൂജകൊണ്ട് അതിനെ മാറ്റാൻ കഴിയില്ല. അതുപോലെ ആദിത്യൻ ആറാം വയ സ്സിൽ ചെറിയച്ഛന്റെ പിന്നിൽ സ്കൂട്ടറിൽ പോയി അപകടമുണ്ടായി മരിക്കാനാണ് വിധിച്ചതെങ്കിൽ അങ്ങനയേ വരൂ.

മേഹ്ത്തയുടെ മകൻ നിവർന്നിരുന്നു. അയാൾക്ക് എന്തോ പറയാൻ കിട്ടിയ പോലെ.

''ശരിയാണ്,'' അയാൾ പറഞ്ഞു. അച്ഛൻ പറയുന്നതിൽ വാസ്തവമുണ്ട്. ജീവിതം പ്രോഗ്രാം ചെയ്ത ഒരു ടേപ്പ് മാതിരിയാണ്. ഒരു എൻസി മെഷീന്റെ ചലനങ്ങളെ നിയന്ത്രിക്കുന്ന മാതിരി. ഒരു വർക്ക് പീസിൽ നാലഞ്ച് ഓപ്പറേഷൻ വേണമെന്നു വെയ്ക്കൂ. നമ്മൾ എന്തു ചെയ്യുന്നു? ഈ ഓപ്പറേഷനെല്ലാം അതിന്റെ ശരിയായ അനുക്രമത്തിൽ ഒരു ടേപ്പിൽ രേഖപ്പെടുത്തുന്നു. ഒരിഞ്ചു വീതിയുള്ള ഒരു കടലാസു ടേപ്പിൽ വിവിധ സ്ഥാനങ്ങളിൽ ദ്വാരങ്ങളുണ്ടാക്കിയാണ് ഇത് ചെയ്യുന്നത്. തുടങ്ങിക്കഴിഞ്ഞാൽ മെഷീന്റെ സ്വയംപ്രേരിതമെന്നു തോന്നുന്ന എല്ലാ ചലനങ്ങളും ഈ ടേപ്പിൽ രേഖപ്പെടുത്തിയതിനെ ആശ്രയിച്ചിരിക്കും. ടേപ്പിൽ രേഖപ്പെടുത്തുന്നതാകട്ടെ, പല അക്ഷങ്ങളിലും യന്ത്രത്തിന്റെ ചലനങ്ങളാണ്. എക്സ് അക്ഷത്തിൽ ഇത്ര ദൂരം സഞ്ചരിക്കണം, വൈ അക്ഷത്തിൽ ഇത്ര ദൂരം സഞ്ചരിക്കണം. സെഡ് അക്ഷമാകട്ടെ, പണിയായുധത്തിന്റെ ചലനരേഖയാണ്. ഇങ്ങനെ ത്രിമാനചലനങ്ങൾ നമ്മൾ ടേപ്പിൽ രേഖപ്പെടുത്തി അതുവഴി യന്ത്രത്തിന് ആജ്ഞ നൽകുകയാണ് ചെയ്യുന്നത്. വർക്ക് പീസിൽ ഒരു നിശ്ചിത സ്ഥലത്ത് ഒരു നിശ്ചിത ഓപ്പറേഷൻ നടക്കാൻ രേഖപ്പെടുത്തിയിട്ടുണ്ടെങ്കിൽ ആ സ്ഥലത്ത് കണിശമായും ആ ഓപ്പറേഷൻ തന്നെ നടക്കും.

മനുഷ്യനെ സംബന്ധിച്ചിടത്തോളം സെഡിനും പുറമെ 'ടി' എന്ന നാലാമത് ഒരു മാനം കൂടിയുണ്ട്. സമയം. ഈ ചതുർമാനത്തിൽ ഒരു നിശ്ചിത ദിവസം, നിശ്ചിത സമയത്ത് അവിനാശ് ഒരു നിശ്ചിത പഥത്തിൽ സ്കൂട്ടർ ഓടിച്ചുപോകുന്നു. പിന്നിൽ ജ്യേഷ്ഠന്റെ മകൻ ആദിത്യനുമുണ്ട്...

മിസ്സിസ് മൽഹോത്രയുടെ മകൾ പോയെന്നു രാമചന്ദ്രൻ മനസ്സിലാക്കി. അവൾ നന്ദി പറഞ്ഞതു കൂടിയില്ല. അതിനർത്ഥം അവൾ വല്ലാതെ പതറിയിട്ടുണ്ടെന്നാണ്.

മേഹ്ത്തയുടെ മകൻ സംസാരിക്കുകയായിരുന്നു.

ആദിത്യൻ, സാധാരണ അവിനാശിന്റെ ഒപ്പം സ്കൂട്ടറിൽ പോകാറില്ല. കാരണം മമ്മി സമ്മതിക്കാറില്ല. പക്ഷേ ഇന്നു പോകട്ടെ എന്നു ചോദിച്ചപ്പോൾ ഒന്നും പറഞ്ഞില്ലത്രെ. മുടക്കാമായിരുന്നില്ലേ? മുടക്കാൻ പറ്റുമായിരുന്നില്ല, കാരണം ആദിത്യന്റെ ടേപ്പിൽ ഈ യാത്രയും അതിന്റെ ദാരുണമായ പരിസമാപ്തിയും കുറിച്ചു വെച്ചിട്ടുണ്ട്. അതനുസരിച്ചേ സംഭവങ്ങൾ നീങ്ങൂ. മനുഷ്യരാശിയുടെ ആകത്തുക നോക്കിയാൽ ഇതു വളരെ സങ്കീർണ്ണമാണ്.

സമയം എട്ടു മണിയായി. ഒരുപക്ഷേ മീനാക്ഷി ടെറസ്സിൽ ഉണ്ടാവും. ഈ വിങ്ങിനിൽക്കുന്ന അന്തരീക്ഷത്തിൽ നിന്ന് രക്ഷപ്പെടണം.

രാമചന്ദ്രൻ നക്ഷത്രങ്ങളെപ്പറ്റി ഓർത്തു. ടെറസ്സിൽ നിന്നാൽ അവയെ കാണാം.

സ്റ്റെയർകേസിൽ, മങ്ങിയ അശുഭമായ വെളിച്ചം. ടെറസ്സിൽ നക്ഷത്രങ്ങളും അശുഭമായ എന്തോ ഒന്ന് അറിയിച്ചു. നഗരത്തിന്റെ ദീപ്തി കാരണം നക്ഷത്രങ്ങൾ മങ്ങിയിരുന്നു. ഭീമാകാരനായ വേട്ട ക്കാരന്നരികെ നിൽക്കുന്ന കാളയുടെ ചുവന്ന കണ്ണ് ബീഭത്സമായി രുന്നു. അയാൾ ഹിരൺ മേഹ്ത്ത പറഞ്ഞതോർത്തു. ഒരുപക്ഷേ ഇതൊരു ദൃഷ്ടിബാധ തന്നെയായിരിക്കും. അല്ലെങ്കിൽ വിധി. കഴിഞ്ഞ ആറുമാസമായി നടന്ന അപകടങ്ങൾ അയാൾ ഓർത്തു. തുടങ്ങിവെച്ചത് മിസ്സിസ് മൽഹോത്രയുടെ ഭർത്താവാണ്. മിസ്സിസ് മൽഹോത്ര അത്ഭുതകരമായി രക്ഷപ്പെട്ട ആ കാറപകടത്തിനു ശേഷം മരിച്ചവരെല്ലാം ഏതെങ്കിലും തരത്തിൽ അപകടത്തിൽപ്പെട്ടു മരിച്ചവരാണ്.

മീനാക്ഷി ടെറസ്സിൽ എത്തുമെന്നയാൾക്കറിയാം. പലപ്പോഴും അയാളെ അത്ഭുതപ്പെടുത്താറുണ്ട്. രാമചന്ദ്രൻ ടെറസ്സിൽ വന്നാൽ അഞ്ചുമിനിറ്റിനകം അവളും എത്താറുണ്ട്. അയാളുടെ വാസനയാ ണത്രെ കാരണം.

‘‘നീ വളരെ ഉത്തേജിപ്പിക്കുന്ന ഒരു വാസന പുറപ്പെടുവിക്കു ന്നുണ്ട്. അത് അനുഭവപ്പെടുമ്പോഴാണ് ഞാൻ ടെറസ്സിൽ വരുന്നത്.’’

പ്രതീക്ഷിച്ചപോലെ മീനാക്ഷി എത്തി. രാമചന്ദ്രനോട് ചേർന്ന് നിന്ന് അവൾ പറഞ്ഞു.

‘‘എനിക്കു പേടിയാവുന്നു.’’

‘‘എന്തിന്?’’

‘‘എത്ര മരണമായി അടുത്തടുത്തായി ഉണ്ടാവുന്നു? മുമ്പൊന്നും എനിക്ക് പേടിയുണ്ടായിരുന്നില്ല. ഇപ്പോൾ രാത്രി ടെറസ്സിലേക്കു വരാൻകൂടി പേടിയാവുന്നു. വളരെ അശുഭകരമായ എന്തോ ഒന്ന് എല്ലായിടത്തും തങ്ങി നിൽക്കുന്നപോലെ. കടവാതിലുകൾ മര ക്കൊമ്പിൽ തൂങ്ങിക്കിടക്കുന്നില്ലേ, അതുപോലെ. സംതിങ്ങ് വെരി ഓമിനസ്. ഇനിയും എന്തൊക്കെയോ സംഭവിക്കാൻ പോകുന്നെന്ന തോന്നൽ.’’

‘‘ഒരപകടമുണ്ടായാൽ ഈ തോന്നൽ സാധാരണയാണ്.’’ രാമ ചന്ദ്രൻ പറഞ്ഞു. ‘‘അതിനെ കാര്യമായി എടുക്കേണ്ട ആവശ്യമില്ല.’’

‘‘ഇതെനിക്കു മാത്രമുള്ളതല്ല. ഈ കെട്ടിടത്തിലെ എല്ലാവരും പറയുന്നു. പേടിച്ചിട്ടാണ് എല്ലാവരും ഇരിക്കുന്നത്. നാളെ ഒരു പൂജ യുണ്ട്.’’

‘‘എനിക്കറിയാം. ഡിംബ വന്ന് ഇരുപത്തഞ്ചുറുപ്പിക വാങ്ങി ക്കൊണ്ടുപോയി.’’

''പാവം ആ തള്ള. ഒരു ദിവസംകൊണ്ട് മകനും പേരക്കുട്ടിയും നഷ്ടപ്പെട്ടു.''

''അവിനാശ് മരിച്ചുവോ?''

''നീ അറിഞ്ഞില്ലേ? രണ്ടു മണിക്കൂറായി. ഇവരെല്ലാം ആസ്പത്രിയിൽ എത്തിയപ്പോഴേക്ക് മരിച്ചിരിക്കുന്നു. ഓർമ്മ തിരിച്ചു കിട്ടിയതുപോലുമില്ലത്രെ. അവരുടെ ഡ്രൈവർ വന്നു പറഞ്ഞതാണ്. ഇനി ഓർമ്മ വന്നാൽ തന്നെ ആദിത്യൻ മരിച്ചുവെന്നറിഞ്ഞാൽ മരിക്കാനായിരിക്കും അയാൾ ഇഷ്ടപ്പെടുക.''

കിഴവി പറയുന്നത്, അവനു മരിക്കാൻ സമയമായിട്ടുണ്ടാകും. പക്ഷേ അവനെന്തിന് മുന്നയെ ഒപ്പം കൊണ്ടുപോയി എന്നാണ്. ആദിത്യന്റെ അമ്മയുടെ വിഷമമെന്തായിരിക്കും? അവർ മോനെ ചെറിയച്ഛന്റെ കൂടെ സ്കൂട്ടറിൽ പറഞ്ഞയയ്ക്കാറേയില്ല. ഇന്നു മാത്രം മോൻ പോട്ടെ എന്നു ചോദിച്ചപ്പോൾ ഒന്നും പറഞ്ഞില്ലത്രെ. ഭർത്താവ് സ്ഥലത്തില്ലതാനും. അദ്ദേഹം വരുമ്പോൾ ഞാൻ എന്താ ഉത്തരം പറയുക എന്നു ചോദിച്ചാണത്രെ അവർ കരയുന്നത്.

അയാളുടെ സ്ഥിതി ആലോചിക്കാതിരിക്യാ ഭേദം. മോൻ എന്നു വെച്ചാൽ ഭ്രാന്താണ്. ഓരോ പ്രാവശ്യവും പുറത്തുനിന്നു വരുമ്പോൾ എത്ര കളിസാമാനങ്ങളാണ് കൊണ്ടു വരുക. ഒരുപക്ഷേ ഈ പ്രാവശ്യം കൊണ്ടു വരേണ്ട കളിസാമാനങ്ങളൊക്കെ വാങ്ങി വെച്ചിട്ടുണ്ടാകും. അപ്പോഴായിരിക്കും കമ്പി കിട്ടുന്നത്. സീരിയസ് എന്നു മാത്രമേ കമ്പിയടിച്ചിട്ടുള്ളൂ.

മരണം ആൾക്കാരെ വാചാലരാക്കുന്നു. രാമചന്ദ്രൻ ഓർത്തു. ആദ്യം മേഹ്ത്ത, പിന്നെ മകൻ. ഇപ്പോൾ മീനാക്ഷി. ഇവൾ സ്വതവേ അധികം സംസാരിക്കാറില്ല.

അയാൾ പറഞ്ഞു. ''എനിക്ക് ആസ്പത്രിയിൽ പോണം.''

''നീ ഈ അസമയത്ത് ഇത്ര ദൂരെ പോവ്വാണോ?''

''സമയമെത്രയായിട്ടുണ്ടാവും?''

''ഒമ്പതു കഴിഞ്ഞിട്ടുണ്ടാവും.''

''സാരമില്ല. എനിക്കു പോകണം.''

''ഒരുപക്ഷേ അവരെല്ലാം ആസ്പത്രിയിൽ കാണും.''

അയാൾ കോണിയിറങ്ങി. കോണിയിലെ വെളിച്ചം ഇത്ര മങ്ങിയതാണെന്നയാൾ മുമ്പ് മനസ്സിലാക്കിയിരുന്നില്ല. രണ്ടാമത്തെ നിലയിൽ ആദിത്യന്റെ വീട് പൂട്ടിയിട്ടിരുന്നു.

ആദിത്യന്റെ വീട്!

അയാൾ പെട്ടെന്നോർത്തു. ഈ വീട്ടിലെ എല്ലാവരുടെയും പേർ അറിയാവുന്നതാണെങ്കിലും ആ വീട് അറിഞ്ഞിരുന്നത് ആദിത്യന്റെ

വീടായാണ്. ആറു വയസ്സുള്ള തുടുത്ത് എപ്പോഴും ചിരിക്കുന്ന മുഖമുള്ള ആദിത്യൻ.

മനസ്സിൽ വേദന. മൂന്നുകൊല്ലം മുമ്പ് ഈ കെട്ടിടത്തിൽ നാലാം നിലയിൽ മേഹ്ത്താ കുടുംബത്തിന്റെ സഹപാർപ്പുകാരനായി വന്നപ്പോൾ ആദിത്യനെ ആദ്യം കണ്ടത് രാമചന്ദ്രൻ ഓർത്തു. മൂന്നു വയസ്സുള്ള അവൻ ചേച്ചിമാരുടെ കൈ രണ്ടുവശത്തും പിടിച്ച് കോണി കയറുകയായിരുന്നു. അയാൾ ധൃതിപിടിക്കാതെ അവരുടെ പിന്നാലെ കയറി. ഓരോ തിരിവിലും അവൻ തിരിഞ്ഞു നോക്കി. ഒരപരിചിതനെ കണ്ടപ്പോഴുള്ള ഭയവും താത്പര്യവും അവനിലുണ്ടായിരുന്നു. അയാൾ ചിരിച്ചപ്പോൾ അവൻ മുഖം തിരിച്ചു.

കോണിച്ചുവട്ടിൽ സ്ത്രീകൾ.

''അവളല്ലാതെ ചെറിയ കുട്ടിയെ സ്കൂട്ടറിൽ വിടുമോ? പോണ വഴി കാണുക തന്നെ വേണം. വലിയ പൈപ്പിടാൻ വേണ്ടി റോഡുകൾ മുഴുവൻ കുഴിച്ചു വെച്ചിട്ടുണ്ട്.''

''അവൾ അങ്ങനെ പറഞ്ഞയയ്ക്കാറൊന്നുമില്ല. പാവം ഇന്നു മാത്രം, മോൻ പോട്ടെ എന്നു ചോദിച്ചപ്പോൾ ഒന്നും പറഞ്ഞില്ലാത്രെ. അവന്റെ സമയമായിരിക്കുന്നു; അത്ര തന്നെ.''

''അതിനൊന്നും അർത്ഥമില്ല. സൂക്ഷിച്ചാൽ ദുഃഖിക്കേണ്ട എന്നാണ്. സൂക്ഷിച്ചില്ല; അത്രതന്നെ. ഞാനാണെങ്കിൽ, എന്റെ മോനെ അങ്ങനെ ആരുടേയും ഒപ്പം സ്കൂട്ടറിൽ പറഞ്ഞയയ്ക്കില്ല; എത്ര നിർബ്ബന്ധിച്ചാലും പോണംന്ന് നിർബ്ബന്ധമാണെങ്കിൽ ബസ്സിൽ പൊയ്ക്കൊള്ളാൻ പറയും.''

''നോക്കൂ, അവനും പോകണമെന്നുണ്ടായിരുന്നില്ല, വാസ്തവത്തിൽ. അപ്പോൾ ചേച്ചിമാരുടെ ഒപ്പം കളിക്കാൻ പ്ലാൻ ചെയ്തിരിക്കയായിരുന്നു. അവൻ വരുന്നില്ലെന്നു പറഞ്ഞതാണ്. പിറ്റേന്ന് സ്കൂൾ പൂട്ടുകയാണ്. അപ്പോൾ അവിനാശ് ചോദിച്ചു, നീ പിണക്കമാണോ എന്ന്. നിനക്ക് മുത്തച്ഛനേയും അമ്മൂമ്മയേയും കാണണ്ടെ എന്ന്. ആദിത്യന് ആരേയും പിണക്കാൻ വയ്യ. അവൻ ഉടനെ പറഞ്ഞു വരാമെന്ന്, ഇപ്പോഴെന്തായി? അവൻ എല്ലാവരോടും പിണക്കമായില്ലേ?''

മരണം ആൾക്കാരെ വാചാലരാക്കുന്നു. രാമചന്ദ്രൻ വീണ്ടും ഓർത്തു. സംസാരിക്കാത്തവരാകട്ടെ, ഹൃദയത്തിൽ അലറുന്നു.

ആസ്പത്രിയുടെ പ്രധാന വാതിലിനു മുകളിൽ പുറത്ത് കാഷ്വാൽട്ടി എന്ന് ചുവന്നു വലിയ നിയോൺ ലിപികളിൽ എഴുതി വെച്ചിരുന്നു. അയാൾ ഉള്ളിൽ കടന്നു. ഹാൾ വിജനമായിരുന്നു. ചുവരിൽ വച്ച ഇലക്ട്രോണിക് ക്ലോക്കിൽ സമയം പത്ത്. അകത്തേക്കുള്ള ഇടനാഴികയിലേക്കുള്ള വാതിൽക്കൽ കസേരയിൽ ഇരുന്ന കോൺസ്റ്റബിളിനോട് അയാൾ ചോദിച്ചു.

''അപകടത്തിൽ മരിച്ചവരെ എവിടെയാണ് കിടത്തുക?''

''എന്താണ്?'' കോൺസ്റ്റബിൾ ചോദിച്ചു.

''സ്കൂട്ടർ അപകടത്തിൽ രാവിലെ മരിച്ചവരെ എവിടെയാണ് കിടത്തിയിരിക്കുന്നത്? രണ്ടുപേർ. ഒന്ന് ഒരു കുട്ടിയാണ്. അവൻ അപ്പോൾത്തന്നെ മരിച്ചു. മറ്റയാൾ വൈകുന്നേരമാണ് മരിച്ചത്. ഒരു പക്ഷേ അഞ്ചു മണിക്ക്.''

''വരൂ.'' എഴുന്നേറ്റുകൊണ്ട് അയാൾ പറഞ്ഞു. ''അവർ ഒരുപക്ഷേ ദോ നമ്പറിലാണുണ്ടാകുക. ഇവിടെ നിന്ന് പുറത്തു കടക്കുക. നേരെ പോയി വലത്തോട്ടു തിരിയുക. അടുത്ത കെട്ടിടത്തിന്റെ അടുത്ത് വീണ്ടും വലത്തോട്ട്, പിന്നെ ഇടത്തോട്ട്. അവിടെ ഒറ്റപ്പെട്ട ഒരു കെട്ടിടം കാണാം. അതാണ് രണ്ടാം നമ്പർ.''

രാമചന്ദ്രൻ നടന്നു. കോൺസ്റ്റബിൾ പറഞ്ഞു തന്ന വഴി വളരെ കുഴയ്ക്കുന്നതായിരുന്നു. എവിടെ വെച്ചാണ് വലത്തോട്ടു തിരിയേണ്ടതെന്നു മനസ്സിലായില്ല. ആദ്യം കണ്ട തിരിവിൽ ശ്രമിക്കാം. പിന്നെ ഇടത്തോട്ട്. മുമ്പിൽ കണ്ട കെട്ടിടത്തിൽ അയാൾ കടന്നു. നീണ്ട ഇടനാഴികയിലൂടെ നടന്നപ്പോൾ അയാൾ മനസ്സിലാക്കി, അത് ഓർഥോപ്പീഡിക് വാർഡാണെന്ന്. വാർഡ് നമ്പർ നാല്. രണ്ടാം നമ്പർ അടുത്തെന്ന വിചാരത്തോടെ അയാൾ നടന്നു. വാർഡ് നമ്പർ മൂന്ന്. പിന്നെ ഇടനാഴിക പെട്ടെന്ന് അവസാനിക്കുന്നു.

വീണ്ടും ഡ്യൂട്ടിയിലിരുന്ന വേറൊരു പൊലീസുകാരൻ.

''രണ്ടാം നമ്പറോ?''

''അതെ.''

''വന്ന വഴിക്കുതന്നെ പുറത്തിറങ്ങുക. പിന്നീട് ഇടത്തോട്ട് തിരിഞ്ഞ് നേരെ നടക്കുക. വേറൊരു ഗേയ്റ്റിലെത്തും. അവിടെ ഒരു വാച്ച്മാനെ കാണാം. അതിനു മുമ്പിലുള്ള കെട്ടിടമാണ് ദോ നമ്പർ.''

വീണ്ടും യാത്ര. തിരിച്ച് ഇടനാഴികയിലൂടെ അയാൾ ഹാളിലേക്കു നോക്കി. നിറയെ രോഗികൾ. വെള്ള വിരിയിട്ട കട്ടിലുകളിൽ അവർ കിടക്കുന്നു. പെട്ടെന്ന് ആസ്പത്രിയുടെ മണം അയാൾക്കനുഭവപ്പെട്ടു, ഒപ്പം ഈ മണം സ്വയം അറിയാതെ, തന്നെ ശല്യപ്പെടുത്താൻ തുടങ്ങിയിട്ട് കുറച്ചു സമയമായെന്നും അയാൾ മനസ്സിലാക്കി.

എവിടെയാണ് ദോ നമ്പർ? പുറത്ത് ആരുമുണ്ടായിരുന്നില്ല. വെളിച്ചം കുറവായിരുന്നു. കെട്ടിടങ്ങളുടെ ഇടയിലൂടെ നടക്കുമ്പോൾ രാമചന്ദ്രൻ ആലോചിച്ചു. ഞാൻ എന്തിനിവിടെ കറങ്ങുന്നു? മരിച്ചവർ തന്റെ ആരാണ്? ഒരേ കെട്ടിടത്തിൽ താമസിക്കുന്നവർ, മൂന്നു വർഷമായി കണ്ടു പരിചയമുണ്ട്. അതിനപ്പുറം എന്താണ് ബന്ധം? രാമചന്ദ്രൻ ഓർത്തു. വാതിൽക്കൽ ബെല്ലടിക്കാതെ താഴത്തായി

നേർത്ത മുട്ടൽ കേൾക്കുമ്പോൾ അറിയാം അത് അയാൾ പ്രതീക്ഷിക്കുന്ന കൊച്ചുകുട്ടിയുടേതാണെന്ന്. ചുവട്ടിൽ നിന്ന് രണ്ടു നിലകൾ ഒറ്റയ്ക്കു കയറി വരുന്ന ആ മൂന്നു വയസ്സുകാരൻ ചോദിക്കും.

"അങ്കിൾ, ടാഫീ!"

അയാൾ ചോദിക്കും. "ടാഫി തന്നാൽ നീ അങ്കിളിന്ന് എന്താണ് തരുക?"

"മേ പപ്പി ദേദുംഗാ." അവൻ പറയും "ഉമ്മ തരാം."

"നീ നിന്റെ ഉമ്മകൾകൊണ്ട് സാമ്രാജ്യങ്ങൾ വെട്ടിപ്പിടിക്കുമല്ലോ."

ഓർമ്മയിൽ അയാൾ ചിരിച്ചു. ആ ചിരി പെട്ടെന്നു വറ്റുകയും ചെയ്തു. ഒരു നാൽക്കവലയിൽ എത്തിയിരിക്കുന്നു. എന്തിനാണ് നടക്കുന്നതെന്ന് അയാൾ ഓർത്തു. എല്ലാ തിരിവിലും ഒരാൾക്ക് ഒരു തീരുമാനമെടുക്കേണ്ടതുണ്ട്. ഇടതുവശത്ത് നേരെ പോയാൽ പ്രധാന ഗേയ്റ്റ്. അയാൾക്ക് ഇടത്തോട്ടു തിരിഞ്ഞ് ഗേയ്റ്റിലൂടെ പുറത്തു കടക്കാം. വീട്ടിലേക്ക് തിരിച്ചു പോകാം. അല്ലെങ്കിൽ വലത്തോട്ടോ നേരിട്ടോ നടന്ന് വീണ്ടും അന്വേഷിക്കാം.

പിന്നിൽ നിന്നു വന്ന ഒരു വാർഡ് ബോയിയോട് അയാൾ ചോദിച്ചു.

"എവിടെയാണ് ദോ നമ്പർ?"

"ദോ നമ്പർ? നിങ്ങളുടെ ആരാണ് മരിച്ചത്?"

സാധാരണ നിലയിൽ അയാൾക്ക് ദേഷ്യം പിടിച്ചേനേ. പക്ഷേ ഈ മങ്ങിയ വെളിച്ചത്തിൽ, ആസ്പത്രിയുടെ മണം ചൂഴ്ന്നുനിൽക്കുന്ന അന്തരീക്ഷത്തിൽ, മരണത്തിന്റെ സന്നിധിയിൽ അയാൾക്കു ദേഷ്യം പിടിക്കാൻ കഴിഞ്ഞില്ല. അയാൾ പറഞ്ഞു.

"എന്റെ സ്നേഹിതൻ."

"ഇതാ, തൊട്ടു മുമ്പിൽ, ഈ കാണുന്നതാണ് ദോനമ്പർ. അതാ വാച്ച്മാൻ ഇരിക്കുന്നു. അവനോട് പറഞ്ഞാൽ മതി, അവൻ കാണിച്ചു തരും."

വാർഡ്ബോയ് ഒരു മൂളിപ്പാട്ടുമായി പൊയ്ക്കഴിഞ്ഞു. ഇതിത്ര അടുത്താണെന്നയാൾ അറിഞ്ഞില്ല. കാലുകൾ തരിച്ചുപോയി. അയാൾ പ്രയാസപ്പെട്ടു നടന്നു. കെട്ടിടം ഇരുണ്ടു കണ്ടു. പുറത്തു കൈയുള്ള കസാലയിൽ ഇരുന്ന വാച്ച്മാൻ അയാൾ അടുത്തു ചെന്നപ്പോൾ എഴുന്നേറ്റു. അയാൾ ചോദിച്ചു. "ഇതല്ലേ ദോ നമ്പർ?"

"അതെ സാബ്, എന്താണ് വേണ്ടത്?"

"രാവിലെ ഒരു സ്കൂട്ടർ അപകടത്തിൽ രണ്ടുപേർ മരിച്ചിരുന്നു." അയാൾ പറഞ്ഞു.

''വരൂ,'' വാച്ച്മാൻ പറഞ്ഞു, മുമ്പിൽ നടന്നു.

അത് ഒരു അസ്ബസ്റ്റോസ് മേഞ്ഞ വലിയ ഷെഡ്ഡായിരുന്നു. അതിനകത്തേക്കു കടന്ന ഒരാൾ കാണുക നമ്പർ 2 എന്ന് വലിയ അക്ഷരത്തിൽ എഴുതിവെച്ചതാണ്. പിന്നെ നോക്കുന്നിടത്തെല്ലാം ആ അക്കം എഴുതിവെച്ചിരിക്കുന്നു. തൂണുകളിൽ ചുവരിൽ, കൗണ്ടറുകളുടെ ഇടയിൽ. നാലഞ്ചു കൗണ്ടറുകളിൽ തലയിട്ടു നോക്കിയ വാച്ച്മാൻ പറഞ്ഞു.

''ക്ലാർക്ക് ചായ കുടിക്കാൻ പോയതായിരിക്കും. ഇപ്പോൾ വരും. അവരുടെ ലിസ്റ്റിൽ പേരുണ്ടാവും. ഈ ആസ്പത്രിയിൽ കണ്ടുപിടിക്കാൻ എളുപ്പമാണ്.''

കൗണ്ടറുകൾക്കു മുകളിൽ ഫാൻ കറങ്ങിയിരുന്നു. ഒരു പക്ഷേ ക്ലാർക്ക് വേഗം വരുമായിരിക്കും. ആ അന്തരീക്ഷത്തിൽ, അനിശ്ചിതത്വത്തിൽ കാത്തു നിൽക്കുക വിഷമമായിരുന്നു.

''എപ്പോൾ മരിച്ചുവെന്നാണ് പറഞ്ഞത്?''

''രാവിലെ പത്തു മണിക്കോ മറ്റോ ആണ് അപകടമുണ്ടായത്. കുട്ടി അപ്പോൾ തന്നെ മരിച്ചു. കുട്ടിയുടെ ചെറിയച്ഛനെ ഈ ആസ്പത്രിയിൽ അഡ്മിറ്റ് ചെയ്തിരുന്നു. അഞ്ചു മണിക്കോ മറ്റോ ആണ് അയാൾ മരിച്ചത്.''

പെട്ടെന്ന് ആദിത്യന്റെ വീട്ടുകാർ ശവശരീരങ്ങൾ ഏറ്റുവാങ്ങിയിട്ടുണ്ടാകുമെന്നയാൾ ഓർത്തു. അവർ ഏഴുമണിക്കുതന്നെ ആസ്പത്രിയിലേക്ക് പുറപ്പെട്ടിരുന്നു. പൊലീസ് ഓഫീസർ അപ്പോഴാണവിടെ വന്നു പറഞ്ഞത്.

''ഒരു പക്ഷേ ശവശരീരം ബന്ധുക്കൾ ഏറ്റുവാങ്ങിയിട്ടുണ്ടാകും.'' രാമചന്ദ്രൻ പറഞ്ഞു. ''അവർ രണ്ടു മൂന്നു മണിക്കൂർ മുമ്പ് ഇവിടെ വന്നിരുന്നു.''

''ആഹാ, അവരാണോ? ഒരു വലിയ കാറിൽ. രണ്ടു തടിച്ച സ്ത്രീകളും രണ്ടു ചെറുപ്പക്കാരും, പിന്നെ രണ്ടു പെൺകുട്ടികളും? വരൂ, എനിക്കറിയാം.''

രാമചന്ദ്രൻ അയാളുടെ പിന്നാലെ നടന്നു. കൗണ്ടറുകൾക്കുമപ്പുറത്ത് വെളിച്ചം തീരെയില്ലാത്ത ഒരു കോലായിലേക്ക് വാച്ച്മാൻ കയറി. കാക്കി ട്രൗസറിന്റെ കീശയിൽനിന്ന് താക്കോൽക്കൂട്ടമെടുത്ത് എളുപ്പത്തിൽ തിരഞ്ഞെടുത്ത താക്കോൽ മുമ്പിലുണ്ടായിരുന്ന വലിയ ലോഹവാതിലിന്റെ ദ്വാരത്തിലൂടെ തിരിച്ചു. പിന്നെ പിടി തിരിച്ച് കനമുള്ള വാതിൽ പുറത്തേക്കു തുറന്നു.

രാമചന്ദ്രൻ ഞെട്ടിപ്പോയി. ഒരു തണുത്ത കാറ്റ് അയാളുടെ മുഖത്തടിച്ചു. മുമ്പിൽ കണ്ട ചെറിയ മുറിയിൽ നിലത്ത് വെളുത്ത

തുണിയിൽ ആസകലം മൂടിക്കെട്ടിയ ശരീരങ്ങൾ നെടുനീളത്തിൽ കിടത്തിയിരിക്കുന്നു. നാലു ശരീരങ്ങൾ നിലത്ത് ഒരേ അകലത്തിൽ. അതിനു പിന്നിൽ റാക്കിൽ ഒരു ചെറിയ നീണ്ട പൊതി. അയാളുടെ ഞെട്ടൽ അടങ്ങിയിരുന്നില്ല. മരണം ഇത്ര തൊട്ടു മുമ്പിൽ കാണുമെന്ന പ്രതീക്ഷ രാമചന്ദ്രനില്ലായിരുന്നു. അയാളുടെ ഭാവനയിൽ വീണ്ടും ഇടനാഴികകളും തുറക്കപ്പെടേണ്ട ഇരുണ്ട വാതിലുകളുമായിരുന്നു. പക്ഷേ, ഇപ്പോൾ മരണം അയാൾക്കു തൊട്ടു മുമ്പിൽ വാസ്തവമായി തണുത്ത് പ്രത്യക്ഷപ്പെട്ടിരിക്കുന്നു.

വാച്ച്മാൻ അകത്തേക്കു കടന്ന് നടുവിൽ കിടത്തിയ ശരീരത്തിനു മുകളിൽ വെച്ച കാർഡ് എടുത്ത് രാമചന്ദ്രനു കൊടുത്തു. അതിൽ എഴുതിയിരുന്നു. അവിനാശ് (അൺനോൺ).

കാർഡ് തിരിച്ചു കൊടുത്ത് അയാൾ ചോദിച്ചു.

''കുട്ടിയുടെ ദേഹം ഏതാണ്?''

വാച്ച്മാൻ റാക്കിൽ വെച്ച പൊതി ചൂണ്ടിക്കാട്ടി. ''ഇതാ.''

അതിത്ര ചെറുതാവുമെന്ന് രാമചന്ദ്രൻ ഓർത്തില്ല. വാച്ച്മാൻ അവിനാശിന്റെ മുഖത്തെ കെട്ടഴിക്കാൻ ഭാവിച്ചുകൊണ്ടു പറഞ്ഞു. ''മുഖം കാണണ്ടെ?''

''വേണ്ട.''

അഴിക്കാൻ തുടങ്ങിയ കെട്ടുകൾ വീണ്ടും കെട്ടി വാച്ച്മാൻ പുറത്തു കടന്നു വാതിലടച്ചു. മരണത്തിന്റെ മരവിപ്പിക്കുന്ന തണുപ്പ് ഒരു നിമിഷനേരത്തേക്കു മാത്രം. പിന്നെ പുറത്തെ ചൂട്.

പുറത്തു കടക്കുമ്പോൾ വാച്ച്മാൻ ചോദിച്ചു.

''മരിച്ചുപോയവരുടെ ആരാണ് നിങ്ങൾ?''

''ആരുമല്ല.''

രണ്ടാം നമ്പറിന്റെ അരുകിലൂടെ പുറത്തേക്കു വഴിയുണ്ടായിരുന്നു. ആസ്പത്രിക്കു പുറത്ത് പ്രകാശമയമായ ലോകമായിരുന്നു. തെരുവുവിളക്കുകൾ, വാഹനങ്ങൾ, ആൾക്കാർ. ഒരു ഇരുട്ടറയിലിരുന്ന് ചുമരിലെ ചെറിയ വിള്ളലിലൂടെ പുറത്തെ ലോകം നോക്കിക്കാണുന്ന പോലെ അയാൾ ഗെയ്റ്റിൽ നിന്നു കൊണ്ട് അത്ഭുതത്തോടെ നോക്കി.

പിന്നിൽ വാച്ച്മാനും അയാൾക്കു പിന്നിൽ ഇരുണ്ടമുറിയിൽ വെളുത്ത തുണിയിൽ പൊതിഞ്ഞുവെച്ച തണുത്ത ശരീരങ്ങളുമുണ്ടായിരുന്നു.

അയാൾ ഹിരൺ മേഹ്ത്ത പറഞ്ഞതോർത്തു. അയാളുടെ മകൻ പറഞ്ഞതോർത്തു. പാപഗ്രഹങ്ങളുടെ ദൃഷ്ടിക്കും വിധിനിശ്ചയ

വിശ്വാസങ്ങൾക്കും ചതുർമാനക്കളരിയിലെ മുൻകൂട്ടി ക്രമപ്പെടുത്തിയ ജീവിതങ്ങൾക്കും അപ്പുറത്ത് അതിനെല്ലാം അതീതമായ സുനിശ്ചിതമായ, പ്രവാചൃമല്ലാത്ത മരണം അയാൾ കണ്ടു.

തിരിച്ച് വീട്ടിലേക്കുള്ള കോണി കയറുമ്പോൾ രണ്ടാം നിലയിൽ ആദിത്യന്റെ വീട് അപ്പോഴും പൂട്ടിക്കിടന്നിരുന്നു. പൂട്ടിയ താഴിനു മുകളിൽ പൂജയ്ക്കുള്ള പൂക്കളുടെ പൊതി വെച്ചിരുന്നു. അവരെല്ലാം എവിടെ പോയിരിക്കുന്നുവെന്ന് അയാൾ അത്ഭുതപ്പെട്ടു. ഒരുപക്ഷേ ഭർത്താവിന്റെ വീട്ടിലേക്കു പോയിരിക്കും. അങ്ങനെയാണെങ്കിൽ ഇനി കുറെ ദിവസം കഴിഞ്ഞേ വരികയുണ്ടാവൂ. അവർ വരുന്നവരെ ഈ പൂക്കൾ അവിടെ ഇരിക്കുമായിരിക്കും.

അല്ലെങ്കിൽ മരണത്തിനും പൂക്കൾക്കും തമ്മിൽ എന്താണ് ബന്ധം?

■

ശ്രീപാർവ്വതിയുടെ പാദം

ഇടവപ്പാതിയിൽ ഒരു രാത്രി മണ്ണിന്റെ മണവുമുയർത്തി പുതുമഴ പെയ്തപ്പോൾ മാധവി തറവാട്ടിലെ മരങ്ങൾ ഓർത്തു. നാലുകെട്ടിന്റെ മുകളിലെ ജനലിൽക്കൂടി നോക്കുമ്പോൾ മഴ തകർത്തു പെയ്യുന്നതും കാറ്റിൽ മരങ്ങളുടെ ചില്ലകൾ ഉലയുന്നതും തെങ്ങിൻ തലപ്പുകൾ ആടുന്നതും കാണാം. രാത്രി കിടക്കുമ്പോൾ മഴത്തുള്ളികൾ ഓട്ടിൻ പുറത്ത് വന്നടിക്കുന്നതിന്റെയും കാറ്റ് മരങ്ങൾക്കിടയിലൂടെ ചീറിയടിക്കുന്നതിന്റെയും ശബ്ദം. പിന്നെ തവളകളും മണ്ണട്ടയും കൂട്ടമായി ആർക്കുന്നതിന്റെ ശബ്ദം. ഈ ശബ്ദങ്ങളെല്ലാം കൂടിച്ചേർന്ന് ഒരു താളമേളമായി മാറുന്നത് കേൾക്കാം. ഇതിനെല്ലാം മീതെ കടലിന്റെ ഇരമ്പവും. ഇവിടെ എറണാകുളത്ത് അതൊന്നുമില്ല. കടൽ, വളരെ അടുത്താണെങ്കിലും അത് ഇരമ്പുന്ന ശബ്ദമില്ല; ഒരു തേങ്ങൽ മാത്രം. മഴ ഒരു റേഷൻ കടക്കാരന്റെ മുഖം പോലെ ഗൗരവമാർന്നതും കാര്യമാത്രപ്രസക്തവുമാണ്. മരങ്ങൾ ഉലയുന്നത്... മരങ്ങളോ? എവിടെ മരങ്ങൾ?

രവി തിരിഞ്ഞു കിടക്കുകയാണ്. ഉറങ്ങിയിട്ടില്ല. അവൾ പതുക്കെ ചോദിച്ചു;

''നോക്കൂ, നിങ്ങളുറങ്ങിയോ?''

''ഇല്ല,'' അയാൾ പെട്ടെന്നു ഞെട്ടി. ''എന്താ വേണ്ടത്.''

അയാൾ ഒരു മയക്കത്തിലെത്തിയിരുന്നു.

''ഒന്നുംല്ല്യ. ഞാൻ ഈ ശനിയാഴ്ച കോട്ടപ്പടിക്കു പോകട്ടെ?''

രവി എഴുന്നേറ്റ് കട്ടിലിന്റെ തലയ്ക്കൽ തലയിണ വെച്ച് ചാരിയിരുന്നു.

''എന്താ പറഞ്ഞത്?''

''ഞാൻ കോട്ടപ്പടിക്കു പോകട്ടെ, ഈ ശനിയാഴ്ച?''

രാത്രി ഉറങ്ങാൻ കിടക്കുമ്പോൾ മാധവി പറയുന്നത് സാധാരണ രവി ശ്രദ്ധിക്കാറില്ല. ശ്രദ്ധിച്ചാൽതന്നെ വെറുതെ മൂളുക മാത്രം

ചെയ്യും. പക്ഷേ കോട്ടപ്പടിക്കു പോകുക എന്നത് അങ്ങനെ മൂളിക്കളയേണ്ട കാര്യമല്ല. അവളുടെ ആത്മാവിന്റെ വിളിയാണത്. അവളുടെ തീർത്ഥാടനം. സാധാരണ അവൾ കുറച്ച് അശ്രദ്ധയായി കണ്ടാലോ, കൈയിൽ നിന്ന് പാത്രങ്ങൾ വീണുടയുന്ന ശബ്ദം കേട്ടാലോ അയാൾതന്നെ പറയാറുണ്ട്.

''മാധവീ, നിന്റെ തീർത്ഥാടനത്തിനുള്ള സമയമായിരിക്കുന്നു.''

ഇപ്രാവശ്യം അതൊന്നുമുണ്ടായില്ല. ഒരു കുപ്പി ഗ്ലാസുപോലും പൊട്ടിയിട്ടില്ല. ഒരുപക്ഷേ പെട്ടെന്ന് പെയ്ത ഈ മഴയായിരിക്കും കാരണം. പുറത്ത് ഒരു മിന്നൽ. തുടർന്ന് കനത്ത ഇടിയും. മഴ വീണ്ടും ശക്തിയായി പെയ്യുന്നു. ഉഷ്ണം ശമിപ്പിച്ചുകൊണ്ട് ജനലിലൂടെ ഒരു തണുത്ത കാറ്റ് വീശി. ഇപ്പോൾ പുതച്ച് ചുരുണ്ടുകൂടി കിടക്കാൻ എന്തു സുഖമായിരിക്കും.

''നീ കടുപ്പാണ് ചെയ്യുന്നത്.''

''എന്തേ?''

''എന്നെ വിളിച്ചുണർത്തിയതുതന്നെ.''

''സോറി,'' അവൾ പറഞ്ഞു. ''കിടന്നോളു.''

അവളുടെ വാക്കുകളിൽ വ്യസനമുണ്ടായിരുന്നു. അവൾക്കറിയാം മഴയുടെ ഇരമ്പവും ഈ കാറ്റും നനച്ച രാമച്ച വിശറികൊണ്ട് വീശിത്തരുന്ന ഒരമ്മയുടെ താരാട്ടുപോലെ നമ്മെ ഉറക്കത്തിലേക്കു ക്ഷണിക്കുന്നു.

മയക്കത്തിലാണ്ട ഒരാളെ വിളിച്ചുണർത്തിയത് അനീതി തന്നെയാണ്. അയാൾ കിടന്നു. മാധവിയെ കൈകൊണ്ടു വരിഞ്ഞ്. കവിളിൽ ഉമ്മവെച്ചു.

''നീ പൊയ്ക്കൊ. ഈ ശനിയാഴ്ച തന്നെ.''

''നിങ്ങൾക്ക് ബുദ്ധിമുട്ടാവില്ലേ?''

''ഏയ്, ഒരു ബുദ്ധിമുട്ടുമില്ല. രാവിലെ തങ്കം ചായയും പലഹാരവും ഉണ്ടാക്കും. പിന്നെ ചോറും കൂട്ടാനും ഉണ്ടാക്കിവെച്ചു പോകും. മറ്റു കാര്യങ്ങളെല്ലാം ഞാനും കുട്ടികളും കൂടി നോക്കാം. അതൊന്നും ഒരു വിഷമമാവില്ല.''

പിറ്റേന്നും ഉച്ചവരെ മഴ പെയ്തു; പിന്നെ പ്രതീക്ഷിച്ചതിലും നേരത്തെ എത്തിയതിലുള്ള ജാള്യത മറച്ചുവെച്ച്, അസ്തമയ സൂര്യന് താഴേക്ക് ഒരു നോക്കു കാണാൻ അവസരം കൊടുത്തുകൊണ്ട് പിൻവാങ്ങുകയും ചെയ്തു.

ബസ്സിറങ്ങി ഇടവഴിയിലേക്കു തിരിയുമ്പോൾ നനഞ്ഞ മണ്ണ് മാധവിയെ എതിരേറ്റു. നാലു ദിവസം മുമ്പ് പെയ്ത മഴയുടെ നനവ് ഇനിയും വിട്ടിട്ടില്ല. അവൾ ചെരിപ്പൂരി കയ്യിൽ പിടിച്ചു. നനവ്

കാലിന്നടിയിലൂടെ അവളുടെ ഉള്ളിലാകെ പടർന്നു പിടിച്ചു. മുള ങ്കാടുകൾക്കപ്പുറത്ത് മാവ് പൂത്ത വാസന. ഈ വാസന അവൾക്ക് പരിചിതമായിരുന്നു. ചെറിയ ഒരു കുട്ടിയായിരിക്കുമ്പോൾ തൊട്ട് ഇരുപതു കൊല്ലത്തിനു ശേഷവും ഈ ഇടവഴിയുടെ വാസന മാറി യിട്ടില്ല. ഇനി മഴ പടർന്നു പിടിച്ചാൽ ഈ ഇടവഴിയിൽ ചീഞ്ഞ ഇലകളുടെയും ഇലഞ്ഞിപ്പൂക്കളുടെയും വാസനയുണ്ടാവും.

പടിപ്പുരയുടെ അഴികൾ കവച്ചുവെച്ച് മാധവി മുറ്റത്തേക്കു കടന്നു.

ശാരദേച്ചി ഉമ്മറത്തുതന്നെയുണ്ടായിരുന്നു. അവർ മുറ്റത്തേക്കി റങ്ങി വന്നു.

''നോക്കൂ, രാമേട്ടാ ഇതാരാ വന്നിരിക്കണത്ന്ന്?''

രാമേട്ടൻ പുറത്തേക്കു വന്നു. മുണ്ടും തോളത്തിട്ട തോർത്തു മുണ്ടും വേഷം.

''ആര് മാധവിയോ? എന്താ പെണ്ണേ രവി നിന്നെ പിടിച്ച് പുറ ത്താക്കിയോ?''

''മാധവിയെ അത്ര എളുപ്പമൊന്നും രവിയേട്ടൻ പുറത്താക്കില്ല.''

ശാരദേച്ചി പറഞ്ഞു.

മുറ്റത്തെ വലിയ തുളസിത്തറയിൽ പിച്ചകം പൂത്തു നിൽക്കുന്നു. മാധവി ഉമ്മറത്തു കയറാതെ തുളസിത്തറയ്ക്കരികെ പിച്ചകത്തിന്റെ വാസന ആസ്വദിച്ചുകൊണ്ട് മുറ്റത്തു തന്നെ നിന്നു.

''ഈ മുത്തശ്ശിപിച്ചകം ഇപ്പോഴും പൂക്കുന്നുണ്ട്. അല്ലേ?''

''ഉം. ഇനി മഴ തൊടങ്ങ്യാല് അത്മ്മല് നെറയെ പൂക്കളാവും.''

അവൾ കുട്ടിയായിരുന്നപ്പോഴും ആ തറയിൽ പിച്ചകമുണ്ടായി രുന്നു.

മുറ്റത്തിന്റെ അതിരിൽ പൂത്ത പെഗോഡച്ചെടികൾ സ്വയംവര ത്തിന് അണിഞ്ഞൊരുങ്ങിവന്ന രാജകുമാരന്മാരെപ്പോലെ നിരന്നു നിന്നു. പവിഴമല്ലിയുടെ താഴെ മുറ്റമടിച്ചുവാരുന്നതിനുമുമ്പ് നിറയെ പൂക്കൾ വീണു കിടന്നിട്ടുണ്ടാകുമെന്നു തോന്നുന്നു. ഇപ്പോൾ നാലഞ്ചു പൂക്കൾ മാത്രമേയുള്ളൂ.

''നീ ഇങ്ങോട്ട് കയറിയിരിക്ക്.'' ശാരദേച്ചി പറഞ്ഞു.

''അവളുടെ ഒരു നിൽപ്പ് കണ്ടില്ലേ?'' രാമേട്ടൻ പറഞ്ഞു. ''ഒരു കൈയില് ചെരുപ്പും മറ്റേ കൈയില് ഒരു സഞ്ചീം. അവള് മുറ്റത്തു തന്നെ താമസിക്കാൻ പോവ്വാ. അവള് പോണവരെ നമുക്ക് മുറ്റ ത്തൊരു ഓല ഷെഡ്ഡുണ്ടാക്കി കൊടുക്കാം.''

മാധവി ചിരിച്ചു. ''ഇവിടെ ഈ പിച്ചകത്തിനടുത്തു മതി.''

അടുക്കളയുടെ ഓടിൻപുറത്ത് പുകയുടെ നേരിയ പടലങ്ങൾ. പിട്ടുണ്ടാക്കുന്നതിന്റെ വാസന മാധവിക്കനുഭവപ്പെട്ടു. ഉണക്കലരിയുടെ പൊടി വറുത്തത് തേങ്ങയോടൊപ്പം ആവിയിൽ വേവുന്ന വാസന. അവൾ മൂക്കു വിടർത്തി പിടിച്ചു.

''പിട്ട്!'' മാധവി പറഞ്ഞു.

കൈയിലുള്ള ചെരുപ്പ് ഒതുക്കുകല്ലിൽ വെച്ച് സഞ്ചിയുമായി അവൾ ധൃതിയിൽ ഉമ്മറത്തേക്കു കയറി തളത്തിലൂടെ അടുക്കളയിലേക്കു നടന്നു. പിന്നാലെ ഒരു വലിയ ഘോഷയാത്രയും ഒപ്പം കൂടി. രാമേട്ടൻ, ശാരദേച്ചി, ചെറിയമ്മ വന്നെന്നു കേട്ടപ്പോൾ മുകളിൽ നിന്നു ഇറങ്ങിവന്ന സുപ്രിയ, ജോലിക്കാരി പാറുക്കുട്ടി, കറുപ്പും വെളുപ്പും നിറങ്ങളുള്ള, വാലുയർത്തി പിടിച്ച രണ്ടു പൂച്ചകൾ. അവ മാധവിയുടെ കാലുകളിൽ വന്ന് ഉരുമ്മിക്കൊണ്ടിരുന്നു.

ഘോഷയാത്ര അടുക്കളയ്ക്കു മുമ്പിലുള്ള ഇടനാഴിയിൽ ഊൺമേശയ്ക്കു മുമ്പിൽ ഔപചാരികമായി സമാപിച്ചു.

എല്ലാം വളരെ സ്വാഭാവികമാണ്. വായുവിലുള്ള പച്ചപ്പുല്ലിന്റെ വാസന, തൊഴുത്തിൽ നിന്ന് പശുവിന്റെ കരച്ചിൽ, പിന്നെ സൂര്യവെളിച്ചത്തിനുള്ള പ്രത്യേക ഉദിപ്പ്. പത്തൊമ്പതാം വയസ്സിൽ കല്യാണം കഴിയുന്നവരെ ഇതെല്ലാം തന്റേതായിരുന്നു. കഴിഞ്ഞ പതിനഞ്ചു കൊല്ലമായി തനിക്കു നഷ്ടപ്പെട്ടവ. ഏതാനും ദിവസത്തേക്കെങ്കിലും അതെല്ലാം വീണ്ടെടുക്കാൻ, അനുഭവിക്കാൻ താൻ എത്തുന്നു. ആറുമാസം കൂടുമ്പോഴോ, ചിലപ്പോൾ കൊല്ലത്തിലൊരിക്കലോ.

രാമേട്ടനും ശാരദേച്ചിയും മേശയ്ക്കു മറുവശത്തിരുന്ന് അവൾ പിട്ടും കടലയും തിന്നുന്നത് കൗതുകത്തോടെ നോക്കിയിരുന്നു. അവളുടെ ഇടതുവശത്തെ കസാലയിൽ സുപ്രിയയും ഇരുന്നു.

''രവി ഈ പെണ്ണിന് തിന്നാനൊന്നും കൊട്ക്കിണില്ല്യാന്ന് തോന്ന്ണു.'' രാമേട്ടൻ പറഞ്ഞു. ''കണ്ടില്ലേ കോലം.''

''ഇനി അവളെ കളിപ്പിക്കാനൊന്നും നിൽക്കണ്ട,'' ശാരദേച്ചി പറഞ്ഞു. ''അവള് സ്വൈരായിരുന്ന് തിന്നോട്ടെ.''

''അല്ല ഞാമ്പറയണതില് എന്താ തെറ്റ്. കണ്ടില്ലേ അവള്ടെ ആർത്തി. ഒരു കുറ്റി പിട്ടും അതിനൊത്ത കടലയും അകത്താക്കിക്കഴിഞ്ഞു.''

''ആയ്ക്കോട്ടെ, രാമേട്ടന് ചേതം ഇല്ലല്ലോ.''

മാധവി മുഖം വീർപ്പിച്ചു.

''മോളെ, ചൂടുള്ള പിട്ട് അടുപ്പത്തുനിന്നു വാങ്ങിയിട്ടുണ്ട്'', പാറുക്കുട്ടി പറഞ്ഞു. ''കൊണ്ടുവരട്ടെ?''

മാധവി ഒരു നിമിഷം ആലോചിച്ചു. പിന്നെ പറഞ്ഞു.

“വേണ്ട. ഇവിടെ ഒരു കഷ്ണം പിട്ട് തിന്നപ്പോൾ തന്നെ ആൾക്കാര് ഓരോന്ന് പറയ്ണ്ണ്ട്.”

“അയ്യോ ഞാൻ പോവ്വാണ്.” രാമേട്ടൻ തോർത്തുമുണ്ട് തോളത്തിട്ടു പറഞ്ഞു. “എനിക്ക് പാടത്തു പണിണ്ട്.”

“പൊയ്ക്കോളൂ. അതാ നല്ലത്. മറ്റുള്ളവരെ ദേഷ്യം പിടിപ്പിക്കാതെ, അല്ലേ മോളെ?”

സുപ്രിയയെ നോക്കിയാണവൾ പറഞ്ഞത്. അവളുടെ മുഖം കൗതുകമുള്ളതായിരുന്നു. കൈമുട്ടു കൊണ്ട് മുഖം താങ്ങി അവൾ ചെറിയമ്മയെ നിർന്നിമേഷയായി നോക്കിയിരിക്കുകയായിരുന്നു.

അച്ഛൻ ചെറിയമ്മയെ കളിപ്പിക്കുന്നതൊന്നും അവൾക്കിഷ്ടപ്പെട്ടില്ല. അവൾക്ക് കുറച്ചൊരു വിഷമമുണ്ടായിരുന്നു. അതുകൊണ്ട് ചെറിയമ്മ അല്ലേ മോളെ എന്നു ചോദിച്ചപ്പോൾ അവൾ വേഗം തലയാട്ടി.

മാധവി സഞ്ചിയിൽനിന്ന് ഒരു കടലാസുപെട്ടിയെടുത്ത് അവളുടെ നേരെ നീട്ടി.

“ഇതെന്താണെന്നു പറയൂ.”

“എനിക്കറിയാം.”

അവൾ കടലാസുപെട്ടി തുറന്ന് അതിനുള്ളിലെ പാവക്കുട്ടിയെ പുറത്തെടുത്തു. അവളുടെ മുഖം വികസിച്ചു. അവൾ പാവയെ മേശമേൽ കിടത്തി നോക്കി; ഉണ്ട്, കണ്ണടയ്ക്കുന്നുണ്ട്.

“അവള് അല്ലെങ്കിലേ നാലു കുട്ടികളെയും വെച്ച് പ്രാരബ്ധക്കാരിയായി കഴിയ്യാണ്. ഇനി ഒരു കുട്ടീം കൂടി ആയാൽ എങ്ങിന്യാ കൊണ്ടു നടക്കാന്ന് ദൈവത്തിനു മാത്രമറിയാം.”

രാമേട്ടൻ പറഞ്ഞു.

സുപ്രിയ ഓടിപ്പോയി നാലു പാവക്കുട്ടികളുമായി തിരിച്ചുവന്നു. അഞ്ചുപേരേയും അവൾ മേശമേൽ നിരത്തിയിരുത്തി. തുടുത്ത കവിളുമായി എല്ലാം അവളുടെ മക്കളെപ്പോലെ തോന്നിച്ചു.

“സുപ്രിയേ, നമുക്ക് മഞ്ചാടിക്കുരു പെറുക്കാൻ പോവ്വാ?”

സുപ്രിയ തലയാട്ടി.

“മാധവീ നിനക്ക് നെയ്മീൻ മതിയോ? മത്സ്യക്കാരി ഉമ്മ കൊണ്ടു വന്നിട്ടുണ്ട്.”

ശാരദേച്ചി ചോദിച്ചു.

“മതി ചേച്ചി. വറുത്താൽ മതി.”

‘‘ആ കുട്ടിക്ക് നെയ്മീൻ വറുത്തതാ എപ്പളും ഇഷ്ടം.’’ പാറുക്കുട്ടി മോണകാട്ടി ചിരിച്ചു കൊണ്ട് പറഞ്ഞു.

‘‘ചെറ്യേമ്മ വരൂ.’’ സുപ്രിയ അവളുടെ പുതിയ കുട്ടിയെയും ഒക്കത്തുവെച്ച് വാതിൽക്കൽ കാത്തു നിന്നു.

‘‘ഇതാ വരുന്നു.’’

സുപ്രിയ മുമ്പിലും മാധവി പിന്നിലുമായി പറമ്പിലൂടെ നടന്നു. നടക്കുമ്പോൾ പുല്ലിലുള്ള പച്ചപ്പയ്യുകൾ ചാടി.

‘‘ന്നാള് ഒരു പച്ചപ്പയ്യ് വീട്ടിന്റെ ഉള്ളിൽ വന്നു,’’ സുപ്രിയ പറഞ്ഞു. ‘‘ന്ന്ട്ട് അമ്മ പറഞ്ഞു. പച്ചപ്പയ്യ് വന്നാല് നമുക്ക് ധാരാളം പണംണ്ടാവുംന്ന്.’’

‘‘അത്യോ?’’

‘‘ങ്ങാ, പക്ഷേ നമ്മള് വീട്ടില് പിടിച്ചിട്ടിട്ട് കാര്യല്ല്യ, അതിന് തോന്നീട്ട് വരണം.’’

‘‘അത്യോ?’’

‘‘ങ്ങാ.’’

സുപ്രിയ തല കുലുക്കിക്കൊണ്ട് നടന്നു. അവളുടെ ചുമലിൽ വെച്ചുവെട്ടിയ മിനുത്ത തലമുടി നടക്കുമ്പോൾ കുലുങ്ങി.

‘‘നമുക്കെന്തിനാ മോളെ ധാരാളം പണം?’’

‘‘ധാരാളം പണോ?’’

‘‘ങ്ങാ.’’

‘‘നമുക്ക് കൊറെ പാവക്കുട്ടികളെ വാങ്ങിക്കൂടെ?’’

പാവം കുട്ടി. അവൾക്ക് വേണ്ട കളിസാമാനങ്ങളൊന്നും രാമേട്ടൻ വാങ്ങി കൊടുക്കില്ല. അവളുടെ പാവകുട്ടികളെല്ലാം താൻ ഓരോ സമയത്തായി വാങ്ങിക്കൊടുത്തവയാണ്. എത്ര നന്നായി അവ സൂക്ഷിച്ചിരിക്കുന്നു. ഓരോ കളിപ്പാട്ടം കൊടുക്കുമ്പോഴും രാമേട്ടനും ശാരദേച്ചിയും പറയും. നീ അവളെ കൊഞ്ചിച്ച് കേടുവരുത്തിക്കൊ.

മഞ്ചാടിമരത്തിനുതാഴെ നിറയെ ചുവന്ന കുരുക്കളായിരുന്നു. അതു പെറുക്കാനിരുന്നപ്പോൾ സുപ്രിയ പറഞ്ഞു.

‘‘ചെറിയമ്മേ, നമ്മളൊരു കാര്യം മറന്നു.’’

‘‘എന്താ മോളേ?’’

‘‘ഒരു പാത്രം എടുക്കായിരുന്നു. ഇത്രധികംണ്ടാവുംന്ന് ഞാൻ വിചാരിച്ചില്ല.’’

‘‘സാരല്ല്യ. നമുക്ക് ഒരു വാഴയില ചീന്തി അതിലിടാം.’’

തൊടിയിൽ നിറയെ മരങ്ങളായിരുന്നു. മാവ്, പ്ലാവ്, പുളി, ഇലഞ്ഞി, തേക്ക്... മാധവി മുത്തശ്ശിയെ ഓർത്തു. സുപ്രിയയുടെ പ്രായത്തിൽ

എന്നും രാവിലെ അവളും മുത്തശ്ശിയും തൊടിയിൽ നടക്കാനിറങ്ങും. മരങ്ങൾക്കിടയിലൂടെ, ഓരോ മരവും ചെടിയും പരിശോധിക്കും. പച്ചക്കറിത്തോട്ടത്തിലുണ്ടായ ഓരോ കൂമ്പും മൊട്ടും നോക്കും. ആ രണ്ടേക്കർ പറമ്പിലെ ഓരോ പാഴ്ച്ചെടിപോലും മുത്തശ്ശിക്ക് മനപ്പാഠമാണ്.

ഒരിക്കൽ രാവിലത്തെ യാത്ര കഴിഞ്ഞ് തിരിച്ച് വീട്ടുമുറ്റത്തെത്തിയപ്പോൾ കണ്ടത്, കോടാലിയും ഈർച്ചവാളും പിടിച്ച രണ്ടു പേരാണ്. പറമ്പിൽ തെങ്ങുകൾക്കിടയിലുള്ള മരങ്ങൾ, ചിലതെല്ലാം പാഴ്മരങ്ങളാണ്. മുറിപ്പിക്കാൻ അച്ഛൻ ഏർപ്പാടു ചെയ്തവരായിരുന്നു അത്. സംഗതി അറിഞ്ഞപ്പോൾ മുത്തശ്ശി ക്ഷോഭിച്ചു.

“ഈ പറമ്പിൽനിന്ന് ഒരു മരവും മുറിക്കില്ല. മരം നട്ടുപിടിപ്പിച്ചാൽ മാത്രം മതി. മുറിക്കുകയൊന്നും വേണ്ട.”

“പക്ഷേ അമ്മേ, ആ മരൊക്കെ മുറിച്ചു കളഞ്ഞാല് ഇപ്പൊ കിട്ടണതിന്റെ എരട്ടി തേങ്ങ കിട്ടും.” അച്ഛൻ അമ്മായി അമ്മയെ പ്രീണിപ്പിക്കാൻ നോക്കി.

“വേണ്ട, വേണ്ട ഇപ്പൊ കിട്ടണ തേങ്ങ്യന്നെ മതി.”

മുത്തശ്ശിയുടെ ദേഷ്യം കണ്ടപ്പോൾ അച്ഛനു ചിരി വന്നു. അച്ഛൻ ഉറക്കെ ചിരിച്ചുകൊണ്ട് പറഞ്ഞു.

“ശരി അമ്മേ, ഒന്നും വെട്ടുന്നില്ല.”

പണിക്കാരെ വിട്ടപ്പോൾ അവരെ തിരിച്ചു വിളിച്ച് പകുതി ദിവസത്തെ കൂലി കൊടുക്കാൻ മുത്തശ്ശി അച്ഛനോടാവശ്യപ്പെട്ടു.

താൻ മരിച്ചാൽ ദഹിപ്പിക്കാൻ മാവൊന്നും വെട്ടരുത് പുറത്തുനിന്ന് വിറകു വാങ്ങിയാൽ മതിയെന്ന് ഏൽപ്പിച്ചിരുന്നുവത്രെ മുത്തശ്ശി.

“എന്താ ചെറിയമ്മ ആലോചിക്കണത്?”

മാധവി തിരിച്ചു വന്നു.

“ഞാൻ എന്റെ മുത്തശ്ശിയെപ്പറ്റി ഓർക്ക്വായിരുന്നു. നീ കണ്ടിട്ടില്ല്യ. ഉമ്മറത്ത് ഫോട്ടോ വലുതാക്കി വെച്ചിട്ടില്ലേ? ആ മുത്തശ്ശി. ആ മുത്തശ്ശിയുടെ പേരക്കുട്ടികളാണ് നിന്റെ അമ്മയും ഞാനും. മുത്തശ്ശി തൊട്ട് എല്ലാവർക്കും പെൺമക്കളേ ഉണ്ടായിട്ടുള്ളൂ. മുത്തശ്ശിക്ക് രണ്ടു പെൺമക്കൾ. അവർക്കും ഓരോ പെൺമക്കൾ അതാണ് നിന്റെ അമ്മയും ഞാനും. ഞാനായിട്ടേ അതു തെറ്റിച്ചത്. രണ്ട് കാടൻപൂച്ചകൾ. പക്ഷേ എനിക്കിഷ്ടം പെൺകുട്ടികളെയാണ്.”

“ചെറിയമ്മയ്ക്ക് എന്നെ ഇഷ്ടംണ്ടോ?”

മാധവി സുപ്രിയയെ നോക്കി. അവളുടെ ഭാവി തന്റെ ഉത്തരം ആശ്രയിച്ചിരിക്കുമെന്ന മട്ടിലാണ് അവളുടെ നിൽപ്പ്. കണ്ണുകളിൽ ആകാംക്ഷ.

''ഇഷ്ടമുണ്ടോന്നോ?'' മാധവി അവളുടെ കവിളിൽ ഉമ്മവെച്ചു. ''നല്ലട്ടംണ്ട്.''

സുപ്രിയയുടെ മുഖം തുടുത്തു.

മഞ്ചാടിക്കുരു പെറുക്കിയശേഷം അവർ വീണ്ടും നടന്നു.

''നീ ശ്രീപാർവ്വതിടെ പാദം കണ്ടിട്ടുണ്ടോ?''

''ഇല്ല്യാ.''

അതെന്താണ് സാധനമെന്ന മട്ടിൽ അവൾ മാധവിയെ നോക്കി.

കാലമെത്തുന്നതിനു മുമ്പ് പെയ്ത ഒരു മഴയുടെ ദയാവായ്പിൽ മുളച്ചുവന്ന ഒരു തുമ്പച്ചെടി പൂവണിഞ്ഞു നിൽക്കുന്നുണ്ടായിരുന്നു. അതിൽ നിന്ന് ഒരു പൂ അടർത്തിയെടുത്ത് അവൾ ഇടത്തെ കൈയിന്റെ ഉള്ളംകൈയിൽ കമിഴ്ത്തി വെച്ചു, സുപ്രിയയ്ക്ക് കാണിച്ചു കൊടുത്തു.

''ഇതെന്തുമാതിരിയുണ്ട്?''

''ഒരു കാലുമാതിരിയുണ്ട്.''

''ആ, ഇതാണ് ശ്രീപാർവ്വതിയുടെ കാല്. എനിക്കു മുത്തശ്ശി കാണിച്ചുതന്നിട്ടുള്ളതാണ്. അതിനുശേഷം ഞാൻ ഓണത്തിനു പൂവിടുമ്പോൾ നടുവിൽ ഒരു തുമ്പപ്പൂ ഇങ്ങനെ കമിഴ്ത്തി വെക്കും. അപ്പോൾ ഓണത്തിന്റെ അന്ന് ശ്രീപാർവ്വതി നമ്മുടെ വീട്ടിൽവരും.''

സുപ്രിയയുടെ കണ്ണുകൾ വിടർന്നു.

''ഈ ഓണത്തിന് ഞാനും അങ്ങനെ വെയ്ക്കും.''

തിരിച്ച് വീട്ടിലെത്തിയപ്പോൾ സുപ്രിയ മഞ്ചാടിക്കുരുവെല്ലാം ഒരു ചെറിയ മൺകുടുക്കയിൽ ഇട്ടു വെച്ചു.

''ഈ കുഞ്ഞിക്കലം തിരുവാതിരയ്ക്ക് അമ്മ വാങ്ങിത്തന്നതാണ്.''

ആ കുടുക്കയിൽ മുക്കാൽ ഭാഗത്തോളം ചുവന്ന മഞ്ചാടിവിത്തു കൾ ഉണ്ടായിരുന്നു. അവൾ വേറൊരു കുഞ്ഞിക്കലം മാധവിക്കു കാണിച്ചു കൊടുത്തു. അതിൽ നിറയെ കുന്നിക്കുരുക്കളായിരുന്നു.

കുഞ്ഞിക്കലങ്ങളിൽ മഞ്ചാടിക്കുരുവും കുന്നിക്കുരുവും. കിട ന്നാൽ കണ്ണടയ്ക്കുന്ന പാവകൾ. സുപ്രിയയുടെ ലോകം വളരെ മനോഹരമായിരുന്നു. ഒരു നിമിഷത്തേക്ക് മാധവിക്ക് അവളോട് അസൂയ തോന്നി,

വൈകുന്നേരം മഴ തിമർത്തു പെയ്തു. ഓട്ടിൻപുറത്ത് ചരൽ ക്കല്ല് വാരിയെറിയുന്ന പോലെ കനത്ത തുള്ളികൾ പതിച്ചു. കാറ്റിൽ മരങ്ങളുടെ കൊമ്പുകൾ ഉലഞ്ഞു, കവുങ്ങിൻ തലകൾ ആടി. ബിലാത്തി ചേമ്പിന്റെ ഇലകൾ ഒരു പശുവിന്റെ തലപോലെ ആടി. മുകളിലെ മുറിയിലെ ജനാലയ്ക്കരികെ നിലത്ത് സുപ്രിയയേയും കെട്ടിപ്പിടിച്ചിരുന്നുകൊണ്ട് മഴ നോക്കിനിൽക്കെ മാധവി സ്വന്തം

കുട്ടിക്കാലത്തേക്കു പോയി. വാർണീഷിന്റെ വാസനയുള്ള തട്ടിട്ട മുറികൾ, വീട്ടിയിൽ കടഞ്ഞെടുത്ത കാലുകളുള്ള കട്ടിലുകൾ, മേശകൾ. നിറയെ ചിത്രങ്ങളും പ്രതിമകളുമുള്ള പൂജാമുറി, അതിനുമപ്പുറത്ത് മച്ച്. വലിയ മരപ്പെട്ടിയിൽ നിറച്ച അരി. അരിയുടെ വാസനയ്ക്കായി താൻ ഇടയ്ക്ക് അരിപ്പെട്ടിയുടെ അടപ്പ് പൊക്കി തലയിട്ട് നിൽക്കാറുണ്ട്, സുപ്രിയയുടെ പ്രായത്തിൽ. ഇപ്പോൾ അവളും ഇതൊക്കെ ചെയ്യുന്നുണ്ടാവുമെന്ന് മാധവി ഓർത്തു.

''എന്താ ചെറിയമ്മ്യേം മോളും ഇവിടെ ചെയ്യണത്? ഞാൻ ചോട്ടില് മുഴുവൻ തിരഞ്ഞു നിങ്ങളെ.'' ശാരദേച്ചി കോണി കയറിക്കൊണ്ട് പറഞ്ഞു.

''ഒന്നൂല്ല്യാമ്മേ, ഞങ്ങള് മഴ കാണ്വാ.''

ശാരദേച്ചി വന്ന് ജനലിന്നരികിൽ നിന്നു. അവരും മഴ ആദ്യം കാണുന്നപോലെ പുറത്തേക്കു നോക്കിനിന്നു.

''ഇപ്രാവശ്യം മഴ നേർത്തെ തൊടങ്ങീന്നാ തോന്നണത്.''

അവരുടെ സ്വരത്തിൽ ഇനി വരാൻ പോകുന്ന ഈർപ്പം നിറഞ്ഞ ദിവസങ്ങളെപ്പറ്റിയുള്ള ദുസ്സൂചനയുണ്ടായിരുന്നു. ഈറൻ സന്ധ്യകൾ, ഉണങ്ങാത്ത തുണികൾ തൂക്കിയിട്ട ഈറൻ നാറ്റമുള്ള മുറികൾ, കർക്കിടകപഞ്ഞം.

മാധവി കർക്കിടകസന്ധ്യകളെപ്പറ്റി ഓർത്തു. സംക്രാന്തി ദിവസം പാറുക്കുട്ടി പഴയ മുറത്തിൽ കരിപ്പൊടി കൂട്ടിക്കുഴച്ച ചോറുരുളയും പൊട്ടിയ കലവും മറ്റുമായി വീട്ടിനകത്തും പുറത്തും പൊട്ടിപോ, ശീവോതി വാ, എന്നു പറഞ്ഞുകൊണ്ട് കത്തിച്ച ചൂട്ടും വീശി ഓടുന്നു. താനും ശാരദേച്ചിയും കുട്ടികളായിരുന്നപ്പോൾ പാറുക്കുട്ടിയുടെ പിന്നാലെ ഓടിയിരുന്നു. പിന്നെ മഴയുടെ ഈർപ്പമുള്ള സന്ധ്യകളിൽ പൂജാമുറിയിൽ താലത്തിൽ വെക്കാൻ ദശപുഷ്പങ്ങൾ അന്വേഷിച്ചു നടന്നിരുന്നത്. മാധവിക്ക് സംക്രാന്തി കഴിഞ്ഞുള്ള സന്ധ്യകൾ ഇഷ്ടമായിരുന്നു. മരങ്ങളുടെ ഇലകൾപോലും ഇളകാതെ നിൽക്കുന്ന പ്രശാന്തത. മഴക്കാറുണ്ടെങ്കിലും മായാതെ നിൽക്കുന്ന നാട്ടുവെളിച്ചം. അകലെ കാവിൽനിന്നു കേൾക്കുന്ന ഉടുക്കിന്റെ ശബ്ദം. ഇവയുടെയെല്ലാം നൈർമ്മല്യം അവളുടെ ജീവിതത്തെ സ്വാധീനിച്ചിരുന്നു.

''ചേച്ചീ, പാറുക്കുട്ടി ഇപ്പോഴും പൊട്ടിയെ ആട്ടാറില്ലേ?''

''സംക്രാന്തിക്കല്ലേ? ഇനീംണ്ട് ദിവസം.''

പിന്നെ എന്തോ ആലോചിച്ചിട്ടെന്ന പോലെ അവർ പറഞ്ഞു.

''മക്കളുടെ സ്കൂൾ എന്നാണ് തുറക്കുന്നത്?''

''ആറാന്തി.''

‘‘ഇതാ, ഇവൾടെ സ്കൂൾ ഒന്നാന്തി തൊറക്കും. ഇനി ഒരാഴ്ച യില്ല. മോളെ സന്ധ്യായി. പോയി വിളക്കു കൊളുത്തൂ.’’

‘‘അമ്മേ സമയം ആയിട്ടില്ല്യ. മഴ്യോണ്ട് ഇരുട്ടായതാ. ഞാൻ ചെറ്യേമ്മടെ അടുത്ത് നല്ല സുഖത്തില് ഇരിക്ക്യാ.’’

അവൾ ചെറിയമ്മയോട് കൂടുതൽ ചേർന്നിരുന്നു.

‘‘ചെറ്യേമ്മടെ കുട്ട്യാ അല്ലേ?’’ മാധവി അവളെ ചേർത്തു പിടിച്ചു കൊഞ്ചിച്ചു.

‘‘ഓ, കേൾക്കണ്ട.’’

പുറത്ത് മഴ തകർത്തു പെയ്യുകയാണ്. മൂന്നു പേരും ഒന്നും സംസാരിക്കാതെ പുറത്തേക്കു നോക്കിയിരുന്നു. മാധവി ഓർത്തു. എറണാകുളത്ത് മഴ എത്ര നിർവ്വികാരമാണ്. ഒരു പിശുക്കന്റെ ദാനം പോലെയാണ്. ഈ സുലഭത ഒരിക്കലും അവിടെ കാണുകയില്ല.

‘‘മോളേ, പോയി വിളക്കു കൊളുത്തൂ.’’ ശാരദേച്ചി വീണ്ടും പറഞ്ഞു.

സുപ്രിയ എഴുന്നേറ്റു കോണിയിറങ്ങി പോയി.

ശാരദേച്ചി ജനലിന്റെ അഴികളിൽ തലയും ചേർത്ത് പുറത്തേക്കു നോക്കി, കുറെ നേരത്തേക്ക് രണ്ടു പേരും ഒന്നും സംസാരിച്ചില്ല. പിന്നെ ശാരദേച്ചി ചോദിച്ചു.

‘‘നീയെന്തിനാ രവിയേട്ടനേം കുട്ട്യോളേം അവിടെ, തന്ന്യാക്കീട്ട് ഇങ്ങോട്ടു പോന്നത്?’’

എന്തിനാണ് വന്നത്? തനിക്കു തന്നെ അറിയില്ല.

‘‘നമ്മൾ ഇമ്മാതിരി മഴയുള്ള ദിവസങ്ങളില് ഈ ജനലിന്റെ അടുത്തിരുന്ന് കൊത്തങ്കല്ലാടീത് ശാരദേച്ചിക്ക് ഓർമ്മണ്ടോ?’’

‘‘എനിക്കറിയാം നീ എന്തിനാ വന്നതെന്ന്.’’ ശാരദേച്ചി പറഞ്ഞു.

‘‘ചേച്ചിക്ക് ഓർമ്മണ്ടോ? എന്നിട്ട് വിളക്കു കൊളുത്തേണ്ട സമ യത്ത് വല്ല്യമ്മ നമ്മളെ അന്വേഷിച്ചു വന്നപ്പോൾ നമ്മള് കല്ലുക ളൊക്കെ ഒളിപ്പിച്ചു വെച്ചത്.’’

ശാരദേച്ചി പതിവുപോലെ അതൊന്നും ശ്രദ്ധിക്കുന്നുണ്ടായിരു ന്നില്ല. ഇനി ശ്രദ്ധിച്ചാൽത്തന്നെ അവർക്ക് അതൊന്നും ഓർമ്മയു ണ്ടാവില്ല. അവർ തന്നെപ്പോലെയല്ല, അവർക്ക് വർത്തമാനകാല ത്തിന്റെ വേവലാതിയും ഭാവിയെപ്പറ്റിയുള്ള ആശങ്കകളും മാത്രമേ യുള്ളൂ. തനിക്കാകട്ടെ അതു കാണുന്നതു രസമാണുതാനും.

ശാരദേച്ചിയെ ശാരദേച്ചിയായി കാണാൻ തന്നെയാണ് തനി ക്കിഷ്ടം.

‘‘നിന്റെ അമ്മയ്ക്ക് തൃശ്ശൂര് വീടെടുക്കണംന്ന് പറഞ്ഞപ്പൊ പടി ഞ്ഞാറ്റിലെ പാടങ്ങൾ വിറ്റിട്ട്ടേ പണംണ്ടാക്കീത്. അന്ന് മുത്തശ്ശി

പ്രത്യേകം പറഞ്ഞതാ ഈ വീടും പറമ്പും ഒക്കെ ഭാർഗ്ഗവിക്കാണ്ന്ന്.'' ശാരദേച്ചി തുടർന്നു. ''മുത്തശ്ശി ഒന്നും എഴുതി വെയ്ക്കാതെ മരിച്ചുപോയി. പിന്നെ അമ്മയും നേർത്തെ മരിച്ചു. നാൽപത്തിയെട്ടാം വയസ്സിലാ അമ്മ മരിച്ചത്. പിന്നെ അച്ഛനും പെട്ടെന്ന് മരിച്ചു. ഞാൻ ഒറ്റയ്ക്കായി. പാരമ്പര്യം നോക്കിയാൽ എന്റെ കഥേം എപ്പഴാ കഴിയ്യാന്നറിയില്ല്യ. ന്റെ മോളടെ സ്ഥിതി എന്താവും ആവോ?''

''ചേച്ചി അങ്ങനെ മരിക്കാനൊന്നും പോണില്ല്യ.'' മാധവി പറഞ്ഞു. ''ചേച്ചി മുത്തശ്ശിയുടെ മാതിരി വയസ്സായിട്ടേ മരിക്കൂ.''

''ദീപം... ദീപം.''

ചുവട്ടിൽനിന്നും സുപ്രിയയുടെ ശബ്ദം കേട്ടു. കോണിക്കൂട്ടിലൂടെ വെളിച്ചത്തിന്റെ വലയം ഉയർന്നുവന്നു. വിളക്കിന്റെ നാളത്തിനു പിന്നിൽ സുപ്രിയയുടെ കൗതുകമാർന്ന മുഖം.

''ചെറിയമ്മേ, ദീപം.''

അവൾ ചെറിയമ്മയെ വിളക്കു കാണിക്കാൻവേണ്ടി കോണി കയറി വന്നതാണ്. വെളിച്ചം തുടിച്ചുനിൽക്കുന്ന ആ ഓമനമുഖം കണ്ടപ്പോൾ തന്റെ ജീവിതം ധന്യമായെന്ന് മാധവിക്കു തോന്നി.

അവൾ എഴുന്നേറ്റ് തൊഴുതു.

''മോളെ ഞാൻ കണ്ടു.''

പിന്നെ മനസ്സിൽ മന്ത്രിക്കുകയും ചെയ്തു. ദീർഘായുസ്സായിരിക്കട്ടെ മോളെ.

''ഇന്നും രാത്രി കറന്റുണ്ടാവില്ലാന്ന് തോന്നുണൂ.'' ശാരദേച്ചി വിളിച്ചു പറഞ്ഞു. ''മോളേ, ആ പാനീസും മേശവിളക്കും കത്തിച്ചോളൂ.''

ചുറ്റും ഇരുട്ടു വന്നു നിറഞ്ഞത് മാധവി അപ്പോഴാണ് ശ്രദ്ധിച്ചത്. പുറത്ത് മഴയുടെ ശക്തി കുറഞ്ഞു.

''രാമേട്ടൻ എപ്പഴാ വര്വാ?''

''രാമേട്ടൻ അമ്പലത്തിലെ കാര്യങ്ങളും നാട്ടുകാര്യങ്ങളും ഒക്കെ നോക്കി വരുമ്പോൾ എട്ടുമണ്യാവും.''

''ചേച്ചീ നമുക്ക് താഴത്തു പോകാം. അവിടെ പാറുക്കുട്ടിയും മോളും മാത്രല്ലെയുള്ളു.''

കോണിയിറങ്ങുമ്പോൾ സുപ്രിയ ഉച്ചത്തിൽ നാമം ചൊല്ലുന്നതു കേട്ടു.

''നമശ്ശിവായ

നാരായണായ നമഃ

അച്യുതായ നമഃ''

സുപ്രിയ നാമമുറിയിൽ ചമ്രം പടിഞ്ഞിരുന്ന് നാമം ചൊല്ലുകയാണ്. നെറ്റിയിൽ ചെറിയ ഭസ്മക്കുറി. മുമ്പിലുള്ള നിലവിളക്ക് അവളുടെ നിഴൽ പിറകിലെ ചുമരിൽ വലുതാക്കിക്കാണിച്ചു. ഭാവിയിലേക്കുള്ള ഒരെത്തിനോട്ടം പോലെ. മുമ്പിൽ ഒരു ചെറിയ പീഠത്തിൽ ശ്രീകൃഷ്ണന്റെ നീലനിറമുള്ള വിഗ്രഹത്തിൽ പുതിയ പിച്ചകമാല അണിയിച്ചിരിക്കുന്നു. പിന്നിൽ നിറയെ ഭഗവാന്മാരുടെയും ഭഗവതികളുടെയും ചിത്രങ്ങൾ. ചന്ദനത്തിരിയുടെ വാസന. മാധവി സുപ്രിയയുടെ അടുത്തിരുന്നു.

എറണാകുളത്ത് ഈ അന്തരീക്ഷം ഒരിക്കലും ഉണ്ടാക്കാൻ പറ്റില്ല. കോൺക്രീറ്റിട്ട മുറികൾ തീരെ വികാരസ്പർശമില്ലാത്തവയാണ്. അവിടെ ആത്മീയതയ്ക്കു സ്ഥാനമില്ല. ഒരു നാമമുറി ഉണ്ടാക്കാനും തന്റെ മക്കളെ സന്ധ്യയ്ക്കു പിടിച്ചിരുത്തി നാമം ജപിപ്പിക്കാനും മെനക്കെടാത്തതിന്റെ കാരണം അതാണ്. രണ്ടാമത് ആൺകുട്ടികൾ, അവരെ സന്ധ്യയ്ക്ക് കിട്ടിയെങ്കിലല്ലേ?

മാധവി കുറെനേരം കണ്ണടച്ചിരുന്നു. പളുങ്കുമണികളുടെ നാദം പോലെ സ്ഫുടതയുള്ള ശബ്ദം കാതിൽ വന്നലയ്ക്കുവോളം അവൾ കണ്ണടച്ചുതന്നെ ഇരുന്നു. അവൾ കുട്ടിക്കാലത്ത് മുത്തശ്ശി ജീവിച്ചിരുന്ന കാലത്തേക്ക് ഊളിയിടുകയായിരുന്നു. താനും ശാരദേച്ചിയും കൂടിയിരുന്ന് നാമം ചൊല്ലിയിരുന്നത്, ചുവരിലെ നിഴലുകൾ നിലവിളക്കിന്റെ നാളം ഇളകുന്നതിനോടൊപ്പം നൃത്തം വെയ്ക്കുന്നത്. കർപ്പൂരത്തിന്റെയും എണ്ണയുടെയും ചന്ദനത്തിരിയുടെയും വാസന, പുറത്തെ ഈറനായ കർക്കിടസന്ധ്യകളുടെ അസ്വാസ്ഥ്യം മായ്ച്ചുകളഞ്ഞിരുന്നു.

രാത്രി ഊണുകഴിഞ്ഞശേഷം അവർ ഉമ്മറത്ത് വന്നിരുന്നു. മുമ്പിലിരിക്കുന്ന മേശവിളക്ക് സൃഷ്ടിച്ച വെട്ടത്തിനുമപ്പുറത്ത് ഇരുട്ടിന്റെ കാടായിരുന്നു. അവയിൽ മിന്നാമിനുങ്ങുകൾ മിന്നിമറയുന്നത് അവൾ ശ്രദ്ധിച്ചു. താൻ കുട്ടിയായിരിക്കുമ്പോൾ കണ്ടിരുന്ന മിന്നാമിനുങ്ങുകളുടെ എത്രാമത്തെ തലമുറയായിരിക്കും ഇവ? മിന്നാമിനുങ്ങുകളെ കൂട്ടിലെ ഇരുട്ടിൽ വെട്ടം വീഴ്ത്താനായി പിടിച്ചുകൊണ്ടുപോകുന്ന കൊച്ചുപക്ഷികളെപ്പറ്റിയും അവൾ ഓർത്തു. അവരുടെയും തലമുറകൾ മാറി മാറി വന്നിട്ടുണ്ടാകും. കുട്ടിക്കാലത്ത് താൻ കണ്ടിട്ടുള്ള ഒരു മിന്നാമിനുങ്ങിനെ ഇപ്പോൾ കണ്ടാൽ ചോദിക്കാമായിരുന്നു. ഒരു രാത്രി പിടിച്ച് കൈയിനുള്ളിൽ പൊത്തിപ്പിടിച്ചു ഇരുട്ടിൽ പരിശോധിച്ച ജിജ്ഞാസുവായ ഒരു പെൺകുട്ടിയെ ഓർമ്മയുണ്ടോ?

ഉറങ്ങാൻ നേരത്ത് രാമേട്ടൻ പറഞ്ഞു.

‘‘ഞാൻ താഴത്ത് തെക്കെ അറേല് കിടക്കാം.’’

''വേണ്ട.'' മാധവി പറഞ്ഞു. ''രാമേട്ടൻ കട്ടിന്മല് കിടന്നോളൂ. ഞങ്ങള് മൂന്നുപേരും കൂടി താഴത്ത് വിരിച്ച് കിടക്കാം.''

''വേണ്ട വേണ്ട, ചേച്ചീം അനിയത്തിം കൂടി ചെവി കടിച്ചു തിന്നണ ശബ്ദം കേട്ടാൽ എന്റെ ഒറക്കം അവതാളത്തിലാവും. ഞാൻ സുഖായിട്ട് താഴത്ത് തെക്കെ അറയില് കിടക്കാം.''

മഴ നിന്നിരുന്നു. മഴ കനത്തു പെയ്തെങ്കിലെന്നവൾ ആശിച്ചു. തവളകളും മണ്ണട്ടകളും ചേർന്നുള്ള സദിരും കാറ്റ് മരങ്ങളുടെ ചില്ല കളിൽക്കൂടി ആഞ്ഞടിക്കുന്ന ശബ്ദവും കേട്ട്, മഴയുടെ ആരവം ശ്രദ്ധിച്ചുകൊണ്ട് കിടന്നുറങ്ങാൻ സുഖമായിരിക്കും. കടലിന്റെ ഇരമ്പം തുടങ്ങിയിട്ടില്ല. മഴ ശക്തിയായി പിടിച്ചാലേ ആ ശബ്ദം ഇങ്ങോട്ടെത്തൂ.

സുപ്രിയ ഉറക്കമായി.

ശാരദേച്ചി സംസാരിക്കുകയാണ്.

''നിങ്ങടെ തൃശ്ശൂരുള്ള വീടും ഇരുപത്തഞ്ച് സെന്റ് പറമ്പുംകൂടി ചുരുങ്ങിയത് അഞ്ചു ലക്ഷം ഉറുപ്പികയെങ്കിലും വരുംന്നാ രാമേട്ടൻ പറയണത്.''

''ശാരദേച്ചീ, മുത്തശ്ശി നമുക്ക് ശ്രീപാർവ്വതിടെ പാദം കാണിച്ചു തന്നതോർമ്മണ്ടോ?''

''ഉം ഉം; പിന്നെ ഇവിടെ ഈ പറമ്പും നെലോം ഒക്കെ കൂടി യാൽ രണ്ടു ലക്ഷം കിട്ടുമെന്നു തോന്ന്ണില്ല.''

''തുമ്പപ്പൂ കമഴ്ത്തിവെച്ച് കാണിച്ചു തന്നത് ഓർമ്മല്ല്യേ? നമ്മള് ഓണത്തിനു പൂവിടുമ്പോൾ നടുവില് വെക്കാറുണ്ട്.''

''നീ എന്തൊക്കെയാണ് പറയണത്?'' ശാരദേച്ചി ചോദിച്ചു. ''പിന്നെ നെന്നെ കോൺവെന്റില് ചേർത്ത് പഠിപ്പിക്കാനും നല്ലോണം കാശാ യിട്ടുണ്ട്. അതൊക്കെ തറവാട്ടില് നെല്ല് വിറ്റതിന്റെ പണായിരുന്നു. ഞാൻ പിന്നെ പത്തില് തോറ്റപ്പോ പഠിത്തം നിർത്തി. കല്യാണോം ഉണ്ടാവില്ല്യാന്നു കരുതീതാ. എങ്ങിന്യോ ഇരുപത്തെട്ടാം വയസ്സില് അതും കഴിഞ്ഞു.''

''പഠിത്തം നിർത്തിയത് ചേച്ചിയുടെ ഭാഗ്യം. ഞാൻ മൊട്ടച്ചി കളുടെ ശിക്ഷയും സഹിച്ചാണ് ഡിഗ്രിയെടുത്തത്, എന്നിട്ട് എന്തു കാര്യണ്ടായി?''

''ഞാൻ കാര്യം പറയുമ്പോൾ നെനക്ക് കളിയാണ്.''

''ഞാൻ ഇതൊക്കെ പറഞ്ഞപ്പൊ രാമേട്ടൻ പറയ്യാണ്, ഞാനി തിലൊന്നും എടപെടില്ല്യാന്ന്. ഞാൻ പിന്നെ ആരോടാണ് പറേണ്ടത്?''

ശാരദേച്ചിയുടെ സ്വരം ഇടറിയെന്ന് മാധവിക്കു തോന്നി. അവൾ അവരുടെ അരക്കെട്ടിലൂടെ കൈയിട്ടു.

''ശാരദേച്ചി ഒരു മണ്ടിയാണ്. എനിക്കെന്തിനാ ചേച്ചി ഇനിയൊരു വീട്? തൃശ്ശൂരിലെ വീട് എനിക്കാണ്. പിന്നെ എനിക്ക് രണ്ട് ആൺ മക്കളല്ലേ? കൂടുതൽ വീടുകൾ വേണമെങ്കിൽ അവരുണ്ടാക്കിക്കോട്ടെ. ഈ വീടും പറമ്പും നെലോം ഒക്കെ ശാരദേച്ചീടെ തന്ന്യാണ്. അതെല്ലാം സുപ്രിയയ്ക്കുള്ളതാണ്. സുപ്രിയ എന്റെ മോള് തന്നല്ല്യേ?''

''മോളെപ്പറ്റി പറഞ്ഞപ്പോഴാണ്, നാളെ ഞാനവളെ എറണാകുളത്ത് കൊണ്ടു പോവ്വാണ്. സ്കൂൾ തൊറക്കണേന്റെ മുമ്പെ രവിയേട്ടൻ കൊണ്ടുവന്നാക്കും.''

''എന്നാപ്പിന്നെ അത് അങ്ങട് എഴുതി രജിസ്റ്റർ ചെയ്താൽ എന്താ തരക്കേട്?''

മാധവി ആലോചിച്ചു. ശരിക്കു പറഞ്ഞാൽ അതാണ് ഏറ്റവും നല്ലത്. ഇനി വരാൻ പോകുന്ന തലമുറ എങ്ങിന്യാവുമെന്നൊന്നും പറയാൻ വയ്യ. അപ്പോൾ സ്നേഹത്തിലിരിക്കുന്നവർ ജീവിച്ചിരിക്കെത്തന്നെ കാര്യങ്ങളെല്ലാം തീർത്തുവെയ്ക്കുകയാണ് നല്ലത്. പക്ഷേ, അങ്ങനെ ചെയ്താൽ പിന്നെ ഒന്നും പഴയ മട്ടിലാവില്ലെന്ന തോന്നൽ. തനിക്കിവിടെ വന്ന് സ്വാതന്ത്ര്യത്തോടെ പെരുമാറാനാവില്ലെന്നും ശാരദേച്ചിയുടെയും മറ്റും സ്നേഹം നഷ്ടമാവുമെന്നും ഉള്ള ഭയവും. ആ പഴയ വീട്ടിൽ ജീവിച്ചു മൺമറഞ്ഞ തന്റെ കാരണവന്മാരും മുത്തശ്ശിയും തന്നെ ഉപേക്ഷിക്കുമോ എന്ന സംശയം. വീടിന്റെ പൗരാണികത അവൾ ഇഷ്ടപ്പെട്ടിരുന്നു.

''ശാരദേച്ചി കരയണ്ട.'' മാധവി അവരെ അടുപ്പിച്ചുകൊണ്ട് പറഞ്ഞു. ''ഞാൻ നാളെ പോണ വഴിക്ക് വീട്ടിൽ പോയി അമ്മേം അച്ഛനേം കാണാം. അച്ഛനോട് കഴിയണ വേഗത്തില് ഇതെല്ലാം ചേച്ചീടെ പേരില് ആക്കാൻ പറയാം.''

''നീ ഒന്നും പറയാൻ പോണ്ട.'' അവർ പറഞ്ഞു. ''അച്ഛൻ മരിച്ചേനുശേഷം ചെറിയച്ഛനാ എന്റെ കാര്യങ്ങളൊക്കെ നോക്കീരുന്നത്. നന്ദികേട് എന്നു വിചാരിക്കും.''

''ഇല്ല, ചേച്ചി പറഞ്ഞതായി പറയിണില്ല്യ പോരെ? ഞാൻ എന്റെ ഇഷ്ടത്തിന് പറയ്യാണ്ന്ന് പറയാം. ഇതൊക്കെ മുമ്പെത്തന്നെ ശരിയാക്കായിരുന്നു. പക്ഷേ, അങ്ങനെ ചെയ്താൽ ഒന്നും പഴയ മട്ടിലാവില്ല്യാന്നു തോന്ന്വാ. അല്ലെങ്കിൽ, ചേച്ചിക്കതൊന്നും മനസ്സിലാവില്ല്യ.''

ശാരദേച്ചി ഒന്നും പറഞ്ഞില്ല. കുറച്ചു നേരം അവർ സംസാരിക്കാതെ കിടന്നു. പിന്നെ ശാരദേച്ചി ഉറങ്ങിയെന്ന് മാധവിക്ക് മനസ്സിലായി. അവൾ കുറെ നേരം മരിച്ചു പോയവരെപ്പറ്റിയെല്ലാം ഓർത്തു. സ്നേഹമെന്തെന്ന് അവളെ പഠിപ്പിച്ചത് അവരായിരുന്നു. ഇന്നും ആ വീടിന്റെ ഇടനാഴിയിലൂടെ നടക്കുമ്പോൾ അവരുടെ കാരുണ്യമുള്ള

നോട്ടങ്ങൾ തന്നിൽ പതിയുന്നതായി അവൾക്കു തോന്നാറുണ്ട്, പ്രത്യേകിച്ചും മുത്തശ്ശിയുടെ.

കുഞ്ഞിക്കിളികളുടെ ശബ്ദം കേട്ടാണ് മാധവി ഉണർന്നത്. ആ ശബ്ദം ജനലിനു തൊട്ടു പുറത്താണെന്നു തോന്നി. മുറ്റത്തെ മാവിൻ മേലായിരിക്കും. ആ ശബ്ദത്തിൽ ആക്ഷേപമുണ്ട്, ആകാംക്ഷയുണ്ട്, അഭിനന്ദനങ്ങളുണ്ട്, സ്നേഹമുണ്ട്, വെറുപ്പുണ്ട്. ഈ ശബ്ദങ്ങളെല്ലാം വേർതിരിച്ചെടുക്കാൻ അവൾ കുട്ടിക്കാലത്ത് ശ്രമിക്കാറുണ്ട്. പക്ഷേ ഒരിക്കലും കഴിഞ്ഞില്ല. ഒരു ശബ്ദം മറ്റൊരു ശബ്ദത്തിന്റെ അനുബന്ധമായി, ഒരു സംഗീതമായി കാതിൽ വന്നലയ്ക്കുകയാണ്. ഇടയ്ക്കിടയ്ക്ക് മറ്റു പല പക്ഷികളുടെയും ശബ്ദങ്ങൾ ഈ സംഗീതത്തിനു മാറ്റുകൂട്ടി. ഈ സംഗീതവും ശ്രദ്ധിച്ചുകൊണ്ട് അവൾ വീണ്ടും ഉറക്കത്തിലേക്കു വഴുതിവീണു. പിന്നെ എഴുന്നേറ്റപ്പോൾ കാക്കകളുടെ കരച്ചിലാണ് കേൾക്കുന്നത്. അവസാനം എത്തുന്നവർ അവരാണെന്നു തോന്നുന്നു.

എറണാകുളത്തേക്ക് പോകുന്നതിനെപ്പറ്റി ശാരദേച്ചി സുപ്രിയയോട് പറഞ്ഞെന്നു തോന്നുന്നു. രാവിലെ മാധവി താഴത്തിറങ്ങി വന്നപ്പോഴേക്കും അവളുടെ കുളി കഴിഞ്ഞിരുന്നു. അവൾ ചുവന്ന പൂക്കളുള്ള പട്ടിന്റെ ഉടുപ്പ് ഇട്ടിരുന്നു.

''മോളെ ചെറിയമ്മ പൊറപ്പെടീച്ചു തരാം. ചായകുടി കഴിയട്ടെ.''

ഇഡ്ഡലി കഴിക്കുമ്പോൾ മാധവി പറഞ്ഞു.

''ഞാനിന്നലെ ഒരു കാര്യം പറയാൻ വിട്ടുപോയി.''

''എന്താണത്?' ശാരദേച്ചി ചോദിച്ചു.

എനിക്ക് രാവിലെ പൊടിയരിക്കഞ്ഞിയും ചമ്മന്തിയും വേണംന്ന്.''

''ഓ, രാവിലെ കഴിക്കാൻ കണ്ട ഒരു സാധനം.''

''ചേച്ചിക്ക് ഓർമ്മണ്ടോ നമ്മള് രാവിലെ നിലത്തിരുന്നോണ്ട് പൊടിയരിക്കഞ്ഞി കുടിച്ചിരുന്നത്. പ്ലാവില കോട്ടി കോരികയാക്കിയിട്ട്. അന്ന് ഈ മേശയൊന്നുംണ്ടായിരുന്നില്ല്യ. ചേച്ചിക്ക് അന്നും ഇഷ്ടല്ല കഞ്ഞി. ആദ്യം വെള്ളം കുടിച്ച് വറ്റിക്കും എന്നിട്ട് ചമ്മന്തി കൂട്ടി ചോറാക്കി ഉണ്ണും.''

''ഒരു ഇരുപത് തേങ്ങ പൊളിച്ച് കെട്ടി വെച്ചിട്ടുണ്ട്.'' ചുമരരുക്കിൽ വെച്ച സാമാന്യം വലിയ സഞ്ചി ചൂണ്ടിക്കാട്ടി ശാരദേച്ചി പറഞ്ഞു. പിന്നെ രണ്ട് കടച്ചക്കണ്ട്. കുറച്ച് മുരിങ്ങക്കായ, നാലഞ്ച് വണ്ണൻകായ, ഒരു കുപ്പി കടുമാങ്ങ, രവിയേട്ടനും കുട്ട്യോൾക്കും നല്ല ഇഷ്ടാണ്.''

''രാവിലെ ഭാര്യയും ഭർത്താവും കൂടി കെട്ട് നിറയ്ക്കലായിരുന്നു അല്ലേ. എന്നെക്കൊണ്ട് വയ്യ ഇതൊക്കെ ഏറ്റി നടക്കാൻ.''

''തൃശൂര് വരെ ഞാനിതൊക്കെ എത്തിച്ചുതരാം.'' രാമേട്ടൻ പറഞ്ഞു.

''ഒരു കുപ്പി പശും നെയ്യ് ഇരിക്കണ്ണ്ട്. അതും എടുത്തു വെയ്ക്കട്ടെ.'' ശാരദേച്ചി ചോദിച്ചു.

മാധവി ചിരിച്ചു. താൻ വന്നുപോകുമ്പോൾ എപ്പഴും ഇങ്ങനെയാണ്. എത്ര സാധനങ്ങൾ എടുത്തുവെച്ചാലും ശാരദേച്ചിക്ക് മതിയാവില്ല. അതുപോലെ അവർ എറണാകുളത്തു വരുമ്പോഴും എന്തൊക്കെ സാധനങ്ങൾ ഏറ്റിയിട്ടാണ് വരുക. അനിയത്തിക്കുകൂടി വിധിച്ചിട്ടുള്ള സാധനങ്ങളാണ് ഇതൊക്കെയെന്നും അവ താൻ ഒറ്റയ്ക്കനുഭവിക്കുന്നത് ശരിയല്ലെന്നും ഉള്ള തോന്നലാണ് ഇതിനു പിന്നിൽ. പാവം സ്ത്രീ!

''പശൂം നെയ്യൊന്നും വേണ്ട. അവിടെ രവിയേട്ടന് അല്ലെങ്കിലേ പ്രഷറൊക്കെണ്ട്. കൊണ്ടോയാൽ ഒക്കെ വാരിത്തിന്നും ചെയ്യും.''

ചായകുടി കഴിഞ്ഞശേഷം മാധവി സുപ്രിയയെ അണിയിച്ചൊരുക്കി. തലമുടി രണ്ടു ഭാഗത്തായി റിബൺ കൊണ്ട് കെട്ടിക്കൊടുത്തു. മുഖത്തു പൗഡറിട്ടു. കണ്ണെഴുതി. ഒരു കുഞ്ഞിപ്പൊട്ടും തൊട്ടുകൊടുത്തു.

''എന്റെ മോള് ഒരു രാജകുമാരിയായിട്ടുണ്ടല്ലോ.'' രാമേട്ടൻ പറഞ്ഞു.

പാദസരം ഇടാൻവേണ്ടി സുപ്രിയയെ ഒരു സ്റ്റൂളിൽ ഇരുത്തി. മാധവി നിലത്തിരുന്ന് പാദസരം ഓരോന്നായി കെട്ടിക്കൊടുത്തു. ചന്തമുള്ള വെളുത്തു തുടുത്ത കാലുകൾ. ഭംഗിയുള്ള വിരലുകൾ.

''ശ്രീ പാർവ്വതിടെ പാദം നീ കണ്ടിട്ടുണ്ടോ?'' മാധവി ചോദിച്ചു.

''തുമ്പപ്പൂവല്ലേ?''

''അല്ല ഇതാ.''

പാദസരങ്ങളിട്ട ഒരു ജോടി കാലുകൾ തൊട്ടുകൊണ്ട് മാധവി പറഞ്ഞു. ''ഇതാണ് ശ്രീപാർവ്വതിയുടെ പാദങ്ങൾ.''

അവൾ കുനിഞ്ഞ് ആ കൊച്ചു കാലുകളിൽ ചുംബിച്ചു. ■

ഷ്രോഡിങ്ങറുടെ പൂച്ച

ക്ലാസ് നിശ്ശബ്ദമായിരുന്നു. പ്രൊഫസർ ഹമീദ് ക്ലാസെടുക്കുകയാണ്. ശ്രദ്ധയോടെ തന്റെ പ്രഭാഷണം കേട്ടിരിക്കുന്ന കുട്ടികൾക്കു മുമ്പിൽ അംഗവിക്ഷേപത്തോടെ, ബിംബങ്ങൾ നിറഞ്ഞ വാചാലതയോടെ പ്രൊഫസർ സംസാരിച്ചു. വാക്കുകൾ ചിത്രങ്ങളാവുന്നതും ചിത്രങ്ങൾക്ക് നിറം പകർന്ന് ഭാവനകളാവുന്നതും അവ ചിറകു വിരിച്ച് മനസ്സിന്റെ ചക്രവാളങ്ങളിലേക്ക് പറന്നുപോകുന്നതും ഒരനുഭൂതിയാണ്. ഹമീദ്സാറിന്റെ ക്ലാസിൽ മാത്രമേ അതു സംഭവിക്കൂ. അതുകൊണ്ട് അദ്ദേഹത്തിന്റെ ക്ലാസിൽ കുട്ടികൾ നിശ്ശബ്ദരാണ്, ഏറ്റവും കുഴപ്പമുണ്ടാക്കുന്നവർ പോലും.

ഈ പ്രപഞ്ചം 'ആലീസിന്റെ അത്ഭുതലോക'ത്തിലെ ചെഷയർ പൂച്ചയുടെ ചിരിപോലെയാണെന്ന് സി.ഇ.എം. ജോഡ് ഒരിക്കൽ പറയുകയുണ്ടായി. ആലീസിന്റെ ചെഷയർപൂച്ചയുടെ ചിരിക്കുള്ള പ്രത്യേകതയെന്താണ്? പൂച്ച അപ്രത്യക്ഷമായാലും അതിന്റെ ചിരി കുറച്ചു നേരം തങ്ങിനിൽക്കും. അതുപോലെ പൂച്ച പ്രത്യക്ഷപ്പെടുന്നതിനു മുമ്പുതന്നെ അതിന്റെ ചിരി മരക്കൊമ്പിൽ വന്നതായി കാണാം. ഈ പ്രപഞ്ചവും അങ്ങനെത്തന്നെയല്ലേ? അത് ഇന്ന് നിലനിൽക്കുന്നുണ്ടെന്ന് നമുക്കെങ്ങനെ പറയാം? നമ്മൾ ഒരു ടെലസ്കോപ്പിലൂടെ ദർശിക്കുന്ന പ്രകാശപ്രപഞ്ചം കോടികോടി വർഷങ്ങൾക്കുമുമ്പുള്ളതാണ്. നാം കാണുന്നുവെന്ന് കരുതുന്ന സ്ഥലത്ത് അവ എന്തായാലും നിലനിൽക്കുന്നില്ല. ജോഡിന്റെ ഈ നിരീക്ഷണത്തിന് ക്വാണ്ടം ഡൈനാമിക്സിൽ എന്തു പ്രസക്തി?

''നമുക്ക് വേറൊരു പൂച്ചയുടെ കാര്യം അന്വേഷിക്കാം. ഷ്രോഡിങ്ങറുടെ പൂച്ച. ജോഡ് ഒരു ചിന്തകനായിരുന്നു, എന്നാൽ ഷ്രോഡിങ്ങറോ ഒരു ശാസ്ത്രജ്ഞൻ. രണ്ടുപേരും രണ്ടുവഴിയിൽ സത്യാന്വേഷികൾ. എന്താണ് കണികാസിദ്ധാന്തം പറയുന്നത്? നമ്മൾ നിരീക്ഷിക്കുമ്പോൾ മാത്രമേ പ്രപഞ്ചം നിലനിൽക്കുന്നുള്ളൂ. അല്ലെങ്കിൽ നിരീക്ഷകനില്ലെങ്കിൽ പ്രപഞ്ചവുമില്ല. ദ് യൂനിവേഴ്സ് എക്സിസ്റ്റ്സ്

ഓൺലി വെൻ വി ഒബ്സേർവിറ്റ്. ഇനി നമുക്ക് നിരീക്ഷണത്തിന്റെ പ്രശ്നങ്ങളെപ്പറ്റി ആലോചിക്കാം.

''ഷ്രോഡിങ്ങർ എന്താണ് ചെയ്തത്? അദ്ദേഹം ഒരു പൂച്ചയെ എടുത്ത് ഭാവനയിലുള്ള ഒരു പേടകത്തിൽ ശൂന്യാകാശത്തിലേക്ക് വിക്ഷേപിച്ചു...''

പ്രൊഫസർ പെട്ടെന്ന് നിശ്ശബ്ദനായി. തലേന്നുണ്ടായ ബോംബു സ്ഫോടനങ്ങൾ പെട്ടെന്ന് ഓർമ്മയിൽ വന്നു. മുംബെയിലാണ്. ടിവി സ്ക്രീനിൽ തകർന്ന കെട്ടിടത്തിന്റെയും വാഹനങ്ങളുടേയും ഇടയിൽ രക്തത്തിൽ കുതിർന്ന ശവശരീരങ്ങൾ, തെറിച്ചുവീണ ശരീരഭാഗങ്ങൾ. മരണം അനുഗ്രഹിച്ചിട്ടില്ലാത്തവരുടെ പിടച്ചിൽ. സ്ട്രെച്ചറുകൾ, ആംബുലൻസുകൾ, ഉറ്റവരെത്തേടി തിരച്ചിൽ, മുറവിളികൾ.

''മുംബെയിൽ രാവിലെ പതിനൊന്നു മണിക്ക് നടന്ന സ്ഫോടനത്തിൽ പതിനൊന്നു പേർ മൃതിയടഞ്ഞു. ഇരുപത്തെട്ടുപേരുടെ നില ഗുരുതരമാണ്...''

പ്രൊഫസർ കസേലയിൽ പോയിരുന്നു. അദ്ദേഹത്തിന് നിൽക്കാനുള്ള ശക്തി പെട്ടെന്നില്ലാതായപോലെ. മുറിഞ്ഞുപോയ ക്ലാസിന്റെ മുറുമുറുപ്പുകൾ. ഒരു തേനീച്ചക്കൂട്ടം അടുത്തുവരുന്നപോലെ, അതിന്റെ ശബ്ദം കൂടിക്കൂടിവന്നു. അദ്ദേഹം അപ്പോഴും ഫോൺവിളി കാത്തിരിക്കയായിരുന്നു. മേശപ്പുറത്തുവച്ച സെൽഫോൺ അടിക്കുമെന്നും തനിക്ക് മകനുമായി സംസാരിക്കാൻ പറ്റുമെന്നും അദ്ദേഹം ആശിച്ചു. ഇന്നലെ ടിവിയിൽ വാർത്തകൾ വന്നപ്പോൾതൊട്ട് അദ്ദേഹം ശ്രമിക്കുന്നതാണ്.

'ദ നമ്പർ യുവാർ ഡയലിങ് ഈസ് ടെമ്പററിലി ഔട്ടോഫ് കമ്മീഷൻ' എന്ന കമ്പ്യൂട്ടർ സന്ദേശം മാത്രം രണ്ടു ഭാഷകളിൽ തുടർച്ചയായി വന്നുകൊണ്ടിരുന്നു. ''നിങ്ങൾ ഡയൽ ചെയ്യുന്ന നമ്പർ...''

''സാറിനെന്തു പറ്റീ?'' ആരോ ചോദിച്ചു. പ്രൊഫസർ ഉണർന്നു. എവിടെയാണ് നിർത്തിയത്? അതേ, ഷ്രോഡിങ്ങറെപ്പറ്റി പറയുകയായിരുന്നു. ഒരു പൂച്ചയെപ്പിടിച്ച് ഭാവനയിലുള്ള ഒരു പേടകത്തിലിട്ട് മുദ്രവച്ച് ശൂന്യാകാശത്തിലേയ്ക്ക് വിക്ഷേപിക്കുന്നു.

മറ്റെല്ലാ ചിന്തകളും മനസ്സിൽനിന്ന് തുടച്ചുനീക്കാൻ പ്രൊഫസർ ശ്രമിച്ചു. ഒന്നും പറ്റിയിട്ടുണ്ടാവില്ല. സ്ഫോടനം നടന്നത് നരിമാൻ പോയിന്റിലാണ്. അബ്ദുവിന്റെ ഓഫീസും അവിടെയാണെന്നതുകൊണ്ട് താൻ ഇങ്ങനെ വേവലാതിപ്പെടേണ്ടതില്ല. പ്രൊഫസർ തന്റെ ലക്ചർ തുടർന്നു.

''പൂച്ചയും ഭൂമിയുമായി യാതൊരു ബന്ധവുമില്ല. പൂച്ചയുടെ ആരോഗ്യനില പഠിക്കണമെങ്കിൽ വേറൊരു പേടകത്തിൽ കയറി

പോയിനോക്കുകയേ നിവൃത്തിയുള്ളൂ. നമ്മൾ മറ്റൊരു റോക്കറ്റിൽ യാത്ര തിരിക്കുന്നു. പൂച്ചയെ ഇട്ട പേടകം മുദ്രവച്ചിരിക്കയാണ്. പൂച്ച ജീവിച്ചിരിക്കുന്നുണ്ടോ അതോ ചത്തിട്ടുണ്ടോ എന്നറിയാൻ ആ പേടകം തുറന്നുനോക്കുകതന്നെ വേണം. ഇവിടെയാണ് പ്രശ്നം തുടങ്ങുന്നത്. പേടകം തുറന്നാൽ ആ നിമിഷം പൂച്ച ചാവും. അപ്പോൾ തുറന്നുനോക്കിയാൽ കാണുക ചത്ത പൂച്ചയെയാണ്. അപ്പോൾ പൂച്ച ജീവിച്ചിരിക്കുകയായിരുന്നോ എന്നറിയാൻ എന്താണ് വഴി? ഇവിടെയാണ് ക്വാണ്ടം സിദ്ധാന്തത്തിന്റെ ഡൈലമ കിടക്കുന്നത്.

"ഷേക്സ്പീയർ പറഞ്ഞതുപോലെ ടു ബി ഓർ നോട് ടു ബി..."

വാക്കുകൾ വീണ്ടും മുറിഞ്ഞുപോയി. അവ രക്തം പുരണ്ട് ചിതറിക്കിടക്കുകയാണ്, പെറുക്കിയെടുത്ത് യോജിപ്പിക്കാൻ കഴി യാത്ത വിധത്തിൽ. ബിൽഡിങ് ബ്ലോക്കിന്റെ കൂട്ടിക്കലർത്തിയ കഷ്ണങ്ങൾക്കു മുമ്പിലിരിക്കുന്ന കുട്ടിയെപ്പോലെ പ്രൊഫസർ പകച്ചുനിന്നു.

പ്രൊഫസർ രാമചന്ദ്രൻ സാധാരണപോലെ കൈയിൽ ഒരു തടിച്ച പുസ്തകവുമായി കാത്തുനിൽക്കുന്നുണ്ട്. നീരദ് സി. ചൗധുരിയുടെ 'കോന്റിനെന്റ് ഒഫ് സർസ്' ആണത്. രാവിലെയും ആ പുസ്തകം കൈയിൽ കണ്ടിരുന്നു. മുഴുവൻ വായിച്ചുതീരുന്നവരെ ആ പുസ്തകം എപ്പോഴും ഹിസ്റ്ററി പ്രൊഫസറുടെ കയ്യിലുണ്ടാവും. വായിച്ചുകഴി ഞ്ഞാൽ പിന്നെ ഒരാഴ്ചയ്ക്ക് അതിനെപ്പറ്റി ഹമീദുമായി സംസാ രിക്കും. ചരിത്രം ശാസ്ത്രത്തോട് സംവാദം നടത്തും. ഹമീദിന് ആ വക ചർച്ചകൾ ഇഷ്ടമാണ്. അതിൽനിന്നെല്ലാം ഉരുത്തിരിയുന്ന സംസ്കാരം ഉദാത്തമായിരുന്നു.

"എന്തെങ്കിലും വിവരമുണ്ടോ?" രാമചന്ദ്രൻ ചോദിച്ചു. ഇല്ലെന്ന് ഹമീദ് തലയാട്ടി.

അവർ ഒന്നും പറയാതെ നടന്നു. ക്വാർട്ടേഴ്സ് എത്താറായപ്പോൾ ഹമീദ് ചോദിച്ചു. "വരുന്നോ?"

അടുത്ത ബ്ലോക്കിലാണ് രാമചന്ദ്രന്റെ വീട്. അയാൾ മറുപടി യൊന്നും പറയാതെ ഹമീദിന്റെ ഒപ്പം തിരിഞ്ഞു. ആ മനുഷ്യനെ ഇപ്പോൾ ഒറ്റയ്ക്ക് വിട്ടാൽ ശരിയാവില്ല. രണ്ടുപേരും ഒറ്റയ്ക്കാണ് താമസം, കുടുംബങ്ങൾ നാട്ടിൽ. എല്ലാ വെള്ളിയാഴ്ചയും വണ്ടി കയറുന്നു; വാരാന്ത്യങ്ങളിലേ കുടുംബജീവിതമുള്ളൂ.

ഹമീദ് ചായയ്ക്കുള്ള പാത്രം അടുപ്പത്തുവച്ചു. പാത്രങ്ങളെടുത്തു പെരുമാറുമ്പോൾ ഹമീദിന് സ്വതസിദ്ധമായ വിലക്ഷണത കുറച്ചു കൂടിയപോലെ തോന്നും. ചായയുണ്ടാക്കുന്ന മെലിഞ്ഞ കൈകൾ നോക്കിക്കൊണ്ടിരിക്കേ രാമചന്ദ്രന് ആ മനുഷ്യനോട് വാത്സല്യം തോന്നി.

''നമ്മുടെ മക്കളും ഒരു പരിധിവരെ ഉത്തരവാദിത്വമില്ലാത്തവ രാണ്.'' രാമചന്ദ്രൻ പറഞ്ഞു. ''അല്ലെങ്കിൽ അബ്ദുവിന് ഒന്ന് വിളിക്കായിരുന്നില്ലേ? എന്റെ മകനും അങ്ങനെയാണ്. ഒരിക്കൽ അവൻ പോയ വണ്ടി അപകടത്തിൽപെട്ടു. ചെറിയ അപകടമായിരുന്നു. ടിവിയിൽ ന്യൂസു വന്നു. ഞങ്ങൾ പരിഭ്രമിച്ചു. അവന് ഒന്നും പറ്റിയിരുന്നില്ല. എന്നാലും ആ വിവരം ഒന്ന് വിളിച്ചു പറഞ്ഞിരുന്നെങ്കിൽ എന്തു സമാധാനമായേനെ?''

''അബ്ദു അങ്ങിനെയല്ല.'' ഹമീദ് പറഞ്ഞു. ''ഈ വക കാര്യങ്ങളിൽ അവൻ വളരെ കണിശക്കാരനാണ്. അതാണ് എന്റെ പേടി. അവന് വല്ലതും സംഭവിച്ചില്ലെങ്കിൽ അവൻ ഫോൺ ചെയ്തേനേ?''

എന്തും ആവാം. ഹമീദ് ആലോചിച്ചു. നിസ്സാരമായ പരുക്കേറ്റു കിടക്കുകയാവാം. അല്ലെങ്കിൽ ടിവിയിൽ പറഞ്ഞ ഗുരുതരമായി പരുക്കേറ്റ ഇരുപത്തെട്ടു പേരിൽ ഒരാൾ അവനായിരിക്കാം. അതുമല്ലെങ്കിൽ?

ഹമീദിന്റെ മുഖംഭാവം മാറുന്നത് രാമചന്ദ്രൻ ശ്രദ്ധിച്ചു. അയാൾ പറഞ്ഞു.

''ഹമീദ്, നിങ്ങൾ ഭാവന കാടുകയറാൻ അനുവദിക്കാതിരിക്കൂ. നമുക്ക് എങ്ങനെയെങ്കിലും അബ്ദുവുമായി ബന്ധപ്പെടാൻ നോക്കാം.''

എങ്ങനെയെന്ന് രാമചന്ദ്രനും അറിയില്ല. അയാൾ ശൂന്യമായ മനസ്സോടെ ചായ കുടിച്ചു.

''ഇന്നുംകൂടി വല്ല വിവരവും കിട്ടുമോ എന്നുനോക്കാം. ഇല്ലെങ്കിൽ നാളെ ഞാൻ ബോംബെയ്ക്ക് പോവും.''

''അബ്ദുവിന്റെ ഉമ്മ വിളിച്ചിരുന്നോ?''

''ങും,'' ഹമീദ് തുടർന്നു, ''ഒരുവിധം സമാധാനിപ്പിച്ചിട്ടുണ്ട്. എന്തെങ്കിലും വിവരം കിട്ടിയാൽ അറിയിക്കാമെന്ന് പറഞ്ഞിട്ടുണ്ട്.''

''നമുക്കൊരു കാര്യം ചെയ്യാം.'' രാമചന്ദ്രൻ പറഞ്ഞു. ''എന്റെ ക്വാർട്ടേഴ്സിൽ പോവാം. എനിക്ക് മെഹ്ദി ഹസന്റെ കാസറ്റ് കിട്ടിയിട്ടുണ്ട്. അതു കേൾക്കാം. ഒപ്പം ബോംബേയ്ക്ക് ഫോണിൽ ശ്രമിക്കുകയും ചെയ്യാം.''

പാക്കിസ്ഥാനി ഗസൽ ഗായകൻ മെഹ്ദി ഹസൻ രാമചന്ദ്രന്റെ ഒരാവേശമാണ്. കാസറ്റ് എവിടെ കണ്ടാലും 'ഇരന്നിട്ടോ, കട്ടിട്ടോ, കടംവാങ്ങിയോ' അത് വീട്ടിൽ കൊണ്ടുവരും. മെഹ്ദി ഹസൻ കഴിഞ്ഞാൽ ഗുലാമലി. അതും കഴിഞ്ഞാൽ ബീഗം അഖ്താർ. രാമചന്ദ്രന്റെ ഗസൽ ലോകം അതോടെ അവസാനിക്കുന്നു. അതിനപ്പുറം ഒന്നുമില്ലെന്ന് അദ്ദേഹം കരുതുന്നു. അതുകൊണ്ട് അതിഥികൾ ആ ഗസലുകൾ കേൾക്കാൻ നിർബ്ബന്ധിതരാകുന്നു. ഹമീദിനു ഗസലുകൾ

ഇഷ്ടമായതുകൊണ്ട് കുഴപ്പമില്ല. പക്ഷേ രാമചന്ദ്രന്റെ കലക്ഷ നിൽ കുറച്ചു ജഗജീത് സിങ്ങും പങ്കജ് ഉദാസും തലത് അസീസും കൂടി ഉണ്ടായിരുന്നെങ്കിലെന്ന് അദ്ദേഹം ആശിക്കാറുണ്ട്.

മെഹ്ദി ഹസന്റെ 'രഞ്ജിഷ് ഹി സഹി'യാണ് കേട്ടത്.

"ഇതു വേറൊരു കാസറ്റിലുണ്ടല്ലോ." ഹമീദ് പറഞ്ഞു.

"ഉണ്ട്," രാമചന്ദ്രൻ ഒരു ചിരിയോടെ പറഞ്ഞു. "പക്ഷേ ഇത് ലൈവാണ്. സ്റ്റേജ് പരിപാടി. ഞാൻ ഒരു ചെറിയ സർപ്രൈസ് കേൾ പ്പിച്ചുതരാം."

അയാൾ കാസറ്റു റീവൈന്റ് ചെയ്തു ആദ്യം മുതൽക്കേ വച്ചു. നൗഷദ്, മെഹ്ദി ഹസനെ പരിചയപ്പെടുത്തുന്നതായിരുന്നു ആദ്യ ത്തേത്. അതുകഴിഞ്ഞ് മെഹ്ദി ഹസന്റെ ശബ്ദം. ശ്രോതാക്കളോട് സംസാരിക്കുകയായിരുന്നു അദ്ദേഹം. തബലയുടെ പശ്ചാത്തലത്തിൽ ഘനഗംഭീരമായ ആ ശബ്ദം അപാരമായൊരു ശ്രുതികൂട്ടുകയായി രുന്നു.

പെട്ടെന്ന് പ്രൊഫസർ നിവർന്നിരുന്നു. മെഹ്ദി ഹസൻ തൊട്ട ടുത്തുതന്നെ ഇരുന്നിരുന്ന മകൻ താരീഖ് ഹസനെപ്പറ്റി പറയുക യായിരുന്നു. "ഇപ്പോൾ ഞാൻ സ്റ്റേജ് പരിപാടികൾക്കു പോകുമ്പോൾ ഇവനെ ഒപ്പം കൊണ്ടുനടക്കുന്നുണ്ട്. ഒരു പൂച്ച സ്വന്തം കുട്ടികളെ കൊണ്ടുനടന്ന് ഓരോ വീടുകളിലെ വിശേഷങ്ങൾ കാട്ടിക്കൊടു ക്കുന്നപോലെ..."

പൂച്ച! പ്രൊഫസർ പെട്ടെന്ന് മുഴുമിക്കാത്ത ക്ലാസ് ഓർത്തു.

അയാൾ ഫോണെടുത്ത് ഡയൽചെയ്യാൻ തുടങ്ങി. വീണ്ടും കമ്പ്യൂട്ടർ സന്ദേശം. 'ദ നമ്പർ യു ഹാവ് ഡയൽഡ് ഇസ്...'

മുഴുമിക്കാത്ത ക്ലാസുകൾ പ്രൊഫസർ ഇഷ്ടപ്പെട്ടില്ല. അതു കൊണ്ട് അവസാനത്തെ പിരിയഡാണെങ്കിൽ എടുത്തിരുന്ന വിഷയം മുഴുമിച്ചേ ക്ലാസുകൾ വിടാറുള്ളൂ. ഇന്ന്...

"ബോംബെയിൽ ഹമീദിന്റെ കസിനില്ലേ റഹിം? അയാളെ വിളിച്ചു നോക്കിയോ?"

"അയാൾ സ്ഥലത്തില്ലെന്നു തോന്നുന്നു. ടെലിഫോൺ അടി ക്കുന്നുണ്ട്. ആരും എടുക്കുന്നില്ല. അയാൾ എപ്പോഴും ടൂറിലാണ്."

മെഹ്ദി ഹസൻ പാടുകയാണ്. "രഞ്ജിഷ് ഹി സഹി ദിൽ ഹി ദുഖാനെ കേലിയേ ആ..." എന്നോടു പിണക്കമാണെങ്കിലും എന്റെ ഹൃദയം നോവിപ്പിക്കാനായെങ്കിലും നീ വരൂ...

"ഒന്നും സംഭവിച്ചിട്ടുണ്ടാവില്ല." രാമചന്ദ്രൻ ആശ്വസിപ്പിക്കാൻ ശ്രമിച്ചു.

ഹമീദ് ഒന്നും പറഞ്ഞില്ല. അയാൾ ഏറ്റവും മോശമായ അന്തിമ വിധിയെപ്പറ്റി ആലോചിക്കുകയായിരുന്നു. സ്വയംപ്രതിരോധത്തിന് അതാവശ്യമായിരുന്നു. എന്തും നേരിടാൻ കരുത്താർജ്ജിക്കാൻ ഈ സ്വഭാവം അദ്ദേഹത്തെ സഹായിച്ചു. പക്ഷേ ഇത് എന്തും നേരിടുക യെന്ന വകുപ്പിൽ പെടുത്താമോ?

''അവർ ചെയ്യുന്നതൊന്നും ശരിയല്ല.'' ഹമീദ് കുറച്ചുറക്കെ പറഞ്ഞു.

''ആര്?''

''അവർതന്നെ! ഇതെത്രാമത്തെ സ്ഫോടനമാണ് അവർ നട ത്തുന്നത്? അടുത്തുതന്നെയല്ലേ കോയമ്പത്തൂരിൽ സ്ഫോടനമുണ്ടാ യത്. എത്രപേർ മരിച്ചു? എല്ലാ ബോംബുകളും പൊട്ടിയിരുന്നെങ്കിൽ കോയമ്പത്തൂർ മുഴുവൻ ചാമ്പലായേനെ? എന്തു നേടാനാണവർ അതു ചെയ്തത്? ഏതാനും കുടുംബങ്ങളെ നശിപ്പിക്കാനോ?''

രാമചന്ദ്രൻ ഓർക്കുകയായിരുന്നു. കടവന്ത്രയിലെ ചെറിയ വീട്ടിൽ നിലത്ത് കിടന്നുരുണ്ട് മാറത്തടിച്ച് കരയുന്ന നബീസയെന്ന ചെറുപ്പക്കാരിയെ. അവരുടെ രണ്ടു മക്കളാണ് കോയമ്പത്തൂരിൽ നഷ്ടപ്പെട്ടത്. ഒഴിവുകാലം ചെലവിടാൻ വല്ല്യുമ്മയുടെ അടുത്ത് പോയതായിരുന്നു അവർ. വല്ല്യുമ്മയുടെ രണ്ടു മക്കളും അവരും കൂടി ക്രിക്കറ്റ് കളിക്കുമ്പോൾ തെറിച്ചുപോയ പന്ത് തെരയുന്നതി നിടയിലാണ് ഒരു സഞ്ചിയിൽ ഒളിപ്പിച്ചുവച്ച ബോംബു പൊട്ടിയതും നാലു കുട്ടികളും തൽക്ഷണം മരിച്ചതും. നബീസ ഇന്ന് മനസ്സിന്റെ താളംതെറ്റിയ ഒരു വീട്ടമ്മ മാത്രം. ബോംബു വച്ചവർ എന്തു നേടി? കണ്ണീരിൽ കുതിർന്ന ആ അമ്മയുടെ മുഖം ഓർമ്മ വന്നപ്പോൾ രാമചന്ദ്രൻ പറഞ്ഞു.

''മനുഷ്യന്മാർക്ക് ഭ്രാന്തു പിടിച്ചിരിക്കുന്നു.''

''ആ ഭ്രാന്ത് മാറ്റാനല്ലേ ശ്രമിക്കേണ്ടത്?'' ഹമീദ് പറഞ്ഞു. ''ഇന്ന് അതാണോ രാഷ്ട്രീയക്കാർ ചെയ്യുന്നത്. പള്ളി പൊളിച്ചു. അതൊരു തെറ്റായ കാര്യമായിരുന്നു. അത് മുസ്ലീം വിശ്വാസത്തിൽ വലിയൊരു മുറിവുണ്ടാക്കി. ഒക്കെ ശരിതന്നെ. പക്ഷേ എല്ലാ മുറിവുകൾക്കും ഉണക്കമില്ലേ? അത് ഉണക്കാതെ നോക്കാൻ, അണുബാധിതമായി പുഴുക്കൾ അരിച്ചു നടക്കണമെന്ന നിർബ്ബന്ധത്തോടെ ഇടക്കിടയ്ക്ക് തോണ്ടിയിളക്കുന്നത് രാഷ്ട്രീയലക്ഷ്യം വച്ചുകൊണ്ടല്ലേ? ഒരു സാധാ രണക്കാരന് അതൊരു വലിയ ഇഷ്യുവാണോ ഇപ്പോൾ? എന്റെ സമുദായത്തിൽപ്പെട്ടവർ വഞ്ചിതരാവുകയല്ലേ ചെയ്യുന്നത്? പാക്കി സ്ഥാൻ ചെയ്യുന്ന അട്ടിമറിയെല്ലാം ന്യായീകരിക്കുകവഴി അവർ സ്വയം ചതിക്കപ്പെടുകയല്ലേ ചെയ്യുന്നത്? പാക്കിസ്ഥാനുമായി താദാത്മ്യം പ്രാപിക്കലല്ല എന്റെ സമുദായക്കാർ ചെയ്യേണ്ടിയിരുന്നത്.''

''ഇന്ത്യയിലെ മുസ്ലീം സമുദായം പാക്കിസ്ഥാനെ ന്യായീകരിക്കുന്നില്ല.'' രാമചന്ദ്രൻ പറഞ്ഞു. ''മാധ്യമങ്ങളാണ് ഉത്തരവാദികൾ. ഓരോ മാധ്യമങ്ങൾക്കും അവരവരുടേതായ കെട്ടുപാടുകളുണ്ടാവും. അതിനകത്തുനിന്നേ എന്തും ചെയ്യാൻ പറ്റൂ. അങ്ങനെയല്ലാത്ത സ്വതന്ത്രമാണെന്നു പറയുന്ന മാധ്യമങ്ങളുമുണ്ട്. അങ്ങനെയുള്ള ഒരു വാരികയിൽ പള്ളിപൊളിച്ചതിന്റെ വാർഷികത്തിൽ എഴുതിയ ലേഖനം കണ്ടു. ഇത്രയും തീതുപ്പുന്ന, വിഷം വമിക്കുന്ന തരത്തിലുള്ള ലേഖനങ്ങൾ പത്രാധിപർക്കെങ്കിലും ഒഴിവാക്കിക്കൂടെ? പത്രമാധ്യമങ്ങൾ സാധാരണക്കാരുടെ സമചിത്തതയെ അളവില്ലാതെ സ്വാധീനിക്കുന്നുണ്ടെന്നത് അവർക്കറിയാത്തതാണോ?''

''പള്ളി പൊളിച്ചതിന്റെ പേരിലാണ് ഈവക അട്ടിമറി ചെയ്യുന്നതെന്ന് വിശ്വസിപ്പിച്ചിരിക്കയാണ്. അങ്ങനെയല്ലാ എന്നും നമ്മുടെ രാജ്യത്തെ ക്ഷീണിപ്പിക്കാനുള്ള പാക്കിസ്ഥാന്റെ അടവുമാത്രമാണിതെന്നും എന്നാണ് നമുക്ക് മനസ്സിലാവുക? എന്നാണ് ഈ സമുദായം രാഷ്ട്രീയത്തിന്റെ ബലിയാടുകളാവുന്നത് നിൽക്കുക?''

പ്രൊഫസർ ഹമീദ് രോഷാകുലനായിരുന്നു. ദൂരെ മഹാനഗരത്തിൽ തന്റെ ഏകമകൻ ഉണ്ട്. ഉണ്ട് എന്നു പറയാൻ ധൈര്യമില്ലാത്ത അവസ്ഥ. അയാൾ മകളെ ഓർത്തു. അവൾ സ്റ്റേറ്റ്സിലാണ്. അവൾ കല്യാണം കഴിച്ചത് ഒരമേരിക്കക്കാരനെയാണ്. പ്രൊട്ടസ്റ്റന്റ്. അവൾ മതം മാറിയിട്ടില്ല. അയാളും. അവൾ മുസ്ലീമും അയാൾ ക്രിസ്ത്യാനിയുമായി ഒരു കുഴപ്പവുമില്ലാതെ മതത്തിന്റെ കെട്ടുപാടുകൾക്കതീതമായി ജീവിക്കുന്നു. പ്രൊഫസർ അതിൽ അഭിമാനംകൊണ്ടു. മുംബെയിൽ നടന്ന സ്ഫോടനത്തെപ്പറ്റി അവൾ അറിഞ്ഞിട്ടുണ്ടാവില്ല. ഉണ്ടെങ്കിൽത്തന്നെ അത് അവന്റെ ഓഫീസിന്റെ ഇത്ര അടുത്താണെന്നും അറിയുകയുണ്ടാവില്ല.

മെഹ്ദി ഹസൻ പാടുകയാണ്. ഒരു നിമിഷം എല്ലാം മറന്ന് ആ അനുഗ്രഹീതഗായകന്റെ ശബ്ദമാധുരിയിൽ മുഴുകിയിരിക്കാൻ പ്രൊഫസർ ഹമീദ് ആശിച്ചു.

രാമചന്ദ്രൻ ടിവി ഓണാക്കി ചാനലുകൾ മാറ്റിക്കൊണ്ടിരുന്നു. അവസാനം ഒരു ചാനലിൽ വാർത്തകൾ വന്നപ്പോൾ നിർത്തി. ഇന്നലെ വന്ന അതേ ഷോട്ടുകൾ തന്നെ. മരിച്ചവരുടെ സംഖ്യ പതിനെട്ടായി. സ്ഫോടകവസ്തു തിരിച്ചറിഞ്ഞിരിക്കുന്നു. ആർഡിയെക്സ്. മുമ്പു നടത്തിയിരുന്ന സ്ഫോടനങ്ങളുടെ അതേ മുഖമുദ്രയാണ് ഈ സ്ഫോടനത്തിനും. ഉത്തരവാദികൾ വേറെ ആരുമല്ല.

''പാക്കിസ്ഥാൻ തന്നെയാണ്.'' രാമചന്ദ്രൻ വെറുപ്പോടെ പറഞ്ഞു. അതിൽ തന്റെ നേരെ ആക്ഷേപകരമായി എന്തോ ഉള്ളപോലെ ഹമീദിനു തോന്നി. വെറും തോന്നലായിരിക്കാം. തുടർച്ചയായുള്ള

ഈ സ്ഫോടനങ്ങൾ, ഒരു ജനതയുടെ നേരെ അഴിച്ചുവിട്ട നഗ്ന മായ ആക്രമണങ്ങൾ തന്റെ മനസ്സിൽ ഒരു കുറ്റബോധമുണ്ടാക്കി യിരിക്കുന്നുവെന്ന് ഹമീദിനു മനസ്സിലായി. തന്റെ തെറ്റല്ല, തന്റെ സമുദായത്തിന്റേയും തെറ്റല്ല. എന്നിട്ടും ചെയ്യാത്ത തെറ്റിനു പാപ ഭാരമേറ്റേണ്ട ഗതികേടു വന്നിരിക്കുന്നു. ഒപ്പംതന്നെ അതിനുള്ള ഭീമമായ വിലയും കൊടുത്തുകൊണ്ടിരിക്കുന്നു. തന്റെ മനസ്സിലെ കറ സമുദായത്തിന്റെ മുഴുവൻ കറയുടെ ചെറിയൊരു ഭാഗം മാത്ര മാണ്. ദൈവമേ എന്നാണതു മാറിക്കിട്ടുക?

മെഹ്ദി ഹസൻ പാടുകയാണ്. മതങ്ങളുടേയും രാജ്യങ്ങളുടേയും മനുഷ്യനിർമ്മിതമായ വേലിക്കെട്ടുകൾ അനായാസം തകർത്ത് ആ അനുഗ്രഹീതഗായകന്റെ ശബ്ദം ഒഴുകിവരുന്നത് പ്രഫസർ ഹമീദ് ശ്രദ്ധിച്ചു. അനശ്വരസ്നേഹത്തിന്റെ ഗാഥകൾ. അദ്ദേഹത്തിന് ആ മനുഷ്യനോട് ആദരവും സ്നേഹവും തോന്നി. ഒറ്റയ്ക്കിരുന്ന് കുറേ നേരം കരയാൻ അദ്ദേഹം ആഗ്രഹിച്ചു.

''ഞാൻ വീട്ടിൽ പോയിനോക്കട്ടെ. മറ്റേ ഫോണിൽ വല്ലതും വന്നാലോ?''

''ഞാനും വരാം.'' രാമചന്ദ്രൻ എഴുന്നേറ്റു. ''അല്ലെങ്കിൽ വേണ്ട, ഞാൻ ഭക്ഷണമൊക്കെ ഉണ്ടാക്കിയിട്ട് പിന്നെ വരാം. ഇന്ന് അവിയൽ വെയ്ക്കണമെന്ന് പ്ലാനിട്ടിരിക്കയാണ്. അവിടെ ഒന്നും ഉണ്ടാക്കണ്ട. എല്ലാം തയ്യാറായാൽ ഞാൻ വന്ന് വിളിക്കാം.''

''ശരി.''

പ്രൊഫസർ പോയശേഷം രാമചന്ദ്രൻ കുറച്ചുനേരം ഗസൽ കേട്ടുകൊണ്ടിരുന്നു. 'ഫൂൽ ഹി ഫൂൽ ഖിൽ ഉഠേ'. 'പൂവായ പൂവു കളെല്ലാം വിരിയുന്നു...' അവ വിരിയുകയാണോ അതോ വിരിയും മുമ്പുതന്നെ കരിയുകയാണോ? തന്റെ പ്രിയപ്പെട്ട മെഹ്ദി ഹസൻ ഇന്നൊരു ദുരന്തമായെന്ന് പ്രൊഫസർ രാമചന്ദ്രൻ കണ്ടു.

പ്രൊഫസർ ഹമീദ് ഒരു ധ്യാനത്തിലെന്നപോലെ ഇരുന്നു. തന്നെ അന്വേഷിച്ച് എന്തോ വരുന്നുണ്ടെന്ന് അദ്ദേഹത്തിന്നറിയാം. വിധി കല്പിതമായ എന്തോ ഒന്ന്. അത് ഏതു രൂപത്തിലാണ് വരുന്ന തെന്നു മാത്രം അറിയില്ല. ദൂരെ, വളരെ ദൂരെ ആകാശത്തിന്റെ സീമ കൾക്കുമപ്പുറത്ത് ഏകാന്തതയുടെ പേടകത്തിൽ ഷ്രോഡിങ്ങറുടെ പൂച്ച സഞ്ചരിക്കുകയാണ്. അത് ജീവിച്ചിരിപ്പുണ്ടോ അതോ ചത്തുവോ എന്നറിയാൻ എന്താണ് വഴി? പേടകം തുറന്നാൽ ചത്ത പൂച്ചയെ യാണ് കാണുക, കാരണം പേടകം തുറക്കുന്ന നിമിഷത്തിൽ അതു ചാവും. അപ്പോൾ പൂച്ചയുടെ സ്ഥിതി അറിയാൻ എന്താണ് വഴി? കണികാസിദ്ധാന്തത്തിന്റെ ഈ അനിശ്ചിതത്വം പ്രതികരണശേഷി യുള്ള കുട്ടികൾക്ക് പറഞ്ഞുകൊടുക്കുക രസകരമായിരുന്നു. മുഴുമി ക്കാൻ കഴിയാതിരുന്ന ക്ലാസ്, പ്രൊഫസർക്ക് മനോവിഷമമുണ്ടാക്കി.

ദൂരെനിന്ന് വാങ്കുവിളി കേട്ടു. അലിവിന്റെ ആ സുഖദസ്വരം അലകളായി തന്നെ തേടിയെത്തിയപ്പോൾ പ്രൊഫസർ നിലത്ത് പുൽപ്പായ വിരിച്ച് മുട്ടുകുത്തി ഇരുന്നു. സർവ്വശക്തനായ, കാരുണ്യാത്മനായ ദൈവമേ നീയെന്തിനാണ് എന്നെ ഇങ്ങനെ കഷ്ടപ്പെടുത്തുന്നത്?

വാതിൽക്കൽ ഒരു മുട്ടു കേട്ടപ്പോൾ പ്രൊഫസർ എഴുന്നേറ്റു. അത് രാമചന്ദ്രനല്ല എന്നദ്ദേഹത്തിനു മനസ്സിലായി. അവസാനം അതു വരുകയാണോ? പ്രൊഫസർ എഴുന്നേറ്റു വാതിൽ തുറന്നു. പുറത്ത് യൂനിഫോമിട്ട പോസ്റ്റ്മാൻ.

“ടെലഗ്രാം.”

അവസാനം... ടെലഗ്രാമും പിടിച്ചുകൊണ്ട്, അതു തുറക്കാൻ ഭയന്ന് ഹമീദ് വാതിൽക്കൽ നിന്നു. അനിശ്ചിതത്വത്തിന്റെ കനത്ത നിമിഷങ്ങൾ പെരുമ്പറകൊട്ടി കടന്നുപോകവേ, പുറത്ത് വെട്ടി നിർത്തിയ മൈലാഞ്ചിച്ചെടികളുടെ അരമതിലിനുമപ്പുറത്ത് പ്രൊഫസർ രാമചന്ദ്രൻ നടന്നുവരുന്നത് ഹമീദ് കണ്ടു.

പെട്ടെന്ന് അകത്തിരുന്ന ഫോൺ അടിക്കാൻ തുടങ്ങി. ■

സുബർക്കത്തിന്റെ ശില്പി

ആയിഷയുമായി കുന്നിൻപുറത്തെ ബംഗ്ലാവിലെത്തിയപ്പോൾ സമയം നാലു കഴിഞ്ഞിരുന്നു. കുതിരവണ്ടി കുന്നിനു താഴെ നിർത്തി, അവർ കുന്നു കയറി. കാറുകൾക്ക് പോകാനായി കുന്ന് ചുറ്റിക്കൊണ്ട് ചരൽപ്പാതയുണ്ട്. നടന്നുകയറാനായി വെട്ടുകല്ലിന്റെ ഒതുക്കുകളും. ഒതുക്കുകൾ കയറി മുകളിലെത്തിയപ്പോഴേക്കും ആയിഷ ക്ഷീണിച്ചു. സലീമിന്ന് ആ കയറ്റം പരിചിതമായിരുന്നു. അമ്പത്തെട്ട് ഒതുക്കുകൾ അവന്ന് കാണാപാഠമായിരുന്നു. കുന്നിന്റെ മുകളിലെത്തിയപ്പോഴെ ബംഗ്ലാവ് ശരിക്കും കാഴ്ചയിൽ വന്നുള്ളു. ബംഗ്ലാവിന്റെ വലുപ്പം അവളെ അമ്പരപ്പിച്ചു.

''തമ്പുരാനേ, ഇങ്ങള് ഇത്രേം ബല്ല്യ ബീട്ടിലാണോ താമസം?''

കൈയിലുള്ള താക്കോൽക്കൂട്ടത്തിൽ നിന്ന് വലിയ താക്കോലെടുത്ത് വാതിൽ തുറക്കുമ്പോൾ സലിം ചോദിച്ചു.

''അയിശേ, ഞമ്മന്റെ വീട് എങ്ങനെണ്ട്?''

''ങ്ും,'' അവൾ ചിരിച്ചുകൊണ്ട് പറഞ്ഞു, ''ഇങ്ങടെ ബീടാന്ന് പള്ളീപ്പറഞ്ഞാ മതി.''

വാതിൽ തുറന്നപ്പോൾ വിശാലമായ തളം അതിന്റെ എല്ലാ പ്രതാപത്തോടും കൂടി അവൾക്കു മുമ്പിൽ പ്രത്യക്ഷമായി. ഗ്രില്ലിട്ട വലിയ വാതായനങ്ങളിലൂടെ വരുന്ന സൂര്യപ്രകാശം ഗ്രാനൈറ്റ് പതിച്ച നിലത്ത് പടർന്നു. കാറ്റിൽ ലോലമായ കർട്ടനുകൾ ആടി. ഉയരമുള്ള തട്ടിൽ തൂങ്ങിക്കിടക്കുന്ന രണ്ടു കുലവിളക്കുകൾ നോക്കിക്കൊണ്ടവൾ പറഞ്ഞു.

''ഇതാണ്...''

''...സുബർക്കം''

സലിം കൂട്ടിച്ചേർത്തു. അവൾ സംശയത്തോടെ അസൂയയോടെ നോക്കിയപ്പോൾ അവൻ എന്തുകൊണ്ടോ വല്ലാതായി.

അവൻ സൂട്ട്കേസുമായി വലിയ കിടപ്പറയിലേക്കു നടന്നു. നിലത്തിട്ട പരവതാനി അവളുടെ മൃദുവായ കാലടികളെ കിക്കിളിപ്പെടുത്തി.

നടുവിലിട്ട വലിയ ഇരട്ടക്കട്ടിലിന്മേൽ വെൽവെറ്റിന്റെ നീലവിരി വിരിച്ചിരിക്കുന്നു. ചുമരിൽ നിറയെ മരം കൊണ്ടുണ്ടാക്കി കണ്ണാടി പതിച്ച അലമാരികൾ.

''ഇതാണ് ഞമ്മടെ കിടപ്പുമുറി.'' സലിം പറഞ്ഞു. ''ഇതാ, ഇതാണ് കുളിമുറി, ബാ, ഞാൻ കാണിച്ചുതരാം.''

സലിം കുളിമുറിയിലെ ഉപകരണങ്ങൾ ഒരു മാന്ത്രികനെപ്പോലെ അവൾക്ക് കാണിച്ചു കൊടുക്കുകയായിരുന്നു. സ്വിച്ചിട്ടാൽ ചൂടുവെള്ളം വരുന്ന ടാപ്പ്, കിടന്നു കുളിക്കാൻ പറ്റിയ ബാത്ത് ടബ്ബ്, ഷവർ, ടെലിഫോൺ ഷവർ. ഒരു ചുമർ മുഴുവൻ നിറഞ്ഞു നിൽക്കുന്ന കറുത്ത കണ്ണാടി.

അവൾ അന്തം വിട്ട് നിൽക്കുകയാണ്. കല്യാണം കഴിഞ്ഞ് ആദ്യ രാത്രിയിൽ സലിം ഈ ബംഗ്ലാവിനെപ്പറ്റി പറഞ്ഞിരുന്നു. അതിന്റെ ഉടമസ്ഥനായ പോക്കർ സായ്‌വിനെപ്പറ്റിയും പറഞ്ഞിരുന്നു.

''അന്നെ ഞാൻ ഒരു കൊട്ടാരത്തിലേക്കാ കൊണ്ടു പോകാ.''

അവൾ പതുക്കെ, നാണത്തോടെ അവന്റെ ചെവിയിൽ പറഞ്ഞു.

''ന്നാ, അവ്ടെ പോയിട്ട് മതി എന്നെ വേദനിപ്പിക്കല്.''

''വേദനിപ്പിക്ക്യേ?''

''അതെ, ച്ചിരി മുമ്പേന്നെ വേദനിപ്പിച്ചില്ലേ, അത്.''

സലിം ചിരിച്ചു.

''അതെന്താ അയിശേ?''

''അവിട്യാമ്പോ ഞാൻ കരഞ്ഞാലും അരും കേക്കീലല്ലോ. ഇബിടെ ഉമ്മീം ബാപ്പീം കേക്കൂലേ?''

അവൻ കുറച്ചുനേരം ആലോചിച്ചിരുന്നു. തനിക്കുവേണ്ടി വേദന സഹിക്കാൻ തയ്യാറായ ഒരു പെൺകുട്ടി. അവന്റെ ഉമ്മ അവന് എട്ടു വയസ്സുള്ളപ്പോഴെ മരിച്ചുപോയിരുന്നു. അവനുവേണ്ടി വേദന സഹിച്ച ആദ്യത്തെ സ്ത്രീ. തനിക്കു ജന്മം നൽകാൻ വേദന തിന്ന സ്ത്രീ. ഇപ്പോൾ ഇതാ തനിക്കു സുഖം തരാനായി വേദന സഹിക്കാൻ ഒരു പെൺകുട്ടി തയ്യാറായിരിക്കുന്നു. അവന്റെ മനസ്സിൽ എവിടേയോ സ്നേഹത്തിന്റെ തളിരുകൾ നാമ്പിടുകയും മൊട്ടുകൾ പൂക്കളായി വിടരുകയും ചെയ്തു.

ഒരു മുറിയിൽനിന്ന് വേറൊരു മുറിയിലേക്ക് കടക്കാൻ വലിയ ജനലുകളുള്ള വരാന്തകൾ, മങ്ങിയ വെളിച്ചമുള്ള ഇടനാഴികകൾ, കമാനങ്ങൾ.

''നിങ്ങള് കൊട്ടാരംന്ന് പറഞ്ഞപ്പോഴും ഞാൻ ഇത്ര്യോന്നും കരുതീല്ല.'' അവൾ പറഞ്ഞു. ''എന്നാങ്ങടെ മൊയ്‌ലാളി തിരിച്ചു ബരണത്?''

“ഇന്ന് പോയിട്ടേള്ളൂ ദുബായിക്ക്, രണ്ടാഴ്ച കഴിയും.”

മുതലാളിയുടെ കയറ്റുമതി ബിസിനസ്സ് കോഴിക്കോടാണ്. ഇവിടെ എസ്റ്റേറ്റിലെ കാര്യങ്ങൾ നോക്കാൻ മാനേജരും മറ്റ് ജോലിക്കാരും ഉണ്ട്. അതുകൊണ്ട് പോക്കർ സായ്‌വ് വല്ലപ്പോഴുമേ എസ്റ്റേറ്റിലേക്കു വരാറുള്ളൂ. മുതലാളിയുടെ ബംഗ്ലാവ് സൂക്ഷിപ്പുകാരനാണ് സലിം. ബംഗ്ലാവ് നല്ലതുപോലെ സൂക്ഷിക്കുക, മുതലാളി വന്നാൽ ഭക്ഷണം പാകം ചെയ്തു കൊടുക്കുക, അദ്ദേഹത്തിന്റെ സുഖസൗകര്യങ്ങൾ നോക്കുക തുടങ്ങിയ ജോലിയാണ് സലീമിന്. മുറ്റത്തുള്ള മനോഹരമായ തോട്ടത്തിന്റെ ശില്പിയും അവൻ തന്നെ. പതിനാറാം വയസ്സിൽ തുടങ്ങിയ ജോലിയാണ്. ഇന്നും ഈ ഇരുപത്തിനാലാം വയസ്സിലും അതേ ആത്മാർത്ഥതയോടെ ചെയ്യുന്നു. മുതലാളി സന്തോഷത്തിലാണ്. കല്യാണത്തിനുള്ള വഹയും മുതലാളി തന്നെയാണ് കൊടുത്തത്. ഇങ്ങനെ പറയുകയും ചെയ്തു.

“ഞാൻ ഈ മുപ്പതാന്തി ദുബായീല് പൊവ്വാണ്. രണ്ടാഴ്ച അവിട്യായിരിക്കും.ഞാൻ പോയാ ജ്ജ് അന്റെ കെട്ട്യോളെ ഒരാഴ്ച കൊണ്ടുബന്ന് താമസിപ്പിച്ചോ. ഹമ്ക്കേ അനക്ക് ഒര് ഹണിമൂണാകട്ടെ.”

സലിം ആലോചിച്ചുവെച്ചതു തന്നെയായിരുന്നു അത്. ബംഗ്ലാവു കാണുമ്പോൾ ആയിഷയുടെ മുഖത്തെ അമ്പരപ്പും അത്ഭുതവും മനസ്സിൽ കണ്ട് അവൻ ചിരിക്കാറുണ്ട്. മൈതാനം പോലെ വിശാലമായ അടുക്കള. അതിൽ കുക്കിംഗ് റേഞ്ച്, ഇരട്ട വാതിലുള്ള രണ്ടു ഫ്രിഡ്ജുകൾ, വാഷിംഗ് മെഷിൻ.

നാലഞ്ചു മാസം കൂടുമ്പോൾ ഒരു വാരാന്ത്യത്തിൽ രണ്ടു ദിവസത്തെ താമസത്തിന്നായി ഭർത്താവോടൊത്തു വരാറുള്ള കദീജുമ്മ സലീമിനോട് അസൂയയോടെ പറയാറുണ്ട്.

“വലാലെ ജ്ജ് പാക്യള്ളോനാ. ജ്ജ് സുബർക്കത്തിലല്ലേ താമസം.”

അവർ പറഞ്ഞതു ശരിയായിരുന്നു. കോഴിക്കോട് അവരുടെ വീട് ഇതിലും വലുതാണ്, നഗരത്തിന്റെ നടുവിൽത്തന്നെ അമ്പതു സെന്റിൽ. ഇവിടെയുള്ളതിനേക്കാൾ വീട്ടു സാമാനങ്ങളുമുണ്ട്. പക്ഷേ അതു സ്വർഗ്ഗമല്ല. ഇവിടെ ഈ ഏകാന്തതയിൽ അവൻ സ്വർഗ്ഗം പണിയുകയായിരുന്നു.

സലിം സ്വർഗ്ഗം പണിയാൻ വിദഗ്ദ്ധനായിരുന്നു.

ബംഗ്ലാവിന്റെ ടെറസ്സിലിരുന്ന് അവർ താഴെ കുന്നിൻ ചെരിവിലെ നിരത്തിൽക്കൂടി തൊഴിലാളികൾ ജോലി കഴിഞ്ഞ് പോകുന്നത് നോക്കി. ചേക്കേറാൻ പോകുന്ന പക്ഷികൾ മരച്ചില്ലകളിൽ ഒരു നിമിഷം വിശ്രമിച്ച് വീണ്ടും പറന്നുപോയി. സൂര്യൻ കുന്നുകൾക്കു പിന്നിൽ മറഞ്ഞു.

അവർ അടുക്കളയിൽ കടന്ന് പാചകം തുടങ്ങി. ആയിഷ വിദഗ്ദ്ധയായിരുന്നു. നെയ്ചോറിന്റേയും ബിരിയാണിയുടേയും ഗന്ധം അവൻ ആസ്വദിച്ചു. അവൻ പിന്നിൽക്കൂടി അവളെ കെട്ടിപ്പിടിച്ചുകൊണ്ട് പറഞ്ഞു.

''അന്നെ ഞാൻ ഇന്നു വേദനിപ്പിക്കും.''

ജീവിതത്തിൽ ആദ്യമായി സ്നേഹിക്കുന്ന ഒരു പുരുഷനാൽ വേദനിക്കപ്പെടാൻ അവൾ ആഗ്രഹിച്ചു.

അവൾ അറബിക്കഥകളുടെ ലോകത്തായിരുന്നു. ഹൂറികളുടേയും മലിക്കുകളുടേയും ലോകത്തിൽ. ഇരുട്ടിയപ്പോൾ ബംഗ്ലാവ് ഒരു മാസ്മരലോകമായി മാറി. പലതരം വിളക്കുകൾ തട്ടിൽ നിന്ന് തൂങ്ങിക്കിടന്നു പ്രകാശിച്ചു. ഭക്ഷണം പാകം ചെയ്തു കഴിഞ്ഞപ്പോൾ, എല്ലാം ഡിന്നർസെറ്റുകളിലാക്കി ഈട്ടികൊണ്ടുണ്ടാക്കിയ വിശാലമായ മേശപ്പുറത്ത് കൊണ്ടുപോയി നിരത്തി വെച്ചു.

അവൻ കുളിമുറിയിൽ പോയി അവൾക്കു കിടന്നു കുളിക്കാനായി ബാത്ത് ടബ്ബിൽ വെള്ളം നിറച്ചു.

''അന്നെ ഞാൻ കുളിപ്പിച്ചുതരട്ടെ?''

''പിന്നേയ്.... നാണല്ല്യല്ലോ ഇങ്ങക്ക്.''

അവൾ അവനെ പുറത്താക്കി വാതിലടച്ചു.

പുറത്ത് ഇരുട്ട് കട്ടപിടിച്ചുനിന്നു. തന്റെ മധുവിധുരാത്രി ഇന്നാണ് തുടങ്ങുന്നതെന്ന് അവൻ ഓർത്തു. തന്റെ വീട്ടിലും അവളുടെ വീട്ടിലും അവന്ന് സ്വകാര്യത അനുഭവപ്പെട്ടില്ല. തൊട്ടടുത്ത മുറികളിൽ ആൾക്കാരുണ്ടായിരുന്നു. ഒന്ന് ശ്വാസം വിട്ടാൽ അവർ അറിയുമെന്ന് തോന്നി. വാതിൽപ്പലകകളുടെ വിള്ളലിൽക്കൂടി കണ്ണുകൾ നീണ്ടുവരുന്നതുപോലെ അവന് തോന്നിയിരുന്നു.

ഇവിടെ ഈ കുന്നിൻമേൽ ഏകാന്തതയുടെ കോട്ടയിൽ അവർ തനിച്ചാണ്. അവനും അവളും മാത്രം. ഇന്നു മാത്രമല്ല ഇനി വരാൻ പോകുന്ന മധുവിധു രാത്രികളിലും.

ആയിഷയുടെ കുളി കഴിഞ്ഞിരുന്നു. കുളിമുറിയിലെ ചില്ലലമാരിയിൽ നിന്ന് അവൻ അത്തർ പുറത്തെടുത്തു ആയിഷയുടെ മേൽ പൂശി. അവൻ കുളിക്കാൻ കയറി. കുളി കഴിഞ്ഞ് പുറത്തിറങ്ങിയപ്പോൾ അവന് നന്നായി വിശന്നിരുന്നു. അവൻ ആയിഷയോട് പറഞ്ഞു.

''നമ്മക്ക് ബെയ്ക്ക്യാ.''

സലീം ചിത്രപ്പണികളുള്ള പ്ലേയ്റ്റ് എടുത്ത് തുടച്ചുവെച്ചു. അവർ അടുത്തടുത്തിരുന്നു.

''ബെശന്നിട്ട് ബയ്യ.''

ആയിഷ പറഞ്ഞു. അവൾക്ക് ഭക്ഷണം കഴിക്കാൻ ധൃതിയായി. സലിം ബിരിയാണിയുടെ പാത്രത്തിന്റെ അടപ്പു തുറന്നു. ബിരിയാണിയുടെ വാസന പരന്നു.

''നല്ല മണം.'' അവൾ മൂക്കു വിടർത്തി.

പെട്ടെന്നവൻ ചെവി വട്ടം പിടിച്ചു. അവന്റെ മുഖം വിളറി. കുന്നു കയറുന്ന വണ്ടിയുടെ മുരൾച്ച. അതവന് പരിചിതമായ ശബ്ദമായിരുന്നു. അവൻ ഓടി ജനലിലൂടെ നോക്കി.

''ന്റള്ളോ.''

കുന്നിനു താഴെ നിന്ന് ബംഗ്ലാവിലേക്കുള്ള വീതികുറഞ്ഞ നിരത്തിലൂടെ ഒരു കാറിന്റെ ഹെഡ്‌ലൈറ്റ് കയറുന്നു. അവൻ വിയർത്തു.

''ചതിച്ചല്ലോ അയിശേ.''

അവൻ ഓടിപ്പോയി കുളിമുറിയിൽ ആയിഷ അഴിച്ചിട്ട ഉടുപ്പുകൾ വാരിക്കൂട്ടി, തങ്ങളുടെ സൂട്ട്കേസും പൊക്കിയെടുത്ത് ആയിഷയോട് പറഞ്ഞു.

''അയിശാ, ബെക്കം ബാ.''

അവൻ അവളേയുംകൊണ്ട് ബംഗ്ലാവിന്റെ ഒരറ്റത്തുള്ള കൊച്ചു മുറിയിലേക്കു പോയി. വളരെ ചെറിയ മുറി. ഒരു കൊച്ചു ജനൽ, മുഷിഞ്ഞ ചുമരുകൾ. ഒരരുകിലായി ചെറിയ കട്ടിൽ. അവൻ ആ മുറി ആയിഷയെ കാണിച്ചിരുന്നില്ല. കാണിക്കേണ്ട ആവശ്യമുണ്ടാകുമെന്ന് അവൻ കരുതിയിരുന്നില്ല. അവൻ തന്നെ വല്ലപ്പോഴുമേ ആ മുറിയിൽ വരാറുള്ളൂ. പകച്ചു നിൽക്കുകയായിരുന്ന ആയിഷയെ കട്ടിലിലിരുത്തി അവൻ പറഞ്ഞു.

''മോളെ ഇജ്ജ് ഇത്തിരി നേരം ഇബിടെ ഇരി. ഞാൻ പൊറത്ത്ന്ന് പൂട്ടിപോവാം.''

സലിം മുറി പുറത്തുനിന്ന് പൂട്ടി, ഇടനാഴിയിലൂടെ ഹാളിലെത്തിയപ്പോഴേക്കും കാറിന്റെ ഹോൺ കേട്ടു. അവൻ ഗേയ്റ്റിലേക്കോടി. മുതലാളി ഒറ്റക്കായിരുന്നു. കാറിൽനിന്ന് മുതലാളിയുടെ ബ്രീഫ് കേസ് എടുത്ത് വാതിലടച്ച് അവൻ അയാളുടെ പിന്നാലെ നടന്നു.

''ദുബായീല് അടുത്താഴ്ച്ച്യ പോണ്ള്ളൂ.''

സായ്‌വ് അകത്തു കടന്നു, ബിരിയാണിയുടെ മണം കിട്ടിയെന്നു തോന്നുന്നു, അയാൾ ചോദിച്ചു.

''ഇജ്ജ് ബല്ലതുംണ്ടാക്കീട്ട്ണ്ടെടാ?''

''ബിര്യാണിണ്ട്.''

''അപ്പോ നമ്മള് ബരണത് ഇജ്ജ് അറിഞ്ഞു അല്ലേ. ഞാൻ മയ്മതിനോട് ഫോണീ ബിളിക്കാൻ പറഞ്ഞിര്ന്ന്. ഓൻ ഒരൊഴപ്പനല്ലേ,

ഫോൺ ബിളിച്ചിട്ട്ണ്ടാവില്ല്യാന്ന് കരുതി. അപ്പോ ഞമ്മള് ഒന്ന് കുളിച്ചിട്ട് ബരാം, ജ്ജ് ഒക്കെ മേശപ്പൊറത്ത് കൊണ്ടു വെച്ചോ.''

സായ്‌വ് കുളിമുറിയിൽ കയറിയപ്പോൾ അവൻ ഇടനാഴികയിലൂടെ ഓടി, താക്കോൽ ഇട്ട് അവന്റെ മുറിയുടെ വാതിൽ തുറന്ന് അകത്തു കയറി. ആയിഷ അവൻ ഇരുത്തിയ അതേ ഇരുപ്പാണ്. അവൾ വിളറിയിരുന്നു. വലിയൊരു ബംഗ്ലാവിന്റെ ഏതോ മൂലയിൽ ഒരു കൊച്ചു മുറിയിൽ മങ്ങിയ വെളിച്ചത്തിൽ അവൾ ഒറ്റയ്ക്കായിരുന്നു. സലീം അവളുടെ അടുത്ത് ഇരുന്ന് അവളെ കെട്ടിപ്പിടിച്ചു.

''കരളേ, കൊറച്ചു നേരം ക്ഷമിക്ക്. ഞാൻ സായ്‌വിന് ബിരിയാണി കൊടുത്തിട്ട് ബരാം.''

അവൾ ഒന്നും പറയാതെ പരിഭവിച്ച് ഇരിക്കയാണ്. അവന് പോകാൻ ധൃതിയുണ്ട്. സായ്‌വിന് എന്തെങ്കിലും ആവശ്യമുണ്ടെങ്കിലോ? അവൻ അവളുടെ കവിളിൽ ഒരുമ്മ കൊടുത്ത് ധൃതിയിൽ പുറത്തേക്കു കടന്നു.

സായ്‌വ് ഭക്ഷണം ആസ്വദിച്ചു കഴിച്ചു.

''ജ്ജ് അന്റെ കെട്ട്യോള്ടെ അട്ത്ത്ന്ന് ബിര്യാണിണ്ടാക്കാൻ പടിച്ചു അല്ലെടാ. ആട്ടെ, അന്റെ കെട്ട്യോള് എങ്ങനെണ്ട്?''

സലിം ചിരിച്ചു.

''ജ്ജ് ബെക്കം ബയ്ക്ക്, ന്ന്ട്ട് ന്റെ കാലൊന്ന് ഉഴിഞ്ഞ് താ. കോയിക്കോടീന്ന് ഇത്ബരെ ഒറ്റടിക്ക് ബെച്ചതാ.''

സായ്‌വ് എഴുന്നേറ്റു കൈ കഴുകി കിടപ്പറയിലേയ്ക്കു പോയി. സലിം മേശ വൃത്തിയാക്കി. ബിരിയാണിയെടുത്ത് ആയിഷയുടെ അടുത്ത് പോയാലോ എന്നവൻ ഒരു നിമിഷം ആലോചിച്ചു. പക്ഷേ സായ്‌വ് അന്വേഷിച്ചു വന്നാൽ പൊല്ലാപ്പായി. ആയിഷ വിശന്നിരിക്കയാണെന്നവന്നറിയാം. പക്ഷേ എന്തു ചെയ്യാൻ? അവൻ കിടപ്പറയിലേക്കു പോയി.

സായ്‌വ് കിടന്നിരുന്നു. അവൻ വിളക്കു കെടുത്തി കട്ടിലിൽ സായ്‌വിന്റെ കാൽക്കൽ പോയിരുന്നു കാൽ തിരുമ്മാൻ തുടങ്ങി. രാത്രി വിളക്കിന്റെ മങ്ങിയ വെളിച്ചത്തിൽ അവന്റെ തിരുമ്മലിന്റെ സുഖത്തിൽ സായ്‌വ് ഞെരങ്ങി. സലിം ആയിഷയുടെ മൃദുവായ ശരീരം ഓർത്തു. നാലു രാത്രികൾ അവളോടൊപ്പം ചെലവിട്ടു. ഈ നാലു രാത്രികളിലും അവൾ ഉടുപ്പഴിക്കാൻ സമ്മതിച്ചില്ല. ആരെങ്കിലും വാതിൽക്കൽ മുട്ടിയാലോ എന്നാണവളുടെ ചോദ്യം.

''ഇങ്ങടെ എസ്റ്റേറ്റില് പോയിട്ട് മതി. ഞാൻ എല്ലാറ്റിനും സമ്മതിക്കാം.''

പതിനെട്ടു വയസ്സിന്റെ കുസൃതി അവളിലുണ്ടായിരുന്നു. സലിം വീണ്ടും ഉടുപ്പ് അഴിക്കാൻ ശ്രമിച്ചപ്പോൾ അവൾ പറഞ്ഞു.

''ഞാൻ ഇപ്പോ ബാപ്പാനെ ബിളിക്കും, ന്റെ മുണ്ടയിക്ക്ണ്ന്ന് പറയും.''

സലിം ഓർത്തു ചിരിച്ചു.

''എന്താ വലാലെ ചിരിക്കണ്.''

സായ്‌വ് ചോദിച്ചു. അവന്റെ സൈസ്ത്രണമായ മുഖം നാണം കൊണ്ട് ചുമന്നു.

''ജ്ജ് ങ്ങട്ട് കേറി കെടക്ക് വലാലെ''

സായ്‌വിന്റെ ശ്വാസം കനപ്പെട്ടു, ശബ്ദം അടഞ്ഞതായി. അയാളുടെ മാറിലെ നര കയറിയ രോമങ്ങൾക്കിടയിലെ സുഗന്ധം അവന് പരിചിതമായിരുന്നു. പതിനാറാം വയസ്സിൽ ഒരനാഥനായി ഈ ബംഗ്ലാവിലെത്തിയപ്പോൾ ഈ ഗന്ധം അവന് ആശ്വാസമരുളിയിരുന്നു. ഉപ്പാപ്പയാണ് അവനെ മുതലാളിയുടെ അടുത്തേക്ക് കൊണ്ടുവന്നത്. ഒരു വൈകുന്നേരം. നാലു മണിക്കൂർ നേരത്തെ ബസ്സ് യാത്ര കഴിഞ്ഞ് അവൻ ക്ഷീണിച്ചിരുന്നു, അവന് വല്ലാതെ വിശന്നിരുന്നു. സായ്‌വ് ചോദിച്ചു.

''എന്താ അന്റെ പേര്?''

''സലിം''

''അണക്ക് പൈക്കിണില്ലേ?''

അവൻ ഒന്നും പറഞ്ഞില്ല. ഉമ്മയുടെ മരണത്തിന്നു ശേഷം ആരും അവന്റെ വിശപ്പിനെപ്പറ്റി അന്വേഷിച്ചിട്ടില്ല. ബാപ്പ ഉള്ളതും ഇല്ലാത്തതും ഒരുപോലെയായിരുന്നു. പിന്നേയും ഉപ്പാപ്പയാണ് അവന്റെ കാര്യങ്ങൾ നോക്കിയിരുന്നത്. അവന് കരച്ചിൽ വന്നു. മുതലാളി അടുത്ത് ചെന്നു അവന്റെ തോളിൽക്കൂടി കൈയിട്ട് അടുപ്പിച്ചു.

''ഇജ്ജ് ഇന്റെ കൂടെ നിന്നോ. നസീബ്ണ്ടെങ്കി നന്നാവും.''

അയാൾ അകത്തേക്കു നോക്കി വിളിച്ചു ഒരു വയസ്സായ സ്ത്രീ പുറത്തേക്കു വന്നു. സലീമിനെ ചൂണ്ടിക്കൊണ്ട് അയാൾ പറഞ്ഞു.

''ഇബനെ അകത്തു കൊണ്ടുപോയി എന്തെങ്കിലും തിന്നാൻ കൊടുക്കീ.''

രാത്രി ഉറങ്ങാൻ നേരത്ത് സായ്‌വ് കാലു തിരുമ്മാൻ ആവശ്യപ്പെട്ടു. അവന്ന് നല്ല ഉറക്കം വന്നിരുന്നു. അവൻ എവിടെയാണ് കിടക്കേണ്ടതെന്നുപോലും മുതലാളി പറഞ്ഞിരുന്നില്ല. സായ്‌വ് ഉറങ്ങിയാൽ നിലത്തുവിരിച്ച പരവതാനിയിൽ കിടക്കാമെന്നവൻ കരുതി. പക്ഷേ ക്ഷീണം കാരണം അവൻ ഉറങ്ങിപ്പോവുകയാണുണ്ടായത്. രാവിലെ ഉണർന്നപ്പോൾ അവൻ സായ്‌വിന്റെ കൈകളിലായിരുന്നു. അയാളുടെ രോമാവൃതമായ മാറിൽ അവൻ മുഖമമർത്തി കിടക്കുകയായിരുന്നു. അവന് ജാള്യത തോന്നി, ഒപ്പം ഭയവും. മുതലാളി

ദേഷ്യപ്പെടുമെന്ന് ഭയന്ന് അവൻ ചാടിയെഴുന്നേൽക്കാൻ ശ്രമിച്ചു. മുതലാളി ഉണർന്നു. ദ്വേഷ്യം പിടിക്കുന്നതിനു പകരം ചിരിച്ചുകൊണ്ട് അയാൾ ചോദിച്ചു.

''നന്നായി ഉറങ്ങീലെ വലാലേ?''

നര കയറിയ രോമങ്ങളുള്ള മാറത്തെ സുഗന്ധം അപ്പോഴാണവൻ ശ്രദ്ധിച്ചത്. അതു വളരെ ഹൃദ്യമായിരുന്നു.

ഇന്നും ഈ ഇരുപത്തിനാലാം വയസ്സിൽ കല്യാണം കഴിഞ്ഞ ശേഷവും ആ ഗന്ധം അവനെ ഉത്തേജിപ്പിച്ചു. ആ അറിവ് അവനെ അസ്വസ്ഥനാക്കി.

സായ്വ് തിരിഞ്ഞുകിടന്ന് ഉറക്കമായി. അവൻ എഴുന്നേൽക്കാൻ ധൃതിയൊന്നും കാണിച്ചില്ല. അങ്ങനെ കിടക്കുന്നതിൽ അവൻ ആശ്വാസം കണ്ടെത്തി. സായ്വ് അവനുവേണ്ടി ഒരു മുറി കൊടുത്തിരുന്നു. പക്ഷേ കദീജുമ്മയില്ലാത്ത ദിവസങ്ങളിലെല്ലാം അവൻ ഈ മുറിയിലാണ് കിടന്നിരുന്നത്. അതുകൊണ്ട് കെട്ടിയോളെ കൊണ്ടുവരുന്നതിനുമുമ്പ് ഒരു നല്ല കിടക്ക വാങ്ങാൻ സായ്വ് പറഞ്ഞത് അവൻ കേട്ടില്ല.

കിടപ്പറയുടെ മങ്ങിയ വെളിച്ചത്തിൽ പതുപതുത്ത കിടക്കയിൽ കിടന്നുകൊണ്ട് അവൻ ആലോചിച്ചു. ബംഗ്ലാവിന്റെ ഒരൊഴിഞ്ഞ മൂലയിൽ തനിക്കുവേണ്ടി ഒരു പെൺകുട്ടി കാത്തിരിക്കുന്നുണ്ട്. വേറെ ഏതോ കാലത്ത്, വേറെ ഏതോ സ്ഥലത്ത് നടക്കുന്ന കാര്യം പോലെ അവൻ ആയിഷയെപ്പറ്റി ഓർത്തു. തന്റെ മാത്രമായ ഒരു പെൺകുട്ടി, തനിക്കുവേണ്ടി കാത്തിരിക്കുന്ന ഒരു പതിനെട്ടുവയസ്സുകാരി. അവൾ ഒരുപക്ഷേ പേടിച്ചരണ്ടിരിക്കയാവും എന്നോർത്തപ്പോൾ അവൻ എഴുന്നേറ്റു കുളിമുറിയിൽ കയറി.

അവൻ ഒരു ട്രേയിൽ അപ്പോഴേക്കും തണുത്തു കഴിഞ്ഞ ബിരിയാണിയും മറ്റും എടുത്ത് ഇടനാഴിയിലൂടെ നടന്നു. സമയം പന്ത്രണ്ടു കഴിഞ്ഞു. ട്രേ നിലത്തു വെച്ച് അവൻ വാതിൽ തുറന്നു. പെട്ടെന്ന് അവനൊരു ആന്തലുണ്ടായി. ആയിഷ അവിടെ ഉണ്ടായിരുന്നില്ല. ട്രേ മേശപ്പുറത്ത് വെച്ച് അവൻ ചുറ്റും നോക്കി.

ഒരു തേങ്ങൽ. അവൻ കട്ടിലിന്റെ അടിയിൽ നോക്കി. അവിടെ ആയിഷ ചുരുണ്ടുകൂടി കിടക്കയാണ്. സലിം അവളെ വലിച്ചെടുത്തു. അവൾ തേങ്ങിത്തേങ്ങി കരയുകയാണ്. അവൻ അവളെ ഉമ്മ വെച്ചു.

''വാ, മോളെ നമുക്ക് ബയ്ക്കാം.''

''നിക്ക് മേണ്ട.'' അവൾ തേങ്ങലിന്നിടയിൽ പറഞ്ഞു.

''അങ്ങനെ പറ്റൂല.'' സലിം പറഞ്ഞു. 'ബാ, ഞാൻ അനക്ക് ബായില് തരാം.''

അവൻ അവളെ മടിയിലിരുത്തി, ബിരിയാണി വായിൽ കൊടുത്തു. അവൻ ബാപ്പയായി, അവൾ അവന്റെ അരുമമകളും. ഭക്ഷണത്തിന്നു ശേഷം അവൻ ആയിഷയെ മടിയിൽ കിടത്തി തലയിൽ തലോടി. അവൾ ക്രമേണ ഉറക്കമായി. അവൻ അവളെ കിടക്കയിൽ കിടത്തി ഒരു കൊച്ചുകുഞ്ഞിനെയെന്നപോലെ. കിടക്ക കട്ടികുറഞ്ഞ് കല്ലച്ചതായിരുന്നു. വിരിയാകട്ടെ, മുഷിഞ്ഞു നാറിയുമിരുന്നു. അവൻ ഏതാനും നിമിഷങ്ങൾക്കു മുമ്പ് കിടന്നിരുന്ന പതുപതുത്ത ഫോമിന്റെ കിടക്ക ഓർത്തു. എയർ കണ്ടിഷണർ അവൻ ആയിഷയെ കാണിച്ചിരുന്നില്ല. കിടക്കുന്നതിനു മുമ്പ് അവൾ കാണാതെ അത് ഓണാക്കണമെന്നും മുറി ക്രമേണ തണുത്തുവരുന്നതു കണ്ട് അവൾ അത്ഭുതപ്പെടണമെന്നും അവൻ കരുതിയിരുന്നു. ആ തണുപ്പിൽ സ്വർഗ്ഗം പണിയുമെന്നും അവളെ സ്വന്തമാക്കുമെന്നും അവൻ ആഗ്രഹിച്ചിരുന്നു.

അവന് ഭക്ഷണം കഴിക്കാൻ തോന്നിയില്ല. അവൻ ജനലിലൂടെ പുറത്തേക്കു നോക്കി. ഇരുട്ടുമാത്രം. ബംഗ്ലാവിനു മുൻവശത്തു കത്തുന്ന വിളക്കിന്റെ വെളിച്ചം പിൻവശത്തേക്കെത്തിയിരുന്നില്ല. അവൻ വാതിൽ തുറന്ന് പുറത്തേക്കിറങ്ങി. ആകാശത്തിൽ നക്ഷത്രങ്ങൾ മിന്നി. തണുത്തുവരുന്ന ഇരുട്ടിലേക്കിറങ്ങി നടക്കുമ്പോൾ അവൻ ആലോചിച്ചു, തന്റെ സ്വർഗ്ഗം ഇനിയും എത്ര അകലെയാണ്?

■

സൂര്യകാന്തിപ്പൂക്കൾ

ഇന്നലെ വൈകുന്നേരം ദില്ലിയിൽ നിന്ന് ബോംബെയ്ക്കുള്ള തീവണ്ടിയിലായിരുന്നു. ഇന്ന് ബോംബെയിൽ നിന്ന് നാട്ടിലേയ്ക്കുള്ള വണ്ടിയിൽ. ബോംബെയിൽ കഷ്ടിച്ചൊരു പകൽ മാത്രം. ചെമ്പൂരിൽ പോയി പെൺകുട്ടിയെ കണ്ടു. ഇനി മറ്റന്നാൾ പുലർച്ചെ തൃശ്ശൂരിലെത്തും. ടാക്സിപിടിച്ച് വീട്ടിലെത്തുമ്പോൾ ആറുമണിയാകും. അമ്മ രാത്രി ഉറങ്ങിയിട്ടുണ്ടാവില്ല. ഉറങ്ങിയാൽ പുലർച്ചെ ഉണരാൻ വൈകുമോ, മകൻ വന്നതറിയാതെ പോകുമോ എന്ന ഭയം. അയാൾ ആലോചിച്ചു. തന്നെക്കണ്ടാൽ എപ്പോഴും പറയാറുള്ള വാചകം തന്നെ വീണ്ടും പറയും.

''നീ വല്ലാതെ ചടച്ചിട്ടുണ്ടല്ലോ.''

എതിർവശത്തെ സീറ്റിൽ ഇരിക്കുന്നത് കുറച്ച് പ്രായം ചെന്ന ദമ്പതികളായിരുന്നു. അവർ അയാളെ നോക്കി ചിരിച്ചു. ഭർത്താവ് ചോദിച്ചു.

''എവിടെയാണ് ഇറങ്ങുന്നത്.''

''തൃശ്ശൂരിൽ.'' അയാൾ പറഞ്ഞു. ''നിങ്ങളോ?''

''ഞങ്ങൾക്ക് തിരുവനന്തപുരംവരെ പോണം.''

അവർ അധികമൊന്നും സംസാരിക്കരുതേ എന്നയാൾ പ്രാർത്ഥിച്ചു. തീവണ്ടിയാത്രകളിൽ കഴിയുന്നത്ര ഏകാകിയാവാനാണയാൾക്കിഷ്ടം. മനോരാജ്യം കാണാം പഴയകാലത്തെ ഓർമ്മകൾ വീണ്ടും പുതുക്കാം. പഴയ വ്രണങ്ങളെ താലോലിക്കാം, വല്ലപ്പോഴും കണ്ടു കിട്ടിയ സന്തോഷത്തിന്റെ നിമിഷങ്ങളെ മുത്തുപോലെ പുറത്തെടുക്കാം. ഇതെല്ലാം യാത്രയിലെ പറ്റൂ.

അയാൾ രാവിലെ കണ്ട പെൺകുട്ടിയെപ്പറ്റി ആലോചിച്ചു. ഫെർട്ടിലൈസർ കോളനിയിലെ ഇരുനിലക്കെട്ടിടത്തിലൊന്നിലാണ് അവളുടെ ഫ്ളാറ്റ്. അമ്മയുടെ കത്തിൽനിന്നാണ് അവരുടെ വിലാസം കിട്ടിയത്. അമ്മ എഴുതി. നീ നാട്ടിലേക്കു വരുമ്പോൾ ബോംബെ

വഴി വന്നാൽ മതി. അവിടെ ഒരു പെൺകുട്ടിയുണ്ട്. നീ അവളെ കണ്ടുനോക്ക്. ഇഷ്ടായെങ്കിൽ നമുക്ക് ഈ പ്രാവശ്യം തന്നെ അതു നടത്താം. അവളുടെ അച്ഛനും അമ്മയും ഒക്കെ ഞങ്ങളുടെ നല്ല കൂട്ടായിരുന്നു. നീ എന്തായാലും കുട്ടിയെ കണ്ടു വരണം.

വടിവില്ലാത്ത അക്ഷരത്തിൽ ഇൻലന്റിന്റെ നാലതിരുകളിൽക്കൂടി തലങ്ങനെയും വിലങ്ങനെയും അമ്മയുടെ പരാതികൾ നിരന്തരം ഒഴുകിവന്നു. ഓരോ കത്തു കിട്ടുമ്പോഴും അയാൾ ചിരിക്കും. കത്ത് ഒരാവർത്തി കൂടി വായിക്കും പിന്നെ വിചാരിക്കുകയും ചെയ്യും. വരാം അമ്മേ വരാം. കുറച്ചുകൂടി കഴിയട്ടെ. പത്തുകൊല്ലം ജോലിയെടുത്ത ശേഷം, സ്വന്തമായി ഒരു ജീവിതം വേണമെന്നയാൾക്കു തോന്നിത്തുടങ്ങിയിരുന്നു. പക്ഷേ, അതിനിനി എല്ലാം ആദ്യം തുടങ്ങണം. പത്തുകൊല്ലം താൻ ഇഷ്ടമില്ലാത്ത ചില ബന്ധുക്കളെ സഹായിച്ച് ജീവിതം നശിപ്പിച്ചു. ആലോചിക്കും തോറും അയാളുടെ മനസ്സ് കലുഷമായി. കടലാസ്സെടുത്ത് അമ്മയ്ക്ക് എഴുതാൻ തുടങ്ങുന്നു. നാലഞ്ചു പേജ് ധൃതിയിൽ എഴുതിയുണ്ടാക്കുന്നു.

അമ്മയുടെ ഏട്ടനും മക്കൾക്കുംവേണ്ടി ഞാൻ എന്റെ ജീവിതത്തിന്റെ നല്ല വർഷങ്ങൾ ചെലവിട്ടു. ഇനി എനിക്ക് സ്വന്തമായി ജീവിക്കണമെങ്കിൽ ആദ്യം വല്ലതും സമ്പാദിച്ചിട്ടു വേണം...

കത്ത് പോസ്റ്റ് ചെയ്യാതെ മേശവലിപ്പിലിടുന്നു. നാലഞ്ചുദിവസം നിത്യേന അതെടുത്തു വായിക്കുന്നു.

അരിശം കുറച്ചടങ്ങിയാൽ കത്തു കീറി വലിച്ചെറിയുന്നു, പിന്നെ ഒരു ഇൻലന്റ് എടുത്ത് എഴുതുന്നു.

കാര്യമൊക്കെ ശരി തന്നെ. എനിയ്ക്ക് കല്യാണം വേണം. പക്ഷേ, കുറച്ചുകൂടി ഒരുക്കാനുണ്ട്. വല്ല പെൺകുട്ടികളും ഉണ്ടോ അമ്മയുടെ സ്റ്റോക്കിൽ? ഒന്നു രണ്ടു കൊല്ലത്തിനുള്ളിൽ എല്ലാം ശരിയാക്കാം. അമ്മ വേവലാതിപ്പെടാതിരിക്കൂ.

മനസ്സ് അലഞ്ഞുതിരിഞ്ഞു പോയതയാൾ കണ്ടു. ഫെർട്ടിലൈസർ കോളനിയിൽ രാവിലെ പെണ്ണുകാണാൻ പോയത് ഓർക്കാനാണ് ശ്രമിച്ചത്. അതോടൊപ്പം ആ പെൺകുട്ടിയെപ്പറ്റി സ്വല്പം മനോരാജ്യം കാണാനും. പെൺകുട്ടി സുന്ദരിയായിരുന്നു. ഇരുനിറം. അധികം തടിയില്ല. സാരിയാണ് വേഷം. അവൾ തല കുനിച്ച് വാതിൽക്കൽ നിൽക്കുകയായിരുന്നു.

‘‘മോളെ ഇവിടെ വന്നിരിക്ക്.’’

അവളുടെ അച്ഛൻ പറഞ്ഞു.

‘‘വേണ്ടച്ഛാ, ഞാൻ ഇവിടെ നിന്നോളാം.’’

“നമ്മുടെ ഭാർഗ്ഗവിച്ചേച്ചീടെ മകനാണ് മോളെ. നിന്നെ കാണാൻ വന്നതാണ്.”

അവൾ പതുക്കെ നടന്നു വന്ന് അയാൾ ഇരുന്നിരുന്ന സോഫയുടെ മറ്റേ അറ്റത്ത് വന്നിരുന്നു.

“എന്താ കുട്ടീടെ പേര്?” അയാൾ ചോദിച്ചു.

“നിർമ്മല.”

“പഠിക്കുകയാണോ?”

“അല്ല, ബി. എ. കംപ്ലീറ്റ് ചെയ്തു.”

പിന്നെ ഒന്നും ചോദിക്കാനില്ലെന്ന് അയാൾക്കു മനസ്സിലായി. വേണമെങ്കിൽ പലതും ചോദിക്കാം. എന്താവാനാണ് ആഗ്രഹം? ഹോബി? വായനയുണ്ടോ? ഇഷ്ടപ്പെട്ട ഗ്രന്ഥകാരൻ? പക്ഷേ അതെല്ലാം കൃത്രിമമാവും. ഒരു ചോദ്യാവലി മുമ്പിൽ വെയ്ക്കാൻ അയാൾ ഇഷ്ടപ്പെട്ടില്ല. അന്യോന്യം ഇഷ്ടമാവേണ്ടത് ഒരു ചോദ്യാവലിയുടെ ഉത്തരങ്ങളുടെ സാദൃശ്യത്തിലല്ല, മറിച്ച് മാനസികമായി അടുക്കാൻ പറ്റുമോ എന്ന കാര്യത്തിലാണെന്ന് അയാൾ വിശ്വസിച്ചു. ഒരു പെൺകുട്ടിയും ആൺകുട്ടിയും തമ്മിൽ അരമണിക്കൂർ അടുത്തടുത്തിരുന്നാൽ രണ്ടുപേരും സംസാരിച്ചില്ലെങ്കിലും മാനസികമായ സംവേദനം നടക്കുമെന്ന് അയാൾക്കറിയാം.

ഭാർഗ്ഗവിയുടെ കത്തുണ്ടായിരുന്നു. നിർമ്മലയുടെ അച്ഛൻ പറഞ്ഞു. പക്ഷേ ഞങ്ങൾ നിർമ്മലയോട് ഒന്നും പറഞ്ഞിട്ടില്ല.

അയാളുടെ തല നരച്ചിരുന്നു. റിട്ടയർ ചെയ്യേണ്ട വയസ്സായിക്കാണും.

“ദാസനെ ഞാൻ കുട്ടിക്കാലത്ത് കണ്ടതാണ് അന്ന് എത്രയായിട്ടുണ്ടാകും പ്രായം?”

“ആറു വയസ്സ്.” നിർമ്മലയുടെ അമ്മ പറഞ്ഞു. “ഭാർഗ്ഗവിച്ചേച്ചിയും കേശുവേട്ടനും ബോംബെ വിടുമ്പോൾ ഇവൻ ഒന്നാം ക്ലാസ്സ് കഴിഞ്ഞ് നിൽക്കുകയായിരുന്നു. നമ്മുടെ മോൾക്ക് ഒരു വയസ്സായിട്ടില്ല അന്ന് നല്ല കൗതുകമുള്ള കുട്ടിയായിരുന്നു ഇവൻ. തുടുത്ത കവിളുകളും തിളങ്ങുന്ന കണ്ണുകളുമായി. അന്ന് നല്ല നിറവുമുണ്ടായിരുന്നു. കുഞ്ഞിഷൂസുമിട്ട് അവൻ വന്ന് മുട്ടിന്മേൽ കൈയും വെച്ച് കുമ്പിട്ടുനിന്ന് നിർമ്മല കിടന്നു കളിക്കുന്നത് നോക്കി നിൽക്കും കുറെ നേരം.”

നിർമ്മല ചിരിച്ചു.

ദാസന് അതൊന്നും ഓർമ്മയില്ല. പോകുന്നതിനു മുമ്പ് നല്ല ഭംഗിയുള്ള ഒരു സ്ത്രീയുടെ വീട്ടിൽ പോയത് ഓർമ്മയുണ്ട്. നിറയെ പൂക്കളുള്ള ഒരു തോട്ടമുള്ള വീട്ടിൽ. ആ സ്ത്രീ ഇവരായിരുന്നുവോ?

മരത്തിന്റെ ഫ്രെയിമിൽ ചൂരൽമെടഞ്ഞ ഒരു സോഫ, ഒരരുകിൽ എഴുതാനുള്ള മേശ, കസേര, ചുമരിൽ ഒരു വർണ്ണ ചിത്ര കലണ്ടർ, ഇത്രയും മാത്രം. വളരെ ലളിതമായിരുന്ന മുറി. അയാൾക്ക് അവരുടെ സാമീപ്യം ഇഷ്ടപ്പെട്ടു. മൂന്നുപേരും തനിക്ക് അന്യരല്ലെന്ന തോന്നൽ അയാൾക്ക് സാന്ത്വനമരുളി.

ഊണുകഴിഞ്ഞ് പോകാറാകുമ്പോൾ ദാസൻ പറഞ്ഞു.

''എനിക്ക് നിർമ്മലയെ ഇഷ്ടമായി, അവൾക്ക് എന്നെ ഇഷ്ടമായോ എന്ന് അമ്മയ്ക്കെഴുതിയാൽ മതി.''

അവരെ ഊഹത്തിനു വിട്ടുകൊടുത്തു ശിക്ഷിക്കുന്നത് ശരിയല്ലെന്നയാൾക്കു തോന്നി.

''ഇഷ്ടമാവാതെ എന്താ?''

ഭവാനിയമ്മ പറഞ്ഞു.

തന്റെ സാമീപ്യത്തിൽ നിർമ്മലയും സ്വസ്ഥയായി കണ്ടു. പിന്നെ യാത്ര ചോദിച്ചപ്പോൾ അവളുടെ മുഖത്തുണ്ടായ പ്രസന്ന ഭാവരസങ്ങളിൽ നിന്ന് അവൾക്ക് തന്നെ ഇഷ്ടമായെന്നയാൾക്കു മനസ്സിലായി.

ഇപ്പോൾ ട്രെയിനിൽ ഒറ്റയ്ക്കിരിക്കുമ്പോൾ ആ അറിവ് അയാളിൽ ആഹ്ലാദം പകർന്നു. നിർമ്മലയ്ക്ക് തന്നെ ഇഷ്ടമായോ എന്നറിഞ്ഞില്ലെങ്കിൽ തനിക്കൊരിക്കലും ഈ സമാധാനമുണ്ടാവില്ലായിരുന്നു. ഇപ്പോൾ ചെമ്പൂരിലെ ഫ്ളാറ്റുകളിലൊന്നിൽ താമസിക്കുന്ന ഇരുനിറമുള്ള മെലിഞ്ഞ പെൺകുട്ടി അയാളുടെ സ്വകാര്യ സ്വത്തായി മാറിയിരുന്നു.

''വീട്ടിൽ ആരൊക്കെയുണ്ട്?''

എതിർവശത്തുനിന്നു ചോദ്യം. സ്ത്രീയുടേതാണ്.

''അമ്മ...''

അയാൾ നിർത്തി.

''അച്ഛൻ?''

''മരിച്ചു.''

''ഓ.''

''നാല്പത്തിയെട്ടാം വയസ്സിൽ. ഹാർട്ടറ്റാക്കായിരുന്നു.''

അയാൾ അച്ഛനെപ്പറ്റി ഓർത്തു. തനിക്ക് പതിനഞ്ചുവയസ്സുള്ളപ്പോഴാണ് അച്ഛൻ മരിച്ചത്. ബോംബെയിൽ തുടങ്ങിയ ബിസിനസ്സിൽ കനത്ത നഷ്ടം വന്നപ്പോഴാണ് എല്ലാം വിറ്റ് നാട്ടിൽ വന്ന് താമസമാക്കാമെന്ന് വെച്ചത്. ഫ്ളാറ്റു വിറ്റു, കടങ്ങളെല്ലാം വീട്ടി, ബാക്കി പണംകൊണ്ട് ഒരു ചെറിയ കട തുടങ്ങുകയും ചെയ്തു. അതും

വളരെ നഷ്ടത്തിൽ കലാശിച്ചു. അവസാനത്തെ ഒന്നു രണ്ടു കൊല്ലം വളരെ ബുദ്ധിമുട്ടായിരുന്നു. അച്ഛന്റെ മോശമായ ആരോഗ്യം, പെട്ടെന്നു ദേഷ്യം പിടിക്കുന്ന പ്രകൃതം, കടക്കാരുടെ ശല്യം. അച്ഛൻ തന്നോടു തന്നെയല്ല വേറെ ആരോടെങ്കിലും ബഹളം കൂടിയാൽ കൂടി ദാസൻ അകത്തെവിടെയെങ്കിലും ഒറ്റയ്ക്കു പോയിരുന്ന് കരയാറുണ്ട്, അച്ഛന്റെ കഷ്ടപ്പാടുകളോർത്ത്. ബോംബെയിൽ താൻ ചെറിയ കുട്ടിയായിരിക്കുമ്പോൾ, അച്ഛൻ എത്ര സ്നേഹസമ്പന്നനും സ്വീകാര്യനുമായിരുന്നെന്നയാൾ ആലോചിക്കാറുണ്ട്. ബിസിനസ്സിൽ തുടരെയുണ്ടായ നഷ്ടം അച്ഛനെ തളർത്തിയിരുന്നു, ഒരു വാശിക്കാരനും വെറിയനുമാക്കിയിരുന്നു.

“അമ്മ ഒറ്റയ്ക്കാണോ താമസം?”

വീണ്ടും എതിർവശത്തിരുന്ന സ്ത്രീ ചോദിച്ചു.

ദാസൻ ഒരു നിമിഷം സംശയിച്ചു; പിന്നെ തലയാട്ടി.

ഒറ്റയ്ക്കാണോ? അയാൾക്കതറിയില്ല. അമ്മാവന്റെ മകൾ രേണു അവിടെ വന്ന് താമസിക്കാറുണ്ടെന്നയാൾ അറിഞ്ഞിരുന്നു. അമ്മ പക്ഷേ ഒരു കത്തിലും അവരെപ്പറ്റി എഴുതിയിരുന്നില്ല. മകന്റെ വിരോധബുദ്ധി അവർക്കറിയാമായിരുന്നു.

ദാസൻ അമ്മാവനെ ഓർത്തു. അമ്മാവനെ നിരന്തരം പിൻതുടർന്നിരുന്ന ദുർവിധിയെപ്പറ്റിയും അമ്മ പറയാറുണ്ട്.

ചിലരെ ദുർവിധി കുറച്ചു കാലത്തേക്ക് ശല്യപ്പെടുത്തും. ചിലരെ ജീവിതകാലം മുഴുവൻ. ഏട്ടന്റെ കാര്യം അങ്ങനെയാണ്. കുട്ടിക്കാലം മുതലേ മൂപ്പരൊരു ഗ്രഹപ്പിഴക്കാരനാണ്. തൊട്ട കാര്യങ്ങളൊന്നും ശരിയായിട്ടില്ല. സാധാരണ കുട്ടികൾ അനായാസേന ചെയ്യുന്ന കാര്യങ്ങൾ ഏട്ടൻ ചെയ്താൽ അബദ്ധമായി. കയ്യൊടിയുകയോ തലയ്ക്കു മുറിവേൽക്കുകയോ ചെയ്യും. പരീക്ഷയിലെല്ലാം തോൽക്കും. കാരണം പഠിച്ചതൊന്നുമല്ല പരീക്ഷയ്ക്കു വരുക. വലുതായിട്ടും ഈ ദൗർഭാഗ്യം ഏട്ടന്റെ ഒപ്പം തന്നെയുണ്ടായിരുന്നു. കല്യാണദിവസം കൂടി എനിക്കോർമ്മയുണ്ട്, എന്നുമില്ലാത്ത കാറ്റും മഴയും. മരങ്ങളൊക്കെ കട പുഴകി വീണു. ബസ്സുണ്ടായിരുന്നില്ല എന്നിട്ട് കല്യാണ വീട്ടിലേക്ക് മഴ നനഞ്ഞ് പതിനെട്ടു നാഴിക നടന്നിട്ടാണ് പോയത്. അന്ന് മുഹൂർത്തം തെറ്റിയില്ലെന്നേയുള്ളൂ വിധി അങ്ങിനെയായാൽ എന്താ ഒരാള് ചെയ്യ്യാ? മൂന്നു പ്രാവശ്യം കച്ചവടം നടത്താൻ നോക്കി പൊളിഞ്ഞു.

അമ്മാവന് ഒരിക്കലും സ്ഥിരമായ വരുമാനം ഉണ്ടായിരുന്നില്ലെന്ന് ദാസൻ ഓർത്തു. കുട്ടിക്കാലത്ത് അച്ഛൻ സഹായിച്ചിരുന്നതായി ഓർമ്മയുണ്ട്. പിന്നെ അച്ഛന്റെയും ശനിദശ തുടങ്ങിയപ്പോൾ അവരെല്ലാം, അമ്മാവനും അമ്മായിയും രണ്ടു കുട്ടികളും എങ്ങനെയായിരുന്നു

ജീവിച്ചിരുന്നതെന്ന് ദാസന് അറിയില്ലായിരുന്നു. അച്ഛൻ മരിച്ച് രണ്ടു കൊല്ലത്തിനുള്ളിൽ താൻ ദില്ലിയിലേക്ക് ജോലിയന്വേഷിച്ചു പോകുകയും ചെയ്തപ്പോഴാണ് തന്റെ കഷ്ടകാലം തുടങ്ങിയത്.

തീവണ്ടി പശ്ചിമഘട്ടങ്ങളിലേക്ക് പ്രവേശിച്ചുതുടങ്ങി. വണ്ടിയുടെ താളം പതുക്കെയായി. ഇനി മലനിരകളും തുരങ്കങ്ങളും വരും. അയാൾക്ക് നേരിയ ഓർമ്മയുണ്ട്. ഇരുപത്തൊന്നു കൊല്ലം മുമ്പ് ഇതേ വഴി യാത്ര ചെയ്തത്. അന്ന് ആറു വയസ്സുള്ളപ്പോൾ അമ്മയുടെയും അച്ഛന്റെയും ഒപ്പം യാത്ര ചെയ്തതാണ്. യാത്രയ്ക്കിടയിൽ തുരങ്കങ്ങൾ വന്ന് ബാഹ്യലോകം പെട്ടെന്ന് അപ്രത്യക്ഷമാകുന്നത് അവൻ അത്ഭുതം വിടർന്ന കണ്ണുകളോടെ നോക്കിയിരുന്നു. അങ്ങനെ ബാഹ്യലോകം പെട്ടെന്ന് ഇരുളാനുള്ള കാരണം വളരെ പിന്നീടാണ് അവനു മനസ്സിലായത്.

ജാലകത്തിന്നരുകിൽ ആകെ പ്രക്ഷുബ്ധനായിരുന്ന ആറുവയസ്സുകാരനെ അയാൾ ഓർത്തു. സ്വന്തം കുട്ടിക്കാലം ഒരു കണ്ണാടിയിലെന്നപോലെ അയാൾ നോക്കിക്കണ്ടു. അവൻ പ്രക്ഷുബ്ധനായിരുന്നു, കാരണം അവന്റെ കൈയിൽ മുറുകെപ്പിടിച്ച കടലാസുപൊതിയിൽ സൂര്യകാന്തിപ്പൂവിന്റെ വിത്തുകളായിരുന്നു. അവനത് നാട്ടിലെ തോട്ടത്തിൽ വെച്ചു പിടിപ്പിക്കണം. വളരെ ഉത്തരവാദിത്വമുള്ള ഒരു ജോലിയായിരുന്നു. അവൻ കടലാസു പൊതി മുറുകെപ്പിടിച്ചു.

നാട്ടിലേക്കു പുറപ്പെടുന്നതിനു മുമ്പ് വിട പറയാൻ പോയതായിരുന്നു, ഒരു വീട്ടിൽ. അവിടെ സൂര്യകാന്തിപ്പൂക്കൾ വിടർന്നു നിൽക്കുന്നതു കണ്ടപ്പോൾ അതിന്റെ വിത്തു വേണമെന്നു ദാസൻ പറഞ്ഞു. പൂക്കളുള്ള സാരിയുടുത്ത ഭംഗിയുള്ള ഒരു സ്ത്രീ ആ ചെടിയുടെ വിത്തുകൾ എടുത്ത് ഭദ്രമായി പൊതിഞ്ഞ് അവന്റെ കൊച്ചു കയ്യിൽ കൊടുത്തത് ദാസന് ഓർമ്മയുണ്ട്. അവൻ അതു പിന്നെ കൈവിട്ടില്ല. കുളിക്കുമ്പോഴുള്ള കുറച്ചു സമയം മാത്രമേ അതു നിലത്തു വെച്ചുള്ളൂ. ഉറങ്ങുമ്പോൾ കൂടി ആ വിത്ത് ഒരു വിലപിടിച്ച വസ്തുവെപ്പോലേ കൈയിൽ മുറുകെ പിടിച്ചു. പിറ്റേന്ന് തീവണ്ടിയിൽ യാത്ര തിരിക്കുമ്പോഴും അവന്റെ കളിപ്പാട്ടങ്ങളേക്കാൾ കരുതലോടെ അവൻ മുറുകെ പിടിച്ചത് ആ പൊതിയായിരുന്നു.

തീവണ്ടി പർവ്വതനിരകളിലേക്ക് കടന്നു. ഒരു വശത്ത് മലനിരകൾ, ഒരു വശത്ത് അഗാധമായ കൊല്ലികൾ. അതിനിടയ്ക്ക് ഇരുട്ടു നിറയ്ക്കുന്ന തുരങ്കങ്ങൾ. അയാൾ വീണ്ടും ആറാം വയസ്സിൽ അച്ഛനമ്മമാരുടെ ഒപ്പം ചെയ്ത യാത്ര ഓർമ്മിച്ചു. ജനലിനടുത്തിരുന്ന് പുറത്തു കണ്ട മായാലോകത്തിൽ മുഴുകിയിരിക്കയായിരുന്നു അവൻ. ബോംബെയിൽ നിന്നു പുറപ്പെട്ടപ്പോൾ ചൂടായിരുന്നു. മലനിരകളിൽ

എത്തിയപ്പോൾ തണുത്ത കാറ്റു വീശാൻ തുടങ്ങി, അതവന്റെ കണ്ണുകളെ തലോടി. തീവണ്ടിയുടെ പതിഞ്ഞ ശബ്ദം ഒരു താരാട്ടായി വന്ന് അവന്റെ കണ്ണുകളെ അടപ്പിച്ചു. അവൻ ഒരു നിമിഷം മയങ്ങിപ്പോയി. ജാഗ്രതയുടെ ചങ്ങലയിൽ ദുർബ്ബലമായ ഒരു കണ്ണിയായി ആ ഉറക്കത്തിന്റെ നിമിഷം ഭവിച്ചു. വിത്തുകൾ ഉള്ളപൊതി ജാലകത്തിലൂടെ പുറത്തിട്ട കയ്യിൽ നിന്ന് വഴുതി വീണു.

താൻ പെട്ടെന്ന് ഉണർന്ന് കരയാൻ തുടങ്ങിയത് ദാസൻ ഓർമ്മിച്ചു. തന്നെ സംബന്ധിച്ചിടത്തോളം എല്ലാം നഷ്ടപ്പെട്ടിരിക്കുന്നു. മാത്രമല്ല തനിക്കു വിത്തുകളോടുണ്ടായിരുന്ന ഉത്തവാദിത്തം, അതായത് അവയെ നാട്ടിലെ മണ്ണിൽ വളർത്തിയെടുക്കാമെന്ന മൗനവാഗ്ദാനം തെറ്റിച്ചിരിക്കുന്നു. കമ്പാർട്ടുമെന്റിലെ എല്ലാവരും തിങ്ങിക്കൂടി, എന്താണുണ്ടായതെന്നറിയാൻ. ഒരു പൊതി വിത്തുകൾ മാത്രമാണ് പോയതെന്നറിഞ്ഞപ്പോൾ ആൾക്കാർ തിരിച്ചുപോയി. പലരും അവനെ ആശ്വസിപ്പിച്ചു. അവന് പക്ഷേ ആശ്വസിക്കാൻ കഴിഞ്ഞില്ല. പിന്നെ നാട്ടിലെത്തി കുറെക്കാലം കഴിഞ്ഞിട്ടും നഷ്ടപ്പെട്ട ആ സൂര്യകാന്തി വിത്തുകളുടെ ഓർമ്മ അവന്റെ കണ്ണുകളെ നനച്ചു.

താൻ ഏകദേശം ആ സ്ഥലത്തെത്തിയെന്നു ദാസൻ മനസ്സിലാക്കി. ഇടതുവശത്ത് കണ്ട ഒരു വെള്ളച്ചാട്ടം അയാൾക്ക് ഓർമ്മയുണ്ട്. അതിനടുത്തു തന്നെയാണ് വിത്തുകൾ നഷ്ടപ്പെട്ടത്. അയാൾ പുറത്തേക്കു നോക്കി. അത്ഭുതം കൊണ്ടും ആഹ്ലാദംകൊണ്ടും അയാൾ എഴുന്നേറ്റ് ഓടി കമ്പാർട്ടുമെന്റിന്റെ വാതിൽ തുറന്ന് പുറത്തേക്കു ഏന്തിനിന്നു നോക്കി. അവിടെ കുന്നിന്റെ ചായ്വിൽ താഴ്വരയിൽ ഒരു വലിയ സൂര്യകാന്തിത്തോട്ടം ഉണ്ടായിരിക്കുന്നു. ആയിരക്കണക്കിന് പൂക്കൾ വിരിഞ്ഞു നിൽക്കുന്നു. മഞ്ഞയുടെ ഒരു പരവതാനി വിരിച്ചിട്ട പോലെ കാഴ്ച മനോഹരമായിരുന്നു. അയാൾ വാതിലിനു പുറത്തേക്ക് ഏന്തിനോക്കി. കാറ്റടിക്കുമ്പോൾ പൂക്കളുടെ പരവതാനിയിൽ ഓളങ്ങളുണ്ടാവുന്നതയാൾ കണ്ടു. ആ കാഴ്ച മറയരുതേ എന്നയാൾ പ്രാർത്ഥിച്ചു. പക്ഷേ അടുത്ത നിമിഷത്തിൽ വണ്ടി ഒരു തുരങ്കത്തിലേക്കു പ്രവേശിക്കുകയും ആ കാഴ്ച അയാളിൽ നിന്ന് ക്രൂരമായി അപഹരിക്കപ്പെടുകയും ചെയ്തു. പിന്നെ തുരങ്കം കഴിഞ്ഞ് വീണ്ടും നോക്കിയപ്പോൾ മലയുടെ ഒരു ഭാഗം മറ്റെ താഴ്വരയെ മറച്ചു നിന്നു. അയാൾ പോയി സീറ്റിൽ ഇരുന്നു.

അതേസ്ഥലത്താണ് തന്റെ കൈയിലുണ്ടായിരുന്ന വിത്തുകൾ നഷ്ടപ്പെട്ടതെന്ന് അയാൾക്കുറപ്പാണ്. ഒരു വികൃതിക്കാറ്റ് ആ വിത്തുകളെ പൊതിയിൽനിന്നഴിച്ച് താഴ്വരയിൽ വിതറി. വെയിൽ ആ വിത്തുകളെ ഉണക്കിയെടുത്തു. മണ്ണ് ആ വിത്തുകളെ അരുമയോടെ തന്റെ മാറിൽ മഴക്കാലം വരുന്നത് വരെ സൂക്ഷിച്ചു. മഴ വന്നപ്പോൾ

അവയെ ഉണർത്തി അവയുടെ കൊച്ചു കണ്ണുകൾ മിഴിപ്പിച്ചു. ചെടികൾ വളർന്ന് പൂവും കായുമായി. വീണ്ടും വേനലിൽ വിത്തുകൾ മണ്ണിന്റെ മാറിൽ ഒളിക്കപ്പെട്ടു. അടുത്ത വർഷക്കാലംവരെ. വർഷം വന്നപ്പോൾ ഇതാവർത്തിച്ചു. ഇരുപത്തൊന്നു വർഷം മുറ തെറ്റാതെ പ്രകൃതിയുടെ സർഗ്ഗാത്മകപ്രക്രിയ ആവർത്തിച്ചു. എല്ലാ വർഷവും തീവണ്ടിയിൽ യാത്ര ചെയ്യുന്ന ആയിരങ്ങൾ ഈ അത്ഭുത കാഴ്ച കണ്ട് സ്തബ്ധരായി ആഹ്ലാദഭരിതരായി നിന്നിട്ടുണ്ടാകണം. തന്റെ തോട്ടത്തിലായിരുന്നെങ്കിൽ പൂക്കളുടെ നിഷ്കാമ സേവനത്തിന് പരിമിതികളുണ്ടായേനെ.

വെയിൽ മങ്ങി ക്രമേണ മലനിരകൾ അവ്യക്തതയിലേക്ക് മറഞ്ഞു.

''നിങ്ങൾ എത്രപേരാണ് അമ്മയ്ക്ക്?''

മറുവശത്തിരുന്നവർ ചോദിച്ചു.

''ഞാൻ മാത്രം.'' ദാസൻ പറഞ്ഞു. പിന്നെ ഓർത്തു, പക്ഷേ താൻ രണ്ടുപേരെക്കൂടി തലയിലേറ്റി നടക്കുകയുണ്ടായി.

എതിർവശത്തിരുന്ന യാത്രക്കാരുടെ ചോദ്യങ്ങൾ മലയ്ക്കു മുകളിൽ നിന്നു തട്ടിയിട്ട ചെറിയ കല്ലുകൾ പോലെയാണ്. അവ ഒന്നൊന്നായി കൂട്ടിമുട്ടി താഴ്‌വരയിലെത്തുമ്പോഴേക്ക് കല്ലുകളുടെ ഒരു വലിയ കൂട്ടം തന്നെയുണ്ടാക്കുന്നു. അവരുടെ ഓരോ ചോദ്യവും തന്റെ മനസ്സിന്റെ താഴ്‌വരയിൽ ഓർമ്മകളുടെ ഒരു വലിയ ഹിമപാതം തന്നെയുണ്ടാക്കുന്നു.

പതിനേഴാം വയസ്സിൽ ജോലി തുടങ്ങിയതാണ്. തന്റെ അമ്മയെ നോക്കി പുലർത്താൻ വേണ്ടി. പക്ഷേ അതിന്റെ ഗുണം മുഴുവൻ എടുത്തിരുന്നത് അമ്മാവനും അമ്മായിയും രണ്ടുമക്കളുമായിരുന്നു. അമ്മയ്ക്കെന്നു പറഞ്ഞ് അയച്ചിരുന്ന പണം അവസാനം എത്തിയിരുന്നത് അമ്മാവനും മക്കൾക്കുമായിരുന്നു. അതയാൾ വളരെ കഴിഞ്ഞിട്ടാണ് മനസ്സിലാക്കിയത്.

ഉച്ചയ്ക്ക് ഭക്ഷണം കഴിക്കാൻ പണമില്ലാതെ പല ദിവസങ്ങളിലും കൊണോട്ട് പ്ലേസിൽ റെസ്റ്റോറന്റുകളുടെ മുമ്പിൽ, കയറാൻ ധൈര്യമില്ലാതെ കീശയിലുള്ള ചില്ലറ കൈകൊണ്ടു പരതി, നടന്ന ദിവസങ്ങൾ അയാൾ ഓർത്തു.

പതിനേഴു വയസ്സിൽ ജോലിചെയ്യുന്ന ഒരു കുട്ടിക്ക് ഉച്ചയ്ക്ക് വിശന്നു നടക്കേണ്ടി വരുക എന്ന ഗതികേട് വരുത്തുന്നത് പാപമാണ്.

അയാൾ അമ്മയോട് പിന്നീടൊരിക്കൽ കയർത്തു.

''ഒന്നും രണ്ടും ദിവസങ്ങളല്ല, പല ദിവസങ്ങൾ. ഞാനവിടെ സുഭിക്ഷമായി കഴിഞ്ഞ് ബാക്കിയുള്ള പണം അയച്ചു തരുകയാണെന്നു

കരുതിയോ? നൂറ്റമ്പതുറുപ്പിക കിട്ടിയതിൽനിന്ന് അമ്പതുറുപ്പികയാണ് അയയ്ക്കുന്നത് ബാക്കി നൂറുറുപ്പികകൊണ്ട് ഞാൻ എങ്ങിനെയാണ് ആ നഗരത്തിൽ ജീവിക്കുന്നതെന്ന് അമ്മയ്ക്കറിയാമോ? സ്നേഹിതന്മാർ റെസ്റ്റോറണ്ടുകളിലും സിനിമയ്ക്കും പോകുമ്പോൾ ഞാൻ കള്ളം പറഞ്ഞൊഴിവാവുന്നത്, കീറിയ സോക്സും അടിതേഞ്ഞ് ഓട്ടയായ ഷൂസും മറ്റുള്ളവരെ കാണിക്കാതെ നടക്കാൻ കഷ്ടപ്പെടുന്നത്, ഇതൊന്നും അമ്മയ്ക്ക് മനസ്സിലാവില്ല.''

''ശരിയാണു മോനേ, ബാബുവും രേണുവും നിന്നേക്കാൾ ചെറിയ കുട്ടികളല്ലേ? അവർ ഏട്ടന്റെ മക്കളല്ലേ? എന്റെ മകനും ഏട്ടന്റെ മക്കളും തമ്മിൽ എന്താണ് വ്യത്യാസം? രണ്ടും എന്റെ മക്കളെപ്പോലെയല്ലേ? അവരെ വളർത്തേണ്ടത് നിന്റെയും ചുമതലയല്ലേ? അവർ വിശന്നു കരയുമ്പോഴോ?''

അമ്മയുടെ ന്യായം അയാൾക്കു തീരെ തൃപ്തികരമായി തോന്നിയില്ല ഫലമോ? ഓരോ പ്രാവശ്യം നാട്ടിൽ പോയാലും വൃത്തികെട്ട മനസ്സുമായി തിരിച്ചുവരേണ്ടി വരുന്നു.

''എന്നെങ്കിലും നിന്റെ മനസ്സുമാറും. അതുപോലെ നിന്റെ കഷ്ടകാലത്തിനൊരറുതി വരുകയും ചെയ്യും.'' അമ്മ പറയും. ''അതിനുവേണ്ടി ഞാൻ പ്രാർത്ഥിക്കുന്നുണ്ട്.''

എന്തായാലും ഒന്നാം തീയ്യതിയായാൽ വീണ്ടും തനിക്ക് അയയ്ക്കാൻ പറ്റുന്നതിൽ കൂടുതൽ പണം അമ്മയ്ക്കയയ്ക്കുന്നു. വീണ്ടും വിശന്നു നടക്കേണ്ടി വന്ന ഭക്ഷണവേളകൾ. മനസ്സിൽ അമർഷം ബാക്കിനിൽക്കുന്നു.

തനിക്ക് സ്വപ്നം കാണാനുള്ള അവകാശംകൂടി നഷ്ടപ്പെട്ടിരിക്കുന്നു, ദാസൻ വിചാരിച്ചു. തന്റെ ഭാര്യയാവാൻ പോകുന്ന പെൺകുട്ടിയെപ്പറ്റി മനോരാജ്യം കാണാനായിരുന്നു വിചാരിച്ചത്. കലുഷമായ മനസ്സിന് അതിനുള്ള അവകാശമില്ല.

പകൽ, റെയിൽ പാതയ്ക്കിരുവശത്തുമുള്ള വിജനത, ചൂട്. ഒന്നും ആലോചിക്കാതിരിക്കാൻ അയാൾ ശ്രമിച്ചു. ഓർമ്മകൾ ക്ഷണിക്കാത്തിടത്തു കടന്നുചെല്ലുന്ന അതിഥികളെപ്പോലെയാണ്. നാം മുഖം തിരിച്ചിട്ടു കാര്യമില്ല. അവർ അവിടെത്തന്നെയുണ്ടാകും.

അമ്മയുടെ കത്ത്. രേണുവിന്റെ കല്യാണം തീർച്ചയാക്കിയിരിക്കുന്നു. അടുത്ത മാസം ഇരുപതാം തീയതി. വരന് ബാംഗ്ലൂരിലാണ് ജോലി. തരക്കേടില്ലെന്നു തോന്നുന്നു. ഏട്ടന്റെ കയ്യിൽ ഒട്ടും പണമില്ല. ഏട്ടൻ ആകെ വിഷമിച്ചിരിക്കയാണ്. നീ തന്നെയാണ് ഒരു വഴി. കടമെടുത്തെങ്കിലും ചുരുങ്ങിയത് അയ്യായിരം അയയ്ക്കണം. പിന്നെ മാസം കുറേശ്ശെയായി വീട്ടാമല്ലോ. ഇനി കുറേക്കാലം നീ എനിക്ക് പണമൊന്നും അയയ്ക്കണ്ട.

പണം അയച്ചില്ലെങ്കിൽ അമ്മ എങ്ങനെ കഴിയും? ദാസൻ ആലോചിച്ചു.

അയാൾ ഉടനെ മറുപടി അയച്ചു. പറ്റില്ല. പണമുണ്ടാക്കാൻ കഴിയില്ല.

അമ്മയുടെ കത്ത് വീണ്ടും.

നിന്റെ കത്തിനെപ്പറ്റി ഞാൻ ഏട്ടനോട് പറഞ്ഞിട്ടില്ല. നീ പണമയയ്ക്കുമെന്ന പ്രതീക്ഷയിലാണ് മൂപ്പരിരിക്കുന്നത്. എനിക്കും ആ പ്രതീക്ഷയുണ്ട്. കഴിയുന്നതും വേഗം പണമയയ്ക്കൂ. കല്യാണത്തിനിനി ഒരു മാസം കൂടിയില്ല.

ക്രെഡിറ്റ് സൊസൈറ്റിയിൽ നിന്ന് അയ്യായിരം ഉറുപ്പിക കടമെടുത്ത് അയച്ചു കൊടുത്തപ്പോൾ അയാൾ സ്വയം പറഞ്ഞു.

ഞാൻ വീണ്ടും തോറ്റിരിക്കുന്നു.

അവസാനത്തെ ഇൻസ്റ്റാൾമെന്റ് അടച്ച് കടം മുഴുവൻ വീട്ടിയത് കഴിഞ്ഞ മാസമാണെന്നയാൾ ഓർത്തു. ഇനി സ്വന്തം കല്യാണത്തിന് വീണ്ടും കടമെടുക്കേണ്ടി വരും.

പ്രതീക്ഷിച്ചപോലെ തന്നെ. അമ്മ രാത്രി ഉറങ്ങിയിട്ടുണ്ടായിരുന്നില്ല. ടാക്സി ഗെയ്റ്റിൽ നിന്നപ്പോഴേക്ക് അമ്മ എത്തിയിട്ടുണ്ടായിരുന്നു.

‘‘നീ തടിച്ചിട്ടൊന്നുമില്ല. കത്തിലൊക്കെ എഴുതിയിരുന്നത് തടിച്ചിട്ടുണ്ട്, കണ്ടാൽ മനസ്സിലാവില്ലാ എന്നൊക്കെയാണല്ലോ.’’

‘‘അതൊക്കെ അമ്മയെ സന്തോഷിപ്പിക്കാൻ എഴുതിയതല്ലേ?’’

‘‘ആട്ടെ, നീ നിർമ്മലയെ കണ്ടുവോ?’’

‘‘കണ്ടു.’’

‘‘ഇഷ്ടപ്പെട്ടുവോ?’’

‘‘ഒരു കറുത്തു മെലിഞ്ഞ പെണ്ണ്’’ അയാൾ പറഞ്ഞു.

‘‘അവൾ കറുത്തിട്ടൊന്നുമല്ല. നിന്നേക്കാൾ നിറമുണ്ട്. തടി, അവൾ കല്യാണമൊക്കെ കഴിഞ്ഞാൽ തടിച്ചോളും ആട്ടെ, നിനക്കിഷ്ടപ്പെട്ടുവോ?’’

‘‘ഇഷ്ടപ്പെട്ടു.’’

അമ്മയുടെ കണ്ണിലെ തിളക്കം ദാസൻ ശ്രദ്ധിച്ചു. അമ്മയോട് തനിക്കൊരിക്കലും ജയിക്കാൻ കഴിയില്ലെന്ന് അയാൾ ഓർത്തു.

കിടപ്പുമുറിയിലേക്കുള്ള വാതിൽ ചാരിയിട്ടിരിക്കയായിരുന്നു. അതു തുറന്ന് ഒരു സ്ത്രീ പുറത്തു വന്നു. രേണുവാണെന്നു മനസ്സിലായപ്പോൾ അയാൾ നിശ്ശബ്ദനായി.

''ദാസേട്ടന്റെ ടാക്സിയുടെ ശബ്ദം കേട്ടപ്പോൾ ഞാൻ ഉണർന്നു.'' അവൾ തലമുടി കെട്ടിക്കൊണ്ടാണത് പറഞ്ഞത്. അയാൾ ചിരിച്ചു വെന്ന് വരുത്തി.

''രേണു മൂന്നു മാസമായി ഇവിടെ തന്ന്യാണ്.''

''എനിക്ക് കാലിന് അസുഖം ആയേപ്പിന്നെ അവളും കുട്ടികളും വന്നതാ. എന്റെ സഹായത്തിന്. അവളുടെ ഭർത്താവ് ബാംഗ്ലൂരിൽ ഒറ്റയ്ക്കാണ്.''

''അമ്മയ്ക്കോ? കാലിനോ? എന്താണസുഖം?''

''അച്ഛൻപെങ്ങള് വീണു. കാലിന്റെ എല്ല് പൊട്ടി. പ്ലാസ്റ്ററിലായിരുന്നു. രണ്ടു മാസം.'' രേണു പറഞ്ഞു. ''നടക്കാനൊന്നും പറ്റിയിരുന്നില്ല. കഴിഞ്ഞ മാസാണ് പ്ലാസ്റ്റർ വെട്ടിയത്.''

അമ്മയുടെ നടത്തത്തിൽ അല്പം പിശകുണ്ടെന്ന് അയാൾക്ക് തോന്നിയിരുന്നു. അപ്പോൾ അമ്മ ആ കാര്യം തന്നെ അറിയിക്കാതെ കഴിച്ചുകൂട്ടി.

''അത്ര അധികമൊന്നുമുണ്ടായിരുന്നില്ല.'' അമ്മ പറഞ്ഞു. ''എഴുതിയാൽ നീ ധൃതി പിടിച്ചുവരും. ഏതായാലും രണ്ടു മാസം കഴിഞ്ഞാൽ ലീവിൽ വരുന്നുണ്ടല്ലോ. അപ്പോൾ അറിഞ്ഞാൽ മതീന്നു വെച്ചു.''

പുറത്തൊരു കാൽപെരുമാറ്റം. അമ്മാവനായിരുന്നു. പറ്റെ വെട്ടിയ മുടിയും നിറം മങ്ങിയ ഷർട്ടും മുണ്ടുമായി, അയാൾ വാതിലിനു പുറത്തു നിന്നു.

''സ്റ്റേഷനിൽ വരണമെന്നു വിചാരിച്ചതായിരുന്നു. പറ്റീല്ല്യ. ഈ വാതക്കടച്ചില് കാരണം എണീക്കാൻ പറ്റിയില്ല്യ.''

അമ്മാവൻ മുഖത്തു നോക്കാതെയാണ് സംസാരിക്കാറ്. തല അല്പം താഴ്ന്ന് മുഖം കുറച്ച് ഇടത്തോട്ട് ചരിച്ചുവെച്ച്. വർഷങ്ങളായുള്ള പരാജയങ്ങൾ ആ മനുഷ്യന്റെ ആത്മധൈര്യം തീരെ കെടുത്തിയിരുന്നു.

വരാത്തതു നന്നായി, ദാസൻ വിചാരിച്ചു. ഒരുപക്ഷേ വേണമെന്നു വെച്ച് വരാതിരുന്നതായിരിക്കും. സ്റ്റേഷനിൽ വെച്ച് താൻ ഒരു സീൻ ഉണ്ടാക്കുമെന്ന ഭയമുണ്ടാവും. താൻ അമ്മാവനോട് വളരെ വൃത്തികേടായിട്ടാണ് പെരുമാറിയിരുന്നത്. ദാസൻ വിചാരിച്ചു. തന്റെ വികാരങ്ങൾ അത്രയധികം വ്രണപ്പെട്ടിരിക്കുന്നു.

അഞ്ചുകൊല്ലം മുമ്പാണ്. നാട്ടിൽ വന്നപ്പോൾ സ്റ്റേഷനിൽ അമ്മാവനുണ്ടായിരുന്നു. അങ്ങനെ പതിവില്ലാത്തതാണ്. ടാക്സി നിന്നത് അമ്മാവന്റെ ചെറിയ വീട്ടിലായിരുന്നു. ദാസൻ ഒരു ചോദ്യഭാവത്തോടെ അമ്മാവനെ നോക്കി.

''ഭാർഗ്ഗവി ഇപ്പൊ ഇവിട്യാണ് താമസം.''

ഒറ്റയ്ക്കു താമസിക്കാനുള്ള വിഷമം കാരണം അമ്മ ഏട്ടന്റെ കൂടെ താമസിക്കുകയാണെന്നാണ് കരുതിയത്. കാര്യങ്ങളുടെ കിടപ്പ് അങ്ങനെയൊന്നുമല്ലെന്ന് അകത്തു കടന്നപ്പോൾ മനസ്സിലായി. അമ്മ സ്വന്തം ഇരുനില കെട്ടിടം ഏട്ടന്റെ രണ്ടുമുറി വീടുമായി കൈമാറ്റം നടത്തിയിരിക്കുന്നു.

''നമുക്കെന്തിനാ ഇത്ര വലിയ വീടൊക്കെ? ഏട്ടനാണെങ്കിൽ ഒരു പെൺകുട്ടിയുണ്ട്. അവളുടെ കല്യാണത്തിന് സമയൊക്കെ ആയിരിക്കുന്നു. ഈ ചെറിയ വീട്ടിൽ വെച്ച് കല്യാണൊക്കെ ശരിയാവുമോ? ആരെങ്കിലും അന്വേഷിച്ചു വരുമ്പോൾ തന്നെ വീടു നന്നല്ലെങ്കിൽ ഒരു തൃപ്തിയാവില്ല. ഏട്ടൻ സമ്മതിച്ചതൊന്നുമില്ല. പിന്നെ ഞാൻ നിർബ്ബന്ധിക്ക്യേ.''

ദാസൻ സ്തബ്ധനായി നിന്നു. അഞ്ചു മുറികളുള്ള ഓടിട്ട ഇരുനിലക്കെട്ടിടം അതിന്റെ പത്തിലൊന്നു വില പോലുമില്ലാത്ത ഒരു കൂരപ്പെരയ്ക്കു വേണ്ടി കൈ മാറിയിരിക്കുന്നു. അമ്മയുടെ ഏട്ടൻ സ്നേഹം വളരെയധികം അതിരു കവിഞ്ഞു പോയിരിക്കുന്നു.

''നമുക്ക് ഇതിലും വലിയ വീടൊക്കെ ഉണ്ടാക്കാം. നിനക്കതിനുള്ള കഴിവുണ്ട്. രേണു നിന്റെ അനുജത്തിയല്ലേ? അവളുടെ കല്യാണമൊക്കെ നന്നായി നടത്താൻ തന്നെയല്ലേ നിനക്കിഷ്ടമുണ്ടാവുക.''

പിന്നെ അഞ്ചുകൊല്ലത്തേക്കയാൾ നാട്ടിലേക്കു വന്നില്ല. നാലു കൊല്ലം മുമ്പ് രേണുവിന്റെ കല്യാണം കഴിഞ്ഞു.

രേണു തടിച്ചിട്ടുണ്ടെന്ന് അയാൾ കണ്ടു. അഞ്ചുകൊല്ലം മുമ്പ് താൻ കാണുമ്പോൾ അവൾ മെലിഞ്ഞിട്ടായിരുന്നു. അഞ്ചു കൊല്ലവും രണ്ടു പ്രസവവും അവളെ ഒരു വലിയ സ്ത്രീയാക്കി മാറ്റിയിരിക്കുന്നു.

''ദാസേട്ടൻ ചായ കുടിക്കൂ.'' അവൾ ചായ കൊണ്ടുവന്നു.

''ഞാൻ പോണൂ.'' അമ്മാവൻ പറഞ്ഞു.

കുളിമുറി പുറത്തായിരുന്നു. അയാൾ കുളി കഴിഞ്ഞ് തിരിച്ചു വന്നപ്പോൾ അമ്മ പറഞ്ഞു.

''നീ രേണുവിനോട് കുറച്ചു കൂടിയൊക്കെ സ്നേഹത്തില് പെരുമാറണം. അവൾക്ക് നിന്നെ എന്തു സ്നേഹമാണെന്നറിയ്യോ? എപ്പോഴും നിന്റെ കാര്യം മാത്രമേ പറയാറുള്ളൂ. കുട്ടിക്കാലത്ത് ഒപ്പം കളിച്ചതും എല്ലാം. എന്റെ കാലൊടിഞ്ഞ് കിടന്നപ്പോഴും അവളാണ് എല്ലാം നോക്കിയിരുന്നത്. പിന്നെ ബാബു പഠിക്കാൻ നല്ല മിടുക്കനാണ്. എപ്പോഴും ഫസ്റ്റ് ക്ലാസ്സാണ്. അവനെപ്പോഴും പറയും എനിക്ക് ജോലി കിട്ടിയിട്ടു വേണം ദാസേട്ടനെ സഹായിക്കാൻ.''

കുട്ടിക്കാലത്ത് എത്ര വിഷമങ്ങളുണ്ടായാലും സ്നേഹിക്കുവാനും സ്നേഹിക്കപ്പെടാനും കുറേക്കൂടി എളുപ്പമായിരുന്നു.

കിടപ്പു മുറിയിൽ നിലത്തു വിരിച്ചിട്ട കിടക്കയിലാണ് രേണുവിന്റെ കുട്ടികൾ കിടന്നിരുന്നത്. മൂത്തവൻ എഴുന്നേറ്റിരുന്ന് കണ്ണുകൾ തിരുമ്മി. ദാസനെ കണ്ടപ്പോൾ അവൻ എഴുന്നേറ്റ് വന്നു. അയാളിരിക്കുന്ന കസേരയുടെ അടുത്ത് വന്ന് മുഖമുയർത്തി പറഞ്ഞു.

''ഞാൻ ഒറങ്ങുമ്പൊ മാമൻ വന്നു?''

അവന്റെ കണ്ണുകളിൽ അത്ഭുതമുണ്ടായിരുന്നു. അടുപ്പവും. അപ്പോഴാണ് അയാൾ കണ്ടത്. രേണുവിന്റെ മോൾ മുട്ടുകുത്തി വരുന്നു. അവൾ കസേരയുടെ കാൽ പിടിച്ചു നിന്ന് കൈ നീട്ടി, അവളെ എടുക്കാൻ. അയാൾ അവളെ വാരിയെടുത്തു. താഴത്തെ തൊണ്ണിൽ മുളച്ചുവരുന്ന രണ്ടു കുഞ്ഞിപ്പല്ലുകൾ കാട്ടി അവൾ അയാളെ നോക്കി ചിരിച്ചു, എന്നിട്ടയാളെ അത്ഭുതപ്പെടുത്തുമാറ് അയാളുടെ കുറ്റിരോമങ്ങൾ വളർന്ന കവിളിൽ ഉമ്മവെച്ചു.

ജോലിക്കായി ദില്ലിയിൽ പോയി ആദ്യത്തെ പ്രാവശ്യം ലീവിൽ വന്നപ്പോഴുണ്ടായ ഒരു സംഭവം ദാസൻ ഓർത്തു. അയാൾ ഉമ്മറത്തിരിക്കയായിരുന്നു. അപ്പോഴാണ് രേണു പടി കടന്നു വരുന്നതു കണ്ടത്, ഒറ്റയ്ക്കാണ്. അന്നവൾക്ക് ആറോ ഏഴോ വയസ്സ് പ്രായമുണ്ടാകും. കുറച്ചു വലിയ ഫ്രോക്കാണ് ഇട്ടിരുന്നത്. നഗ്നമായ കാലുകളിൽ ഒരു കിലോമീറ്റർ ദൂരം നടന്നുവന്ന പൊടി. അവൾ നേരെ വന്ന് അയാളിരിക്കുന്ന കസേരയുടെ അടുത്തു വന്നു. തോളിൽക്കൂടി കൈയിട്ട് അയാളുടെ മുഖം കുനിച്ചു പിടിച്ച്, കവിളിൽ ഒരുമ്മ തന്നു. അതേ പോലെ തിരിച്ചു പോകയും ചെയ്തു. താൻ വന്നുവെന്നറിഞ്ഞപ്പോൾ അച്ഛനെയും അമ്മയേയും കൂടി കാക്കാതെ അവൾ തന്നെ കാണാനും തനിക്ക് ഒരുമ്മ തരാനും ഒറ്റയ്ക്ക് ഇറങ്ങിപ്പുറപ്പെട്ടതായിരുന്നു ഒരു കിലോ മീറ്റർ ദൂരം.

കൗതുകമുള്ള രണ്ടു കൊച്ചുമുഖങ്ങൾ അയാൾ മാറി മാറി നോക്കി. രേണുവിന്റെ കുട്ടിക്കാലത്തെ ഛായ തന്നെയാണ്.

''മോളെ ഇങ്ങട്ട് തന്നോളൂ, എണീറ്റു വന്നപടിയാണ്. ഏട്ടന്റെ മേൽ അവൾ മൂത്രമൊഴിക്കും.''

അടുക്കളയിൽ നിന്നു വന്ന രേണു പറഞ്ഞു.

''സാരമില്ല.'' ദാസൻ പറഞ്ഞു. സ്നേഹസന്ദേശവുമായി തന്റെ അടുത്തെത്തിയ പഞ്ഞിക്കെട്ടു പോലെ മൃദുവായ ആ കുട്ടിയെ വിട്ടുകൊടുക്കാൻ അയാൾ തയ്യാറായില്ല. അയാൾ അവളെ ചേർത്തു പിടിച്ചു.

തീവണ്ടിയിൽ വരുമ്പോൾ സഹ്യന്റെ താഴ്വരയിൽ സൂര്യകാന്തിപ്പൂക്കൾ വിടർന്നു നിൽക്കുന്നതു കണ്ടതയാൾ ഓർത്തു. ■

ഞാനും എന്റെ കഥയും

ഇ. ഹരികുമാർ

വളരെ കുട്ടിക്കാലത്ത് ഞാൻ താമസിച്ചിരുന്ന വീട്ടിനുചുറ്റും വയലുകളായിരുന്നു. നീണ്ടു കിടക്കുന്ന വയലുകൾ. അവയ്ക്ക് മുകളിൽ ആകാശം. ഈ വയലുകളുടെ പച്ചപ്പും വിശാലതയും ആകാശത്തിന്റെ നീലിമയും ആഴവും എന്റെ മനസ്സിനെ വളരെയധികം സ്വാധീനിച്ചിട്ടുണ്ട്. ഇവയിൽ കാലാവസ്ഥ വരുത്തുന്ന മാറ്റങ്ങൾ. മഴക്കാലം, കുളങ്ങളും തോടുകളും കവിഞ്ഞൊഴുകി വയലുകൾ മൂടിക്കിടക്കുന്ന ജലപ്പരപ്പ്, വീതികുറഞ്ഞ വരമ്പുകൾക്കിടയിൽ ശക്തിയായി കുത്തിയൊഴുകുന്ന തോടുകൾ. അവയിൽ നീന്തിക്കളിക്കുന്ന പരൽമീനുകൾ. കുട്ടിക്കാലത്ത് സ്‌കൂളിൽ പോകുമ്പോൾ കൊച്ചുകാലുകൾ കൊണ്ട് ചാടിക്കടക്കാൻ പ്രയാസമായ ഈ തോടുകൾ എന്നിലുണ്ടാക്കിയിരുന്ന ഭയവും സംഭ്രമവും ഇന്നും എനിക്കോർമയുണ്ട്. പാടങ്ങൾ ഉഴുമ്പോൾ ഉയർന്നു വന്ന ചെളിഗന്ധം, നെല്ലിൻവിത്തുകൾ മുളപൊട്ടി കൂമ്പുകൾ വരുന്നത്, കാറ്റിൽ ഓളം തല്ലുന്ന പച്ചപ്പ്, മഴയ്ക്കു ശേഷം പറമ്പിൽ മുളച്ചുണ്ടാകുന്നതും സൃഷ്ടിയുടെ അത്ഭുത പ്രതിഭാസമായി എനിക്കു തോന്നിയിട്ടുള്ളതുമായ അനേകം സസ്യങ്ങൾ, മറ്റു ജീവജാലങ്ങൾ. പ്രകൃതിയായിരുന്നു എന്റെ കൂട്ടുകാരി. അവളുടെ വിശാലതയും സൗന്ദര്യവും എന്നെ ഒരു കവിയാക്കാൻ പോന്നവയായിരുന്നു.

ഓർമ്മവെച്ചനാൾ മുതൽ വീട്ടിൽ കവിതയുണ്ടായിരുന്നു. കവിതാ പുസ്തകങ്ങൾ, അച്ഛനും അമ്മയും മൂളിപ്പാടിയിരുന്ന കവിതാശകലങ്ങൾ. എന്റെ വല്യമ്മമാരുടെ മക്കൾ അച്ഛന്റെ കവിതകൾ ഉറക്കെ വായിച്ചിരുന്നത് എനിക്കോർമ്മയുണ്ട്. വീട്ടിൽ ജിയുടെയും വൈലോപ്പിള്ളിയുടെയും വള്ളത്തോളിന്റെയും മറ്റു പല കവികളുടെയും കവിതാ പുസ്തകങ്ങളുണ്ടായിരുന്നു. വായിക്കാറായപ്പോൾ അവയിൽ ചില കവിതകൾ

വായിക്കുകയും ആ കവിതകൾക്ക് പ്രകൃതിയോടുണ്ടായിരുന്ന അടുപ്പം കണ്ട് അത്ഭുതപ്പെടുകയും ആഹ്ലാദിക്കുകയും ചെയ്തിട്ടുണ്ട്. ഉള്ളൂരിന്റെയും കുമാരനാശാന്റെയും വള്ളത്തോളിന്റെയും കവിതകൾ അമ്മ കുട്ടിയായിരിക്കുമ്പോൾ നോട്ടുപുസ്തകങ്ങളിൽ എഴുതിവെച്ചിരുന്നത് അലമാരിയിൽ പുസ്തകങ്ങൾക്കു വേണ്ടി പരതുമ്പോൾ ഞാൻ കണ്ടിട്ടുണ്ട്. അമ്മയ്ക്ക് കവിതയോടുള്ള അഭിനിവേശം അത്ര കടുത്തതായിരുന്നു. മുപ്പതുകളുടെ അവസാനത്തിലും നാല്പതുകളിലും അമ്മ കഥകളും കവിതകളും എഴുതിയിരുന്നു. ചില കഥകളും കവിതകളും മാതൃഭൂമി ആഴ്ചപ്പതിപ്പിൽ പ്രസിദ്ധീകരിച്ചിട്ടുണ്ട്.

കവിത പ്രകൃതിയുടെ ഒരു പ്രതിഫലനമാണെന്നു തോന്നി. ആദ്യമായി പെൻസിലെടുത്ത് ഒരു കവിത എഴുതാനുള്ള പ്രചോദനവും അതുതന്നെയായിരിക്കണം. പക്ഷേ, എന്തുകൊണ്ടോ ഞാൻ കവിതയിൽ ഉറച്ചുനിന്നില്ല. കഥകളെഴുതാനാണ് തുടങ്ങിയത്. വിശ്വസാഹിത്യത്തിന്റെ ഒരു നല്ല ശേഖരവും വീട്ടിലുണ്ടായിരുന്നു. ഒമ്പതിലോ പത്തിലോ പഠിക്കുമ്പോഴാണ് ഞാൻ പാവങ്ങൾ വായിച്ചത്. എന്നെ വളരെയധികം സ്വാധീനിച്ച ഒരു പുസ്തകമായിരുന്നു അത്. വിശ്വസാഹിത്യത്തോടുള്ള അടുപ്പം മാത്രമല്ല, ഗുണനിലവാരത്തെപ്പറ്റി അച്ഛന്റെ കർശനമായ നിയന്ത്രണവും എന്നെ നല്ല സാഹിത്യം രചിക്കുവാൻ പ്രേരിപ്പിച്ചു. കഥയെഴുതിയാൽ അച്ഛനെ കാണിക്കുകയാണ് പതിവ്. അച്ഛൻ കഥകളെ നിശിതമായി വിമർശിച്ചു. എങ്ങനെ മാറ്റിയാലാണ് കഥ നന്നാവുക എന്ന് നിർദ്ദേശിച്ചു. കഥകൾ ഒന്നിലധികം പ്രാവശ്യം മാറ്റിയെഴുതുകയും അച്ഛനെ കാണിക്കുകയും വേണ്ടിയിരുന്നു. മാറ്റിയെഴുതാൻ പറഞ്ഞ കഥ മാറ്റിയെഴുതാതിരുന്നാൽ അച്ഛന് ഇഷ്ടമാവാറില്ല. കഥയെഴുതിയാൽ അച്ഛനെ കാണിക്കുക എന്ന പതിവ് പതിനേഴാം വയസ്സിൽ കൽക്കത്തയിലേക്കു പോയിട്ടും തുടർന്നു. കഥയെഴുതി അച്ഛനയച്ചുകൊടുത്താൽ മറുപടി കിട്ടുന്നവരെയുള്ള ദിവസങ്ങൾ വളരെ അക്ഷമങ്ങളായിരുന്നു.

ഇത്രയധികം പ്രോത്സാഹനങ്ങൾ കിട്ടിയിട്ടും ഞാൻ വളരെ കുറച്ചു കഥകൾ മാത്രം എഴുതി. കൊല്ലത്തിൽ ഒരു കഥ അല്ലെങ്കിൽ രണ്ട്. ഒരു കഥപോലും എഴുതാത്ത കൊല്ലങ്ങളും ഉണ്ടായിട്ടുണ്ട്. ഒരു കഥ വാരികയിൽ പ്രസിദ്ധപ്പെടുത്തിയാൽ അച്ഛന്റെ കത്തുണ്ടാവും. ഒരു കഥ വെളിച്ചം കണ്ടാലേ വേറൊരു കഥ എഴുതൂ എന്ന നിർബന്ധമുണ്ടെങ്കിൽ

കൂടി വേറൊരു കഥ എഴുതേണ്ട സമയമായി, എന്നിട്ടും ഞാൻ എഴുതിയില്ല. കഥ മനസ്സിന്റെ ഉള്ളിൽ നിന്നു വരേണ്ടിയിരുന്നു. പലപ്പോഴും കഥ മുഴുവൻ രൂപത്തിൽ മനസ്സിൽ വന്നാലും ഞാൻ പേനയെടുക്കാറില്ല. കഥ മനസ്സിലുണ്ടാക്കിയ ചിത്രം കണ്ട് ഞാൻ തൃപ്തനായിരുന്നു.

എന്റെ ജീവിതത്തിലെ ഒരു വലിയ ദുരന്തമായി ഞാൻ കണക്കാക്കുന്നത് പതിനേഴാം വയസ്സിൽ ജോലി അന്വേഷിച്ച് നാടു വിടേണ്ടിവന്നതാണ്. പിന്നെ നാടിനോടും അതോടൊപ്പം പ്രകൃതിയോടും തന്നെയുണ്ടായിരുന്ന എല്ലാ ബന്ധവും വിച്ഛേദിക്കേണ്ടിവന്നു. പ്രകൃതി എന്തെന്നറിയുംമുമ്പേ അതിനോട് വിട ചൊല്ലേണ്ടിവന്നു. മുലകുടി നിർത്തുംമുമ്പ് തള്ള മരിച്ചുപോയ കുഞ്ഞിനെപ്പോലെയായി ഞാൻ. ഞാൻ പോയത് കൽക്കത്തയിലേക്കായിരുന്നു. വളരെ വിശാലവും വൈചിത്ര്യം നിറഞ്ഞതുമായ ആ നഗരത്തിലുള്ള താമസം എന്റെ മനസ്സിനെ വളരെ വിശാലമാക്കി. പ്രകൃതി നഷ്ടപ്പെട്ട എനിക്ക് അറിവിന്റെ വിശാലമായ ലോകം ആ മഹാനഗരം തുറന്നുതന്നു. ഒരു നഷ്ടത്തിന് ഒരു നേട്ടം. പക്ഷേ, ആ നേട്ടം എനിക്കു സംഭവിച്ച കോട്ടംവെച്ചുനോക്കുമ്പോൾ നിസ്സാരമായിരുന്നു. എന്റെ അച്ഛന്റെ വളർന്നുവന്ന വളക്കൂറുള്ള മണ്ണിൽ, ഗ്രാമീണാന്തരീക്ഷത്തിൽ, ബുദ്ധിയുറക്കാൻ തുടങ്ങിയ കാലത്തു വളരാനും വികസിക്കാനും എനിക്കു കഴിയാതെ പോയി.

ആരേ പോയ പുകിൽക്കീ പാട-
ത്തരിമയോടാരിയൻ വിത്തിട്ടു

എന്നീ വരികൾക്കു സമമായ ഒരു വാചകം എഴുതിയുണ്ടാക്കാൻ എന്നെക്കൊണ്ടാവില്ലെന്ന ദുഃഖസത്യം അവശേഷിക്കുന്നു. ഞാൻ ഒരു നാഗരിക സാഹിത്യകാരനായി വളർന്നു വരികയായിരുന്നു.

ആയിടയ്ക്കാണ് ഞാൻ ചിത്രകലയുമായി അടുത്തത്. ഞാൻ ഒമ്പതിൽ പഠിക്കുമ്പോഴാണ് ടി. കെ. പത്മിനി എന്ന ഒരു കുട്ടി വീട്ടിൽ താമസിക്കാൻ വരുന്നത്. ശ്രീ. നമ്പൂതിരിയുടെ കീഴിൽ ചിത്രകല പഠിക്കുകയായിരുന്നു ലക്ഷ്യം.

ഞങ്ങൾ പത്മിനിയേട്ത്തി എന്നു വിളിച്ചിരുന്ന ആ കുട്ടിക്ക് എന്തിനാണ് നമ്പൂതിരിയുടെ ശിഷ്യത്വം എന്ന് എനിക്കു തോന്നാറുണ്ടായിരുന്നു. കാരണം അത്രയധികം തന്മയത്വത്തോടു കൂടി അവർ ചിത്രം വരച്ചിരുന്നു. അവർ

അനായാസേന വരച്ചിരുന്ന പ്രകൃതിദൃശ്യങ്ങൾ ഞാൻ രഹസ്യമായി കോപ്പി ചെയ്തുനോക്കി. തീരെ തൃപ്തികരവും ആശാവഹവുമല്ലാത്ത ഫലം നോക്കി ഞാൻ വിഷണ്ണനായി ഇരുന്നിട്ടുണ്ട്. ചില ചിത്രങ്ങൾ പത്മിനിയേട്ത്തിയുടെ കൈയിൽ കിട്ടുകയും എന്നെ പ്രോത്സാഹിപ്പിക്കാനായി അവർ നല്ല അഭിപ്രായം പറയുകയും ചെയ്തിട്ടുണ്ടെങ്കിലും ഞാൻ വര തുടങ്ങുകയുണ്ടായില്ല. കേരളത്തിന് അങ്ങനെ ഒരു വലിയ ചിത്രകാരൻ നഷ്ടപ്പെട്ടു!

പത്മിനിയേട്ത്തി വഴിക്കാണ് ചിത്രകലാരംഗവുമായി ഞാൻ അടുത്തത്. അവർ മദ്രാസ് കോളേജ് ഓഫ് ആർട്സിൽ പഠിക്കുവാൻ തുടങ്ങി. കൽക്കത്തയിൽ നിന്ന് ആണ്ടിലൊരിക്കൽ ലീവിൽ വരുമ്പോൾ ഞാൻ കോളേജ് ഓഫ് ആർട്സിൽ ഏതാനും മണിക്കൂറുകൾ തങ്ങാറുണ്ട്. പത്മിനിയേട്ത്തിയുടെ കൂട്ടുകാരനായ കെ. ദാമോദരൻ (പിന്നീട് ഇദ്ദേഹം പത്മിനിയേട്ത്തിയെ വിവാഹം ചെയ്തു) മുത്തുകോയ, സി.എൻ. കരുണാകരൻ, വിശ്വനാഥൻ, ഹരിദാസ്, ജയപാലപണിക്കർ മുതലായവരെ അവിടെവച്ച് പരിചയപ്പെട്ടു. ചിത്രപ്രദർശനങ്ങൾ, ആർട്ട് ഗ്യാലറികൾ എന്നിവ എന്റെ നിത്യസന്ദർശന കേന്ദ്രങ്ങളായി. ആധുനിക ചിത്രങ്ങളുടെ പൊരുൾതേടി ഞാൻ എത്തിയത് കൽക്കത്തയിലെ നാഷണൽ ലൈബ്രറിയിലായിരുന്നു. ഇത്രയും വലിയൊരു ഗ്രന്ഥശേഖരം ഞാൻ മുമ്പു കണ്ടിരുന്നില്ല. അവിടെവെച്ചാണ് ലോകത്തിലെ പല ഉത്തമ ചിത്രകാരന്മാരുടെയും ശില്പികളുടെയും സൃഷ്ടികളുമായി പരിചയപ്പെടാൻ ഇടയായത്. അതൊരു മതിമയക്കുന്ന അനുഭവമായിരുന്നു. ഞാൻ ഉന്മത്തനായി. ഒഴിവുദിവസങ്ങൾ മുഴുവൻ ലൈബ്രറിയിൽ ചെലവഴിച്ചു. അവിടെ മലയാളം വിഭാഗം തലവനായിരുന്ന ശ്രീ കെ.എം. ഗോവിയെ ഞാൻ ഇന്നും നന്ദിപൂർവ്വം ഓർക്കുന്നു.

ചിത്രകലയുമായുള്ള എന്റെ ബന്ധം എന്റെ ആദ്യകാല കഥകളെ വളരെയധികം സ്വാധീനിച്ചിട്ടുണ്ട്. കൂറകൾ എന്ന സമാഹാരത്തിലെ ഒട്ടുമുക്കാലും കഥകളും ചിത്രകലയോട് അടുത്തു നില്ക്കുന്നവയായിരുന്നു. പ്രത്യേകിച്ചും മധുവിധു എന്ന കഥ. ഒരു ചിത്രം എന്ന നിലയ്ക്കല്ലാതെ ഒരു കഥ എന്ന നിലയ്ക്ക് അതിന്റെ നിലനില്പ് വളരെ അപകടം പിടിച്ചതായിരുന്നു.

ചിത്രകലയുടെ സ്വാധീനത്തിൽ നിന്ന് കുതറിയോടാൻ ഏകദേശം പത്തുകൊല്ലമെടുത്തു. ബോധപൂർവമല്ലാത്ത ആ പലായനത്തിലൂടെ എന്റെ കഥകൾ കൂടുതൽ പൂർണത യെത്തുന്നതായി എനിക്കു തോന്നി. ഒരുപക്ഷേ ഒരു സമ്പൂർണ്ണ ചിത്രം വരയ്ക്കാൻ ഒരുങ്ങുന്ന ചിത്രകാരൻ ആദ്യം വരച്ചുണ്ടാക്കുന്ന നിരവധി സ്കെച്ചുകൾ പോലെയായി രിക്കണം എന്റെ ആദ്യകാല കഥകൾ.

ആദ്യത്തെ കഥ പ്രസിദ്ധീകരിച്ചുവന്നത് മലയാള മനോരമയിലായിരുന്നു. എന്റെ കഥകൾ പ്രസിദ്ധീകരണയോഗ്യ മാണെന്നൊന്നും ഞാൻ കരുതിയിരുന്നില്ല. പിന്നെ അത്ഭുത മെന്നു തോന്നാം കഥകൾ പ്രസിദ്ധപ്പെടുത്തിക്കാണാൻ വലിയ തിടുക്കമോ ആവേശമോ എനിക്ക് അന്നുമുണ്ടാ യിരുന്നില്ല. പേരെടുത്ത ഒരു കവിയുടെ മകനെന്ന നിലയ്ക്ക് ഇത് കുറച്ച് അസ്വാഭാവികവും അവിശ്വസനീയവുമായി തോന്നിയേക്കാം. ഞാൻ തിരുത്താൻ വേണ്ടി അയച്ചു കൊടുത്ത കഥകളിലൊന്ന് അച്ഛൻ പി.സി.യമ്മാവന് (ഉറൂബ്) അയച്ചു കൊടുത്തു. നിലവാരമുള്ള കഥയാണെന്നു തോന്നി യിട്ടായിരിക്കണം, പി.സി.യമ്മാവൻ ഉടനെ അച്ഛന് മറുപടി എഴുതി. 'ഇവനെ കാര്യമായി എടുക്കേണ്ട സമയമായിരി ക്കുന്നു. ഞാൻ ഈ കഥ വർഗീസ് കളത്തിലിന് അയച്ചു കൊടുക്കാം.' 'മഴയുള്ള ഒരു രാത്രിയിൽ' എന്ന കഥയായിരുന്നു അത്.

എന്റെ സാഹിത്യപരിശ്രമങ്ങളെപ്പറ്റി പി.സി.യമ്മാവന് അറിയാമായിരുന്നു. കഥകളെഴുതിത്തുടങ്ങിയപ്പോൾ ഞാൻ അത്യാർത്തിയോടെ വായിച്ചിരുന്നത് പി.സി.യമ്മാവന്റെയും ടി.പത്മനാഭന്റെയും കാരൂരിന്റെയും പൊറ്റെക്കാട്ടിന്റെയും കോവിലന്റെയും കഥകളായിരുന്നു. എം.ടി.യും മാധവി ക്കുട്ടിയും പിന്നീടാണ് വന്നത്. അവർ കൂടി വന്നപ്പോൾ മലയാള ചെറുകഥാരംഗം തികച്ചും സമ്പൂർണമായെന്ന തോന്നൽ എനിക്കുണ്ടായി.

ആയിടയ്ക്ക് ഞാൻ എഴുതിയ ഒരു കഥ അച്ഛൻ നിശിത മായി വിമർശിച്ചു. ഒരു ഭ്രാന്തന്റെ ജല്പനങ്ങളെപ്പറ്റിയായി രുന്നു കഥ. കഥ നന്നായില്ലെന്ന് പറഞ്ഞ് തിരിച്ചയച്ചുകൊണ്ട് അച്ഛൻ പറഞ്ഞു. ഒരു ഭ്രാന്തൻ നമ്മെ ചിരിപ്പിച്ചെന്നിരിക്കും. പക്ഷേ ഒരു വായനക്കാരന്റെ ഉള്ളിൽ കൊള്ളുന്നത് അയാൾ നമ്മെ കരയിക്കുന്നതായിരിക്കും. ഇരുട്ടിന്റെ ആത്മാവിൽ

എം.ടി. എന്താണ് ചെയ്തിരിക്കുന്നതെന്ന് നോക്കാൻ അദ്ദേഹം ആവശ്യപ്പെട്ടു. ഒരു തീം കഥാകൃത്തിന്റെ കൈയിൽ ഉത്തമ കലയായി മാറുന്ന അത്ഭുതം നോക്കി പഠിക്കാൻ അദ്ദേഹം ആവശ്യപ്പെട്ടു. ഒരു കണ്ണീർക്കണം; അതുണ്ടാക്കാൻ കഴിഞ്ഞാലേ സാഹിത്യകാരൻ ജയിക്കൂ. ഇരുട്ടിന്റെ ആത്മാവും എന്റെ ആ കഥയുമായി യാതൊരു താരതമ്യവുമില്ലായിരുന്നു. ഞാനാ കഥ കീറിക്കളഞ്ഞു.

ഉറൂബിന്റെയും ടി.പത്മനാഭന്റെയും എം.ടിയുടെയും മാധവിക്കുട്ടിയുടെയും കഥാപാത്രങ്ങൾ എന്നിൽ മായാതെ കിടക്കുന്നു.

ശ്രീ വർഗീസ് കളത്തിൽ എനിക്ക് നേരിട്ട് കത്തെഴുതി. കഥ വളരെ നന്നായെന്നും മനോരമയിൽ കൊടുക്കുന്നതിൽ സന്തോഷമേയുള്ളൂവെന്നും. തുടർന്ന് രണ്ട് വർഷങ്ങളിലായി രണ്ട് കഥകൾകൂടി മനോരമയ്ക്കയച്ചു കൊടുത്തു. മാതൃഭൂമിയിൽ ആദ്യമായി കഥ വന്നത് 1965ൽ ആണ്. 'ഉണക്കമരങ്ങൾ' എന്ന കഥ. 'കൂറകൾ' എന്ന കഥയ്ക്ക് ശേഷമാണ് പരീക്ഷണത്തിന്റെ കാലഘട്ടം തുടങ്ങിയത്. ചിത്രകലയുടെ സ്വാധീനമുണ്ടെന്ന് ഞാൻ അവകാശപ്പെടുന്ന കഥകൾ. നവീനതയെ പ്രോത്സാഹിപ്പിക്കുന്ന എം.ടി. ആ കഥകൾ മാതൃഭൂമിയിൽ പ്രസിദ്ധീകരിക്കാൻ ധൈര്യപ്പെട്ടു.

അറുപതുകളുടെ ആരംഭത്തിലാണ് ഞാൻ ഹെമിംഗ്‌വേ, ട്രുമാൻ കപോട്ടി, സ്റ്റിൻബെക്ക്, ഗുന്തർഗ്രസ്സ്, പിരന്തലോ എന്നീ സാഹിത്യകാരന്മാരുടെ കൃതികളുമായി പരിചയപ്പെടുന്നത്. ഇവരിൽ എന്നെ ഏറ്റവും ആകർഷിച്ചത് ഹെമിംഗ്‌വേ ആയിരുന്നു. ഒരു ചെറുകഥാകൃത്തെന്ന നിലയിൽ അദ്ദേഹത്തിനുള്ള സ്ഥാനം മറ്റാർക്കും കൊടുക്കാൻ കഴിയുന്നില്ല. കഥയിൽ സ്റ്റൈൽ എന്ന മാനം വേണമെന്ന് ഹെമിംഗ്‌വേ കഥകളാണ് എന്നെ മനസ്സിലാക്കിച്ചത്. അദ്ദേഹത്തിന്റെ മെൻ വിത്തൗട്ട് വിമൻ എന്ന കഥാസമാഹാരം ഒരു ബൈബിളായി ഞാൻ കൊണ്ടുനടന്നിരുന്നു.

എന്റെ സ്വന്തം അനുഭവങ്ങൾ മാത്രമല്ല ഞാൻ കഥയാക്കുന്നത്. നേരിട്ട് പരിചയമുള്ളവരുടെ അനുഭവങ്ങൾ, കേട്ട സംഭവങ്ങൾ എല്ലാം കഥയ്ക്ക് വിഷയമാവുന്നു. എന്റേതായിട്ടുള്ള രൂപവും ഭാവവും നല്കുന്നുവെന്നു മാത്രമേയുള്ളൂ. എന്റേതായിട്ടുള്ള ദർശനം കഥാപാത്രങ്ങളിൽ

അടിച്ചേല്പിക്കരുതെന്നുണ്ട് എനിക്ക്. വളരെ ആത്മാംശമുള്ള കഥകളിൽ മുഖ്യകഥാപാത്രത്തിന് എന്റെ ജീവിതവീക്ഷണം കിട്ടിക്കൂടെന്നില്ല. അതൊഴിവാക്കാൻ പറ്റാത്തതുമാണ്.

വായനക്കാർ എന്റെ കഥകളെ പൊതുവെ നന്നായി സ്വീകരിച്ചിട്ടുണ്ട്. പക്ഷേ പലപ്പോഴും അത് തീരെ ശ്ലാഘനീയമായി തോന്നാത്ത അവസരങ്ങളുണ്ടായിട്ടുണ്ട്. എന്റെ കഥയുടെ ദ്വന്ദ്വഭാവമാണതിനു കാരണം. ഒപ്പം തന്നെ ആഴത്തിൽ പോകാൻ മടികാണിക്കുന്ന വായനക്കാരന്റെ ഉദാസീനതയും. കഥയുടെ പരപ്പ് കണ്ട് ആഹ്ലാദഭരിതരാവുകയും പരപ്പിൽ നീന്തിക്കളിച്ച് സംതൃപ്തിയടയുകയുമാണ് പലരും ചെയ്യുന്നത്. കഥകളുടെ ആഴത്തിലേക്ക് മുങ്ങാങ്കുളിയിടുകയും അവിടെ ഒളിപ്പിച്ചുവെച്ച മുത്തുകൾ വാരിയെടുക്കുകയും ചെയ്യുന്ന ചുരുക്കം ചിലർ മാത്രമേ എന്റെ കഥകളോട് നീതിപുലർത്തുന്നുള്ളൂ. എനിക്ക് ആത്മസംതൃപ്തി നല്കുന്നുള്ളൂ.

'ശ്രീപാർവ്വതിയുടെ പാദം' എന്ന കഥയിൽ ഗൃഹാതുരത്വം മാത്രം കണ്ട് പലരും ആസ്വദിച്ചിട്ടുണ്ട്. ഞാൻ ഊന്നൽ കൊടുത്തതാകട്ടെ, ഇന്ന് വളരെ അപൂർവമായി കാണുന്നതും ഒരു പക്ഷേ ഒന്നോ രണ്ടോ തലമുറകൾ കൂടി കഴിയുമ്പോഴേക്ക് തീരെ ഇല്ലാതായേക്കാവുന്നതുമായ സ്നേഹം എന്ന വികാരത്തിനാണ്. സ്നേഹം എന്ന വികാരം എന്നെ വല്ലാതെ ആകർഷിക്കുന്നു. മനുഷ്യനും മനുഷ്യനും തമ്മിൽ മാത്രമല്ല, മൃഗങ്ങളോടും ചെടികളോടും അതായത് പ്രകൃതിയിലെ സകല ചരാചരങ്ങളോടും ഉള്ള സമന്വയവും സ്നേഹവും.

സാഹിത്യകാരൻ സ്വതന്ത്രനാവണം. അയാൾ രാഷ്ട്രീയ പാർട്ടികളുടെയോ പ്രത്യയശാസ്ത്രങ്ങളുടെയോ പ്രചാരകനാകരുത്. പ്രചാരകനാകുക എന്നതിനർത്ഥം സ്വന്തം യുക്തിയും സ്വാതന്ത്ര്യവും പണയംവെയ്ക്കുക എന്നതാണ്. ഇതു രണ്ടും പണയംവെച്ച് ഒരാൾക്ക് നല്ല സാഹിത്യകാരനാകാൻ പറ്റില്ല. ഞാൻ കഥയെഴുതുന്നത് എന്റെ ആത്മസാക്ഷാത്കാരത്തിന് മാത്രമാണ്. സംതൃപ്തിക്കുവേണ്ടിയാണ്. അല്ലാതെ സമൂഹം നന്നാവാനോ ഒന്നുമല്ല. പക്ഷേ എന്റെ കഥകൾ വായിച്ച് ഒരു മനുഷ്യനെങ്കിലും സംസ്കാര

സമ്പന്നനായിട്ടുണ്ടെങ്കിൽ എനിക്ക് സന്തോഷവും സംതൃപ്തിയുമുണ്ടാകും. മറിച്ച് ഒരു മനുഷ്യൻ ചീത്തയായിട്ടുണ്ടെങ്കിൽ അത് വേദനാജനകവുമാകും. അതുകൊണ്ട് ഏതു കഥാബീജം കിട്ടിയാലും കടലാസെടുത്ത് എഴുത്ത് തുടങ്ങുന്നതിന് മുമ്പ് ആ കഥയുടെ ധാർമ്മികനിലനില്പിനെപ്പറ്റി, ആ കഥ സംസ്കൃതിയോ കാടത്തമോ ഉണ്ടാക്കാൻ പോകുന്നതെന്ന് ഞാൻ അന്വേഷിക്കാറുണ്ട്. കാടത്തമാണ് ഫലം എന്നറിഞ്ഞാൽ ഞാൻ ആ കഥ എഴുതില്ല. അത്രയും വിവേചന ബുദ്ധി എല്ലാ എഴുത്തുകാർക്കും വേണമെന്നാണ് എന്റെ പക്ഷം.

■

www.ingramcontent.com/pod-product-compliance
Lightning Source LLC
LaVergne TN
LVHW090315051026
849518LV00005B/1791
* 9 7 8 8 1 9 6 3 7 8 0 6 6 *